A LARGER GRAMMAR

OF THE

TAMIL LANGUAGE

IN BOTH ITS DIALECTS

A LARGER GRAMMAR

OF THE

TAMIL LANGUAGE

IN BOTH ITS DIALECTS;

TO WHICH ARE ADDED

THE NANNÛL, YÂPPARUNGALAM,

AND OTHER

NATIVE AUTHORITIES;

With copious exercises taken from the best authors, and an Analytical Index.

BY THE

REV. G. U. POPE.

GYAN

Published by

GYAN

Gyan Publishing House
5, Ansari Road
Daryaganj, New Delhi-110002
Phone: 011-47034999, 9811692060
E-mail: books@gyanbooks.com

Distribution Network
gyanbooks.com
India, USA, Canada, UK, Australia

ISBN: 978-81-212-5566-0 (HB)
First Published, 1858

2nd Impression 2024

Printed at: Gyan Press, Delhi.

A LARGER GRAMMAR OF THE TAMIL LANGUAGE IN BOTH ITS DIALECTS

Author: G. U. POPE

A LARGER GRAMMAR

OF THE

TAMIL LANGUAGE

IN BOTH ITS DIALECTS;

TO WHICH ARE ADDED

THE NANNÛL, YÂPPARUNGALAM,

AND OTHER

NATIVE AUTHORITIES;

With copious exercises taken from the best authors, and an Analytical Index.

BY THE

REV. G. U. POPE.

"GRAMMAR, though a difficult study, is absolutely necessary in the search after philosophical truth ..... and is no less necessary in the most important questions concerning religion and civil society."—HORNE TOOKE.

Madras:

PRINTED AND PUBLISHED BY P. R. HUNT,

AT THE AMERICAN MISSION PRESS, 167 POPHAM'S BROADWAY.

1858.

TO

THE RIGHT HONORABLE

GEORGE FRANCIS ROBERT LORD HARRIS,

GOVERNOR OF MADRAS,

FIRST CHANCELLOR OF THE

Madras University.

MY LORD,

I have sought permission to inscribe to you this work, prepared at the request of the Director of Public Instruction, chiefly for the use of the students in the University over which your Lordship presides, because I believe you share in the conviction that to the majority of those who shall be trained there, the *accurate and scientific study of their own language*,—a language hardly inferior to any in sweetness, flexibility, copiousness and force,—is calculated to be as useful as any other secular study, while its tendency to train the mind to habits of patient research and close analysis must render it as beneficial a discipline to the young as the study even of the mathematics themselves.

That your Lordship may be permitted to see the increasing prosperity of the University of which you are the founder, as well as of the other many undertakings by which you are seeking to promote the good of those under your controul, is the fervent wish and prayer of,

My Lord,

Your Lordship's

Faithful and obedient servant,

G. U. POPE.

POPE'S THIRD

TAMIL GRAMMAR.

PART I. CATECHISM.

இலக்கண நூல்.

முதலாம் பங்கு.

இலக்கண வினாவிடை.

இஃது

தஞ்சையிலுள்ள

ஜீ. யூ. போப்பையரால்

செய்யப்பட்டது.

MADRAS:

PRINTED AND PUBLISHED BY P. R. HUNT,

AT THE AMERICAN MISSION PRESS, 167, POPHAM'S BROADWAY.

1857.

Advertisement.

THIS work is designed to be a complete Grammar of the Tamil language in both its dialects. It is hoped that nothing of importance has been omitted.

It is divided into two parts, the first being a full exposition in question and answer, of the Grammar of the language, with copious examples so arranged as to form a series of reading lessons. The second part consists of the Native authorities, to which appeal is commonly made in doubtful cases.

A Grammatical Vocabulary has been added. The work is intended for private Students, Indian and European, as well as for the highest Classes in Colleges and Schools.

TANJORE, *February*, 1857.

ERRATA.

பிழைதிருத்தல்.

[These errors should be corrected before the book is put into the hands of the student. It will be observed that in many cases *transmutations* required by rule have not been attended to.]

	வினா.	வரி.	பிழை.	திருத்தம்.
வினாவிடை.	6	13	நின்கூறலர்	நின்றவர்
	6	15	தம்முடையார்	தம்முடையான்
	33	15	நயப்பாரு,	நயப்பாரு'
	34	18	கட்ட	கட்
	37	18	109	omit.
	40	15	ஐயத்தைநீங்	ஐயத்தினீங்
	40	,,	தெரி	தெளி
	63	29	சரன்	சுரன்
	64	8	303, 304	303–314
	70	அப்.		
		11	உண்டமே	உண்டாமே
	74	29	நிலையினு.'	நிலையினு'
	74	32	கொண்டார்	கொண்டாற்
	77	1	146	140
	78	6	382	423. 133
	82	அப்.		
		16	பா ..... வீ	நா ...... வி
	86	அப்.		
		(௫)	கருணை	கருணை
	89	5	354	395
	93	31	353	394
	96	45	புனை	புணை
	96	(o)8	அவர்	அவா
	98	5	321	320.
	107	TIT.	II.(IV)...420-441.	II. (III) ... 352-373
	107	8	420	352
	110	7	421	353
	112	4	423	355
	112	25	பினுஞ்	பீனுஞ்
	113	4	425. 428	357–361
	114	4	424. 429. 430	356. 360. 361
	115	5	436	368
	117	9	438	372
	118	TIT.	442. 460	374–392
	118	4	442	374

	சூத்.	வரி.	பிழை.	திருத்தம்.
நன்னூல்.	79	4	414	455
	84	5	414	455
	196	2	பஃதரதி	பஃதாதி
	244	2	அற்றி,ற்	அற்றிற்
	276	13	ஆகும்.	ஆகும்
	280	18	பொருள்	பொருள
	391	29	அர்த்த	ஆர்த்த
	393	5	சொல்லும்.	சொல்லும்;
	455	(உ-ம்.)	Insert:	

"கொடி, குவளை, கொட்டை; நுசுப்புண் கண், மேனி;
மதிபவளம், முத்தம்; முகம், வாய், முறுவல்;
பிடி, பிணை, மஞ்ஞை; நடை, நோக்குச், சாயல்;
வடிவினளே வஞ்சி மகள்."

யாப்பருங்.	38		Consonants	Consonance.

முகவுரை.

காப்பு.

இலங்கு புகழ் சேர்பல இலக்கணம் உடையோன்,
சொல்லரும் முதலவன், சொற்குக் காரணன்
மலரடி இறைஞ்சி அறைகுவன் நற்றமிழ்
இலக்கண வினு விடை இளையோர் பொருட்டே.

தமிழ்ப்பாஷை ஆவது எது?

தட்சணத்தில் வழங்கிய திரவட பாஷைகளில் ஒன்று. அது கன்னடம், தெலுங்கு, மலையாளம் முதலியவைகளுக்கு இனமானது.

தமிழ்ப்பாஷையானது எவ்விடங்களில் வழங்கும்?

பெரும்பான்மையாய்த் திருநெல்வேலி, மதுரை, திருசிருப்பள்ளி, தஞ்சாவூர், வட ஆறுகாடு, தென் ஆறுகாடு, சேலம் கோயம்புத்தூர், செங்கற்பட்டு, சென்னபட்டணம் என்னுஞ் சில்லாக்களிலும் இலங்கைத்தீவின் வடபுறத்திலும் வழங்கும்.

"குண கடல் குமரி குடகம் வெங்கடம்
என நான் கெல்லையின் இருந்தமிழ்க் கடல்." [நன்னூல்.]

அந்தப்பாஷை எத்தனைவகை ஆம்?

செந்தமிழ் என்றும், கொடுந்தமிழ் என்றும் இருவகை ஆம். செந்தமிழ் என்பது செய்யுள் தமிழ். கொடுந்தமிழ் என்பது வழக்கமான வாசகத்தமிழ்.

தமிழ்நூல்கள் எத்தனைவகை ஆம்?

இலக்கியம், இலக்கணம் என இருவகை ஆம். இலக்கியம் என்பது வழுவின்றி இயற்றப்பட்ட பலவகைப் பிரபந்தங்கள் ஆம். இலக்கணம் என்பது இலக்கியத்துக்குரிய விதிகளை உணர்த்துவதாம்.

"இலக்கியம் என்பதிலக்கணச்சான்றாய்
வழங்கி அவ்விலக்கணை மல்கியதாமே."

"இலக்கணம் என்பதிலக்கிய முறை உற
வைத்ததென்ற வழங்கப்படுமே." [பேர் அகத்.]

அவ்விலக்கியங்களில் பிரதானமானவைகள் எவை?

திருவள்ளுவர் குறள், நாலடி நானூறு, சீவகசிந்தாமணி, சிலப்பதிகாரம், அவ்வைசெய்தபாடல், கம்பன் இராமாயணம், அதி

வீராமன்பாடிய நைடதம் முதலியவைகளே. இவைதவிர இத்தேசத்தாரும் பரதேசத்தாருஞ்செய்த வாசகநூல்கள் பல உண்டு.

இலக்கணநூல்களில் பிரதானமானவைகள் எவை?

பேர் அகத்தியம், தொல்காப்பியம், நன்னூல், இலக்கணவிளக்கம், இலக்கணக்கொத்து, தொன்னூல்விளக்கம், காரிகை, தண்டியலங்காரம் முதலியவைகளே.

தமிழ்ப்பாஷையில் கலந்துவரும் மொழிகள் எவை?

மற்றைய திராவிடபாஷைகளின் மொழிகளும், துருக்கபாஷையின் மொழிகளும், இங்கிலீஸ் பாஷையின் மொழிகளும் கலந்துவருவதன்றியும், முக்கியமாய் சமஸ்கிருத பாஷையின் மொழிகள் அநேகம்வரும்.

தமிழ்ப்பாஷையைப் பேசுவோரும், எழுதுவோரும் அதைப் பிரயோகப்படுத்துவதில் கவனிக்கத்தக்க முக்கியமான விதிகள் எவை?

[க.] தாங்கருதிய பொருளை யாவரும் ஐயமின்றி எளிதில் அறியும்பொருட்டுத் தெளிவாய் எழுதவேண்டும்.

[உ.] தமிழ்ப்பாஷையின் நடைப்படிக்கு இலக்கிய உதாரணங்களுக்கு இசையாய்ப் படிப்போர்க்கு இன்பந்தோன்ற எழுதவேண்டும்.

[ங.] இயன்றமாத்திரம் அந்நியபாஷையின் மொழிகளை நீக்கி இயற்றமிழ்ச் சொற்களைத்தெரிந்து எழுதவேண்டும்.

[ச.] பயன்படாத சந்திவிகாரங்களை நீக்கிவிடவேண்டும். பின்வரும் வினாவிடையில் விளக்கிய விகாரங்கள் செய்யுளில் வழங்கி இருப்பதால் அவற்றை அறியவேண்டும்; ஆகிலும், நாம் எழுதுவதில் பெரும்பான்மையாய் அவ்விதிகளைக் கவனிக்கவேண்டாம்.

இந்நூலில் தமிழ் ஆசிரியர்கள் உணர்த்தாத பலவற்றை விதிப்பதற்குக் காரணம் என்ன?

நன்னூலின் கடைசிச் சூத்திரத்தில்

> "பழையன கழிதலும், புதியன புகுதலும்,
> வழுவல கால வகையினானே"

என்றபடி இக்காலத்தில் வழங்காதவற்றை ஒழிப்பதும், நூதன கல்விகளை ஆராய்கிறவர்களுக்கு வேண்டியவைகளைக் கூட்டுவதும் நூலோர் கடமை.

முகவுரை முற்றிற்று.

இலக்கண விஞ்விடை.[(A)]

I. ORTHOGRAPHY.

முதலாவது: எழுத்ததிகாரம்.[(B)]

[கவனிப்பு.—அதிக முக்கியமாயிராத சில குறிப்புகளை அடியில் சிறு எழுத்தாற் காட்டி இருக்கும் என்றறிக.]

(I.) LETTERS.

(I.) எழுத்தியல்.

1. CLASSES OF LETTERS.

க.—தமிழ்ப் பாஷையின் எழுத்துக்கள் எத்தனைவகைப்படும்?

உயிர் எழுத்து, மெய் எழுத்து, ஆய்த எழுத்து, உயிர்மெய் எழுத்து என நான்குவகைப்படும்.

[நன்னூல் 59. 63. 90.]

GRAMMAR IN GENERAL.

(A.) இலக்கணம் ஆவதென்ன ?

இலக்கியத்தின் அமைதி ஆம்.

"இலக்கியம் இன்றி இலக்கணம் இன்றே
எள்ளின்றாகில் எண்ணெயும் இன்றே;
எள்ளினின் றெண்ணெய் எடுப்பதுபோல
இலக்கியத்தினின்றெடுபடும் இலக்கணம்." [பேர் அகத்.]

இலக்கண நூல் என்பதென்ன ?

இலக்கணத்தின்படி பிழை இன்றிப் பாஷையின் நடையை விளக்குவதாம்.

இலக்கணம் என்பது எத்தனை பகுதியுள்ளது ?

எழுத்ததிகாரம், சொல்லதிகாரம், யாப்பதிகாரம், பொருளதிகாரம், அணி அதிகாரம் என ஐந்து பகுதியுள்ளதென்று கூறுவார்கள்; இவற்றோடு சொற்றொடர் அதிகாரம் என்பதைக் கூட்டினால் ஆறுபகுதியாகும்.

ORTHOGRAPHY.

(B.) எழுத்ததிகாரம் எத்தனை இயலால் அறியப்படும் ?

எழுத்தியல், எழுத்துப்புணரியல் என இரண்டியலால் அறியப்படும்.

DEF. OF LETTER.

எழுத்தாவதென்ன ?

மொழிக்கு முதற்காரணம் ஆகிய ஓசை எழுத்தாம். அது ஒலிவடிவும் வரிவடிவும் ஆகிய இருவகை ஆம். உச்சரிக்கப்படுவது ஒலிவடிவு. எழுதப்படுவது வரி வடிவு.

[செவிப்புலனால் உணரப்படுவது ஒலிவடிவு. கட்புலனால் உணரப்படுவது வரிவடிவு.]

[நன்னூல் 58.]

2. VOWELS.

உ.—உயிர் எழுத்தெவை?

அ, ஆ, இ, ஈ, உ, ஊ, எ, ஏ, ஐ, ஒ, ஓ, ஔ இப்பன்னிரண்டும் உயிர் எழுத்தாம்.

[ஆவி எனவும் அச்சு எனவும்படும்.]

3. SHORT VOWELS.

ங.—இவற்றுள், குற்றெழுத்தெவை?

அ, இ, உ, எ, ஒ, குற்றெழுத் தைந்தே.

[குறில் எனவும்படும்.]

[நன்னூல் 64.]

4. LONG LETTERS.

ச.—நெட்டெழுத்தெவை?

ஆ, ஈ, ஊ, ஏ, ஐ, ஓ, ஔ நெட்டெழுத்தேழே.(C)

[நெடிலுநெடுமையுந் தீர்க்கமு நெடிற்பெயர். (பேர் அகத்தியம்.)]

[நன்னூல் 65.]

5. DEMONSTRATIVE LETTERS.

ரு.—சுட்டெழுத்தெவை?

சொல்லுக்கு முதலில், பொருள்களைக்குறித்துக் காட்டும் அர்த்தத்திலே, தனித்து நிற்கும் அ, இ, உ சுட்டெழுத்தென்றும் பெயர் பெறும்.

அகரந் தூரத்தில் இருக்கிற பொருளையும், இகரஞ் சமீபத்தில் இருக்கிற பொருளையும், செய்யுளிலேமாத்திரம் வழங்கிய உகரம் எதிர்முகம் இன்றி பின்நிற்கும் பொருளையுங்காட்டும்.(D)

[நன்னூல் 66.]

(உதாரணம்.) அவன், இது, உவன், மொழிக்கு உறுப்பாய் வந்தன: அகச்சுட்டு.
அம்மனிதன், இவ்வீடு, உவ்விடம்; மொழியைச் சார்ந்து வந்தன: புறச்சுட்டு.

☞ (க.) அம்மனிதன், இம்மனிதன் என்பவை அந்த மனிதன், இந்த மனிதன் என விரியும்.
(உ.) இன்னான், இன்னாள், இன்னது, இன்ன,
அன்னான், அன்னாள், அன்னது, அன்ன, முதலியவைகள் இச்சுட்டினால் உண்டாகிய மொழிகள் உண்டு.

(உ-ம்.) "மனத்தானா மாந்தர்க்குணர்ச்சி
இனத்தானாம் இன்னான் எனப்படுஞ் சொல்."

DIPTHONGS.

(C.) இவற்றுள், ஐ, ஔ இரண்டும் இணையுயிர்கள் எனவும்படும். எப்படியெனில், அகரமும் இகரமும் சேர்ந்து ஐகாரம் ஆம். அகரமும் உகரமும் சேர்ந்து ஔகாரம் ஆம்.

(D.) அவையே, அகம் புறம் அண்மை சேய்மை பொதுமைக்களும். [பேர் அகத்தியம்]

6. INTERROGATIVE LETTERS.

௬.—வினு எழுத்தெவை?

ஆ, எ, ஏ, ஓ எனவும், யா என்னும் உயிர்மெய்யெழுத்தும், வினு எழுத்தென்னும் பெயர்பெறும்.

இவற்றுள் எ, யா மொழிமுதலிலும்; ஆ, ஓ மொழி இறுதியிலும்; ஏ இரண்டிடத்திலும் வரும்.

[நன்னூல் 67.]

(உ-ம்.) அவனு, எவன், ஏது, இவனே, மரமோ, யாவை.(E.)

☞ (க.) எம்மனிதன் எ-து எந்தமனிதன் என விரியும்.
(உ.) [யார் எ-து வினுவினைக்குறிப்பு முற்று; அது ஐம்பால் மூவிடத்திற்கும் பொதுவாம். (நன்னூல். 349.) எவன் எ-தும் அதுவே. (நன்னூல் 350.)]

அப்பியாசம். (6.)

"எவர் எவர் எத்திறத்தர் அத்திறத்தராய் நின்கூறவர்
அவர்க்காவன கூறி, எவர் எவர்க்கும்
உப்பாலாய் நிற்ப மற்றெம்முடையார், தம்முடையார்
எப்பாலு' நிற்ப தென?"

7. CONSONANTS.

௭.—மெய்யெழுத்தெவை?

க், ங், ச், ஞ், ட், ண், த், ந், ப், ம், ய், ர், ல், வ், ழ், ள், ற், ன் இப்பதினெட்டும் மெய்யெழுத்தாம்.

[ஒற்று, உடல், உடம்பு, அல் எனவும் படும்.]

[நன்னூல் 63.]

8. HARD LETTERS.

அ.—இவற்றுள், வல்லெழுத்தெத்தனை?

க, ச, ட, த, ப, ற என வல்லெழுத்தாறும்.

[வன்கணம் எனவும், வன்மை எனவும், வல்லினம் எனவும்படும்.]

[நன்னூல் 68.]

(E.) யாவென் வினுவே அஃறிணைப் பன்மை;
விகுதிபெறுங்கால் ஐம்பாலினும் வினுவாம். [பேர்அகத்தியம்.]
(உ-ம்.) யாகுறிய. யாவன். யாவள். யாவர். யாது. யாவை.

"யாகாவாார் ஆயினும் நாகாக்க."

9. SOFT LETTERS.

௯.—மெல்லெழுத்தெத்தனை?

ங, ஞ, ண, ந, ம, ன என மெல்லெழுத்தாறும்.

[மென்கணம் எனவும் மென்மை எனவும், மெல்லினம் எனவும்படும்.]

[நன்னூல் 69.]

10. MEDIAL LETTERS.

௧0.—இடையெழுத்தெத்தனை?

ய, ர, ல, வ, ழ, ள என இடையெழுத்தாறும்.

[இடைக்கணம் எனவும், இடைமை எனவும், இடையினம் எனவும்படும்.]

[நன்னூல் 70.]

11. PRIMARY AND SECONDARY LETTERS.

௧௧.—இவற்றிற்கு வேறே பெயரும் உண்டோ?

தலையான எழுத்தாகும் உயிர் பன்னிரண்டும், மெய் பதினெட்டுமாகிய முப்பதும் முதல் எழுத்தென்றும் பெயர் பெறும். மற்றைய எல்லா எழுத்துகளும் சார்பு எழுத்தென்னப்படும். (F.)

[நன்னூல் 58, 59, 60, 63.]

¶ PAIRS OF LETTERS.

(F.) மேற்சொல்லிய எழுத்துகளுள் இன எழுத்துகள் எவை?

ஒன்றுக்கொன்று இனமாய் இருக்கிற எழுத்துகள் இனவெழுத்துகள் எனப்படும்.

[நன்னூல் 71, 72.]

(க.) உயிர் எழுத்துகளில் நெட்டெழுத்துக்கு அதனதன் குற்றெழுத்தே இனமாம்.

(உ-ம்.) அகரத்திற்கு ... ... ஆ
இ ... ... ஈ, ஐ
உ ... ... ஊ, ஔ
எ ... ... ஏ
ஒ ... ... ஓ

(உ.) வல்லின எழுத்துக்கு அதற்கு அடுத்த மெல்லின எழுத்து இனமாம்.

(உ-ம்.) க ... ... ங
ச ... ... ஞ
ட ... ... ண
த ... ... ந
ப ... ... ம
ற ... ... ன

(ங.) இடையின எழுத்துக்கு இனம் இல்லை.

12. THE GUTTURAL.

கஉ.—ஆய்தம் ஆவது என்ன?

சில விடத்தில் உயிர்போலவும், சில விடத்தில் மெய்போலவும் ஒலித்து, உயிரும் ஆகாமல் மெய்யும் ஆகாமல், தனி நிலையாய் வருகிற ஓர் எழுத்தாம்.

இது குற்றெழுத்துக்கும் வல்லெழுத்துக்கும் நடுவே வரும். (G.)

அதற்கு வடிவு ஃ அல்லது ஃ.

[நன்னூல் 90.]

(உ-ம்.) இஃது, அஃறிணை.

[உயிரோடும் மெய்யோடும் கூடியுங் கூடாதும் தனி நிற்றலால் தனிநிலை எனவும்படும்.]

13. VOWEL CONSONANTS.

கந.—உயிர்மெய்யெழுத்தெவை?

பதினெட்டு மெய்மேலும் பன்னிரண்டு உயிருந் தனித்தனி ஏறி வருதலால் தோன்றிய இருநூற்றுப்பதினாறும் உயிர்மெய் எழுத்தாம். (H.)

[நன்னூல் 89.]

(உ-ம்.)	க கர மெய்யாகிய	க்	என்பதன்மேல்
	அகரம் ஏற	க	எனவும்,
	ஆகாரம் ஏற	கா	எனவும்,
	இகரம் ஏற	கி	எனவும் வரும்.

மற்றையவும் இவ்வாறே.

(G.) ஆய்தங் குறில்வலிக் காகு' நடுவே;
அஃதீற் றலைத் திரிக்துழி அஃகும். [தொன்னூல்.]

(H) உயிரோ மெய்யிணைத் துயிர்மெய் ஆகும்;
அவைஇரு நூற்றொரு பத்தா றென்ப. [தொன்னூல்.]

இவ்வுயிர்மெய்யெழுத்துகளின் அட்டவணை ஆவது:

		அ	இ	உ	எ	ஒ	ஆ	ஈ	ஊ	ஏ	ஐ	ஓ	ஔ
		புள்ளி நீங்குவது.	மேல் விலங்கு.	கீழ் விலங்கு, இறங்கு கீற்று, மடக்கேறுகீற்று.	முன்கோடு.	முன்கோடு பின்கால்.	பின்கால், கீழ்ப்பிறை.	சுழிமேல் விலங்கு.	பின்வளைதலைக்கீற்று இறங்குகீற்றுக்கீழ் விலங்கு மடக்கேறுகீற்றுக்கால்.	முன்சுழிக்கோடு.	முன்னிணைக்கோடு, முன்வளைதலைக்கீற்று.	முன்சுழிக்கோடு, பின்கால். முன்சுழிக்கோடு, கீழ்ப்பிறை.	முன் கோடு, பின் கோட்டுக்கால்.
வல்லின உயிர்மெய் சு × கஉ = எஉ.	க்	க	கி	கு	கெ	கொ	கா	கீ	கூ	கே	கை	கோ	கௌ
	ச்	ச	சி	சு	செ	சொ	சா	சீ	சூ	சே	சை	சோ	சௌ
	ட்	ட	டி	டு	டெ	டொ	டா	டீ	டூ	டே	டை	டோ	டௌ
	த்	த	தி	து	தெ	தொ	தா	தீ	தூ	தே	தை	தோ	தௌ
	ப்	ப	பி	பு	பெ	பொ	பா	பீ	பூ	பே	பை	போ	பௌ
	ற்	ற	றி	று	றெ	றொ	றா	றீ	றூ	றே	றை	றோ	றௌ
மெல்லின உயிர்மெய் சு × கஉ = எஉ.	ங்	ங	ஙி	ஙு	ஙெ	ஙொ	ஙா	ஙீ	ஙூ	ஙே	ஙை	ஙோ	ஙௌ
	ஞ்	ஞ	ஞி	ஞு	ஞெ	ஞொ	ஞா	ஞீ	ஞூ	ஞே	ஞை	ஞோ	ஞௌ
	ண்	ண	ணி	ணு	ணெ	ணொ	ணா	ணீ	ணூ	ணே	ணை	ணோ	ணௌ
	ந்	ந	நி	நு	நெ	நொ	நா	நீ	நூ	நே	நை	நோ	நௌ
	ம்	ம	மி	மு	மெ	மொ	மா	மீ	மூ	மே	மை	மோ	மௌ
	ன்	ன	னி	னு	னெ	னொ	னா	னீ	னூ	னே	னை	னோ	னௌ
இடையின உயிர்மெய் சு × கஉ = எஉ.	ய்	ய	யி	யு	யெ	யொ	யா	யீ	யூ	யே	யை	யோ	யௌ
	ர்	ர	ரி	ரு	ரெ	ரொ	ரா	ரீ	ரூ	ரே	ரை	ரோ	ரௌ
	ல்	ல	லி	லு	லெ	லொ	லா	லீ	லூ	லே	லை	லோ	லௌ
	வ்	வ	வி	வு	வெ	வொ	வா	வீ	வூ	வே	வை	வோ	வௌ
	ழ்	ழ	ழி	ழு	ழெ	ழொ	ழா	ழீ	ழூ	ழே	ழை	ழோ	ழௌ
	ள்	ள	ளி	ளு	ளெ	ளொ	ளா	ளீ	ளூ	ளே	ளை	ளோ	ளௌ

ஆக: குற்றுயிர்மெய். ரு × கஅ = கூ0.

ஆக: நெட்டுயிர்மெய். எ × கஅ = கஉசு.

14. PROLONGATION OF SOUND.

கச.—அளபெடை என்பதியாது?

செய்யுளில் ஓசை குறைந்தவிடத்து எழுத்தை நீட்டிச் சொல்வதே அளபெடை என்றும்.

இது உயிரளபெடை என்றும், ஒற்றளபெடை என்றும், இருவகை ஆம்.

[நன்னூல் 91, 92.]

(உ-ம்.) ஓதல் எ-தற்கு ஓஒதல் என நெட்டெழுத்தோடே அதற்கினமான குற்றெழுத்து வந்ததும்; எடுப்பதும் எ-தற்கு எடுப்பதூஉம் என குறிலே நெடிலாகிப் பின்னர் அளபெடுத்ததும்; சங்கு எ-தற்கு சங்ங்கு என ஒற்றெழுத்து அளபெடுத்ததுங்காண்க.

"இலா அர்க் கில்லைத் தமர்."

☞ [புலுதம் எனவும் படும்.]

15. ABBREVIATED உ.

கரு.—குற்றியல் உகரம் என்பதியாது?

தனிக்குறிலொழிய மற்றைய எழுத்தின் கடைசியில் கு, சு, டு, து, பு, று வரில் அவ்வல்லெழுத்தின்மேல் இருக்கும் உ குற்றியல் உகரம் எனப்படும்.

[நன்னூல் 94.]

(உ-ம்.)	நாகு,	காசு, மாடு,	எ-ன	நெடிற்றொடர்	மொழிக்குற்றியல்	உகரம்,
	எஃகு,	கஃசு,	எ-ன	ஆய்தத்தொடர்	மொழிக்குற்றியல்	உகரம்,
	வரகு,	பலாசு,	எ-ன	உயிர்த்தொடர்	மொழிக்குற்றியல்	உகரம்,
	எழுத்து,	காற்று,	எ-ன	வன்றொடர்	மொழிக்குற்றியல்	உகரம,
	குரங்கு,	பண்பு,	எ-ன	மென்றொடர்	மொழிக்குற்றியல்	உகரம்,
	சால்பு,	வெய்து,	எ-ன	இடைத்தொடர்	மொழிக்குற்றியல்	உகரம்.(1.)

☞ [மற்றைய உகரம் முற்றுகரம் எனப்படும்.]

16. QUANTITY.

கசு.—மாத்திரை ஆவதென்ன?

கண்ணிமைப் பொழுதும், கைந்நொடிப் பொழுதும் மாத்திரை என்னப்படும்.

[நன்னூல் 99, 100.]

☞ [ஒற்றுக்கும், குற்றியலிகரத்திற்கும், குற்றியலுகரத்திற்கும், ஆய்தத்திற்கும் அரைமாத்திரையும், குறிலுக்கு ஒரு மாத்திரையும, நெடிலுக்கு இரு மாத்திரையும் உயிர் அளபெடைக்கு மூன்று மாத்திரையும் அளவாம்.]

¶ SHORTENED ஐ.

(1.) ஐகாரக் குறுக்கம் ஆவது என்ன?

மொழிக்கு முதலிலும், இடையிலும், கடையிலும் குறைவதாகிய ஐகாரம் ஐகாரக் குறுக்கம் எனப்படும். [நன்னூல் 95.]

(உ-ம்.) ஐயன், இடையன், பனை.

¶ SHORTENED ஔ, ம், ஃ.

ஔகாரக் குறுக்கமாவது என்ன?

மொழி முதலிலே ஔ குறுகும். [நன்னூல் 95.]

(உ-ம்.) மௌவல்.

[மகரக் குறுக்கத்தையும் ஆய்தக் குறுக்கத்தையுங்குறித்து, நன்னூல் 96, 97. காண்க.]

17. INTERCHANGE.

கஎ.—போலி என்பதென்ன?

ஔகாரத்திற்கு .... அவ் என்றும்,
ஐகாரத்திற்கு .... அய் என்றும்,
நகரத்திற்கு .... ஞ என்றும்,
லகரத்திற்கு .... ர் என்றும்,
மொழியீற்றுமகரத்திற்கு ன் என்றும்,
குற்றியலுகரத்திற்கு .... அர் என்றும்,
அகரத்திற்கு .... ஐ என்றும் வந்து ஒத்து நடப்பது போலி என்றும்.

[நன்னூல் **122–125.**]

(உ–ம்.) ஔவியம்—அவ்வியம்; வையம்—வய்யம்; நண்டு—ஞண்டு; கலம்—கலன்; மயல்—மையல்; குடல்—குடர்; அரும்பு—அரும்பர்; இன்பம்—இன்பு.

அப்பியாசம்.

"சேர்க்கை மரன் ஒழியச் சேணீங்கு புட்போல."
[மரன் = மரம்.]

"தன்வரும் பரந் தாங்கிய ஒட்டகம்." [பாரம்.]

"நுனிக் கொம்பர் ஏறினர் அஃதிறந்தூக்கின்
உயிர்க்கிறுதி ஆகி விடும்."
[கொம்பர் = கொம்பு]

மேற்காட்டிய உதாரணங்களில் பதங்களைப் பகுக்க.

இதில் குற்றியலுகரம் உண்டோ?
முற்றுகரம் உண்டோ? எது? ஏன்?

"வெங்கனலால் அண்ட கூடமுஞ் சாம்பராய் ஒழியும்."
[சாம்பர் = சாம்பல்.]

18. SANSCRIT LETTERS.

கஅ.—தமிழிலே வழங்கிவரும் வட எழுத்துகள் எவை?

க்ஷ, ஷ, ஸ, ஜ, ஹ முதலியவுஞ் சிலவிடத்து வரும்.

[நன்னூல் **146, 147.**]

(உ–ம்.) பக்ஷம்—இது தமிழிலே பட்சம் எனவும் பக்கம் எனவும் வழங்கும்.

பாஷை ... ... பாடை.
புஸ்தகம் ... ... புத்தகம்.
கஜம் ... ... கசம், கயம்.
மோஹம் ... ... மோகம்.
ஹானி ... ... ஆனி. (J.)

¶ PRODUCTION OF LETTER SOUNDS.

(J) எழுத்தின் பிறப்பிடங்கள் எவை?
கழுத்து, தலை, மூக்கு, மார்பு என நான்காம்.
[நன்னூல் 74.]

இவற்றுள் எந்த எந்த எழுத்துகள் எந்த எந்த இடத்திற் பிறக்கும்? [நன்னூல் 75.]
உயிரும் இடையும் கழுத்திற் பிறக்கும்.
வல்லெழுத்துகள் மார்பில் பிறக்கும்.
மெல்லெழுத்துகள் மூக்கிற் பிறக்கும்.
ஆய்தம் தலையிற் பிறக்கும்.
[நன்னூல் 87.]

ORGANS OF SPEECH.

எழுத்துகள் எவற்றின் தொழிலால் உச்சரிக்கப்படும்?
உதடு, நாக்கு, பல், அண்ணம் ஆகிய நான்கின் தொழிலால் உச்சரிக்கப்படும்.
[நன்னூல் 74.]

☞ [இன்னம் எழுத்தின் பிறப்பைக்குறித்து நன்னூலில் 74–88. காண்க.]

¶ PECULIARITIES OF PRONUNCIATION.

இவ்வெழுத்துகளில் சில இயற்றமிழிலும் உச்சரிப்பிலே வேறுபடுமோ?
சில வேறுபடும்.

(க.) அ இருவகையாய் உச்சரிக்கப்படும்.
அரவு ஏ-ல் இயல்பான ஓசையைப்பெறும்.
அவன் என்பதின் ஈற்றசையிற் குறுகும்.

(உ.) சில உயிர்கள் ட, ண, ழ, ற முன் தமதியல்பான ஓசையில் வேறுபடும்.
(உ–ம்.) இடம், வீடு, வேளை, கீழ், பிறன், பேறு.

(ங.) க, த, ப என்பவை இருவகையாய் உச்சரிக்கப்படும்.
மொழிமுதலிலும், உயிரற்றவிடத்தும், இரட்டிக்கிறபொழுதும் கடுத்த ஓசையைப்பெறும்.
(உ–ம்.) கண், புக்கில்.
தோன்றல், அடித்தான்.
பானை, அப்பம்.
மற்ற இடங்களில் மந்த ஓசையைப் பெறும்.
(உ–ம்.) மகன். அது. அன்பு.

(ச.) ச இரட்டிக்கிற பொழுதும், ட, ற என்னும் ஒற்றுகளின் பின்னும் கடுத்த ஓசையைப்பெறும்.
(உ-ம்.) அச்சம். ஆட்சி. முயற்சி.

¶ INITIAL LETTERS.

சொற்களுக்கு முதலில் நிற்கும் எழுத்துகள் எவை?
பன்னிரண்டு உயிரும் க, ச, த, ந, ப, ம, வ, ய, ஞ, ஙு என்னும் உயிர்மெய்களுஞ்
சொற்களுக்கு முதலில் நிற்கும்.
[நன்னூல் 102.]

FINAL LETTERS.

சொற்களுக்கு இறுதியில் நிற்கும் எழுத்துகள் எவை?
உயிர்களும், ஞ, ண, ந, ம, ன, ய, ர, ல, வ, ழ, ள என்னும் மெய்களும், குற்றிய
லுகரமுஞ் சொற்களுக்கு இறுதியில் வரும்.
[நன்னூல் 107. 109.]

LETTERS WHICH COMBINE IN WORDS.

சொற்களுக்கு இடையிலே நின்று மயங்கிவரும் எழுத்துகள் எவை?
இடையிலே க, ச, த, ப தம்முடனே தாம் சேர்ந்து மயங்கிவரும்.
ர, ழ, பிற மெய்களோடு சேர்ந்து மயங்கிவரும்.
மற்ற மெய்கள் தம்முடனும் பிறவுடனும் மயங்கி வரும்.
[நன்னூல் 110.]

☞ [எழுத்தின் முதனிலை, கடைநிலை, இடைநிலை ஆகிய மூவகை நிலையைக்
குறித்து நன்னூல் 102–121. காண்க.]

எழுத்தியல் முற்றிற்று.

(II.) COMBINATIONS OF LETTERS.

(II.) எழுத்துப்புணரியல். [நன்னூல் 151.]

19. CHANGE OF LETTERS.

கசு.—விகாரம் என்பதென்ன?

மொழியோடு மொழி, வேற்றுமை வழியிலாவது, அல்வழியிலாவது, பொருந்தும்பொழுது நிலைமொழியின் ஈற்றெழுத்தாகிலும், வருமொழியின் முதலெழுத்தாகிலும் அவ்விரண்டெழுத்துகளுமாகிலுந், திரிவதுங் கெடுவதும் வேறே எழுத்துத் தோன்றுவதுமே விகாரம் என்னப்படும்.

விகாரம் ஒன்றும் பலவும் வரப்புணர்வது விகாரப் புணர்ச்சி ஆம். விகாரம் இன்றிப்புணர்வது இயல்புப் புணர்ச்சி ஆம்.

[நன்னூல் 153–157.]

☞ இவைகளை அறியவேண்டுவதென்னவெனில்:
"மலர்க்கணை தொடுத்தான்" என விகாரம் உண்டானவழியில்,
மலராகிய கணையைத் தொடுத்தான் என்று பொருள் கொள்ளும்; [வினா 30.]
"மலர்கணை தொடுத்தான்" என இயல்பாக வந்த வழியில்
மலரையுங் கணையையுந் தொடுத்தான் என்று பொருள் கொள்ளும்.
இவ்வாறு விகாரத்தினால் பொருள் வேறுபடுதலைக் காண்க.

20. CHANGES.

உ0.—அவ்விகாரம் எத்தனை வகை ஆம்?

தோன்றல், திரிதல், கெடுதல் என மூவகை ஆம்.

[நன்னூல் 154.]

(க.) இல்லாத விடத்து எழுத்து உண்டாகுவது தோன்றல்:
(உ–ம்.) என் இடத்தில் = என்னிடத்தில், என்பதில்–ன் தோன்றியது தோன்றல் விகாரம்.

(உ.) ஒரெழுத்து மற்றொரெழுத்தாக மாறுவது திரிதல்:
(உ–ம்.) பால் + குடம் = பாற்குடம், என்பதில் லகரம் றகரமாக மாறியது திரிதல் விகாரம்.

(ங.) இருக்கிற விடத்து ஒரெழுத்து மறைவது கெடுதல்:
(உ–ம்.) மரம் + வீடு = மரவீடு, என்பதில் மகரம் மறைந்தது கெடுதல் விகாரம்.

21. INFLECTED COMBINATION.

உக. வேற்றுமைச்சந்தி ஆவதென்ன?

நிலைமொழியின் இறுதியிலே, ஐ, ஆல், கு, இன், அது, கண்

என்னும் உருபுகள் தொக்கும் விரிந்தும் வரப் புணர்வது வேற்றுமைச்சந்தி ஆம்.(K.)

[நன்னூல் 152.]

(உ-ம்.) மரத்தை வெட்டினன், மரம் வெட்டினன் என்பதில் ஐ என்னும் வேற்றுமை உருபு வெளிப்பட்டும், வெளிப்படாமல் மறைந்தும் வரப் பொருந்தியது.

கல்லெறிந்தான், கல்லாலெறிந்தான், (மூன்றும்). கொற்றன் மகன், (நான்காம்). மலைவீழ் அருவி, (ஐந்தாம்). சாத்தன் கை, (ஆறும்). மலை கெல், (எழாம்).

22. UNINFLECTED COMBINATION.

உஉ.—அல்வழிச்சந்தி ஆவதென்ன?

வேற்றுமையல்லாத வழியில் நிலைமொழியும் வருமொழியும் புணர்வது அல்வழிச்சந்தி ஆம்.

[நன்னூல் 152.]

(உ-ம்.) வந்த மனிதன்.

§ க. உயிரீற்றுப் புணரியல்.

23. VOWEL BEFORE VOWEL.

உ௩.—உயிருக்குப் பின் உயிர் வந்தால் எவ்வாறும்?

(க.) இ, ஈ, ஐ என்னும் எழுத்துகளுக்குப்பின் உயிர்வந்தால் இடையிலே யகர ஒற்றுத் தோன்றும்.

[நன்னூல் 162.]

(உ-ம்.) மணி + அழகு = மணியழகு.
தீ + எரியும் = தீயெரியும்.
மலை + அருவி = மலையருவி.

(உ.) ஏ என்னும் எழுத்துகளுக்குப்பின் உயிர்வந்தால் யகர ஒற்றும், வகர ஒற்றுந் தோன்றும்.

(உ-ம்.) சானே + அரசன் = சானேயரசன்.
சே + ஏறி = சேவேறி.

(௩.) மற்ற உயிராகிய அ, ஆ, உ, ஊ, எ, ஒ, ஓ, ஔ என்னும் எழுத்துகளுக்குப்பின் உயிர்வந்தால் வகர ஒற்றுத் தோன்றும்.

(உ-ம்.) மக + அரிது = மகவரிது.
பலா + அருமை = பலாவருமை.
திரு + உளம் = திருவுளம்.
பூ + அணை = பூவணை.
எ + அன் = எவன்.
கொ + அதிகம் = கொவதிகம்.
கோ + அழகு = கோவழகு.
கௌ + அழகு = கௌவழகு.

(K.) ஐம்முதல் ஆறந் தழுவு தொடர் வேற்றுமை
செவ்விதினிலையும்; எழுவாய், விளி, முற்
றிடை, உரி, எச்சம், அடுக்கு'வமை, உம்மைத்
தழுவு தொடர் அல் வழிச்சந்தி என்ப.—[இலக். வி.]

☞ (க.) இடையிலே வரும் யகாமும் வகாமும் உடம்படுமெய்கள் என்னப்படும். மற்றைய பாஷைகளிலே இவ்விரண்டும் உயிர்களுக்கு இனமான அரை உயிர்கள் என்னவும் படும்.

(உ.) உலகவழக்கில் உடன்படுமெய் இன்றியும் வழங்கும்.

அப்பியாசம். (24.)

"வினைவலியுந் தன்வலியு மாற்ருன்வலியுந்
துணைவலியுந் தூக்கிச்செயல்."

மிகுதியான் மிக்கவை செய்தாரைத்தாந்தந்
தகுதியான் வென்றுவிடல்.

[இவற்றில் இருக்கிற சந்திகள் எவை?]

பின்வரும் வசனங்களில் உடம்படுமெய்களோடு எழுத.

"பசசோலைக்கு இல்லை ஒலி." "வற்றிய ஓலை கலகலக்கும்." "நீரில் குமிழி இளமை."

பின்வரும் பாட்டில் உடம்படுமெய்களை நீக்கிப் பதங்களைப் பிரித்து நிறுத்தங்களோடு எழுத.

"நீரிடை யுறங்குஞ் சங்கிழலிடை யுறங்குமேதி
தாரிடை யுறங்கும் வண்டு தாமரை யுறங்குஞ் செய்யா
ளேரிடை யுறங்குமாமை துறையிடை யுறங்குமிப்பி
போரிடை யுறங்குமன்னம் பொழிலிடை யுறங்குந்தோகை.—"

[வினு 165.]

---

24. உ BEFORE A VOWEL, OR ய.

உச.—தனிக்குறில் அணையாத உகரத்துக்குப் பின் உயிர் ஆவது, யகரம் ஆவது வரில் எவ்வாறும்?

உயிர்வந்தால் உகரங்கெடும். யகரம்வந்தால் உகரங்கெட இகரந் தோன்றும். அவ்வாறு தோன்றிய இகரங் குற்றியலிகரம் என்னப்படும்.

[நன்னூல் 93. 164.]

(உ-ம்.)	ஆடு	+ அரிது	=	ஆடரிது.
	அஃது	+ இல்லை	=	அஃதில்லை.
	வரகு	+ அரிது	=	வரகரிது.
	கொக்கு	+ ஓடிற்று	=	கொக்கோடிற்று.
	குரங்கு	+ ஏறிற்று	=	குரங்கேறிற்று.
	என்பது	+ யாது	=	என்பதியாது.

☞ செய்வது அரிது என விகாரமின்றி எழுதுவதும் உண்டு.

---

25. ANY LETTER AFTER A DEMONSTRATIVE OR INTERROGATIVE LETTER.

உரு.—சுட்டெழுத்துக்குப் பின்னும், எகர வினுவெழுத்துக்குப் பின்னும் மெய்யெழுத்து வந்தால் எவ்வாறும்? உயிர் எழுத்து வந்தால் எவ்வாறும்?

மெய் எழுத்து இரட்டிக்கும்; யகரம்வரில் வகரந் தோன்றும்; உயிர் வந்தால் வகரந் தோன்றும்.

[நன்னூல் 163.]

(உ-ம்.) அ + மனிதன் = அம்மனிதன்.
இ + பொழுது = இப்பொழுது.
எ + வகை = எவ்வகை.
அ + யானை = அவ்யானை.
அ + உயிர் = அவ்வுயிர்.

அப்பியாசம். (25.)

"எவ்வதுறைவதுலகம் உலகத்தோ
டவ்வதுறைவ தறிவு"
[எ + அது = எவ்வது. அ + அது = அவ்வது.]

"காதலென்ற வெவறு கடலுளாழ்ந்தனன்."
[பதம் பிரிக்க.]

"வணிக மாக்களை யொத்ததவ்வாரியே."

"செருநலுளனொருவனின்றில்லை யென்னும்
பெருமையுடைத்திவ்வுலகு."
[பதம் பிரித்து, இன்றியமையாத விகாரம் இது எனப்பார்த்து, மற்றதை நீக்கி திருத்தங்களோடெழுத.]

"எப்பொருள் எத்தன்மைத்தாயினும் அப்பொருள்
மெய்ப்பொருள் காண்பதறிவு."

26. WORD IN டு AND று MAKE ட்டு AND ற்று.

௨௬.—தனிக்குறிலணையாத டு, று, கு, து, பு நிலை மொழியினீற்றில் வரும் பொழுது எவ்வாறாம்?

(௧.) வேற்றுமை வழியில் பெரும்பாலும் ட், ற், இரட்டிக்கும்.
[நன்னூல் 183.]

(உ-ம்.) ஆடு + கால் = ஆட்டுக்கால். [வேற்றுமை.]
ஆறு + மீன் = ஆற்று மீன்.

(௨.) அல்வழியில் சிலவிடத்து இரட்டிக்கும்.
குருடு + கண் = குருட்டுக்கண். [அல்வழி.]
மலடு + பசு = மலட்டுப்பசு.
வயிறு + வலி = வயிற்றுவலி.

(௩.) அன்றியும், எருது + தோல் = எருத்துத்தோல்.
வெருகு + கண் = வெருக்குக்கண்
என சிலவிடத்துத், க், இரட்டித்து வரும்.

(௪.) அன்றியும், மருந்து + பை = மருத்துப்பை.
கரும்பு + வில் = கருப்பு வில்.
கன்று + ஆ = கற்று.
என சிலவிடத்து வேற்றுமை வழியில் மெல்லினம் வல்லினம் ஆகும்.
[நன்னூல் 184.]

(௫.) அன்றியும், அன்பு + தளை = அற்புத்தளை.
குரங்கு + மனம் = குரக்கு மனம்
என சிலவிடத்து, அல்வழியிலும், மெல்லினம் வல்லினம் ஆகும்.
அன்றியும், பண்டு + நாள் = பண்டைநாள்,
இன்று + நாள் = இற்றை நாள்,
என சிலவிடத்து ஐகாரச்சாரியை பெற்றுவரும். [நன்னூல் 185.]

அப்பியாசம். (26.)

"வேத்தவை இருந்த சீர்" [வேந்து + அவை.]

"பளிக்கு மேனிலம்." [பளிங்கு.]

"கைவளர் மருத்துவர் அன்றிக் காய்ந்த நோய்
மெய்வளர் பிணியுளர் அறிதல் வேண்டிலர்."

"விருப்பிலார் இல்லத்து வேறிருந்துண்ணும்
வெருக்குக் கண் வெங்கருனை வேம்பாம்."

"வேப்பங்காய்." [வேம்பு + அம் + காய். 161. காண்க.]

"கன்னலின் கருப்புச்சிலை."

"நட்பு சார் அற்றன, நல்லாரும் அஃகினர்,
அற்புத்தளையும் அவிழ்ந்தன."

27. க, ச, த, ப, DOUBLED.

உஎ.—உயிருக்குப்பின் க, ச, த, ப வரில் எவ்வாறாம்?

உயிருக்குப்பின்வரும் க, ச, த, ப பெரும்பாலும் இரட்டிக்கும்.
[நன்னூல் 165.]

(உ-ம்.) மற்ற, காரியம்............மற்றக்காரியம்.
இந்த, சத்தம்..............இந்தச்சத்தம்.
வாங்கி, தருவேன்..........வாங்கித்தருவேன்.
சாரை, பாம்பு..............சாரைப்பாம்பு.

ஆகிலும், வினாப்பெயருக்கும், விளிப்பெயருக்கும், அஃறிணைப் பெயருக்கும், வினை முற்றுக்கும், பெயர் எச்சத்துக்கும், வினைத் தொகைக்கும், அது, இது, இவை, அவை, பல, சில, நீ, ஒரு, சிறு, அறு, எழு என்பவைகளுக்கும், மூன்றும் ஆறும் வேற்றுமையின் உருபுக்கும், உயிரீற்று உயர்திணைப் பெயருக்கும், பொதுப்பெயருக்கும், முன்வரும் க, ச, த, ப இயல்பாம்.
[நன்னூல் 160, 161. 159. 167. 203.] (L.)

(உ-ம்.) அவனா கொடுத்தான், அண்ணா கொடும், செய்தை தம்பி, ஓடின குதிரை, குளிர் காற்று, அது பெரிது, சாத்தனோடு கொண்டான், எனது தலை, தம்பி கை, நம்பி தந்தான்.

☞ பெரும்பாலும் வடமொழிகள் தொடர்ந்துவருவதில் மேற்சொல்லிய எழுத்துகள் மிகா.
(உ-ம்.) ஆதி + பகவன் = ஆதிபகவன். சபா + சனம் = சபாசனம்.

(L.) "எழுவாய்ச் சந்தியின் இசைவலி இயல்பே" [அகத்.]

"வியங்கோள் விகுதிமுன் வலி இயல்பாகும்." [அகத்.]
(உ-ம்.) "சொல்லுக சொல்லிற் பயனுடைய; சொல்லற்க
சொல்லிற் பயனிலாசசொல்.—"

"இரண்டன் விபத்தி எஞ்சில் வலி இயல்பாம்." [அகத்.]
(உ-ம்.) "குன்றிய சீரியர் ஆயினும் சீர்பெறுவர்
குன்றன்னார் கேண்மை கொளின்"

"மூன்றன் உருபினும் ஆறன்உருபினும்
வல்லெழுத்து மிகுதல் இல்லெனமொழிப. [இலக். வி.]

அப்பியாசம். (27.)

"கங்கைத்தீம் புனலுடன்."

"உடன்பிறந்தே கொல்லும் வியாதி"
[என் க் இரட்டிக்கவில்லை.]

"கில்லாது செல்வம்."

"அறுசுவை யுண்டி."

"சோம்பித் திரியேல்."

"அலைகடல்." "விரிகதிர்த் திங்கள் ஒத்தான்."

"பணைமுகக் களியானை பன் மாக்கவோ
டணிவகுத் தெனை வீர்த்திரைத் தார்த்தலின்
மணியுடைக் கொடி தோன்ற வந்துள்றலாற்
புணரிமேற் பொரப் போவது போன்றதே."

"..........அணியாளோ
கண்ணைவாத் தக்க கலம்."

"..........ஐயகேள்!
எய்திய செல்வத்தாரயினும் கீழ்களைச
செய்தொழிலாற் காணப்படும்."

"தீயவைதீய பயத்தலாற் தீயவை
தீயினும் அஞ்சப்படும்.—"

"சுடச்சுடரும் பொன்போல் ஒளிவிடுந்துன்பஞ்
சுடச்சுட நோற்கிற்பவர்க்கு"

28. NEUTER PLURALS IN அ TAKE THE INCREMENT அற்று OR அத்து.(M.)

உ௭.—அகரவீற்று அஃறிணைப் பன்மைப்பெயர்முன், வேற்றுமை வழியில், மெய்வரில் எவ்வாறும்?

இடையில் அற்றுச் சாரியைதோன்றும்.

(உ-ம்.) பல, ஐ ... ... பலவற்றை.
சில, கு ... ... சிலவற்றுக்கு.

§ உ. மெய்யீற்றுப் புணரியல்.

29. THE FINAL CONSONANT IN A SHORT SYLLABLE DOUBLED BEFORE A VOWEL.

உ௮.—தனிக்குறிலணைந்த ஒற்றின்பின் உயிர்வந்தால் எவ்வாறும்?

அவ்வொற்றெழுத்து இரட்டிக்கும்.

[நன்னூல். 205.]

(உ-ம்.) மண் + அழகு = மண்ணழகு.

(M.) பல்லவை நுதலிய அகரவிறுபெயர்
அற்றொடு சிவணல் எச்சம் இன்றே. [இலக்கண விளக்கம்.]

அப்பியாசம். (29.)

"பொன்னணியும் வேந்தர்"

"கண்ணுடையர் என்பவர் கற்ருேர்; முகத்திரண்டு
புண்ணுடையர் கல்லாதவர்."

[கண் + உடையவர். புண் + உடையவர்.]

---

30. LETTERS DOUBLED AFTER ய், ர், ழ்.

௩0.—ய், ர், ழ் என்னும் எழுத்தின் பின் எவ்வெழுத்துக்கள் மிகும்?

(க.) அடை மொழிகளினீற்றிலிருக்கும் ய், ர், ழ் என்னும் ஒற்றின்பின் வல்லினம் மிகும்.

[நன்னூல் 224.]

(உ-ம்.) பொய் + செல்வம் = பொய்ச்செல்வம்.
பாழ் + கொல்லே = பாழ்க்கொல்லே.
கார் + பருவம் = கார்ப்பருவம்.

(உ.) வேற்றுமை வழியில் அவற்றின்பின், வல்லினம் பெரும்பாலும் மிகும்.

(உ-ம்.) நாய் + கால் = நாய்க்கால்.
பூழ் + கால் = பூழ்க்கால்.
நீர் + குமிழி = நீர்க்குமிழி.

(௩.) போய், ஆய் என்னும் எச்சங்களுக்குப்பின் வல்லினம் மிகும்.

(உ-ம்.) போய், சொன்ஞன் ... ... போய்ச்சொன்ஞன்.
ஆய், போயிற்று ... ... ஆய்ப்போயிற்று.

அப்பியாசம். (30.)

"தளிர்க்கை."

"செவி கைப்பச்சொற் பொறுக்கும் பண்புடை வேந்தன்
கவிகைக் கீழ்த் தங்கும் உலகு."

"........அஞ்சல
தஞ்சல் அறிவார் தொழில்."

"இன்னுயிர்த்துணே இவன்."
[வேற்றுமைத் தொகைத்தொடரில் ரகாத்தின்பின் தகாம் இரட்டித்தது.]

"ஆன்படு நெய் பெய் கலனுள்."

"தந்தைதாய்ப்பேண்."

"உருளாயம் ஓவாது கூறிற் பொருளாயம்
போ ஓய்ப் புறமே படும்."

---

31. ஞ, ம, ந, DOUBLED.

௩க.—ஞ, ம, ந எப்பொழுது இரட்டிக்கும்?

குற்றெழுத்தைச் சார்ந்த யகாத்தின் முன்னும், தனி ஐகாரத்தின் முன்னும் ஞ, ம, ந இரட்டிக்கும்.

[நன்னூல் 158.]

(உ-ம்.) மெய் + ஞானம் = மெய்ஞ்ஞானம்.
கை + மாற்று = கைம்மாற்று.
செய் + நன்றி = செய்ந்நன்றி.

அப்பியாசம். (31.)

"பொருள் கெடுத்துப்பொய்ம் மேற்கொளீஇ
அருள் கெடுத்தல்லல் உழப்பிக்குஞ் சூது."

"கைம்மாறு நினைக்காற்றல் அரிது."

"மைந்நின்ற ஒண்கண்."

"மெய்ஞ்ஞானம் ஆகி மிளிர்கின்ற மெய்ச்சுடரே!"

---

32. CHANGES OF FINAL ம் INTO ங், ஞ், AND ந். (N.)

௩௨.—மொழியீற்று மகரம் எவ்வாறு திரியும்?

மொழியீற்று மகரமானது ககர, சகரங்கள் வரில் முறையே ஙகரமாகவும், ஞகரமாகவும்; தகர நகரங்கள் வரில் நகரமாகவுந் திரியும்.

[நன்னூல் 219.]

(உ-ம்.) மனம் + களித்தது = மனங்களித்தது.
மரம் + சாய்ந்தது = மரஞ் சாய்ந்தது.
பாவம் + தீயது = பாவந் தீயது.
செம் + நெல் = செந்நெல்.

அப்பியாசம். (32.)

"நஞ்சுடைமை தான்அறிந்து நாகங்கரந்துறையும்."

"நுண்ணுணர்வின்மை வறுமை, அஃதுடைமை
பண்ணப்பணைத்த பெருஞ் செல்வம்."

"இனந்தீதெனினும் இயல்புடையார் கேண்மை
மனந்தீதாம் பக்கம் அரிது."

"சந்தன மென்குறடு தான் தேய்ந்த காலத்துங்
கந்தங் குறைபடாதாதலாற் றந்தந்
தனஞ் சிறியர் ஆயினுந் தார் வேந்தர் கேட்டால்
மனஞ் சிறியர் ஆவரோ, மற்று?"

"செந்நெல்லால் ஆய செழுமுனை."

"எந்நெறி யானும் இறைவன்றன் மக்களைச்
செந்நெறிமேனிற்பச் செயல்வேண்டும்."

(N.) வலிவரின் மஃகான் வருக்கம் ஆகும்;
நவ்வரின் றனிக்குறின் மவ்வு நவ்வாம்;
வவ்வழி இன்றி மகரங் கெடுமே. [தொன்னூல்.]

33. FINAL ம்.

௩௩.—மொழியீற்று மகரங் கெடுவதும் உண்டோ?

மகரத்தின் முன்னும், நகரத்தின் முன்னும், தொடர் மொழியின் முதலுறுப்பாக வருகிற பொழுதும், குறிலணையாத மொழியீற்று மகரங் கெடும்.

[நன்னூல் 219.]

(உ-ம்.) காலம் + கெடிது = காலகெடிது.
மாம் + மெல்லியது = மாமெல்லியது.

அப்பியாசம். (33.)

"ஆலயந்தொழுவது சாலவு' நன்று."

"அறவாழி அந்தணன்."

"கோட்டுப்பூப்போல மலர்ந்து பிற கூம்பாது
வேட்டதே வேட்டதா' நட்பாட்சி தோட்ட
கயப்பூப்போன் முன் மலர்ந்து பிற்கூம்பு வாரை
நயப்பாரு, நட்பாரும் இல்"
[கயம் + பூ = கயப்பூ.]

34. CHANGES OF FINAL ண் AND ள் INTO ட்.

௩௪.—மொழியீற்று ணகரமும், ளகரமும் எவ்வாறு திரியும்?

மொழியீற்று ணகரமும், ளகரமும், வேற்றுமை வழியில், ககர சகர பகரங்கள் வரில் டகரமாம்.

[நன்னூல் 209. 227.]

(உ-ம்.) மண் + குடம் = மட்குடம்.
மண் + சாடி = மட்சாடி.
மண் + பானை = மட்பானை.
முள் + கூர்மை = முட்கூர்மை.
கள் + சொரிந்தான் = கட் சொரிந்தான்.
முன் + புறம் = முட்புறம்.

அப்பியாசம். (34.)

"நாட் சிலம்பி அலர்ந்தன நுண்டுகில்."

"இடுக்கண் கால் கொன்றிட வீழும் அடுத்தூன்று
நல்லான் இல்லாத குடி."

"பேதைமையுள் எல்லாம் பேதைமை காதன்மை
கையல்ல தன் கட் செயல்."

"கட்ட புலம்."

"ஒல்வதறிவ தறிந்ததன் கட்டங்கிச
செல்வார்க்குச் செல்வாததில்."

"செல்வத்துட் செல்வஞ் செவிச்செல்வம்."

"............கணைபலோ
கண்குத்திற் றென்ற தங்கை."

"எண் பொருளவாகச் செலச்சொல்லித் தான் பிறர்வாய்
நுண்பொருள் காண்பதறிவு."

"நல்லார்கட் பட்ட வறுமையின் இன்னாதே
கல்லார் கட்பட்ட திரு."
[நல்லார்கண், கல்லார்கண்.]

"............வாழ் நர்க்கள்
சென்றன செய்வதுணை."
[இயல்பாதலுக்குக் காரணம்?]

35. CHANGES OF FINAL ன் AND ல் INTO ற்.

௩௫.—மொழியீற்று னகரமும், லகரமும் எவ்வாறு திரியும்?

மொழியீற்று னகரமும், லகரமும் பெரும்பான்மையாய் வேற்றுமை வழியிலும் சிறுபான்மையாய் அல்வழியிலும், ககர சகர பகரங்கள் வரில் றகரமாம்.

[நன்னூல் 227.]

(உ-ம்.) பொன் + குடம் = பொற்குடம்.
பொன் + சாடி = பொற்சாடி.
பொன் + பானை = பொற்பானை.
கல் + கூடம் = கற்கூடம்.
விரல் + சிறிது = விரற்சிறிது.
விரல் + புறம் = விரற்புறம்

அப்பியாசம். (35.)

"கைத்துடையான் காற்கீழ் ஒதுங்குங் கடன் ஞாலம்."

"கல்லாதவரு' நனி நல்லர் கற்றார் முற்
சொல்லாதிருக்கப்பெறின்."

"............செகெல்சமம்
முற்பயக்குஞ் சின்னீர இன்பத்தின், முற்றிழாய்,
பிற்பயக்கும் பீழை பெரிது."

"செயற்பால செய்யா திவறியான் செல்வம்
உயற் பால தன்றிக் கெடும்."

"குன்று போற் றுணைத்தான்."

"தன்னைத் தான் காக்கிற் சினங்காக்க."

"நிற்கரிய தொன்றில்லை."

"அறிவினான் ஆகுவதுண்டோ, பிறிதுநோய்
தந்நோய் போற் போற்றாக் கடை."

36. CHANGES OF FINAL ல் AND ள் INTO ன் AND ண்.

௩௬.—மொழியீற்று லகரமும், ளகரமும் மகரம் வரில் எவ்வாறும்?

மொழியீற்று லகரமும், ளகரமும் மகரம் வரில் முறையே னகரமும், ணகரமுமாம்.

[நன்னூல் 227.]

(உ-ம்.) கல் + மலை = கன்மலை.
முள் + முடி = முண்முடி.
நாள் + மலர் = நாண்மலர்.

☞ ஞகரத்துக்கு முன்னும் லகர ளகரங்கள்முறையே னகர ணகரங்களாம்.

(உ-ம்.) "கைத்துடையான் காற்கீழ் ஒதுங்குங்கடன் ஞாலம்."

அப்பியாசம். (36.)

"நல்லார் ஒருவருக்குச் செய்த உபகாரம்
கன்மேல் எழுத்துப்போற் காணுமே."

[கல் + மேல்.]

[இதில் உள்ள விகாரங்கள் எவை?]

". . . . . கெட்டாலும்
மேன்மக்கண் மேன்மக்களே."

[இதை விரித்துக்காட்ட.]

37. CHANGES OF FINAL ண் AND ள் INTO ட்.

௩௭.—ணகரத்திற்கும், ளகரத்திற்கும் முன் தகரம்வரில் எவ்வாறும்?

(௧.) ணகரத்திற்கும், ளகரத்திற்கும் முன் தகரம்வரில் வேற்றுமைவழியில் பெரும்பாலும் இரண்டும் டகரமாகும்.

[நன்னூல் 209. 227. 229. 237.]

(உ-ம்.) மண் + தீமை = மட்டீமை.
முள் + தீது = முட்டீது.

(௨.) சிலவிடத்து இருவழியில் தகரம் டகரமாம்.

(உ-ம்.) கண் + திறந்தான் = கண்டிறந்தான்.
மண்டோய் துயர் தீர்த் தளித்தோய் நீ!

(௩.) ஒரு டகரங் கெடுதலும் உண்டு.

(உ-ம்.) நாள் + தோறும் = நாடோறும்.
தங்கள் + தலைமை = தங்கடலைமை.

அப்பியாசம். (37.)

"துகடீர் பெருஞ் செல்வம்......"

[துகள், நீர்.]

"தெண்டிரைப்பரவை."

"தண்டிரைப்புணை நோக்கியநோக்கு." [109.]

"விண்டலங் கலந்திலங்கு திங்கள்."

[விண் + தலம்.]

38. CHANGES OF FINAL ல் AND ன் INTO ற்.

௩௫.—னகரத்திற்குமுன்னும், லகரத்திற்குமுன்னும், தகரம்வரில் எவ்வாறாம்?

(க.) னகரத்தின்முன்னும் லகரத்தின்முன்னுந் தகரம்வரில் வேற்றுமைவழியில் இரண்டும் றகரமுமாகும்.

[நன்னூல் 209. 229.]

(உ-ம்.) பொன் + திமை = பொற்றிமை.
கடல் + திரை = கடற்றிரை.

☞ கல் + தாள் = கற்றாள்
எ-தில் அல்வழியிலும் இரண்டும் றகரம் ஆயின.

கல் + தாமரை = கற்றாமரை.

(உ.) அல்வழியில் சிலவிடத்து தகரம் றகரமாம்.

(உ-ம்.) பொன் + தீது = பொன்றீது.

☞ தனக்குவமை இல்லாதான் றான் சேர்ந்தார்
எ-தில் வேற்றுமை வழியிலும் தகரம் றகரம் ஆயிற்று.

(௩.) ஓர் றகரங் கெடுதலுமுண்டு.

(உ-ம்.) பால் + தீது = பாறீது.

அப்பியாசம். (38.)

"..............கற்றாண்
பிளந்திடுவதல்லாற் பெரும்பாரந் தாங்கிற்
றளர்ந்து வளையுமோ தான்?"

"பிறர்க்கின்னா முற்பகற் செய்யிற் றமக்கின்னா
பிற்பகற்றாமே வரும்."

"கோடிநீக் கூற்றம்."

[கோடு + இல் + தீ + கூற்றம்.]

39. CHANGES OF ல் AND ந் INTO ன்ன் AND OF ள் AND ந் INTO ண்ண்.

௩௯.—லகரத்தின் முன்னும், ளகரத்தின் முன்னும் நகரம்வரில் எவ்வாறாம்?

லகரத்தின் முன்னும், ளகரத்தின் முன்னும் நகரம் வரில் முறையே, இரண்டும் னகரமும், ணகரமுமாம்.

[நன்னூல் 229.]

(உ-ம்.) நல் + நெறி = நன்னெறி.
தெள் + நீர் = தெண்ணீர்.

ஓர் னகரமும், ணகரமுங் கெடுதலுமுண்டு.

(உ-ம்.) வானத்தில் + நின்று = வானத்தினின்று.
அருள் + நலம் = அருணலம்.

அப்பியாசம். (39.)

"புன்னுனி மேனீர் போனிலையாமை என்றெண்ணி
இன்னினியே செய்க அறவினை !........."
"வேனெடுங் கண்ணாய் !"
[வேல் + நெடும் = வேனெடும்.]

"........ஒன்றுணர்ந்து
நிற்பாரே நீணெறிசென்றார்."
நீள் + நெறி = நீணெறி.

"இருணீங்கி இன்பம் பயக்கும் மருணீங்கி
மாசறு காட்சியவர்க்கு."

40. CHANGE OF ந் INTO ன் AND ண் AFTER THOSE LETTERS.

௪௦.—ணகரத்திற்கும் னகரத்திற்கும் முன் மொழிமுதல் நகரம் எவ்வாறாம்?

(க.) தனிக்குறிலணைந்த ணகரத்தின் முன்னும், னகரத்தின் முன்னும் நகரம் முறையே ணகரமாகவும், னகரமாகவுந் திரியும்.

[நன்னூல் 237.]

(உ-ம்.) கண் + நீர் = கண்ணீர்.
தன் + நலம் = தன்னலம்.

(உ.) தனிக்குறிலணையாத ணகரத்திற்கும், னகரத்திற்கும் முன் நகரங்கெடும்.

[நன்னூல் 210.]

(உ-ம்.) கலண் + நெடிது = கலணெடிது.
கலன் + நெடிது = கலனெடிது

அப்பியாசம். (40.)

"ஐயத்தினீங்கித் தெளிந்தார்க்கு வையத்தின்
வான் நணியதுடைத்து."

"தன்னெஞ்சறிவது பொய்யற்க ! பொய்த்த பின்
தன்னெஞ்சே தன்னைச்சுடும்."

பிரதான விகாரங்களின் சுருக்கமான

அட்டவணை.

			வினா.
(க.)	இ	யகாரத்தின் முன்தோன்றும்.	24.
(உ.)	உ	குற்றியல் உகரம் உயிர் முன்கெடும்.	24.
(ங.)	வ், ய்	சில உயிர் முன்தோன்றும்.	23.
(ச.)	க், ச், த், ப்,	உயிருக்குப்பின் இரட்டிக்கும்.	27.
(ரு.)	ம்.	கெடும்; ங், ஞ் ந் ஆகத்திரியும், இரட்டிக்கும்.	32. 33. 31.
(சு.)	ஞ், ந், ய்,	இரட்டிக்கும்.	31.
(எ.)	ட், ற்,	மொழி அகத்து இரட்டிக்கும்.	26.
(அ.)		மெய்கள் சுட்டின்பின்னும், வினாவின்பின்னும் இரட்டிக்கும்.	25.
(கூ.)	ண்	ட் ஆகத்திரியும். [ண்,ள் + க, ச, ப = ட்க, ட்ச, ட்ப.]	34.
(கo.)	ள்	ட் ஆகத்திரியும. [ண்,ள் + க, ச, ப = ட்க, ட்ச, ட்ப.]	34.
(கக.)	ள்	ண் ஆகத்திரியும். [ள் + ம = ண்ம.]	36.
(கஉ.)	ன்	ற் ஆகத்திரியும். [ன்,ல் + க, ச, ப. = ற்க, ற்ச, ற்ப.]	35.
(கங.)	ல்	ற் ஆகத்திரியும். [ன்,ல் + க, ச, ப. = ற்க, ற்ச, ற்ப.]	35.
(கச.)	ல்	ன் ஆகத்திரியும். [ல் + ம = ன்ம.]	36.
(கரு.)	த	ட் ஆகத்திரியும். {ண் + த = ட்ட, ண்ட். ள் + த = ட்ட, கேட், ட.}	37.
		ற் ஆகத்திரியும். {ன் + த = ற்ற, ன்ற. ல் + த = ற்ற, கேற், ற.}	38.
(கசு.)	ந	ன் ஆகத்திரியும். கெடும். {ல் + ந = ன, ன, ன. ன் + ந = ன, ன, ன}	39.
		ண் ஆகத்திரியும். கெடும். {ள் + ந = ண்ண, ண. ண் + ந = ண்ண, ண.}	40.

§ ரு. செய்யுள் விகாரங்கள்.

41. POETICAL CHANGES.

சக.—செய்யுள் விகாரங்கள் எவை?

(க.) வலித்தல்; அதாவது, மெல்லினத்தை வல்லினமாக்கல்:

[நன்னூல் 155, 156.]

(உ-ம்.) (1.) குறுந்தாள் எ—து குறுத்தாள் எனவும் வரும்.
(2.) ஈந்து — ஈத்து.

(௨.) மெலித்தல்; அதாவது, வல்லினத்தை மெல்லின மாக்கல்:

(உ-ம்.) (1.) புத்தி எ-து புந்தி எனவும் வரும்.
(2.) தட்டை — தண்டை.

(௩.) நீட்டல்; அதாவது, குற்றெழுத்தை நெட்டெழுத் தாக்கல்:

(உ-ம்.) (1.) நிழல் எ-து நீழல் எனவும் வரும்.
(2.) பொழுது — போழ்து.

(௪.) குறுக்கல்; அதாவது, நெட்டெழுத்தைக் குற்றெழுத் தாக்கல்:

(உ-ம்.) (1.) பாதம் எ-து பதம் எனவும் வரும்.
(2.) தீயேன் — தியேன்.

(௫.) விரித்தல்; அதாவது, அல்லாத எழுத்தை வருவித்தல்:

(உ-ம்.) (1.) மக எ-து மகவு எனவும் வரும்.
(2.) விளையுமே — விளையும்மே.

(௬.) தொகுத்தல்; அதாவது, உள்ள எழுத்தை நீக்கல்:

(உ-ம்.) (1.) தொழாதார் எ-து தொழார் எனவும் வரும்.
(2.) இல்லாதவன் எ-து இல்லாதான் எனவும் இல்லான் எனவும் இலான் எனவும் வரும்.

(௭.) முதற் குறை: அதாவது, முதலெழுத்தை நீக்கல்:

[நன்னூல் 156.]

(உ-ம்.) தாமரை எ-து மரை எனவும் வரும்.

(௮.) இடைக்குறை; அதாவது, இடையெழுத்தை நீக்கல்:

(உ-ம்.) (1.) ஓந்தி எ-து ஓதி எனவும்.
(2.) அகங்கை எ-து அங்கை எனவும் வரும்.

(௯) கடைக்குறை; அதாவது, கடைஎழுத்தை நீக்கல்.

(உ-ம்.) நீலம் எ-து நீல் எனவும் வரும்.
அரவம் எ-து அரவு எனவும் அரா எனவும்,
நிலா எ-து நிலவு எனவும் இவைபோல்வனவும் வரும். (௦.)

அப்பியாசம். (41.)

"இழுக்கலுடையுழி யூற்றுக்கோல் அற்றே
ஒழுக்கமுடையார் வாய்ச்சொல்."
[ஊன்று கோல்.]

"அருகலதாகிப் பல பழுத்த கண்ணும்
பொரிதாள் விளவினை வாவல் குறுகா."
[அலதாகி = அயலதாகி.]

ஆற்றின் மூழ்கி."
[முழுகி.]

"........துன்பக்
குழைபதிமறைப் பொருள்.—"
[துன்பத்துக்கு.]

(௦.) குறிற்கீழ் ஆவேகுறுகி உகரம்பெறும். [அகத்.]

☞ (௧.) இவற்றுள், விரித்தலானது தோன்றல் விகாரமாம்; வலித்தலும் மெலித்தலும், நீட்டலும், குறுக்கலும் திரிதல் விகாரமாம்; தொகுத்தலும், மூவழிக்குறைதலும், கெடுதல் விகாரமாம்.

(௨.) இவையல்லாமலும், விதியின்றிப் பல விகாரங்களும் வரும்.

(உ-ம்.) யார் எ-து ஆர் எனவும்,
சதை எ-து சதை எனவும்,
இன்முன் எ-து முன்றில் எனவும் வரும்.

(௩.) வழக்கத்தில்.

(உ-ம்.) இராப்பகல் எ-து ராப்பகல் எனவும்.
போகிறான் எ-து போறான் எனவும் இவைபோல்வன பலவும் வரும்.

§ ௪. வடமொழிச்சந்தி.

42. SANSCRIT CHANGES.

௪௨.—வடமொழிகள் தமிழிலே ஒன்றோடொன்று பொருந்தும் பொழுது வடநூலின் சந்தியைப் பெறுமோ?

வடநூலின் சந்தியைப் பெறுவதுமுண்டு. அவற்றின் விவரமாவது:

௧. தீர்க்கசந்தி. (௩.)

(௧.) அ, ஆ முன், அ, ஆ இரண்டும் ஆகாரமாம்:

(உ-ம்.) தேவ + ஆலயம் = தேவாலயம்.
ஞான + அமிர்தம் = ஞானாமிர்தம்.
சேனா + அதிபதி = சேனாதிபதி.
சதா + ஆநந்தம் = சதாநந்தம்.

(௨.) இ, ஈ முன், இ, ஈ வரில் இரண்டும் ஈகாரமாம்:

(உ-ம்.) முனி + இந்திரன் = முனீந்திரன்.
கிரி + ஈசன் = கிரீசன்.
மகீ + ஈசன் = மகீசன்.

(௩.) உ, ஊ முன், உ, ஊ வரில் இரண்டும் ஊகாரமாம்.

(உ-ம்.) குரு + உபதேசம் = குரூபதேசம்.
தரு + ஊனம் = தரூனம்.

௨. குணசந்தி. (௨.)

(௪.) அ, ஆ முன், இ, ஈ வரில் இரண்டும் ஏகாரமாம்:

(உ-ம்.) சர்வ + ஈசுரன் = சர்வேசுரன்.
மகா + ஈசன் = மகேசன்.

(௫.) அ, ஆ முன், உ, ஊ வரில் இரண்டும் ஓகாரமாம்:

(உ-ம்.) ஞான + உபதேசம் = ஞானோபதேசம்.
மந்திர + ஊகி = மந்திரோகி.
தயா + ஊர்ச்சிதன் = தயோர்ச்சிதன்.

௩. விருத்திசந்தி. (௨.)

(௬.) அ, ஆ முன், எ, ஐ வரில் இரண்டும் ஐகாரமாம்:

(உ-ம்.) ஞான + ஐக்கியம் = ஞானைக்கியம்.

(௭.) அ, ஆ முன், ஒ, ஓ வரில் இரண்டும் ஔகாரமாம்:

(உ-ம்.) தின + ஓதனம் = தினௌதனம்.

எழுத்துப் புணரியல் முற்றிற்று.

இலக்கண வினாவிடை.

II. ETYMOLOGY.

இரண்டாவது: சொல்லதிகாரம்.

43. PARTS OF SPEECH.

௪௩.—தமிழ்ச் சொற்கள் எத்தனை வகையாம்?(P.)

பெயர், வினை, இடை, உரி என நான்குவகையாம்.

[நன்னூல். 259.]

(P.) சொல்லாவதென்ன?

ஒரு பொருளைத்தருகிற எழுத்துகள் சொல்லாம்.

[நன்னூல் 259. 274.]

தமிழாற் சொல்லப்பட்ட மூவகை மொழிகள் எவை?

ஒருமொழி, தொடர்மொழி, பொதுமொழி என்பனவாம்.

[நன்னூல் 260.]

ஒருமொழிகள் ஆவன எவை?

ஒன்று நின்று தந்தம் ஒருபொருளைத் தருவனவாம். தனிமொழிகள் எனவும்படும்.

[நன்னூல் 260.]

தொடர் மொழியைக்குறித்து. 150. வினா காண்க.

பொதுமொழிகள் ஆவன எவை?

ஒருமொழிகளாய் ஒருபொருளைத்தருவதும் அன்றித் தொடர்மொழிகளாய்ப் பலபொருளையுந் தரும் மொழிகள் ஆம்.

(உ-ம்.) வேங்கை எ-து புலி என்று அர்த்தங்கொள்ளும் ஒருமொழி; அன்றியும் வேகின்றகை என விரியுங்காலத்தில் தொடர்மொழியாயிற்று.

இன்னஞ் சொற்களை வகுக்கும் வகை என்ன?

இயற்சொல் என்றும், திரிசொல் என்றும், திசைச்சொல் என்றும், வடசொல் என்றும் நாலுவகுப்பாக வகுப்பார்கள்.

[நன்னூல் 270.]

இவற்றுள், இயற்சொல் ஆவதெது?

செந்தமிழ் நாட்டுமொழி ஆகி யாவருக்கும் இயல்பாய்த் தன்பொருளை விளக்குஞ்சொல் இயற்சொல் ஆம்.

[நன்னூல் 271.]

திரிசொல் ஆவதெது?

ஒரு பொருளைக்குறித்துவரும் பல சொற்கள் ஆகியும், பலபொருளைக்குறித்து வரும் ஒரு சொல் ஆகியும் அருமையாக உணரப்படும் பொருளையுடையது திரிசொல் ஆம்.

[நன்னூல் 273.]

44. NOUN.

சச.—பெயர்ச்சொல்லாவதென்ன?

ஒரு பொருளின் பெயரைக் காட்டுவது பெயர்ச்சொல் ஆம்.(Q.)

[நன்னூல் 275.]

(உ-ம்.) மனிதன், மனைவி, வீடு.
நன்மை, தீமை.
செய்தவன், வருவது.

45. VERB.

சரு.—வினைச்சொல்லாவதென்ன?

ஒரு பொருளின் தொழிலைக் காட்டுவது வினைச்சொல் ஆம்.(R.)

[நன்னூல் 320.]

(உ-ம்.) இரு, வந்தான், படிக்கிறார்கள்.

☞ [வினைச்சொல்லை வினை என்பது ஆகுபெயர். (வினா 162.)

திசைச்சொல் ஆவதெது?
கொடுந்தமிழ் நாட்டுச் சொற்களும், அன்னிய பாஷைகளிலிருந்து வந்து செந்தமிழ் நாட்டு மொழிகளோடு கலந்து வழங்குஞ்சொற்களுந் திசைச்சொல் ஆம்.

[நன்னூல் 273.]

வடசொல் ஆவது எது?
செந்தமிழ்ச் சொல்லை ஒப்பனவாகி வந்து வழங்கும் ஆரியச்சொற்கள் வட சொற்கள் ஆம்.

[நன்னூல் 274.]

இவை தற்சமம் என்றும், தற்பவம் என்றும் இருவகை ஆம். தற்சமம் என்பது ஆரியத்திற்குந் தமிழுக்கும் பொது எழுத்தால் ஆகிய மொழி ஆம்.

(உ-ம்.) அமலம், குங்குமம். [AMALAM. KUNGUMAM.]

தற்பவம் என்பது ஆரியத்திற்கே உரிய எழுத்தால் ஆகிய மொழி ஆம்.

(உ-ம்.) சத்தி, போகி. [SAKTI. B'HÔGI.]

(Q.) உயிர்ப்பொருள் உயிரிலாப் பொருள் இரு வகைய;
ஊருதல், பறத்தல், நடத்தல், எனவே
மூவகை ஆகும் உயிர்ப்பொரு ளினமே.—
இயற்கை, செயற்கை, இருவகை இனமும்,
உயிரிலாப் பொருளென் றுரைத்தனர் புலவர். [குவலயானந்தம்.]

பலபொருட்பெயரே பெயர்ச்சொல்லாகும். [குவலயா.]

(R.) பலதொழிற் பெயரே வினைச்சொல்லென்ப. [குவலயா.]

46. PARTICLE.

சுசு.—இடைச்சொல் ஆவதென்ன?

தனித்து வழங்குதலின்றிப் பெயர் வினைகளை அடுத்துவருவது இடைச்சொல் ஆம்.

[நன்னூல் 352.]

(உ-ம்.) அதுவே என்பதில் ஏ என்பதும்; அவனும் இவனும் என்பதில், உம் என்பதும் இடைச்சொற்கள் ஆம்.

47. QUALIFYING WORD: ADJECTIVE OR ADVERB.

சஎ.—உரிச்சொல் ஆவதென்ன?

பெயர்ச்சொல்லையும், வினைச்சொல்லையுந் தழுவி அவைகளுக்குரிய குணத்தைக் காட்டுவது உரிச்சொல் ஆம்.

[நன்னூல் 374.]

(உ-ம்.) பெரிய அரசன்.
மிகவும் உழைத்தான்.

இவற்றில் பெரிய என்பதும், மிகவும் என்பதும் பெயரையும் வினையையுந் தழுவிய உரிச்சொற்கள் ஆம்.

க. பெயரியல்.

48. CLASSES OF NOUNS.

சஅ.—பெயர்ச்சொல் எத்தனைவகை ஆம்?

இடுகுறிப் பெயர் என்றும், காரணப்பெயர் என்றும் இரண்டு வகை ஆம். இவையும், பொதுப்பெயர் எனவும், சிறப்புப்பெயர் எனவும் இருவகையாக வகுக்கப்படும்.

[நன்னூல் 62. 275.]

49. ARBITRARY NOUNS.

சகூ.—இடுகுறிப் பெயர் ஆவதென்ன?

மரம், மலை என்பவற்றைப்போல ஒரு நிமித்தமும் இன்றி வருவது இடுகுறி என்பதாம்.

[நன்னூல் 62. 275.]

(உ-ம்.) நிலம், கடல், ஆறு, சோறு.

50. APPELLATIVE NOUNS.

௫௦.—காரணப்பெயர் ஆவதென்ன?

கணக்கு எழுதுகிறவனைக் கணக்கன் என்று ஒருநிமித்தம் பற்றி வழங்குவது காரணப்பெயர் ஆம்.

[நன்னூல் 276.]

(உ-ம்.) வில்லான். மலைசசி. கரியன். முடவன்.

51. CHARACTERISTICS OF NOUNS.

௫௧.—பெயர்ச் சொல்லில் எத்தனை பொருளை அறிய வேண்டும்?

பெயர்ச் சொல்லில், திணை, பால், இடம், வேற்றுமை என நான்கு பொருளையும் அறிய வேண்டும்.

[நன்னூல் 275.]

52. CLASS. PERSONAL AND IMPERSONAL NOUNS.

௫௨.—திணை என்பது எத்தனை வகை ஆம்?

திணையாவது இலக்கணநூலிற் பகுக்கப்பட்ட பொருளின் சாதியாம்.

அது, உயர்திணை, அஃறிணை என இருவகை ஆம். தேவர், மனிதர், நரகர் உயர்திணை ஆம். மற்றைய பெயர் எல்லாம் அஃறிணை ஆம்.(8.)

[நன்னூல் 261.]

MASCULINE NOUNS SINGULAR.

(8.) உயர்திணை ஆண்பாலுக்குரிய பெயர்கள் எவை?

அன், ஆன் என்னும் விகுதிகளைப்பெற்ற பெயர்களும், நம்பி, தம்பி, ஆடூஉ, விடலை, கோ, வேள் குரிசில், தோன்றல் முதலிய பெயர்களும் உயர்திணை ஆண்பாலுக்குரிய பெயர்களாம்.

[நன்னூல் 276.]

FEMININE NOUNS SINGULAR.

உயர்திணைப் பெண்பாலுக்குரிய பெயர்கள் எவை?

அள், ஆள் என்னும் விகுதிகளையுடைய பெயர்களும், இ என்னும் விகுதியைப்பெற்ற அநேகம்பெயர்களும், நங்கை, மகடூஉ, தையல், இருளை, மாது, அரிவை, மடந்தை முதலிய பெயர்களும் உயர்திணைப் பெண்பாலுக்குரிய பெயர்கள் ஆம்.

[நன்னூல் 277.]

PLURAL, MASCULINE AND FEMININE.

உயர்திணைப் பலர்பாலுக்குரிய பெயர்கள் எவை?

அர், ஆர், அர்கள் என்னும் விகுதிகளையுடைய பெயர்களும், கோக்கள், மனுக்கள், மக்கள் முதலியவும் பலர்பாலுக்குரிய பெயர்கள் ஆம்.

[நன்னூல் 278.]

53. GENDER AND NUMBER.

ருங.—பால் என்பது எத்தனை வகை ஆம்?

உயர்திணை ஆகிய ஆண்பால், பெண்பால், பலர்பால் என மூன்றும்; அஃறிணை ஆகிய ஒன்றன்பால், பலவின்பால் என இரண்டும்: ஆக ஐந்து வகை ஆம். இவற்றுள், ஆண்பால், பெண்பால், ஒன்றன்பால், ஆகிய மூன்றும் ஒருமை எனவும்; பலர்பால், பலவின்பால் ஆகிய இரண்டும் பன்மை எனவும்படும். இவை ஒருமையெண் என்றும், பன்மையெண் என்றும் சொல்லப்படும்.

பாலாவது மேற்சொல்லிய பொருள்களின் பகுப்பாம்.

[நன்னூல் 262-264, 276-284.]

(உ-ம்.)

	ஒருமை.		பன்மை.		
உயர்திணை.	(க.) ஆண்பால்	அரசன்.	(ச.)	பலர்பால்	புலவர்.
	(உ.) பெண்பால்	மனைவி.			
அஃறிணை.	(ங.) ஒன்றன் பால்	வீடு.	(ரு.)	பலவின்பால்	மரங்கள்.

54. PERSON.

ருச.—இடம் ஆவது எத்தனை?

தன்மை, முன்னிலை, படர்க்கை என மூன்று.

இடமாவது சொற்களின் நிகழ்ச்சிக்குரிய தானம் ஆம்.

[நன்னூல் 265.]

(க.) இவற்றுள், தன்னைத்தானே குறித்தது தன்மை:

(உ-ம்.) { ஒருமை. ... ... நான், அடியேன்.
பன்மை. ... ... நாம், அடியேம். } [சொல்லுவோர்.]

(உ.) முன் நின்றவனைப்பார்த்துப் பேசுவது முன்னிலை:

(உ-ம்.) { ஒருமை. ... ... நீ, கொடியாய்.
பன்மை. ... ... நீங்கள், தேவரீர். } [கேட்போர்.]

(ங.) மற்றப் பொருளைக்குறித்துக் காட்டுவது படர்க்கை:

(உ-ம்.) { ஒருமை. ... ... அவன், மனிதன், வீடு.
பன்மை. ... ... அவர்கள், மனிதர், வீடுகள். } [சொல்லப்படுவோர்.]

55. CASE.

ருரு.—வேற்றுமை ஆவது என்ன?

பெயரின் இயல்பை வேறுபடுத்துவதே ஆம். அது எட்டுவகை ஆம்.

[நன்னூல் 240–242. 291–293.](T.)

(T.) விபத்தி என்பது வேற்றுமை எனப்படும். [குவலயா.]

56. FIRST OR NOMINATIVE CASE.

ருசு.—முதலாம் வேற்றுமை எது?

திரிபில்லாத பெயரின் இயல்பே ஒருமையில் முதல் வேற்றுமை எனவும், எழுவாய் எனவும்படும்.(U.)

[நன்னூல் 293–295.]

(உ-ம்.) மனிதன், மனைவி, வீடு.

[வினா 128 காண்க.]

57. SIGNS OF THE NOMINATIVE.

ருஎ.—எழுவாயைக் குறித்துக்காட்டுகிற சொல்லுருபுகள் எவை?

ஆனவன், ஆனவள், ஆனது,
ஆனவர், ஆனவர்கள், ஆனவை;
என்பவன், என்பவள், என்பது,
என்பவர், என்பவர்கள், என்பவை முதலிய சொல்லுருபுகள், எழுவாயைக் குறித்துக் காட்டும். (V.)

(உ-ம்.) இராசாவானவர் வந்தார்.
பொன்னன்என்பவன் வந்தான்.

இவை மற்ற வேற்றுமைகளின் உருபுகளையும் பெற்று வருவதும் உண்டு.

(உ-ம்.) இராசாவானவருக்குச் சிம்மாசனம்,
பொன்னன் என்பவனோடு வந்தான்.

☞ [இவை வினையால் அணையும் பெயர்கள். வினா, 95 காண்க. 105 வினாவையும் ஒத்துப்பார்க்க.]

58. SECOND OR ACCUSATIVE CASE.

ருஅ.—இரண்டாம் வேற்றுமையின் உருபு என்ன?

இரண்டாம் வேற்றுமையின் உருபு ஐ என்பதே ஆம்.

[நன்னூல் 255. 296.]

இதின் பொருள் செயப்படுபொருளே.

(உ-ம்.)

பெயர்.	உருபு.	இரண்டாம் வேற்றுமை.
மனிதன்,	ஐ	மனிதனை உண்டாக்கினார்.
தந்தை,	ஐ	தந்தையைக் கனம்பண்ணினான்.
பூ,	ஐ	பூவை அணிந்தாள்.
மரம்,	ஐ	மரத்தை வெட்டினான். [66.]
வீடு,	ஐ	வீட்டைக் கட்டினான். [68.]
நிலங்கள்,	ஐ	நிலங்களை வாங்கினான்.

(U.) பெயரே அன்றிப் பிறவுரு வேலா. [அகத்.]

(V.) பெயர்ப்பின் விகுதி பெறுதலே ஆயவன்,
ஆனவன், ஆவான், ஆகின்றவன் முதல்
ஐம்பாற் சொல்லும் பெயர்ப்பின் அடைதலே. [இல-கொத்து.]

59. THIRD OR INSTRUMENTAL ABLATIVE.

௫௯.—மூன்றும் வேற்றுமையின் உருபுகள் எவை?

மூன்றும் வேற்றுமையின் உருபுகள் ஆல், ஆன், ஒடு, ஓடு, உடன், கொண்டு என்பவை ஆம்.

[நன்னூல் 297. 256.]

இவற்றின் பொருள் ஏது, உடனிகழ்ச்சி என இரண்டாம்.

(உ-ம்.)

பெயர்.	உருபு.	மூன்றும் வேற்றுமை.	பொருள்.
மண்	ஆல், ஆன்	{ மண்ணால் / மண்ணான் } ஒருகுடத்தை வனைந்தான்.	ஏது.
மந்திரி	ஒடு, ஓடு	{ மந்திரியொடு / மந்திரியோடு } அரசன் வந்தான்.	உடனிகழ்ச்சி.
அவன்	உடன்	அவனுடன் மற்றவர்களு மிருப்பார்கள்....	உடனிகழ்ச்சி.
வாள்	கொண்டு	வாள் கொண்டு வெட்டினான்..........	ஏது.

☞ ஏது, காரணம், கருவி, எ-ன ஒரு பொருட்சொற்கள்,—

அப்பியாசம். (59.)

"பொன்னாலாகிய ஆபரணத்தை அணியும் அரசர்."

"அறத்தான் வருவதே இன்பம்."

"இயற்கை அறிவோடு கூடிய கல்வி."

"உலகத்தோடொப்ப ஒழுகல்."

"விலங்கொடு மக்கள் அனையர்
இலங்குநூல் கற்றோரோடேனையவர்"

"சீர்மை சிறப்பொடு நீங்கும்."

"ஊருடன் பகைக்கில் வேருடன் கெடும்."

60. FOURTH OR DATIVE CASE.

௬௦.—நான்காம் வேற்றுமையின் உருபு என்ன?

நான்காம் வேற்றுமையின் உருபு கு என்பதே ஆம்.

[நன்னூல் 298.]

இதன் பொருள் கொடை, பகை, தகுதி, நிமித்தம் முதலியவையாம்.

(உ-ம்.)

பெயர்.	உருபு.	நான்காம் வேற்றுமை.	பொருள்.
தரித்திரர்	கு	தரித்திரருக்குப் பிச்சை கொடுத்தான். [உ சாரியை.]...	கொடை.
வேதம்	கு	வேதத்திற்கு விரோதமான காரியம். [இன் சாரியை.]...	பகை.
மோதிரம்	கு	மோதிரத்திற்குப் பொன்..............................	நிமித்தம்.
அரசன்	கு	இவ்வாபரணம் அரசனுக்குரியது........................	தகுதி.

☞ (க.) பெயருக்கும் உருபுக்கும் இடையே சாரியைகள்வரும் எனக்காண்க.

(உ-ம்.) தந்தைக்கும் தாய்க்கும் கனஞ்செலுத்தவேண்டும். [உ சாரியை.]
இதனுக்கு [அன், உ, சாரியைகள்.]
மகனுக்கு எனவும், மகற்கு எனவும் வரும்.

(உ.) நிமித்தப்பொருளிலே ஆக என்றும், நிமித்தம் என்றும், பொருட்டு என்றும் சொல்லுருபாகவரும்.

(உ-ம்.) எனக்காகச் செய்தான்.
என்னிமித்தம் வந்தான். [வினா 40. காண்க.]
இதின்பொருட்டுப் போனான்.

அப்பியாசம். (60.)

"செய்யாமற் செய்த உதவிக்கு
வையகமும் வானகமும் மாற்றல் அரிது."

"அறத்திற்கே அன்பு சார்பென்ப: அறியார்
மறத்திற்கும் அஃதே துணை.—"

"..................தொல்லுலகில்
நல்லார் ஒருவர் உளரேல் அவர்பொருட்
டெல்லார்க்கும் பெய்யும் மழை."

"எல்லுக்குமி உண்டு; நீர்க்குநுரை உண்டு;
புல்லிதழ் பூவிற்கும் உண்டு.

"..................வாங்கி
வளி தோட்டுவோரோ, இல்.—"

"ஆயிரங்காக்கைக்கோர்கல்.—"

61. FIFTH OR ABLATIVE OF MOTION.

௬௧.—ஐந்தாம் வேற்றுமையின் உருபுகள் எவை?

ஐந்தாம் வேற்றுமையின் உருபுகள் இல், இன், என்பனவாம். சிலவிடத்து நின்று, இருந்து என்னுஞ் சொல்லுருபுகளும் வரும். (W.)

[நன்னூல் 299]

இவற்றின் பொருள், நீக்கல், ஒப்பு, எல்லை, ஏது முதலியவாம்.

☞ (க.) ஏதுப்பொருள் மூன்றும் வேற்றுமைக்கு அன்றி, இதற்கு அவ்வளவு சிறப்பல்ல.

(உ.) நின்று என்னுஞ் சொல்லுருபு பெயரோடு வாராமல் தனித்து வழங்குதலும் உண்டு.

(உ-ம்.) "துன்பத்திலும் வறுமையிலும் நின்று நீங்கினேன்."

(உ-ம்.)

பெயர்.	உருபு.	ஐந்தாம்வேற்றுமை.	பொருள்.
மலை,	இன்	மலையின்வீழ் அருவி...	நீக்கல்.
காக்கை,	இல்	காக்கையிற்கரிது களம்பழம்.....	ஒப்பு.
மதுரை,	இன்	மதுரையின்வடக்குச்சிதம்பரம்...	எல்லை.
கல்வி,	இல்	கல்வியிற்பெரியவன் கம்பன்...	ஏது.

THE FIFTH CASE.

(W.) நின்று காட்டிடூ நிமித்தம் இன்னும்
ஐந்தாம் வேற்றுமை ஆகி வருமே. [குவலயா.]

அப்பியாசம். (61.)

"தோன்றலில் தோன்றாமை நன்று"

"தலையின் இழிந்த மயிர் அனையர் மாந்தர்
நிலையின் இழிந்தக் கடை."

"ஆவின் இழிந்தது மேதி."

"பந்தி அம் புரவியின்றும் பாரிடை இழிந்து."

"விசும்பிற்றுளிவீழின்................"

"அருவிக் குன்றிற் குஞ்சரம்."

"பஞ்சியின் மெல்லிதேனும் பகைசிறிதென்னவேண்டாம்."

"கார்கள் என்னவரும் கருமேதிகள்
ஊரினின்ற கன்று."

"கறவைகாண் கன்றின் வெகிக்கண்டடிபணிந்து."
[கன்றின் = கன்றைப்போல.]

"குன்றின் அனையாருங் குன்றுவர் குன்றுவ
குன்றி அனைய செயின்."

62. SIXTH OR GENITIVE CASE.

௯௨.—ஆறாம் வேற்றுமையின் உருபுகள் எவை?

ஆறாம் வேற்றுமையின் உருபுகள் அது, ஆது, அ, உடைய என்பனவாம்.(x.) இவற்றின் பொருள் கிழமைப் பொருள் முதலியவாம்.

☞ [கிழமை என்பது உரிமை; சம்பந்தப் பொருள் என்பாரும் உளர். குறைபொருள் எனவும்படும்.]

[நன்னூல் 300.]

(உ-ம்.)

பெயர்.	உருபு.	ஆறாம் வேற்றுமை.
தந்தை	அது	தந்தையது கை.
தான்	ஆது	தனது செவி. [74.]
தான்	அ	தன கைகள்.
தந்தை	உடைய	தந்தையுடைய கட்டளை.

☞ (க.) மேற்சொல்லிய கிழமை என்பது தற்கிழமை என்றும் பிறிதின் கிழமை என்றும் இருவகை ஆம். நன்னூலார் தற்கிழமையை உறுப்புத்தற்கிழமை, பண்புத்தற்கிழமை, ஒன்றன் கூட்டத்தற்கிழமை, பலவின் ஈட்டத்தற்கிழமை, ஒன்று திரிந்து ஒன்றுதல் தற்கிழமை என நான்கு வகையாக வகுத்திருக்கிறார்.

(உ-ம்.) நிலத்தது அகலம். சாத்தனதியல்பு. கபிலரதுபாட்டு. சாத்தனதுகை. மஞ்சளது பொடி. மரத்தது தொகுதி. நெல்லதுகுப்பை. விலங்கினது ஈட்டம். சாத்தனதாடை.

(x.) அதுவும், ஆதுவும், அவ்வும், உடையவும்,
ஆறன் உருபென்றறைதல் வேண்டும். [அகத்.]

(௨.) முடிக்குஞ் சொல் அஃறிணை ஒருமை ஆனால் அது, ஆது என்பனவரும். முடிக்குஞ் சொல் அஃறிணைப் பன்மை ஆனால் அ என்பது வரும். உயர் திணை ஒருமை பன்மைகளுக்கு அது, ஆது, அ என்பவை எலாவாம்.

(உ.-ம்.) அரசர் குமாரன், அரசருடைய குமாரன், அரசருக்குக் குமாரன்.

☞ அரசாதுகுமாரன் என்பது வழு.

(௩.) உடைய என்பது பெயர் எச்சக்குறிப்பு என்றும், இசையெச்சம் என்றும், சொல்லுருபு என்றும் கூறுவர்.

(௪.) உடைய என்பது செய்யுளில் உடை எனவும், இழிவான வழக்கத்தில் உட எனவும் வழங்கும்.

(உ.-ம்.) "கல்வியே கற்புடைப் பெண்டிர்."

63. SEVENTH OR LOCAL ABLATIVE.

கேள்.—ஏழாம் வேற்றுமையின் உருபு எது?

ஏழாம் வேற்றுமையின் உருபு இல் என்பதாம். இடத்தில் என்னும் சொல்லுருபும் வரும். இடத்து என்பதுஞ் செய்யுளிலே வரும்.

கண், கால், அகம், புறம், உள், கீழ், மேல், முன், பின், சார், அயல், புடை, முதல், திசை, தேம், தலை, இடை, கடை, வலம், பாடு, அளை, இடம், உழை, உழி, உளி, வயின், வாய், பால் முதலியவும் ஏழாம் வேற்றுமையின் உருபுகளாகவும் வழங்கும்.

[நன்னூல் 301, 302.]

(உ.-ம்.)

பெயர்.	உருபு.	ஏழாம் வேற்றுமை.
வீடு	இல்	வீட்டில் இருக்கிறான்.
அரசன்	இடத்தில்	அரசனிடத்தில் வந்தான்.
மணி	கண்	மணியின் கண் ஒளி.
நல்லோர்	இடத்து	நல்லோரிடத்து அறம்.

மற்றவையும் இவ்வாறே.

☞ (௧.) இவற்றின் பொருள் இடப்பொருளாம்.

(௨.) அவ்விடப்பொருளானது, (௧) பொருளிடம், (௨) இடமிடம், (௩) காலமிடம், (௪) சினையிடம், (௫) குணமிடம், (௬) தொழிலிடம் என ஆறுவகையாம்.
இவ்வாறுந் தனித்தனியே தற்கிழமை, பிறிதின் கிழமை என இருவகையாகப் பிரிக்கப்படும்.

(உ.-ம்.) மணியின் கண் ஒளி
பனையின் கண் அன்றில் } இரு கிழமைக்கும் பொருளிடம் ஆயிற்று.

பின்வரும் உதாரணங்கள் பெரும்பாலும் செய்யுளுக்குரியவாம்.

ஊர்களல் கிலந்த பொதும்பர்	[கால்]	இல்லிடப் பரத்தை	[இடம்]
வேலின் கடை மணிபோல்	[கடை]	தன்மேற் கடுவனை சீறிக் கடுத்துவரக் கண்டும்	[மேல்]
நல்லாரிடைப்புக்கு	[இடை]	பிண்டிக் கன்னூர் கிழற் கீழ்	[கீழ்]
வலைத்தலை மான் அன்ன	[தலை]		

குணா கடல் வாய் அமுது .... [வாய்]
நேர்த்திசை இருந்தான்............... [திசை]
அவர் வயிற் செல்லாய் .... [வயின்]
கற்றார் முன் .... [முன்]
காட்டுச் சார் ஓடும் குறு முயால் ...... [சார்]
கைவலத்துள்ளது .... [வலம்]
அவன் உழை வந்தான் .... [உழை]
உறையுழி யோலைபோல் .... [உழி]
குளிர் காவுளி .... [உளி]
என்னுயிர்ப் புறத்து .... [புறம்
கடைப்புடை கொள்ளிய நீர்............ [புடை]

சான் முதல் வந்த உரண்மாய் மாலை ...... [முதல்]
காதலிபின் சென்றதம்ம .... [பின்]
நம்பா டணையாதநாள் .... [பாடு]
கல்வலைச் சுனை நீர் .... [அலை]
கோழிக்குரியவை கோடாய் தேத்து ...... [தேம்]
நின்றதோர் நறவேங்கை நிழல் வழிஅசைந்
தனன்.. [வழி]
அவருள், பல்லார் அகத்து .... [அகம்]
ஊரிலிருந்தார் .... [இல்]
என் பால் இருந்தான் .... [பால்]

குறிப்பு (௧.) இவை இடப்பெயர்களாகிச் சொல்லுருபுகளாக வழங்கும், தத்தம் பொருளை உணர்த்தி வருதலும் உண்டு.

(உ-ம்.) "கண்ணகன் ஞாலம்" [கண் = இடம்.]
"அகத்திலிருந்தான்." [அகம் = உள்ளிடம்.]
முதலியவும் அவ்வாறே.

அப்பியாசம். (63.)

"ஆகாதெனினும் அகத்து நெய்யுண்டாகிற்
போகா தெறும்பு புறஞ் சுற்றும்."
[அகத்து 66. வேற்றுமை உருபு தொக்கு நின்றது, 152.]

"மலர் மிசை ஏகினான் மாணடி சேர்ந்தார்
நில மிசை நீடு வாழ்வார்....
[மிசை எ-து ஏழன் உருபு.]

"இருள் சேர் இருவினையுஞ் சேரா இறைவன்
பொருள் சேர் புகழ் புரிந்தார் மாட்டு......"
[மாட்டு 68. மாடு எ-து ஏழன் உருபு. இல் தொக்கு நின்றது. 152.]

"........கல்லறிவாளர்
குழவியிடத்தே துறந்தார்."
[இடத்தே = இடத்தில்.]

"ஆறெலாங் கடலுள் வைகும்."

"முகிற்றலை மதியமன்ன முழு மணி மாடத்திட்ட
அகிற் புகை தவழ்ந்த."

64. EIGHTH OR VOCATIVE CASE.

௬௪.—எட்டாம் வேற்றுமையின் உருபுகள் எவை?

எட்டாம் வேற்றுமையின் உருபுகள் பெயரின் ஈறு திரிதலும் கெடுதலும் மிகுதலும் இயல்பாதலும், ஈற்றயல் எழுத்துத் திரிதலும் ஆம். இவற்றுள், இயல்பும் ஈற்றின் அழிவும் சமீபத்திலும், அளபெடுத்தல் தூரத்திலும், ஓகாரம் மிகுதல் புலம்பலிலும், மற்றவைகள் எல்லா இடங்களிலும் வரும்.

[நன்னூல் 303, 304.]

☞ இவற்றின் பொருள் அழைக்கப்படும் பொருளாம்.

(உ-ம்.)

பெயர்.	உருபு.	எட்டாம் வேற்றுமை.
அம்மை பிள்ளை	ஈறு திரிவது	அம்மா. பிள்ளாய்.
அரசன்	ஈறு கெடுவது	அரச.
மகன் தம்பி	ஈறு மிகுவது	மகனே. தம்பீ.
தம்பி	ஈறு இயல்பாவது	தம்பி.
மக்கள்	ஈற்றயல் திரிவது	மக்காள்.
தெவ்வர்	அர், இர் ஆகத்திரிந்தது ...	தெவ்விர்.
சான்றோர்	திரிதல், மிகல்	சான்றீரே!
ஐயன்	கெடுதல், திரிதல், மிகல் ...	ஐயாவோ.
அடிகள்	மிகல்	அடிகேள்.
வாயிலான்	திரிதல், மிகல், கெடுதல் ...	வாயிலோயே.

அப்பியாசம். (64.)

"மகிதலத்தீர் கேண்மின்!"

"மெய்ய நின்றுரை வேதம்."

"திரைவீழ் அருவிக் கிமிர் பொன் சொரியும்
வரையே, புனலே, வழையே, தழையே,
விரைஆர் பொழிலே, விரிவெண்ணிலவே,
உரையீர் உயிர்காவலன் உள்வழியே!"

65. THE PARTICLES இன். &c. (Y.)

கூ௫.—இவ்வேற்றுமைகள் எந்தச் சாரியை பெறும்?

முதலாம் வேற்றுமையும் எட்டாம் வேற்றுமையுந் தவிர மற்ற வேற்றுமைகள் இன்சாரியையுஞ், சிறுபான்மையாய் அன்சாரியையும், பெறும். (z.)

(உ-ம்) கையினால், [கை + இன் + ஆல்.
பசுவினது, [பசு + இன் + அது.

☞ (க.) இன்சாரியையானது ஆறும் முதலிய வேற்றுமைகளின் உருபாக வழங்கி நிற்கும்போது ஐந்தாவதின் எல்லைப் பொருளையுந் தரும்.

(உ-ம்.) பொன்னின் குடம்.
அரசரின் குமாரன்.

(உ.) ஆ, மா, கோ, ஊ என்னும் பெயர்கள் வேற்றுமைப்படும்பொழுது இன்சாரியையாவது னகரச் சாரியையாவது பெறும்.

[நன்னூல். 248.]

(உ-ம்.) ஆவினை, ஆனை, ஊனை.
கோனை, மாவினை.

(Y.) "எல்லா ஈற்றுஞ் சொல்லுங் காலை
வேற்றுமை உருபிற்கின் னேசாரியை." (இலக். வி.)

(z.) "யாதென் இறுதியுஞ் சுட்டுமுதலாகிய
ஐயெ னிறுதியும் அன்னொடு சிவணும்;
ஆய்தங் கெடுதலாவயினான." (இலக். வி.)

(க.) சில உருபுகள் பொருளின்றி நிற்கும் ஏ என்னும் இடைச்சொல்லைப் பெறும்.

(உ-ம்.) அவனோடே. வீட்டிலே.

அப்பியாசம். (65.)

"மெய்மெய்யே! உலகின் வேந்தர்க்கெல்லாம் வேந்தே."

"பொன்னின் குடம் உடைந்தாற் பொன்னாகும், என்னாகும் மண்ணின் குடம் உடைந்தக்கால்?"

"யாதனின் யாதனி னீங்கியானோதல்
அதனின் அதனின் இலன்."

66. NOUNS ENDING IN அம்.

௬௬.—மகரவீற்றுப் பெயர்ச்சொற்கள் எவ்வாறு வேற்றுமைப்படும்?

மகரவீற்றுப் பெயர்ச்சொற்கள் வேற்றுமைப்படும்பொழுது, அம் என்பது கெட அத்துச்சாரியை பெறும்.

[நன்னூல் 252.]

(உ-ம்.) மரம், மரத்தை; நிலம், நிலத்துக்கு.

☞ (க.) வீரமொடு என்பதுபோல செய்யுளில் வருவதும் உண்டு.

(உ.) ஆம் என ஈற்றிலுள்ள பெயர்கள் ஆம்கெட அத்துச்சாரியைப் பெறும்.

(உ-ம்.) "பூரியர் குழாத்திடை அறிஞர்போலவே." [குழாம்.]

67. THE NOUN எல்லாம்.

௬௭.—எல்லாம் என்பது எந்தச் சாரியை பெறும்?

எல்லாம் என்பது அற்றுச்சாரியையும், உம் என்னும் இடைச்சொல்லும் வரப்பெறும். சிலவிடத்து மகரங்கெடவும், பலர்பாலுக்குரிய விகுதி தோன்றவும் பெறும்.

[நன்னூல் 245, 246.]

(உ-ம்.) எல்லாவற்றையும்.
எல்லாமனிதர்களும்.
மனிதர் எல்லாரும்.

68. NOUNS ENDING IN டு, று.

௬௮.—தனிக்குறில் அணையாத டு, று ஈற்றிலிருக்கிற பெயர்கள் எவ்வாறு வேற்றுமைப்படும்?

குற்றியலுகரம் கெட, ட், ற் இரட்டிக்கும்.

[நன்னூல் 183.]

(உ-ம்.) ஆடு, ஆட்டை.
ஆறு, ஆற்றை.

[உக காண்க.]

ஆட்டின் கழுத்தின் அதர்.

69. TERMINATIONS OF THE PLURAL.

௬௯.—பன்மைப்பாலின் உருபுகள் எவை?

பன்மைப்பாலின் உருபுகள் அர், ஆர், கள், மார் என்பவை ஆம்.

னகர வீற்றுப் பெயர்களில் னகரம் ரகரமாகிக் கள் என்னும் விகுதியைப் பெற்றும், பெருதும், வேற்றுமை உருபுகளைப் பெறும்.

[நன்னூல் 278. 280.]

(உ-ம்.) தந்தையர், தந்தையார்.
வீடுகள், குருமார்.
மனிதர், மனிதர்கள்.

☞ (க.) சில, பல, சிறிய, பெரிய முதலிய அகரவீறு அஃறிணைப் பன்மைப்பெயர்கள் வேற்றுமைப் படும்பொழுது அற்றுச் சாரியைபெறும்.

[நன்னூல் 250.]

(உ-ம்.) பலவற்றை, சிறியவற்றை.

(உ.) மகன் எ-து பன்மையில் மக்கள் எனவும் மாக்கள் எனவும் வரும்.

(ங.) செய்யுளிலே இர் என்னும் விகுதியும் பன்மையிலே வரும்.

(உ-ம்.) மகளிர்.

70. PARADIGMS.

௭0.—மேற்சொல்லிய வேற்றுமைகளைக் காட்டிய அட்டவணைகளைச் சொல்லு?

I. கணக்கன்.

உருபுகள் இயல்புப்புணர்ப்பால் பெயரோடு சேர்ந்தன.

வேற்றுமை.	ஒருமை.	பன்மை.
(வினா.56, 57.) க.	கணக்கன், கணக்கனானவன்.	கணக்கர், கணக்கர்கள்.
உ. (58.)	கணக்கனை + ஐ.	கணக்கரை.
ங. (59.)	கணக்கனால் + ஆல், ஆன், ஓடு, ஒடு, உடன். கணக்கனான் கணக்கனோடு கணக்கனொடு. கணக்கனுடன்.	கணக்கரால். கணக்கரான். கணக்கரோடு. கணக்கரொடு. கணக்கருடன்.
ச. (60.)	கணக்கனுக்கு + கு. கணக்கனுக்காக + கு. + ஆக.	கணக்கருக்கு. கணக்கருக்காக.
௫. (61.)	கணக்கனில் + இல். கணக்கனிலிருந்து + இல். + இருந்து. கணக்கனினின்று + இல் + நின்று	கணக்கரில். கணக்கரிலிருந்து. கணக்கரினின்று.
௬. (62.)	கணக்கனுடைய + உடைய. கணக்கனின் + இன். கணக்கனது + அது.	கணக்கருடைய. கணக்கரின். கணக்கரது.
எ. (63.)	கணக்கனில் + இல். கணக்கனிடத்தில் + இடத்தில்.	கணக்கரில். கணக்கரிடத்தில்.
அ. (64.)	கணக்கனே ! + ஏ (மன்னு !)	கணக்கரே !

☞ செய்யுளில் தன் என்னுஞ்சாரியை பெயருக்கும் உருபுக்கும் இடையிலே வருவதும் உண்டு. [வினா 108 காண்க.]

(உ-ம்.) கணக்கன்தன்னை. [கணக்கன்றன்னை.]
கணக்கன்தனக்கு. [கணக்கன்றனக்கு.]

II. கல்.

தனிக்குறில் அணைந்த மெய் இரட்டிக்க உருபுகள் சேர்ந்தன. (வினா 29.)

வேற்றுமை.	ஒருமை.	பன்மை.
௧.	கல்.	கற்கள், கல்லுகள். [வினா 35. 29.]
௨.	கல்லை. கல்லினை. (வினா 65.)	கற்களை, கல்லுகளை. [கல்லுக்களை.]
௩.	கல்லால், கல்லான், கல்லுடன். கல்லோடு, கல்லொடு.	கற்களால், கல்லுகளால், கற்களுடன். கற்களோடு, கல்லுகளொடு.
௪.	கல்லுக்கு. கல்லுக்காக.	கற்களுக்கு, கல்லுகளுக்கு. கல்லுகளுக்காக, கற்களுக்காக.
௫.	கல்லில். கல்லிலிருந்து. கல்லினின்று.	கற்களில், கல்லுகளில். கல்லுகளிலிருந்து, கற்களிலிருந்து. கல்லுகளினின்று, கற்களினின்று.
௬.	கல்லினுடைய. கல்லின். கல்லினது.	கல்லுகளினுடைய, கற்களினுடைய. கல்லுகளின், கற்களின். கல்லுகளினது, கற்களினது.
௭.	கல்லில். கல்லினிடத்தில்.	கல்லுகளில், கற்களில். கல்லுகளினிடத்தில், கற்களினிடத்தில்.
௮.	கல்லே!	கல்லுகளே! கற்களே!

III. நரி.

யகர உடம்படுமெய் தோன்ற உருபுகள் சேர்ந்தன. (வினா 23.)

வேற்றுமை.	ஒருமை.	பன்மை.
௧.	நரி.	நரிகள்.
௨.	நரியை.	நரிகளை.
௩.	நரியால். நரியோடு.	நரிகளால். நரிகளோடு
௪.	நரிக்கு. நரிக்காக.	நரிகளுக்கு. நரிகளுக்காக.
௫.	நரியில். நரியிலிருந்து. நரியினின்று.	நரிகளில். நரிகளிலிருந்து. நரிகளினின்று.
௬.	நரியினுடைய. நரியின். நரியினது.	நரிகளினுடைய. நரிகளின். நரிகளினது.
௭.	நரியில். நரியினிடத்தில்.	நரிகளில். நரிகளினிடத்தில்.
௮.	நரியே!	நரிகளே!

IV. பசு.

வகர உடன்படு மெய் தோன்ற உருபுகள் சேர்ந்தன. (வினா 23.)]

வேற்றுமை.	ஒருமை.	பன்மை.
௧.	பசு.	பசுக்கள்.
௨.	பசுவை.	பசுக்களை.
௩.	பசுவால். பசுவோடு.	பசுக்களால். பசுக்களோடு.
௪.	பசுவுக்கு. பசுவுக்காக.	பசுக்களுக்கு. பசுக்களுக்காக.
௫.	பசுவில். பசுவிலிருந்து. பசுவினின்று.	பசுக்களில். பசுக்களிலிருந்து. பசுக்களினின்று.
௬.	பசுவினுடைய. பசுவின். பசுவினது.	பசுக்களினுடைய. பசுக்களின். பசுக்களினது.
௭.	பசுவில். பசுவினிடத்தில்.	பசுக்களில். பசுக்களினிடத்தில்.
௮.	பசுவே!	பசுக்களே!

II. சொல்லதிகாரத்தில் (I.) பெயரியல்.

V. காது.

குற்றியலுகரங் கெட உருபுகள் சேர்ந்தன.

(வினா 24.)

வேற்றுமை.	ஒருமை.	பன்மை.
௧.	காது.	காதுகள்.
௨.	காதை.	காதுகளை.
௩.	காதால் காதோடு	காதுகளால். காதுகளோடு.
௪.	காதுக்கு. காதுக்காக.	காதுகளுக்கு. காதுகளுக்காக.
௫.	காதில். காதிலிருந்து. காதினின்று.	காதுகளில். காதுகளிலிருந்து. காதுகளினின்று.
௬.	காதினுடைய. காதின். காதினது.	காதுகளினுடைய. காதுகளின். காதுகளினது.
௭.	காதில். காதினிடத்தில்.	காதுகளில். காதுகளினிடத்தில்.
அ.	காதே!	காதுகளே!

VI. மாடு.

குற்றியலுகரங் கெடவும் டகரம் இரட்டிக்கவும் உருபுகள் சேர்ந்தன. (வினா 26. 68.)

வேற்றுமை.	ஒருமை.	பன்மை.
௧.	மாடு.	மாடுகள்.
௨.	மாட்டை.	மாடுகளை.
௩.	மாட்டால். மாட்டோடு.	மாடுகளால். மாடுகளோடு.
௪.	மாட்டுக்கு. மாட்டுக்காக.	மாடுகளுக்கு. மாடுகளுக்காக.
௫.	மாட்டில். மாட்டிலிருந்து மாட்டினின்று.	மாடுகளில். மாடுகளிலிருந்து. மாடுகளினின்று.
௬.	மாட்டினுடைய. மாட்டின். மாட்டினது.	மாடுகளினுடைய. மாடுகளின். மாடுகளினது.
௭.	மாட்டில். மாட்டினிடத்தில்.	மாடுகளில். மாடுகளினிடத்தில்.
அ.	மாடே!	மாடுகளே!

VII. ஆறு.

குற்றியலுகரங் கெடவும் றகரம் இரட்டிக்கவும் உருபுகள் சேர்ந்தன. (வினா 26. 68.)

வேற்றுமை.	ஒருமை.	பன்மை.
௧.	ஆறு.	ஆறுகள்.
௨.	ஆற்றை.	ஆறுகளை.
௩.	ஆற்றால். ஆற்றோடு.	ஆறுகளால். ஆறுகளோடு.
௪.	ஆற்றுக்கு. ஆற்றுக்காக.	ஆறுகளுக்கு. ஆறுகளுக்காக.
௫.	ஆற்றில். ஆற்றிலிருந்து. ஆற்றினின்று.	ஆறுகளில். ஆறுகளிலிருந்து. ஆறுகளினின்று.
௬.	ஆற்றினுடைய. ஆற்றின். ஆற்றினது.	ஆறுகளினுடைய. ஆறுகளின். ஆறுகளினது.
௭.	ஆற்றில். ஆற்றினிடத்தில்.	ஆறுகளில். ஆறுகளினிடத்தில்.
அ.	ஆறே!	ஆறுகளே!

VIII. மரம்.

அம் கெட அத்துச்சாரியை தோன்ற உருபுகள் சேர்ந்தன. (வினா 66.)

வேற்றுமை.	ஒருமை.	பன்மை.
௧.	மரம்.	மரங்கள். (வினா 32.)
௨.	மரத்தை.	மரங்களை.
௩.	மரத்தால். மரத்தோடு.	மரங்களால். மரங்களோடு.
௪.	மரத்துக்கு. மரத்துக்காக.	மரங்களுக்கு. மரங்களுக்காக.
௫.	மரத்தில். மரத்திலிருந்து. மரத்தினின்று.	மரங்களில். மரங்களிலிருந்து. மரங்களினின்று.
௬.	மரத்தினுடைய. மரத்தின். (மரத்து.) மரத்தினது.	மரங்களினுடைய. மரங்களின். மரங்களினது.
௭.	மரத்தில். மரத்தினிடத்தில்.	மரங்களில். மரங்களினிடத்தில்.
அ.	மரமே!	மரங்களே!

அப்பியாசம். (70.)

"கண்ணிற்கணிகலங் கண்ணோட்டம்."

"அல்லின் மாரி அனைய நிறத்தவன்
சொல்லின் மாத்திரையிற் கடல்தூர்ப்பன
கல்லின் மாரியைக் கைவகுத்தான், அது
வில்லின் மாரியின் வீரன் விலக்கினன்."

"மண்ணினை மறைத்தன வளர்ந்தமாக்கொடி
விண்ணினை மறைத்தன விரிந்த மாத்துகள்!"

"செங்கைச் சூல வெற்றியினைத் தியதன்
வெங்கட்டையொடு மேற்செல வீசினன்.—"

"ஆதியை ஓத அறிவுண்டமே."

"புவியினில் வேந்தர் எல்லாம்."

"நல்லாற்று ஞடி அருள் ஆள்க! பல்லாற்றுந்
தேரினும் அஃதே துணை."
[ஆறு, ஆற்ருன், ஆற்ருல்.]

"தண் கயக்குற்ற போது."
[கயத்தில்.]

"சலத்தால் பொருள் செய்தே மார்த்தல் பசுமட்
கலத்துணீர் பெய்திரீஇ அற்று."
[இரீஇ = இருத்தி. 86. இரீஇ அற்று. 137.]

71. DECLENSION OF அது, இது, எது, யாது.

எக.—அது, இது, எது, யாது என்பவை எவ்வாறு வேற்றுமைப்படும்?

ஒருமையிலே இன் சாரியையும் அன் சாரியையும் பெறும். பன்மையிலே அற்றுச்சாரியையும் பெறும். து என்பது வை யாகத்திரியும். [நன்னூல் 250. 304.]

வேற்றுமை.	ஒருமை.	பன்மை.
க.	அது, அஃது.	அவை. அவைகள்.
உ.	அதை, அதனை	அவற்றை, அவைகளை.
ங.	அதினால், அதனால். அதால். [அத்தால் எ-து வழு.] அதோடு.	அவற்றால், அவைகளால். அவற்றோடு, அவைகளோடு.
ச.	அதற்கு. அதிற்கு.	அவற்றுக்கு, அவற்றிற்கு, அவைகளுக்கு.
ரு.	அதில், அதினின்று. அதிலிருந்து.	அவற்றில், அவைகளில்.
சு.	அதன், அதின். அதனுடைய, அதினுடைய. அதனது.	அவற்றின். அவற்றினுடைய. அவைகளின். அவைகளினுடைய.
எ.	அதில். அதனிடத்தில். அதினிடத்தில்.	அவற்றில், அவற்றினிடத்தில் அவைகளில், அவைகளிடத்தில்.

72. DECLENSION OF FIRST PERSONAL PRONOUN.

எஉ.—தன்மை இடமாகிய நான் என்பது எவ்வாறு வேற்றுமைப்படும்?

ஒருமையிலே இரண்டாவது முதலான வேற்றுமைகளில் நான் என்பது என் எனத்திரியும்.

பன்மையிலே முதல் வேற்றுமையில் நான் என்பது நாம் எனத்திரியும். இரண்டாமுதலிய வேற்றுமைகளில் எம் எனவும் நம் எனவுந் திரியும்.

[நன்னூல் 285–287. 294.]

(உ-ம்)

வேற்றுமை.	ஒருமை.	பன்மை.
க.	நான், யான்.	நாம், நாங்கள், யாம், யாங்கள்.
உ.	என்னை.	நம்மை, எங்களை.
ங.	என்னால், என்னோடு. என்னுடன்.	நம்மால், எங்களால். நம்மோடு, எங்களோடு.
ச.	எனக்கு, எனக்காக.	நமக்கு, நமக்காக. எங்களுக்கு, எங்களுக்காக.
ரு.	என்னில், என்னின்.	நம்மில், நம்மின். எங்களில், எங்களின்.
சா.	என், எனது, என. என்னுடைய.	நம், நமது, எம், எங்கள். நம்முடைய, எங்களுடைய.
எ.	என்னிடத்தில், என்னில்.	நம்மில், நம்மிடத்தில், எம்மிடத்தில்.

☞ நாம் எ-து முன்னிலையோரையுங்குறிக்கும். நாங்கள் எ-து முன்னிலையோரை நீக்கித் தன்னையுந் தன்னைச்சேர்ந்தவரையுங் குறிக்கும்.—

அப்பியாசம். (72.)

"யான் என தென்னுஞ் செருக்கறுப்பான்
வானோர்க் குயர்ந்த உலகம் புகும்.—"

"யாமும் எம்மிருக்கை பெற்றேம், உனக்கிடையூறும் இல்லை.—"

"எனக்குத் தாய் ஆகியாள் என்னை ஈங்கிட்டுத்
தனக்குத் தாய் நாடியே சென்றாள்—தனக்குத் தாய்
ஆகியவளும் அது ஆனாற்றாய்த் தாய்க்கொண்
டேகும் அளித்திவ்வுலகு.—"

"தேர்மிசை நம்வாயில் கடிதேகுதல் செய்வானோ?—"

73. DECLENSION OF SECOND PERSONAL PRONOUN.

எங.—நீ என்பது எவ்வாறு வேற்றுமைப்படும்?

ஒருமையிலே இரண்டாவது முதலிய வேற்றுமைகளில் முன்னிலையிடமாகிய நீ என்பது உன் எனத்திரியும்.

பன்மையிலே, முதல் வேற்றுமையில் நீர் எனவும் நீம் எனவுந் திரியும். இரண்டாமுதலிய வேற்றுமைகளில் உம் எனத் திரியும்.

[நன்னூல் 247. 294.]

(உ-ம்.) வேற்றுமை.	ஒருமை.	பன்மை.
௧.	நீ.	நீர், நீங்கள், நீவிர், நீயிர்.
௨.	உன்னை, நின்னை.	உம்மை, உங்களை.
௩.	உன்னால், நின்னால்.	உம்மால், உங்களால்.
௪.	உனக்கு, நினக்கு. [நிற்கு.] உனக்காக.	உமக்கு, உங்களுக்கு. உமக்காக.
௫.	உன்னில், உன்னின், நின்னில். உன்னிலிருந்து.	உம்மில், உங்களில். உம்மிலிருந்து, உங்களிலிருந்து.
௬.	உன், உனது. உன்னுடைய, நின், நின.	உங்கள், உங்களுடைய.
௭.	உன்னில், உன்னிடத்தில்.	உம்மில், உம்மிடத்தில், உங்களிடத்தில்.

☞ செய்யுளில் நும்மை நும்மால் முதலியவும் வரும்.

அப்பியாசம். (73.)

"…………வைசலுங்
கூற்றம் அளக்கு நுங்கள் உண்ணும்."

"…………போர் வலாய்!
நல்கும் காவிலம் காளை நினக்கென்றான்."

௭௪. DECLENSION OF THE REFLEXIVE PRONOUN.

௭௪.—தான் என்பது எவ்வாறு வேற்றுமைப்படும்?

ஒருமையிலே இரண்டாவது முதலிய வேற்றுமைகளில் படர்க்கையிடமாகிய தான் என்பது தன் எனத்திரியும்.

பன்மையிலே முதல் வேற்றுமையில் தாம் எனத்திரியும். இரண்டாம் முதலிய வேற்றுமைகளில் தம் எனத்திரியும்.

[நன்னூல் 247.]

(உ-ம்.) வேற்றுமை.	ஒருமை.	பன்மை.
௧.	தான்.	தாம், தாங்கள்.
௨.	தன்னை.	தம்மை, தங்களை.
௩.	தன்னால், தன்னோடு. தன்னொடு, தன்னுடன்.	தம்மால், தங்களால், தம்மோடு, தங்களோடு.
௪.	தனக்கு, தனக்காக.	தமக்கு, தமக்காக, தங்களுக்கு. தங்களுக்காக.
௫.	தன்னின், தன்னில், தன்னிலிருந்து.	தம்மில், தங்களில். தம்மின்.
௬.	தன், தனது, தன்னுடைய, தன, தனது.	தம், தங்கள், தமது. தங்களுடைய, தம.
௭.	தன்னிடத்தில், தன்னில், தன்னிடத்து.	தம்மிடத்தில், தங்களிடத்தில்

☞ (க) தாம் என்பது இரட்டித்து தத்தம் எனவுந் தந்தம் எனவும் வழங்கும். அதின் பொருள் அவர் அவர்களுடைய என்பதாம்.

(உ-ம்.) "தத்தம் வருணத்திற்கும் நிலைக்கும் உரிய ஒழுக்கங்களை வழுவா தொழுக அறம் வளரும்."

"தம்பொருள் என்ப தம்மக்கள்;
அவர் பொருள் தந்தம் வினையான்வரும்."

(உ) நான், நீ, தான் என்னும் பெயர்களாற் சில முறைப்பெயர்கள் உண்டாகும்.

(உ-ம்.) தந்தை, எந்தை; தம்பி, எம்பி, தங்கை.—

அப்பியாசம். (74.)

"தன்னிலைக்கட்டன்னை நிறுப்பானுந், தன்னை
நிலை கலக்கிக் கீழிடுவானு', நிலையினு.'
மேன்மேல் உயர்த்து நிறுப்பானுந், தன்னைத்
தலையாகச் செய்வானுந் தான்.—"

"தற்காத்துத் தற்கொண்டார் பேணித்தகை சான்ற
சொற்காத்துச் சோர்விலாள் பெண்.—"

[தற் = தன் = தன்னை. 153. தற் = தன் = தன்னுடைய.]

II. VERBS.

II. வினையியல்.

75. ANALYSIS OF VERBAL FORMS.

எரு.—வினைச்சொல்லில் எத்தனை பொருளை அறியவேண்டும்?

வினைச் சொல்லில், பகுதி, விகுதி, மூவிடம், ஐம்பால், காலம், ஏவல், வியங்கோள், ஈரெச்சம், எதிர்மறை, தொழிற்பெயர், இப் பத்துப்பொருளை அறியவேண்டும்.

[நன்னூல் 322.]

76. ROOT.

எசு. இவற்றுள் பகுதி ஆவதென்ன?

பகுக்கப்படாமற் சொல்லின் முதனிலையாய் நிற்பதே பகுதி.

[நன்னூல் 134–137.]

(உ-ம்.) நட, படி, விடு, இரு, போ.

☞ (க.) பெயர்களை அடியாகவும், இடைகளை அடியாகவும், உரிகளை அடியாகவுங்கொண்டு உண்டாகும் வினைச்சொற்களும் உண்டு.

(உ-ம்.) சித்திரம் — சித்திரித்தான்.
அங்கிகாரம் — அங்கிகரித்தான். } [பெயரடி.]
நிகர் — நிகர்த்தான். [இடையடி.]
வெள் — வெளுத்தான். [உரியடி.]

(உ.) பகுதியானது முதனிலை, வினையடி, அடிப்பாடு, தாது எனவும்படும்.(A.)

அப்பியாசம். (76.)

"நல்லினத்தின் ஊங்குந்துணையில்லை. ......"
[ஊங்கு என்னும் இடைச்சொல்லாற் பெயர் எச்சம் உண்டாயிற்று.]

"அரம்போலுங் கூர்மையர் எனு' மரம் போல்வர்
மக்கட்பண் பில்லாதவர்."

"முல்லை ! முறுவலித்து நகுதிர் போலும்."

77. TERMINATIONS. [நன்னூல் 146.] (B.)

எஎ.—விகுதி ஆவதென்ன?

திணை பால் இடம் முதலியவற்றைக் காண்பித்துச், சொல்லின் ஈற்றிலே நிற்கும் உருபே **விகுதி.**

[நன்னூல் 325.]

☞ (க.) விகுதியானது கடைநிலை எனவும்படும்.
(உ.) இவ்விகுதிகளோடு வழங்குகிற வினைச்சொல் வினைமுற்று எனவும், முற்றுவினை எனவும்படும். [நன்னூல் 323.]

(A.) பெயரே ஏற்றி, மற்றொன்றனை வேண்டா
தேற்பது வினைவினைக் குறிப்பு முற்றே. [தொன்னூல்.]

பொழுது கொள்வினை வினைப்பகு பதமே.
பகுதியே வலெனும் பகாப்பதம் ஆகும்.

(B.) என், ஏன், எம், ஏம், அம், ஆம், தன்மை;
ஐ, ஆய், இ, இர், ஈர் முன்னிலை; அன், ஆன்
அள், ஆள், அர், ஆர், உ, அ ப்படர்க்கை
வினையின் விகுதி மீண்டன பிறவும்.
கள்ளெனப் பலமொழி பன்மையின் மிகலும் ஆம். [தொன்னூல்.]

பெயர்வினை இடை உரி நான்கடியாலும்
பிறக்கும் வினையெனப் பேசினர் புலவர். [இலக்கணக்கொத்து.]

(உ-ம்.)

		விகுதி.	பகுதியும், விகுதியும்.
ஆண்பெண் பொதுப்பால்.	தன்மை.	என், என். [கு, டு, து, று, அல், அன்.]	வந்தேன், வந்தனென்.*
	முன்னிலை.	ஆய், இ, ஐ. ஓய்.	வந்தாய், வந்தி, வந்தை. வந்தோய்.
பலர்பால்.	தன்மை.	ஓம், அம், எம்.	வந்தோம், வந்தனம்,* வந்தேம்.
	முன்னிலை.	ஈர், ஈர்கள். இர். மின்.	வந்தீர், வந்தீர்கள். வந்திர், வந்தனிர்.* நடமின்.
ஆண்பால்.	படர்க்கை.	ஆன், அன்	வந்தான், வந்தனன்.*
பெண்பால்.	படர்க்கை.	ஆள், அள்.	வந்தாள், வந்தனள்.*
பலர்பால்.	படர்க்கை.	ஆர், ஆர்கள். அர், ப. மார்.	வந்தார், வந்தார்கள். வந்தனர்,* நடப்ப. நடமார்.
ஒன்றன்பால்.	படர்க்கை.	து, அது.	வந்தது.
பலவின்பால்.	படர்க்கை.	அ, ஆ.	வந்த, வந்தன,* நடவா.

* அன் சாரியையும் பெறும்.

78. TENSES.

எஅ.—காலம் ஆவது எத்தனை வகை ஆம்?

போனகாலம், நிகழ்காலம், வருங்காலம், என மூவகையாம். இவை பகுதி, விகுதி இரண்டிற்கும் நடுவே வரும் இடைநிலைகளாற் குறிக்கப்படும்.

[நன்னூல் 382.]

☞ இடைநிலை இன்றி வழங்குவனவும் உண்டு; அவற்றைப் பின்வரும் அட்டவணைகளிற் காண்க. (C.)

79. SIGNS OF THE PAST TENSE.

எகூ.—போனகாலத்து இடைநிலைகள் எவை?

த் த்த், ந்த், ட், ற், க், இன் ஆகிய இவ்வேழும் போனகாலத்து இடைநிலைகள் ஆம். (D.)

[நன்னூல் 142.]

(C.) "க, ட, த, ற ஒற்றின் ஐம்பான் மூவிடத் திறந்தகாலந் தருந்தொழில் இடைநிலை." [இலக். வி.]

(D.) "கு, டு, து, று என்னுங் குன்றியலுகரமோ
டெ மூர் க, ட, த, ற, இறுதியும், பம்மார்
மின்னென்னீறும், வியங்கோட் பகுதியும்,
வேறு'மறையும் என்பன எதிர்வுஞ்
செய்யு'நிகழ்பெதிர்வு மெய்பெறத்தரூஉம்
இடைநிலைஎலா தென்மனார் புலவர்." [இலக். வி.]

இலக்கண வினா விடை

	பகுதி.	இடைநிலை.	விகுதி.	வினைமுற்று.
௧.	செய்	த்	என்	செய்தேன்.
௨.	படி	த்த்	என்	படித்தேன்.
௩.	நட	ந்த்	ஓம்	நடந்தோம்.
௪.	உண்	ட்	ஆய்	உண்டாய்.
௫.	பெறு	ற்	அது	பெற்றது.
௬.	தொகு	க்	அது	தொக்கது.
௭.	அனுப்பு	இன்	ஈர்	அனுப்பினீர்.

சில வினைப்பகுதிகளோடு அளபெடையும் இன்சாரியையுங் கூடி வரவும் போனகாலத்து வினைமுற்றாம்.

(உ-ம்.) தழுவு, — தழீஇனேன்.
வனை, — வனை இனேன்.
உறு, — உறீ இனேன்.

"அறன் அழீஇ அல்லவை செய்தலிற்றீதே
புறன் அழீஇப் பொய்த்து நகை.

போனகாலத்து வினைமுற்றைக் காட்டிய அட்டவணைகள்.

		I. (த் என்னும் இடைநிலை.)		II. (த்த் என்னும் இடைநிலை.)	
		பகுதி: செய்.		பகுதி: படி.	
இடம்.		ஒருமை.	பன்மை.	ஒருமை.	பன்மை.
(௧.) தன்மை. பொதுப்பால்.		செய்தேன். செய்தனென்.	செய்தோம். செய்தேம். செய்தாம். செய்தனம்	படித்தேன். படித்தனென்.	படித்தோம். படித்தேம். படித்தாம்.
(௨.) முன்னிலை. பொதுப்பால்.		செய்தாய். செய்தை. செய்தி.	செய்தீர். செய்தீர்கள். செய்திர்.	படித்தாய். படித்தை.	படித்தீர். படித்தீர்கள்.
(௩.) படர்க்கை.	ஆண்பால்.	செய்தான். செய்தனன்.	பலர்பால். செய்தார். செய்தார்கள்	படித்தான். படித்தனன்.	பலர்பால். படித்தார். படித்தனர். படித்தார்கள்.
	பெண்பால்.	செய்தாள். செய்தனள்.		படித்தாள். படித்தனள்.	
	ஒன்றன்பால்.	செய்தது.	பலவின்பால். செய்தன. செய்த.	படித்தது.	பலவின்பால். படித்தன. படித்த.

II. சொல்லதிகாரத்தில் (II.) வினையியல்.

III. (ந்த் என்னும் இடைநிலை.)

பகுதி: நட.

இடம்.		ஒருமை.		பன்மை.
(க.) தன்மை. பொதுப்பால்.		நடந்தேன். நடந்தனென்.		நடந்தோம். நடந்தனம். நடந்தாம், நடந்தேம். நடந்தனெம்.
(உ.) முன்னிலை. பொதுப்பால்.		நடந்தாய். நடந்தி.		நடந்தீர். நடந்தீர்கள். நடந்திர்.
(ங.) படர்க்கை.	ஆண்பால்.	நடந்தான். நடந்தனன்.	பலர்பால்.	நடந்தார். நடந்தனர். நடந்தார்கள்.
	பெண்பால்.	நடந்தாள். நடந்தனள்.		
	ஒன்றன்பால்.	நடந்தது.	பலவின்பால்.	நடந்தன. நடந்த.

(IV. ட் என்னும் இடைநிலை.)

பகுதி: உண்.

இடம்.		ஒருமை.		பன்மை.
(க.) தன்மை. பொதுப்பால்.		உண்டேன். உண்டனென்.		உண்டோம். உண்டனம். உண்டாம். உண்டேம். உண்டனெம்.
(உ.) முன்னிலை. பொதுப்பால்.		உண்டாய். உண்டனை. உண்டி.		உண்டீர். உண்டீர்கள். உண்டனிர்.
(ங.) படர்க்கை.	ஆண்பால்.	உண்டான். உண்டனன்.	பலர்பால்.	உண்டார். உண்டனர். உண்டார்கள்
	பெண்பால்.	உண்டாள். உண்டனள்.		
	ஒன்றன்பால்.	உண்டது.	பலவின்பால்.	உண்டன. உண்ட.

V. (ற் என்னும் இடைநிலை)

பகுதி: கல்.

இடம்.		ஒருமை.		பன்மை.
(க.) தன்மை. பொதுப்பால்.		கற்றேன்.		கற்றோம்.
(உ.) முன்னிலை. பொதுப்பால்.		கற்றாய். கற்றி. [என்றி]		கற்றீர். கற்றீர்கள்.
(ங.) படர்க்கை.	ஆண்பால்.	கற்றான். கற்றனன்.	பலர்பால்.	கற்றார். கற்றார்கள்.
	பெண்பால்.	கற்றாள். கற்றனள்.		
	ஒன்றன்பால்.	கற்றது.	பலவின்பால்.	கற்றன. கற்ற.

VI. (க் என்னும் இடைநிலை.)

பகுதி: தொகு.

இடம்.		ஒருமை.		பன்மை.
(க.) தன்மை. பொதுப்பால்.		தொக்கேன்.		தொக்கோம்.
(உ.) முன்னிலை. பொதுப்பால்.		தொக்காய்.		தொக்கீர். தொக்கீர்கள். [நகுதிர் = நக்கீர்.]
(ங.) படர்க்கை.	ஆண்பால்.	தொக்கான்.	பலர்பால்.	தொக்கார். தொக்கார்கள்
	பெண்பால்.	தொக்காள்.		
	ஒன்றன்பால்.	தொக்கது.	பலவின்பால்.	தொக்கன. தொக்க.

VII. (இன் என்னும் இடைநிலை.)

பகுதி.		அனுப்பு.
இடம்.	ஒருமை.	பன்மை.
(க,) தன்மை. பொதுப்பால்.	அனுப்பினேன். அனுப்பினென்.	அனுப்பினோம். அனுப்பினும்.
(உ,) முன்னிலை. பொதுப்பால்.	அனுப்பினாய். அனுப்பினை.	{ அனுப்பினீர். அனுப்பினீர்கள். } அனுப்பினிர்.
(ந.) படர்க்கை. ஆண்பால்.	அனுப்பினான். அனுப்பினன்.	பலர்பால். { அனுப்பினார். அனுப்பினார்கள். } அனுப்பினர்.
பெண்பால்.	அனுப்பினாள், அனுப்பினள்.	
ஒன்றன்பால்.	அனுப்பிற்று, (போயிற்று.) அனுப்பினது. அனுப்பியது. [போச்சு, போச்சுது எ-ன வழு.]	பலவின்பால். } அனுப்பின.

அப்பியாசம். (79.)

"ஆக்கம் இழந்தேம் என்றலறுவார்
ஊக்கம் ஒருவர்தம் கைத்துடையார்.—"

"சிந்தை செய்கையிற் றிகைத்தனே."

"ஏங்கினன், இளைத்தான், திகைத்தான், மனம்
வீங்கினன் விம்மினன் விழுந்தான் அரோ!"

"பெரும்பொருள்வைத்தீர்; வழங்குமின்!"

"................இதுவேண்டும் எனாமுன்
றந்தனன் என்றனன் ...."

"புண்டரீக மென் பதத்தினைப் புகழ்ந்தனன், புகழ
வண்டறு மது மாலை கைக்கொடுத்தனன், மகிழ்ந்து."

"நின்றாருந்தி வாழ்தி எனினு'நின் வாழ்நாட்கள்
சென்றன செய்வதுரை!"
[வாழ்—வாழ்ந்தேன்—வாழுவேன்.]

"பல்லான்றகேள்விப் பயன் உணர்வார் பாடழிந்
தல்லல் உழப்ப தறிதிரே!"

"இம்மேதினி புரந்தோன்."

"ஆர்த்தனர், களித்தனர், ஆடிப் பாடினர்,
வேர்த்தனர், தடித்தனர், சிலிர்த்துமெய்ம்மயிர்
போர்த்தனர், மன்னனைப் புகழ்ந்து வாழ்த்தினர்,
தூர்த்தனர் சீனிதிசொல்லினர்க்கெலாம்."

"முற்றும் உணர்ந்தனரில்லை, முழுவதூஉம்
கற்றனம் என்று களியற்க!........."

"செய்தான் இருவினையின் பயத்தைச் சேரும் சென்றென்றி,
எய்தான் பயத்தைப்பிறனே துய்த்தல் இயல்பென்றி.—"

[என், என்றேன், என்றி.]

"மிக்கார்தம் கேட்டின் கண் மேன்மையில்லாச் சிறியார் போல்
நக்காங்கே எயிறுடைந்த நறவமுல்லை; நாள்வேங்கை
தக்கார்போற் கைம்மறித்த காந்தள்; அந்தோ நகாதெனவே
தொக்கார் போற் பன்மாவும் மயிலும் தோன்றித்துளங்கினவே."

[பிரு. சகு. நரு. தொகு. 95. விள.]

"ஆழ்திரைக் கடல் அகடு கீண்டொழுகியதன்றே."

"அரசரோட மார்தம்மை அறிவரிதாயதன்றே."

"நன்றென வணங்கினர் நால்வர் ஓடினர்."

---

80. SIGNS OF THE PRESENT TENSE.

௮௰.—நிகழ்காலத்தைக் குறிக்கும் இடைநிலைகள் எவை?

கிறு, க்கிறு, கின்று, க்கின்று, ஆநின்று, ஆகிய இவ்வைந்தும் நிகழ்காலத்தைக் குறிக்கும் இடைநிலைகளாம்.

[நன்னூல். 143.]

(உ-ம்.)

	பகுதி.	இடைநிலை.	விகுதி.	வினை முற்று.
௧.	படி	கிறு	என்	படிகிறேன்.
௨.	படி	க்கிறு	என்	படிக்கிறேன்.
௩.	செய்	கின்று	ஓம்	செய்கின்றோம்.
௪.	அழி	க்கின்று	ஆன்	அழிக்கின்றான்.
௫.	நட	ஆநின்று	ஆய்	நடவாநின்றாய்.

நிகழ்காலத்து வினைமுற்றைக் காட்டிய அட்டவணைகள்.

I. (கிறு என்னும் இடைநிலை.)				II. (க்கிறு என்னும் இடைநிலை.	
பகுதி: செய்.				பகுதி: படி.	
இடம்.		ஒருமை.	பன்மை.	ஒருமை.	பன்மை.
(௧.) தன்மை. பொதுப்பால்.		செய்கிறேன்	செய்கிறோம்.	படிக்கிறேன்.	படிக்கிறோம்.
(௨.) முன்னிலை. பொதுப்பால்.		செய்கிறாய்.	செய்கிறீர். செய்கிறீர்கள்.	படிக்கிறாய்.	படிக்கிறீர். படிக்கிறீர்கள்.
(௩.) படர்க்கை.	ஆண்பால்.	செய்கிறான்.	பலர்பால். செய்கிறார். செய்கிறார்கள்	ஆண்பால். படிக்கிறான்.	பலர்பால். படிக்கிறார் படிக்கிறார்கள்.
	பெண்பால்.	செய்கிறாள்.		பெண்பால். படிக்கிறாள்.	
	ஒன்றன்பால்.	செய்கிறது. செய்கின்றது	பலவின்பால். செய்கின்றன	ஒன்றன்பால். படிக்கிறது. படிக்கின்றது	பலவின்பால். படிக்கின்றன.

III. (கின்று என்னும் இடைநிலை.)				IV. (க்கின்றுஎன்னும்இடைநிலை	
பகுதி: வாழ்.				பகுதி: நட.	
இடம்.		ஒருமை.	பன்மை.	ஒருமை.	பன்மை.
(௧.) தன்மை. பொதுப்பால்.		வாழ்கின்றேன். வாழ்கின்றனென்.	வாழ்கின்றோம். வாழ்கின்றனம். வாழ்கின்றாம். வாழ்கின்றனெம். வாழ்கின்றேம்.	நடக்கின்றேன்	நடக்கின்றோம்
(௨.) முன்னிலை. பொதுப்பால்.		வாழ்கின்றாய். வாழ்கின்றாய். வாழ்கின்றி.	வாழ்கின்றீர். வாழ்கின்றீர்கள் வாழ்கின்றனிர்.	நடக்கின்றாய்.	நடக்கின்றீர். நடக்கின்றீர்கள் நடக்கின்றனிர்.
(௩.) படர்க்கை.	ஆண்பால்.	வாழ்கின்றான். வாழ்கின்றனன்.	பலர்பால். வாழ்கின்றார். வாழ்கின்றனர் வாழ்கின்றார்கள்.	ஆண்பால். நடக்கின்றான்.	பலர்பால். நடக்கின்றார். நடக்கின்றார்கள்.
	பெண்பால்.	வாழ்கின்றாள். வாழ்கின்றனள்.		பெண்பால். நடக்கின்றாள்.	
	ஒன்றன்பால்.	வாழ்கின்றது.	பலவின்பால். வாழ்கின்றன.	ஒன்றன்பால். நடக்கின்றது.	பலவின்பால். நடக்கின்றன.

V. (ஆநின்று என்னும் இடைநிலை.)

பகுதி: போது.

இடம்.		ஒருமை.		பன்மை.
(க.) தன்மை. பொதுப்பால்.		போதாநின்றேன்.		போதாநின்றோம்.
(உ.) முன்னிலை. பொதுப்பால்.		போதாநின்றாய்.		போதாநின்றீர். போதாநின்றீர்கள்.
(ங.) படர்க்கை.	ஆண்பால்.	போதாநின்றான்.	பலர்பால்.	போதாநின்றார்.
	பெண்பால்.	போதாநின்றாள்.		போதாநின்றார்கள்.
	ஒன்றன்பால்.	போதாநின்றது.	பலவின்பால்.	போதாநின்றன.

அப்பியாசம். (80.)

"பண்புகொள் குணங்கள்தேம் பாணியிற் பாடுகின்றான்."

"கறைசெயிர் கருத்துயர்க்கடலில் வீழ்கின்றாய்."

81. SIGNS OF THE FUTURE TENSE.

அக. வருங்காலத்தைக் குறிக்கும் இடை நிலைகள் எவை?

வ், ப், ப்ப், இம்மூன்றும் வருங்காலத்தைக் குறிக்கும் இடை நிலைகள் ஆம்.

[நன்னூல் 144.]

(உ-ம்.)

	பகுதி.	இடைநிலை.	விகுதி.	வினை முற்று.
க.	செய்.	வ்	என்	செய்வேன்.
உ.	உண்.	ப்	ஓம்	உண்போம்.
ங.	நட.	ப்ப்	ஆய்	நடப்பாய்.

வருங்காலத்து வினைமுற்றைக் காட்டிய அட்டவணைகள்.

I. (வ் என்னும் இடைநிலை.)

பகுதி: செய்.

இடம்.		ஒருமை.		பன்மை.
(க.) தன்மை, பொதுப்பால்.		செய்வேன். செய்கு. செய்வல்.		சேய்வோம். செய்வம். செய்வேம். செய்தும். செய்கும்.
(உ.) முன்னிலை, பொதுப்பால்.		செய்வாய். செய்தி.		செய்வீர். செய்வீர்கள்.
(ங.) படர்க்கை.	ஆண்பால்.	செய்வான்.	பலர்பால்.	செய்வார். செய்வார்கள். செய்ப.
	பெண்பால்.	செய்வாள்.		
	ஒன்றன்பால்.	செய்யும்.	பலவின்பால்.	செய்யும். செய்வ. செய்குவ.

II. (ப் என்னும் இடைநிலை.)

பகுதி: உண்.

இடம்.		ஒருமை.		பன்மை.
(க.) தன்மை, பொதுப்பால்.		உண்பேன். உண்கு.		உண்போம். உண்கும்.
(உ.) முன்னிலை, பொதுப்பால்.		உண்பாய். உண்டி. [போதி		உண்பீர். உண்பீர்கள்.
(ங.) படர்க்கை.	ஆண்பால்.	உண்பான்.	பலர்பால்.	உண்பார். உண்பார்கள். உண்ப.
	பெண்பால்.	உண்பாள்.		
	ஒன்றன்பால்.	உண்ணும்.	பலவின்பால்.	உண்ணும். உண்ணுவ.

III. (ப்ப என்னும் இடைநிலை.)

பகுதி: நட.

இடம்.		ஒருமை.		பன்மை.
(க.) தன்மை, பொதுப்பால்.		நடப்பேன்.		நடப்போம்.
(உ.) முன்னிலை, பொதுப்பால்.		நடப்பாய். [வெள்குதி.]		நடப்பீர். நடப்பீர்கள்.
(ங.) படர்க்கை.	ஆண்பால்.	நடப்பான்.	பலர்பால்.	நடப்பார். நடப்பார்கள். நடப்ப. நடமார்.
	பெண்பால்.	நடப்பாள்.		
	ஒன்றன்பால்.	நடக்கும்.	பலவின்பால்.	நடக்கும். நடப்பன.

☞ (௧.) செய்யுளில் கு என்னுஞ் சாரியையும் வரும்.
(உ-ம்.) செய்குவேன்.

(௨.) ஒன்றன்பாலிலும், பலவின்பாலிலும் இடை நிலை கெட, உம் என்னும் விகுதி சேரும். பெரும்பாலும் பிறவினைகளிலே க்க் பகுதிக்கும் அவ்விகுதிக்கும் நடுவே வரும். விகாரமும் வருவதுண்டு?

(உ-ம்.) செய்யும், படிக்கும். ஆம், [ஆகும்.] போம், [போகும்.]
சாம், [சாகும்.] கூஉம், [கூவும்.]

அப்பியாசம். (81.)

"யாமும் அவ்வயின் வருதும்........."

"நின்று மாதவம் புரிதியே னினைவு முற்றுதி........."

"வல்லூற்றுவரில் கிணற்றின்கட் சென்றுண்பர்.—"

"மூன்றுலகினுக்கும் ஓர் இடுக்கண் மூட்டுவாள்.—"

"ஓரா அலும் ஒட்டலுஞ் செய்பவோ?"

"கெடுவல் யான் என்ப தறிக, தன்னெஞ்சம்
நடுவொரீஇ அல்லசெயின்.—"

"உள்ளத்தால் உள்ளலுந்தீதே பிறன்பொருளைக்
கள்ளத்தாற் கள்வேம் எனல்."

"அன்றறிவாம் என்னாதறஞ் செய்க."

"...............கற்பினாள்
பெற்றுக் கொடுத்த தலைமகன் போன்ம்."

[போன்ம் = போலும்.]

"...............மிதிலையார் கோமான்
புரியும் வேள்வியுங் காண்டு நாம்."

"............நின்கருத்தினை முடித்தும் என்றகன்றான்."

"சிறையால் அகப்படுத்தல் ஆகா தறைகோ."

"வள்ளை வாய்ச செழுங் கமலத்தில் வண்டு பாண் மிழற்றும்,
அன்னல் அங்கருஞ் சேற்றிடை ஆமை கண் படுக்கும்;
பன்ன நீர்ச்செழும் பணைதொறும் பணிலமுத்துயிர்க்கும்;
கன்னலா' மலர்ப்பொதும்பரிற் களிமயில் அகவும்.—''

"மலைவளம் பெரிதென்கோ யான்? வால் வளைபாய்ந்து மேயும்
அலைவளம் பெரிதென்கோ யான்? யாதென அறைவன், மாதோ?"

"படுகொலை புரிவ மாதர் படைநெடுங் குவளைக் கண்ணே!
அடிமிசை முறை யிட்டென்றும் அரற்றுவ சிலம்பே! சூழ்ந்து
கடிமது நுகர்வ அன்னோர் கருங்குழற் காமர் வண்டே!"

"வேண்டி ஈதியோ, வெஃகுதியோ, விம்மனோயால்
மாண்டு போதியோ, மறத்தியோ, எங்கனம் வாழ்தி?"

82. RULES FOR THE FORMATION OF THE THREE TENSES.

அ௨.—முக்காலங்களுக்கும் பொதுவான விதிகளெவை?

(க.) தன்வினைக்கும், பிறவினைக்கும் பொதுவாய் நிற்கும் பல வினைப்பகுதிகள், நிகழ்காலத்திலே கிறு என்னும் இடைநிலையைப் பெறும்பொழுது தன் வினையாகவும், க்கிறு என்னும் இடைநிலையைப் பெறும்பொழுது, பிறவினையாகவும் வழங்கும். அவற்றிற்கு முறையே போனகாலத்தில் ந்த் என்னும் இடைநிலையும், த்த் என்னும் இடைநிலையும், வருங்காலத்தில் வ் என்னும் இடைநிலையும், ப்ப் என்னும் இடைநிலையும் வரும்.

(உ-ம்.)

பகுதி.		நிகழ்காலம்.	போனகாலம்.	வருங்காலம்.
அழி	தன்வினை.	அழிகிறேன்	அழிந்தேன்	அழிவேன்.
	பிறவினை.	அழிக்கிறேன்	அழித்தேன்	அழிப்பேன்.

கெடு, மேய், விரி முதலியவும் அவ்வாறெனக்காண்க.

(உ.) தன்வினையாகி ங்கு, கு, ம்பு, சு, டு, து, ஈற்றிலுள்ள பகுதிகளும், பிறவினையாகி க்கு, ப்பு, ச்சு, ட்டு, ஈற்றிலுள்ள பகுதிகளும், பெரும்பாலும் நிகழ்காலத்திலே கிறு என்னும் இடைநிலையையும், போனகாலத்திலே இன் என்னும் இடைநிலையையும், வருங்காலத்திலே வ் என்னும் இடைநிலையையும் பெறும்.

(உ-ம்.)

	பகுதி.	நிகழ்காலம்.	போனகாலம்.	வருங்காலம்.
தன்வினை.	அடங்கு,	அடங்குகிறேன்,	அடங்கினேன்,	அடங்குவேன்.
பிறவினை.	அடக்கு,	அடக்குகிறேன்,	அடக்கினேன்,	அடக்குவேன்.
தன்வினை.	புலம்பு,	புலம்புகிறேன்,	புலம்பினேன்,	புலம்புவேன்.
தன்வினை.	பேசு,	பேசுகிறேன்,	பேசினேன்,	பேசுவேன்.
பிறவினை.	அனுப்பு,	அனுப்புகிறேன்,	அனுப்பினேன்,	அனுப்புவேன்.
பிறவினை.	பாய்ச்சு,	பாய்ச்சுகிறேன்,	பாய்ச்சினேன்,	பாய்ச்சுவேன்.
தன்வினை.	பாடு,	பாடுகிறேன்,	பாடினேன்,	பாடுவேன்.
பிறவினை.	காட்டு,	காட்டுகிறேன்,	காட்டினேன்,	காட்டுவேன்.

(ந.) அகர வீற்றுப்பகுதிகள் நிகழ்காலத்திலே க்கிறு என்றும், போனகாலத்திலே ந்த் என்றும், வருங்காலத்திலே ப்ப் என்றும், இடை நிலைகளைப் பெறும்.

ஆகார வீற்றுச் சில வினைப்பகுதிகளும் அவ்வாறும்.

(உ-ம்.)

பகுதி.	நிகழ்காலம்.	போனகாலம்.	வருங்காலம்.
நட,	நடக்கிறேன்,	நடந்தேன்,	நடப்பேன்.
பற,	பறக்கிறேன்,	பறந்தேன்,	பறப்பேன்.
ஏமா	ஏமாக்கிறேன்,	ஏமாந்தேன்.	ஏமாப்பேன்.

(ச.) ண், ளு ஈறுள்ள பகுதிகள் முக்காலத்திலும் முறையே கிறு, ட், வ் ஆவது, ப் ஆவது, இடை நிலைகளாகப் பெறும்.

(உ-ம்.)

பகுதி.	நிகழ்காலம்.	போனகாலம்.	வருங்காலம்.
உண்,	உண்கிறேன்,	உண்டேன்,	உண்பேன்.
ஆளு,	ஆளுகிறேன்,	ஆண்டேன்,	ஆளுவேன்.

(ரு.) ன், லு ஈறுள்ள பகுதிகள் முக்காலத்திலும் முறையே கிறு, ன், ற், வ் ஆவது, ப் ஆவது இடை நிலைகளாகப் பெறும்.

(உ-ம்.)

பகுதி.	நிகழ்காலம்.	போனகாலம்	வருங்காலம்
தின்,	தின்கிறேன்,	தின்றேன்,	தின்பேன்.
செல்லு,	செல்லுகிறேன்,	சென்றேன்,	செல்லுவேன்.
சொல்லு,	சொல்லுகிறேன்,	சொன்னேன்,	சொல்லுவேன்.

(சா.) தனிக் குறிலையணைந்த டு, று, கு, ஈறுள்ள பகுதிகள் நிகழ்காலத்திலே கிறு என்னும் இடைநிலையையும் போனகாலத்திலே ஒற்றின் மிகுதலையும், வருங்காலத்திலே வ் என்னும் இடை நிலையையும் பெறும்.

(உ-ம்.)

பகுதி.	நிகழ்காலம்.	போனகாலம்.	வருங்காலம்.
படு,	படுகிறேன்,	பட்டேன்,	படுவேன்.
பெறு,	பெறுகிறேன்,	பெற்றேன்,	பெறுவேன்.
தகு,	தகுகிறேன்,	தக்கேன்,	தகுவேன்,

(எ.) சில பகுதிகள் அவ்வவற்றிற்குரிய சில விகாரங்களைப் பெறும்.

(உ-ம்.)

	பகுதி.	நிகழ்காலம்.	போனகாலம்.	வருங்காலம்.
(௧.)	வா,	வரு-கிறேன்,	வந்தேன்,	வருவேன்.
	தா,	தரு-கிறேன்,	தந்தேன்,	தருவேன்.
(௨.)	ஏல்,	ஏற்-கிறேன்,	ஏற்றேன்,	ஏற்பேன்.
	கல்,	கற்-கிறேன்,	கற்றேன்,	கற்பேன்.
	கேள்,	கேட்கிறேன்,	கேட்டேன்,	கேட்பேன்.
	நில்,	நிற்-கிறேன்,	நின்றேன்,	நிற்பேன்.
(௩.)	இரு,	இருக்-கிறேன்,	இருந்தேன்,	இருப்பேன்.
(௪)	விள்ளு,	விள்ளு-கிறேன்,	விண்டேன்,	விள்ளுவேன்.
	ஈனு,	ஈனு-கிறேன்,	ஈன்றேன்,	ஈனுவேன்.
	போடு,	போடு-கிறேன்,	போட்டேன்,	போடுவேன்.
	கொள்ளு,	கொள்ளு-கிறேன்,	கொண்டேன்,	கொள்ளுவேன்.
(௫.)	காண்,	காண்-கிறேன்,	கண்டேன்,	காண்பேன்.
	வாழு,	வாழு-கிறேன்,	வாழ்ந்தேன்,	வாழ்வேன்
(௬.)	பெய், செய், நெய், வை, பொரு, அழு, உழு, தொழு,	கிறேன்,	தேன்.	வேன்.
(௭.)	விழு,	கிறேன்,	விழுந்தேன், வீழ்ந்தேன்.	விழுவேன்.
(௮.)	ஆகு,	ஆகுகிறேன், ஆகிறேன்,	ஆனேன், ஆகினேன். ஆயினேன்,	ஆவேன். ஆகுவேன்.
	போ,	போகிறேன், போகுகிறேன்,	போனேன், போகினேன். போயினேன், போந்தேன்.	போவேன். போகுவேன்.
(௯.)	சா,	சாகிறேன்,	செத்தேன்,	சாவேன். சாகுவேன்.
(௰.)	வே,	வேகிறேன்,	வெந்தேன்,	வேகுவேன். வேவேன்.
	நோ,	நோகிறேன்,	நொந்தேன்.	நோகுவேன் நோவேன்.

அப்பியாசம். (82.)

"விண்டு நீங்கினர் விண்ணவர், இருசுடர் மீண்ட,
எண்டிசா முகம் இருண்டது, சுழன்ற தெவ்வுலகும்.—"

[பகுதிகள்: விள்ளு. மீளு. இருளு. சுழலு.]

"மூண்டெழுபெரும் பழிமுடிக்கும் வெவ்வினை."

"......கற்றோர்க்குச்
சென்ற இடம் எல்லாஞ் சிறப்பு."

[கல், செல், சென்றேன், சென்று, சென்ற.]

"மடங் கொன்ற றிவகற்றுங்கல்வி."

"வேண்டற்க வென்றிடினுஞ் சூதினை; வென்றதூஉந்
தூண்டிற்பொன் மீன் விழுங்கி அற்று."

"நட்ட செந்நெல்." [௧௫.]

"............உவரிபுக்கொலிக்கும்..." [புகு.]

"பொருள் அற்றார் பூப்பர் ஒருகால்,
அருள் அற்றார் அற்றார், மற்றாதல் அரிது." [அறு.]

"நாச்செற்று விக்குள்மேல் வாராமுன் நல்வினை
மேற் சென்று செய்யப்படும்." [செறு.]

"கற்க கசடறக் கற்பவை, கற்றபின்
நிற்க அதற்குத் தக."

[கல். நில்.]

"............மெல்லிய வாழைக்குத்
தான் ஈன்ற காய் கூற்றம்......"

[ஈனு, ஈன்றேன், ஈன்ற.]

"............எரியிற்
சீறி வைதனர், செருக்கினர், நெருக்கினர், செறுத்தார்."

"தொழுதூண் சுவையினும் உழுதூண் இனிது."

"கல்லிடைப் பிறந்து, போந்து, கடலிடைக் கலந்த நீத்தம்."

"இங்கிப்பால் எனைத்திருடும் கள்ளனைக்
கண்டேன், கண்டேன்; இவன் பேர் நெஞ்சம்!
பொங்குற்ற நெஞ்சத்தானைநோன்
நொந்தேன்: இன்று பொன்றுவிப்பேன்.—"

[காண். உறு. நோ.]

---

83. PARADIGM OF THE VERBS.

வினா.—இம்மூன்று காலங்களும் விகுதிகளோடே வழங்குகிற அட்டவணையைச் சொல்லு.

[நன்னூல் 324. 145.]

			நிகழ்காலம்.	போனகாலம்.	வருங்காலம்.
ஒருமை.	தன்மை.		படிக்கிறேன், செய்கிறேன், படிக்கின்றனென், நடவாநின்றேன்,	படித்தேன், செய்தேன், நடந்தனென், உண்டு, [நன்னூல் 331.] வந்து,	படிப்பேன். செய்வேன். நடப்பனென். நடப்பல், உண்கு. காண்பன். வாழ்து, சென்று.
	முன்னிலை.		படிக்கிறாய், செய்கின்றாய், நடவாநின்றாய்,	படித்தாய், நடந்தனை, நடந்தி, நடந்தோய், [நன். 353.]	படிப்பாய். [நன். 335.] படிப்பை. போதி.
	படர்க்கை	ஆ-ல்.	படிக்கிறான், படிக்கின்றனன்,	படித்தான், படித்தனன்,	படிப்பான். [நன். 325.]
		பெ-ல்.	படிக்கிறாள், படிக்கின்றனள்,	படித்தாள், படித்தனள்,	படிப்பாள், [நன். 326.]
		ஒ-ல்.	படிக்கிறது, [நன். 328.]	படித்தது, சொல்லினது. சொல்லிற்று, சொல்லிட்டு.	படிக்கும். செய்யும்.
பன்மை.	தன்மை.		படிக்கிறோம், [நன். 332.]	படித்தோம், நடந்தாம், நடந்தனம், நடந்தேம், நடந்தனெம், உண்டெம், வந்தும்,	படிப்போம், வாழ்தும். செய்கும். சேறும்.
	முன்னிலை.		படிக்கிறீர்கள், படிக்கிறீர், [நன். 337.]	நடந்தீர்கள், நடந்தீர், நடந்திர், நடந்தனிர்,	படிப்பீர்கள். படிப்பீர்.
	படர்க்கை.	பலர்பால்.	படிக்கிறார்கள், படிக்கிறார், படிக்கின்றனர்,	படித்தார்கள், படித்தார், நடந்தனர்,	படிப்பார்கள். படிப்பார், [நன். 327.] நடப்பர் என்ப, என்மர். என்மனார்.
		பலவின்பால்.	படிக்கின்றன, [நன். 329.]	படித்தன, நடந்தன, நடந்த,	படிக்கும். நடப்பன. [நன். 348.]

[இவை முதனிலை, இடைநிலை, கடைநிலை என பகுத்துக் காண்க.]

84. IMPERATIVE.

௮௪.—ஏவலாவது என்ன? [நன்னூல் 335.] (E.)

ஏவலாவது கட்டளைப்பொருளுள்ள வினையாகிய முன்னிலையிடத்தையே பெறும். வினைப்பகுதியே வழக்கமாய் ஒருமை

(E.) ஏவல் ஒருமைக்கியலும், ஆய், இ, மோ;
ஏவல் பன்மைக் கீர், ஈர், மின், மினீர்.
இருமைக்கொரோவிடத்தாகும் குவ்வே. [இலக். திரட்டு.]

யேவலாம். உம் அல்லது உங்கள் புணர்ந்தால் பன்மை யேவலாம். செய்யுளிலே பல விகுதிகளையும் பெறும்.

(உ-ம்.)

ஒருமை.	பன்மை.
படி. செய்யுளில் : உரையாய். உரைமோ. உரைதி. போதி. அருள்தி. கேட்டி. (கேள் + தி.) அருளுகு. இருக்கு. [வாராய். தாராய்.]	படியும். படியுங்கள். உரையீர். உரைமின். உரைமினோ. உரைதிர். உரைதிர். [போதிர். அருள்திர்.] கேளீர். கேண்மினீர். சொல்லுமின். அருளுகு. [வம்மின். தம்மின்.]

☞ [வருங்காலத்து வினைமுற்றுகளையும் வியங்கோள் வினைமுற்றையும் ஒத்துக்காண்க.]

அப்பியாசம். (84.)

"வஞ்சமோ மகனே, உனைமாநிலம்
தஞ்சமா நீ தாங் கென்றவாசகம்."

"மைந்த, நீ கோடி எங்கள் வாழ்க்கை நாள் யாவும் என்பார்."

"கோமகற்கினிய தெய்வப் படைக்கலங் கொடுத்தி."
[கொடுத்தி = கொடு.]

"தென்காலே இனி நீக்கரும்புதியே! காண் மலர்கான் அரும்புதிரே!"

"............அரக்கியைக்
கோறி' என்றெதிர் அந்தணன் கூறினன்."

"............பெறுகென அளித்தனன் அளியால்."

"சொல்லுமின் அடிகள் நீரும் போந்த ஆறெனக்கும் என்றான்."

"............மணியாலும்
நூர்மினெடு வீதியினை!............"

85. THE OPTATIVE.

அரு.—வியங்கோளாவதென்ன?

வியங்கோளானது இருதிணை ஐம்பால் மூவிடங்களுக்கும் உரித்தாய் மரியாதை ஏவற் பொருளும் விருப்பப் பொருளுமுள்ள வினையாம். இதற்கு விகுதிகள் க, இய, இயர், அல், தல், ஆக என்பவையாம்.

[நன்னூல் 338.]

(உ-ம்.)

ஒருமை.	நான்	வாழ்க,	வாழ்வேனுக,	செய்யக்கடவேன்.
	நீ	வாழிய,	வாழ்வாயாக,	செய்யக்கடவாய்.
	அவன்	வாழியர்,	வாழ்வானுக,	செய்யக்கடவான்.
	அவள்	கொள்ளல்,	வாழ்வாளாக,	செய்யக்கடவாள்.
	அது		வாழ்வதாக,	செய்யக்கடவது.
பன்மை.	நாம்	வாழ்க,	வாழ்வோமாக	செய்யக்கடவோம்.
	நீர்	வாழிய,	வாழ்வீராக,	செய்யக்கடவீர்.
	நீங்கள்	வாழியர்,	வாழ்வீர்களாக,	செய்யக்கடவீர்கள்.
	அவர்கள்	கொள்ளல்,	வாழ்வார்களாக,	செய்யக்கடவார்கள்.
	அவை		வாழ்வனவாக,	செய்யக்கடவன.

அப்பியாசம். (85.)

"எழிநேடேழ் எனும் உலகும் எஞ்சினும்
வாழி நின் புகழ், என்று வாழ்த்தினர்.—"

"காக்க பொருளாக அடக்கத்தை."

"அடிகள் சொற்றுக என்றலும் அந்தணன் அறைவான்."

"தம்மின் மெலியாரை நோக்கித் தமதுடைமை
அம்மா பெரிதென்றகமகிழ்க! தம்மினுங்
கற்றாரை நோக்கிக் கருத்தழிக! கற்றதெல்லாம்
எற்றே இவர்க்கு நாம் என்று."

"கழனி வாழ்கென வான்முனி வித்துனர் கலிப்பு."
[வாழ்கு = வாழ்க.]

"மிகுதியான் மிக்கவை செய்தாரைத் தாந் தந்
தகுதியான் வென்று விடல்."

86. DEPENDANT VERBAL FORMS, OR ADVERBIAL PARTICIPLES.

௮௬.—வினையெச்சம் என்பன எவை?

பால் காட்டும் முற்றுவிகுதிகளைப் பெறுமல், எச்சவிகுதிகளைப்பெற்று, முக்காலத்து வினை முற்றுகளைக்கொண்டு முடிவது வினையெச்சம். வினையெச்சங்கள் மூன்றும். அவற்றுள்,

(க.) வினைப்பகுதியோடு போனகாலத்து இடைநிலையும் உகர விகுதியும் வரவும், இன் என்னும் இடைநிலையின் ஈற்றிலுள்ள ன் கெடவும் போனகாலத்து வினையெச்சமாம்.

[நன்னூல் 322. 343. 342.]

(உ-ம்.)

பகுதி.	இடைநிலை.	விகுதி.	வினையெச்சம்.
படி	த்த்	உ	படித்து.
அனுப்பு	இன்		அனுப்பி.
இருந்து.	இன்	னகரங் கெட	இருந்தி, இரீ இ.

(க.) செய்யுளிலே செய்பு, செய்யா, என்பவற்றைப் போல்வனவும் வரும்.
(உ.) ஆகி என்பது ஆய் எனவும், போகி என்பது போய் எனவும் வரும்.

அப்பியாசம். (86. க.)

"காணியயாலுஞ் சென்றேன்."

"வஞ்சித்தொழுகு' மதியிலிகாள! யாவரையும்
வஞ்சித்தோம் என்று மகிழன்மின்:
வஞ்சித்த
எங்கும் உளன் ஒருவன் காணுங்கொல், என்றஞ்சி
அங்கங் குலைவதறிவு."

"புணரி நீர் குழுந்து பூவுலகில் யாவும்
உணரினினக்கில்லை ஒப்பு..." [குழுந்து = குழ்ந்து.]

"கொங்குயிர்த்த பூந்தடத்துலாய்."
[உலாய் = உலாவி.]

"காட்டிடம் படர்ந்து போகி நாடுதொ' நாங்கள்."

"ஆக்கம் அதர் வினய்ச செல்லும் அசைவிலா
ஊக்கம் உடையான் உழை."

[வினய் = வினவி.]

"கல்லாக் கழிப்பர் தலையாயார். நல்லவை
துவ்வாக் கழிப்பர் இடைகள்..."

(உ.) பகுதியோடு போனகாலத்து இடைநிலையும், ஆல் என்னும் விகுதியும் வரவும்; பகுதியானது க்க் என்னும் இடைநிலை வந்தும் வராதும் இல், இன் என்னும் விகுதிகளை பெறவும், வருங்காலத்து வினையெச்சமாம்.

(உ-ம்.)

பகுதி.	இடைநிலை.	விகுதி.	வருங்காலத்து வினையெச்சம்.
செய்	த்	ஆல், இல், இன்,	செய்தால், செய்யில், செய்யின்.
படி	த்த்	ஆல், இல், இன்,	படித்தால், படிக்கில், படிக்கின்.
அனுப்பு	இன்	ஆல், இல், இன்,	அனுப்பினால், அனுப்பில், அனுப்பின்.

கு (க.) ஆடிய, ஆடியர், நடப்பான், செய்வான், விரிபாக்கு, நடந்தக்கால், என்பனவும் இவை போல்வனவும் வரும். உளரேல், நடப்பரேல் எனவும் வரும். (F.)

அப்பியாசம். (86. உ.)

"விண்ணின்று பொய்ப்பின்."
[பொய் + ப்ப் + இன்.]

"வானம்வறக்கு மேல்."
[வருங்காலத்துப் பெயர் எச்சத்தோடு ஏல் என்று வந்தது.]

"தன்னுயிர் நீப்பினும் செய்யற்க தான்பிறி
தின்னுயிர் நீக்கும் வினை." [வினா. 142.]
[நீ + ப்ப் + இன். = நீப்பின். ப்ப் எ-து செய்யுள் விகாரம்.]

"ஒழுக்கத்தின் ஒல்கார் உரவோர்,
இழுக்கத்தின் ஏதம் படுபாக்கறிந்து."
[படு + பாக்கு = படுபாக்கு,]

"நன்றி ஒருவற்குச் செயதக்கால்."
[செய்தக்கால் = செய்தால். இதிற் செய்த எ-து பெயர் எச்சம் ஆனால் செய்தகால் எ-து, ககரம் இரட்டிக்காமல் இருக்கவேண்டும்.]

"குன்றிக்கால்" = குன்றியக்கால். [செய்யுள் விகாரம்.]

"ஏதிலார் குற்றம் போற் றங்குற்றங் காண்கிற்பிற்
றீதுண்டோ மன்னும் உயிர்க்கு.—"
[காண் + கு + இல். 108.]

"வானுயர் தோற்றம் எவன் செய்யுந் தன்னெஞ்சந்
தான் அறி குற்றப்படின்.—"
[படு + இன் = படின்.]

"வருந்தித் தாங்கற்றன ஓம்பாது மற்றும்
பரிந்து சிலகற்பான் றொடங்கல், கருந்தனங்
கைத்தலத்த உய்த்துச் சொரிந்திட்ட சிப்பரித்தாங்
கெய்த்துப் பொருள் செய்திடல்."

"ஆடன் மான் றேர்க்குழாம் அவனி காணிய
விடுடும் உலகின் வீழ் விமானம் போன்றன."

(ங.) க்கிறு என்னும் நிகழ்காலத்து இடைநிலையைப் பெற்ற வினைப்பகுதியோடுக்க என்னும் விகுதியையும், கிறு என்னும் நிகழ்காலத்து இடைநிலையைப் பெற்ற வினைப்பகுதியோடு அ என்னும் விகுதியையுஞ் சேர்த்தால், முக்காலத்துக்கும் பொதுவான வினையெச்சமாம்.

(F.) பின் முன் கால் கடை வழி இடத்தென்னும்
அன்ன மரபிற் காலங் கண்ணிய
என்னக் கிளவியும் அவற்றியல்பெனவே.— [தொல்.]

(உ-ம்.)

பகுதி.	விகுதி.	முக்காலத்துக்கும் பொதுவான வினையெச்சம்.
படி	க்க	படிக்க.
அனுப்பு	அ	அனுப்ப.
செய்	அ	செய்ய.

☞ (க.) செய்யுளில், செய்க, செய்குப, நடப்ப எனவும் இவைபோல்வனவும் வரும்.
(உ.) வினைஎச்சம் வினைக்குறை எனவும் படும்.

அப்பியாசம். (86. ரு.)

"தந்தை மகற் காற்று நன்றி அவையத்து
முந்தி இருப்பச் செயல்."
[இரு + ப்ப் + அ = இருக்க.]

"விருப்பிலார் இல்லத்து வேறிருந் துண்ணும்
வெருக்குக் கண் வெங்கருணை வேம்பாம் ..."

87. RELATIVE VERBAL FORMS, OR ADJECTIVE PARTICIPLES.

அஎ.—பெயர் எச்சம் என்பன எவை?

பால் காட்டும் முற்று விகுதிகளைப் பெறுமல் அ, உம் என்னும் எச்சவிகுதிகளைப் பெற்றுப், பெயர்ச்சொல்லைக் கொண்டு முடியும் எச்சம் பெயரெச்சம் ஆம். பெயரெச்சங்கள் மூவகையாம். இவற்றுள்,

(க.) வினைப்பகுதியானது போனகாலத்து இடைநிலையோடு அகர விகுதியையும் பெற்றால் போனகாலத்துப் பெயரெச்சம் ஆம்.

[நன்னூல் 340.]

(உ-ம்.)

பகுதி.	இடைநிலை.	விகுதி.	போனகாலத்துப் பெயரெச்சம்.
படி	த்த்	அ	படித்த.
செய்	த்	அ	செய்த.
அனுப்பு	இன்	அ	{ அனுப்பின. { அனுப்பிய.

(க.) நடத்திய, தழீஇய என்பவை போல்வனவும் வரும்.

(உ.) ஆகின என்பது ஆயின, ஆன, ஆகிய, ஆய எனவும் வரும்.
போகின, போயின, போன என்றும் வரும்.

(உ.) வினைப்பகுதியானது நிகழ்காலத்து இடைநிலையோடு அகரவிகுதியையும் பெற்றால் நிகழ்காலத்துப் பெயரெச்சமாம்.

(உ-ம்.)

பகுதி.	இடைநிலை.	விகுதி.	நிகழ்காலத்துப் பெயரெச்சம்.
படி	க்கிறு	அ	படிக்கிற.
செய்	கிறு	அ	செய்கிற.

(௩.) வருங்காலத்து அஃறிணைப்படர்க்கை வினைமுற்று வருங்காலத்துப் பெயரெச்சமாகவும் வழங்கப்படும்.

(உ-ம்.) படிக்கும்.
செய்யும்.

☞ ஆகும் என்பது ஆம் எனவும், போகும் என்பது போம் எனவும், உலாவும் என்பது உலாம் எனவும் வரும்.

[ஒரூஉம், சாம். நன்னூல் 341.]

அப்பியாசம். (87.)

"தொழுத கையினன்."
[தொழு, தொழுதேன், தொழுத.]

"துப்பார்க்குத் துப்பாய துப்பாக்கித் துப்பார்க்குத்
துப்பாய தூஉ' மழை."
[துப்பு = நன்மை, உணவு. ஆய = ஆன.]

"நுணங்கிய கேள்வியர் அல்லார்
வணங்கிய வாயினர் ஆதல் அரிது."

[நுணங்கு, + இன் + அ. வணங்கு, + இன் + அ. னகரம் யகரம் ஆனது செய்யுள் விகாரம்.]

"உலகந் தழீஇய தொட்பம்."
[தழுவு + இன் + அ + து = தழுவினது = தழீஇயது. 95.]

"விண்ணவர் போய பின்னர்."
[போய = போன.]

" ....அப்பாற்
போன பின் பலங்கடர்க்கும் புனித மாநதியை உற்றார்."

" ....பண்டோர்
ஆறு போகிய ஆறு போம் ஆறு போன்றதுவே."

"ஊருணி நீர் நிறைந்தற்றே உலகவாம்
பேரறி வாளன் திரு."
[அவாவும் = அவாம்.]

"சாந்தனையுந் தீயனவே செய்திடினுந் தாம் அவரை
ஆந்தனையுங் காப்பர் அறிவுடையோர்."

[ஆ + கு + உம் = ஆகும், ஆம்.
சா + கு + உம் = சாகும், சாம். } செய்யுள் விகாரம்]

"வேம் என்னெஞ்சம்"
[வேம் = வேவும், வேகும்.]

"பொன்றும் போதுற்றதுற்றது போலுமே."

88. NEGATIVE VERBS. (G.)

௮௮.—எதிர்மறையாவதென்ன?

வினையின் தொழிலை மறுக்கிற வினைச்சொல் எதிர்மறை என்னப்படும். இது ஆ, இல், அல் முதலிய விகுதிகளைக் கொண்டு முடியும்.

89. FINITE NEGATIVE VERBS.

௮௯.—எதிர்மறைவினைமுற்று எவ்வாறு வரும்?

வினைப்பகுதியும் விகுதியும் இடைநிலையின்றிப் புணர்வது எதிர்மறைவினை முற்றும். இது முக்காலத்துக்கும் பொதுவாம். (H.)

[நன்னூல் 354.]

பகுதி.	விகுதி.	முக்காலத்துக்கும் பொதுவான எதிர்மறை.			
செய். படி. நட. பாடு.	என்,	ஒருமை.	செய்யேன். படியேன்.	நடவேன்.	பாடேன்.
	ஆய்,		செய்யாய். படியாய்.	நடவாய்.	பாடாய்.
	ஆன்,		செய்யான். படியான்.	நடவான்.	பாடான்.
	ஆள்,		செய்யாள். படியாள்.	நடவான்.	பாடாள்.
	ஆது, ஆ,		செய்யாது. படியாது. செய்யா. படியா.	நடவாது. நடவா.	பாடாது. பாடா.
செய். படி. நட. பாடு.	ஓம், எம்,	பன்மை.	செய்யோம். படியோம், படியேம்.	நடவோம், நடவேம்.	பாடோம்.
	ஈர், ஈர்கள்,		செய்யீர். படியீர். செய்யீர்கள். படியீர்கள்.	நடவீர். நடவீர்கள்.	பாடீர். பாடீர்கள்.
	ஆர், ஆர்கள்,		செய்யார், படியார். செய்யார்கள். படியார்கள்.	நடவார். நடவார்கள்.	பாடார். பாடார்கள்.
	ஆ,		செய்யா. படியா.	நடவா.	பாடா.

(G.) எதிர்மறைக் கிடைநிலை இன்றிஎன், எம், ஓம்,
ஆய், ஈர், ஆன், ஆள், ஆர், ஆ, அது, அ
ஐம்பான் மூவிடத் தாகும் என்ப. [தொன்னூல்.]

(H.) நிலைமொழி மறையே, வருமொழி மறையே,
இருமொழி மறையே, எனமூ வகை மறை. [இலக்கணக்கொத்து.]
(உ-ம்.) உண்ணாது வந்தான். உண்டு வாரான். உண்ணாது வாரான.

"விதிச்சொன் மறைப்பொருள் ஆகி வருநவும்,
மறைச்சொன் விதிப்பொருள் ஆகி வருநவும்,
விதிச்சொலின் முதனிலை மறைப்பொருள் பெறுநவும்,
மறைச்சொலின் முதனிலை விதிப்பொருள் பெறுநவும்
உள என மொழிகுவர் ஒரு புடை பெயரே.—"

☞ ஒவ்வொரு காலத்தையும் உணர்த்தும் எதிர்மறை வினைமுற்றுகள் ஆவன:

	போனகாலம்.	நிகழ்காலம்.	வருங்காலம்.
(க.)	நடந்திலன், நடந்திலாய்,	நடக்கின்றிலன், (முதலியவும்)	நடக்கலன்.
(உ.)	நடவாதிருந்தான், நடவாதிருந்தாய்,	நடவாதிருக்கிறான், (முதலியவும்.)	நடவாதிருப்பான்.
(ந.)	நடந்ததில்லை.	நடக்கிறதில்லை; (முதலியவும்.)	நடப்பதில்லை.

அப்பியாசம். (89.)

"தீவினையார் அஞ்சார், விழுமியார் அஞ்சுவர்
தீவினை என்னுஞ் செருக்கு."

"ஒருநாள் உணவைஒழி என்றால் ஒழியாய்;
இருநாளைக்கேல் என்றால் ஏலாய்,
ஒருநாளும்
என்னோவறியாய், இடும்பைகூர் என் வயிறே!
உன்னோடு வாழ்தல் அரிது."

"நாழி முகவாது நானாழி."

"செல்வியர் அல்லார் செவிகொடுத்துங் கேட்கலார்."
[கேட்கலர் = கேளார். கு, அல் என்பன சாரியை.]

"பெறும் அவற்றுள் யாம் அறிவ தில்லை அறிவறிந்த
"மக்கட் பேறல்ல பிற.—"

"இமைத்தநாள் எல்லை இகவா."

"ஈறினல்லறம் பார்த்திசைத்தேன், இவட்
கீறி னின் றிதுசெப்புகின்றேன் அலேன்.—"

"ஒட்டகந் தென்னங் கரும்பியானையுந் தின்கில.—"
[தின்கில = தின் + கு + இல. 125.]

"...............கடைகள்
இனிநண்ணோம் ஆரப் பெறேம்யாம் என்று
முனிவினாற் கண்பாடிலர்."

"பிணங்குவான் பேரிடர் பிணக்க கண்ணவும்
உணங்குவாய் அல்லை, நீ உறங்குவாய் என்றான்."
உணங்குவாய் அல்லை = நீ உணங்கவில்லை. 125.

"பிறந்திலன் பரதனீ பெற்றதால் என்றான்."

(உ-ம்.) அழுக்காறு. [உடன்படாமை.]
அழுக்காறாமை. [உடன்படல்.]
உள்ளங்கையின் உரோமம் முளைத்தாயின் அறிவிலான் அடங்குவான். [முளையாமை அடங்காமை எ-னத் துணிவு.]
உண்டு நடத்தலைச் செய்யான்.

90. NEGATIVE DEPENDANT VERBAL FORMS. (I.)

௯0.—எதிர்மறைவினையெச்சம் எவ்வாறாம்?

வினைப்பகுதியோடு ஆமல், ஆது, ஆமை, ஆ என்னும் விகுதிகளைச் சேர்த்தால் எதிர்மறைவினையெச்சமாம்.

(உ-ம்.)

பகுதி.	விகுதி.	எதிர்மறைவினையெச்சம்.
படி.	ஆமல், ஆமை, ஆது, ஆ.	படியாமல், படியாது, படியாமை, படியா.
அனுப்பு.		அனுப்பாமல், அனுப்பாது, அனுப்பாமை, அனுப்பா.
செய்.		செய்யாமல், செய்யாது, செய்யாமை, செய்யா.
நட.		நடவாமல், நடவாது, நடவாமை, நடவா.

இவற்றோடு இரு என்னும் துணைவினையைச் சேர்ப்பதும் உண்டு.

(உ-ம்.) படியாமலிருக்கிறேன், அனுப்பாதிருந்தான், செய்யாமலிருப்பார்கள்.

[89. வினா காண்க.]

அப்பியாசம். (90.)

"வீழ்நாள் படாஅமை நன்றாற்றின்." [153.]

[படாஅமை = படாமை, படாமல்.]

"தளரா வளர் தெங்கு." [153.]

[தளரா = தளராமல்.]

"அவன் உரைகொடாது விட்டான்." [152.]

"சுருமஞ் சிதையாமற் கண்ணோட வல்லார்க்
குரிமை உடைத்திவ் வுலகு.—" [29. 93.]

"கலங்காது கண்ட வினைக்கட் டுளங்காது
தூக்கங் கடிந்து செயல்."

[செயல். 85.]

91. NEGATIVE RELATIVE AND VERBAL FORMS.

௯௧.—எதிர்மறைப் பெயரெச்சம் எவ்வாறு வரும்?

வினைப்பகுதியோடு ஆத, ஆ என்னும் விகுதிகள் சேர்ந்தால் எதிர்மறைப்பெயரெச்சம் ஆம். (J.)

(உ-ம்.)

பகுதி.	விகுதி.	எதிர்மறைப்பெயரெச்சம்.	
படி	ஆத, ஆ	படியாத,	படியா.
நட		நடவாத,	நடவா.
அனுப்பு		அனுப்பாத,	அனுப்பா.

(I.) எதிர்மறை எச்சத் தேற்கும் விகுதி
ஆமல் ஆதாமை ஆவெனல் ஆமே.—[இலக். திரட்டு.]

(J.) "எதிர்மறைப் பெயர் எச்சத் திசை வலி இயல்பும்
ஈறு கெடின்கால் மிகுதலும் ஆகும்."

☞ (க.) அன்றியும்,

படித்திலாத, படிக்கின்றிலாத, படிக்கிலாத,
நடவாதிருந்த, நடவாதிருக்கின்ற, நடவாதிருக்கும்
எனவும், இவைபோல்வனவும் வரும்.

(உ.) ஆ என்னும் சாரியையடைய எதிர்மறைப்பெயரெச்சத்தோடு மை என்னும் விகுதி சேர எதிர்மறைத்தொழிற்பெயர் ஆகும். [94 காண்க.]

(உ-ம்.) "உருவு கண்டெள்ளாமை வேண்டும்;
உருள் பெருந்தேர்க் கச்சாணி அன்னார் உடைத்து."

அப்பியாசம். (91.)

"காக்கின் என், காவாக்கால் என்?"

"இனியார் தந் நெஞ்சத்து நோய்உரைப்ப அந்நோய்
தணியாத உள்ளம் உடையார்.—"

"மொய்ம்மாண் வினைவேர்அற வென்றெழிவான் மொழியாமுன்னம்
விம்மா அழுவாள். ...."

92. NEGATIVE IMPERATIVE.

கூஉ.—எதிர்மறை ஏவல் எவ்வாறு வரும்?

வினைப்பகுதியோடே ஏல், அல் என்னும் விகுதிகள் சேர்ந்தால் எதிர்மறைஒருமை ஏவலாம். அன்மின் என்னும் விகுதி சேர்ந்தால் அதின் பன்மையாம்.

(உ-ம்.) (K.)

பகுதி.	விகுதி.	எதிர்மறை ஏவல்.
படி.	{ ஏல், அல். { அன்மின்.	{ ஒருமை. படியேல், படியல். { பன்மை. படியன்மின்.

செய்யுளிலே செய்யற்க, கொள்ளற்க எனவும் வரும்.

வழக்கத்திலே படியாதே, படியாதேயும், படியாதேயுங்கள்,
படியாதிரு, படியாதிரும், படியாதிருங்கள் எனவும் வரும்.

வாழற்க, வாழாநுக,
வாழாதிருப்பாநுக,
வாழாதிருக்கக்கடவன்,
வாழாமலிருக்கக்கடவாள்.
} இவை எதிர்மறை வியங்கோள் வினை முற்று.

அப்பியாசம். (92.)

"ஏகல் என்பதியானும் உரைக்கிலன்."

"பயனில் சொற் பாராட்டுவானை மகனெனல்;
மக்கட் பதடி எனல்."

"அஞ்சல், அஞ்சல் என்கிலாத ஆண்மை என்ன ஆண்மையே."
[என்கிலாத = என்னாத. (என், கு, இலாத.) 491.]

(K.) "எதிர்மறை ஏவற் கேலே, அல்லே,
அன்மோ, அற்க ஆகும் ஒருமை;
ஆமின், அன்மின, அற்பீர் பன்மை." [இலக். திரட்டு.]

93. CONJUGATED NOUNS. [APPELLATIVES.]

கூகூ.—குறிப்புவினை ஆவதென்ன? (L.)

பெயராகி, வினையாகவும் வழங்கிய சொற்களாம்.

[நன்னூல் 321.]

(உ-ம்.) மூதற்ற, முதல என்பவை முதல் என்னும் பெயரால் உண்டான வினைக்குறிப்புகளாம்.
செல்வர் = செல்வத்தை உடையவர்.
வளையாய்! = வளையை உடையவளே !
இறைவ! கொடியை ! = கொடுமையையுடையவனுயிருக்கிறாய்.
நீரே! தண்ணியை. தீயே! வெய்யை,
இவை தீய. இவை நல்ல.

இவை வேற்றுமை உருபுகளையும், மூவிடத்துக்கும் ஐம்பாலுக்கும் உரிய விகுதிகளையும் பெறும். (M.)

☞ இன் சாரியை பெயர்க்கும் விகுதிக்கும் நடுவே வருவதும் உண்டு.

(உ-ம்.) [நன்னூல் 325]

	ஆண்பால்.	பெண்பால்.	ஒன்றன்பால்.	பலர்பால்.	பலவின்பால்.
(க.) தன்மை.	க. நல்லேன், அடியேன்.			நல்லேம்.	
	உ. நல்லேனை.			நல்லேமை,	
	ங. நல்லேனால்.			நல்லேமால்.	
(உ.) முன்னிலை.	க. நல்லாய், நல்லோய், இறையோய்.			நல்லீர்.	
	உ. நல்லாயை.			நல்லீரை.	
	ங. நல்லாயால்.			நல்லீரால்.	
(ங.) படர்க்கை.	க. நல்லன், கண்ணன், தீயவன், நல்லான், நல்லோன்.	நல்லள், கண்ணள், தீயவள், நல்லாள்.	நல்லது. கட்டு. தீயது. அரிது. நன்று.	நல்லவர், நல்லார். தீயோர். நல்லவர்கள், நல்லோர், [ந-ல். 353.]	நல்லவை. தீயன. தீய, அரிய.
	உ. நல்லனை.	நல்லளை.	நல்லதை.	நல்லாரை.	நல்லவற்றை.
	ங. நல்லனால்.	நல்லளால்.	நல்லதால்.	நல்லாரால்.	நல்லவற்றால்.

இவைபோல மற்றையவும் வரும்.

☞ (ச.) இவை முற்று, பெயரெச்சம், வினையெச்சம் என மூன்று வகைப்படும். வினையைப்போலப் பெயர் முதலானவை ஏற்றி மற்றொன்றை வேண்டாது நிற்பது வினைக்குறிப்பு முற்று எனப்படும்.

(L.) "வினைக்குறிப் பென்ப வினைபோல் விகுதி
பெற்றிடம் பாற்கும் பெயர்பகு பதமே."

(M.) பொருள் இடங்காலஞ் சினை குணந் தொழிலே
குறிப்புவினைவி னெறிப்படு முதனிலை.—[இலக். விள.]

(உ-ம்.)

(௧.) நேற்று / இன்று / நாளை } வில்லன். [இது குறிப்பு வினைமுற்று.]

[வில்லனாயிருக்கிறான், இருந்தான், இருப்பான் என விரித்துக்கூறில் வில்லன் எ-து பொருட்பெயர் ஆம்.]

(௨.) கரிய, கொடிய. [இவை குறிப்புவினைப்பெயரெச்சம் எனப்படும்.]
[ஆகிலும் வினா 121. காண்க.]

(௩.) நாள் அன்றிப் போனான். / காலம் இன்றி வந்தான். } [இவை குறிப்புவினைவினையெச்சம்.]

அப்பியாசம். (93.)

"வகை தெரிவான் கட்டே உலகு."
[கண் + து = கட்டு = கண்ணையுடையது.]

"உணரற் பாற்று."
[பால் + து = பாற்று = உணரும் பகுதியை யுடையது.]

"அருள்சேர்ந்த நெஞ்சினார்க் கில்லை
இருள்சேர்ந்த இன்னா உலகம் புகல்."
[நெஞ்சு + இன் + ஆர் = நெஞ்சையுடையவர்கள்.]

வெள்ளத் தனைய மலர்நீட்டம் மாந்தர்தம்
உள்ளத் தனைய துயர்வு.

[அனைய = அனை + அ
அனையது = அனை + அது.]

"மனத்துக்கண் மாசிலன் ஆதல் அனைத்தறன்;
ஆகுல நீர பிற."

[இலன் = இல் + அன் = இல்லாதவன்.
அனைத்து = அனை + து = அனையது = அவ்வளவையுடையது.
நீர = நீர் + அ = தன்மையை யுடையன.]

"அற்கா இயல்பிற்றுச் செல்வம்; அது பெற்றால்
அற்குப ஆங்கே செயல்."
[இயல்பிற்று = இயல்பு + இன் + து = இயல்பினை உடைத்து.]

"வாரம் பட்டுழித் தீயவு' நல்லவாம்;
தீரக் காய்ந்துழி நல்லவுந் தீயவாம்;
ஓரும் வையத் தியற்கை அன்றோ? என
வீரனேநெடுங் கண்ணி விளம்பினாள்.—"

"பொன்னங் கொம்பனாள்."
[அனாள் = அன்னாள் = அன்னதன்மையையுடையவள்.]

"தளை அவிழ்நறுமலர்த்தண்ணந்தாரினான்.
நளன் எனப் பெயரிய நாம வேலினான்.—"

[பெயரிய = பெயரையுடைய. வேலினான் = வேலினையுடையவன்.]

"பொரு சிலை வேனில் வேள் அனையபொற்பினன்,
அருவரை ஆம் என அகன்ற மார்பினன்.
கரைபொரு முடைதிரைக் கடல் அந்தரனையான்,
திருகு வஞ்சனக் களிறனைய சீற்றத்தான்.—"

"… …………….விசையன் என்பான்
கைஅவரஞ் சிலையினனைக் கண்டுவந்தருகு சார்ந்தான்.—"

"தேம்படு தாரினீர்க்குஞ் செல்வற்குஞ் செய்ப செய்தேன்."

"………………..ஓது நூல்
மல்குகேள்விய வள்ளல்…………….."

"பைந் துழாய்த் தெரியலாய்க்கே நல்வினைபயக்க என்பார்."

"பின்னவன் பெற்றசெல்வம் அடியனேன் பெற்றதன்றே?"
(அன் சாரியை.)

94. VERBAL NOUNS.

௯௪.—தொழிற்பெயர் என்பன எவை? (N.)

கிறு என்னும் இடைநிலையைப் பெறும் பகுதிகளோடு அல், தல், கை, வு, பு என்னும் விகுதிகளையும்; க்கிறு என்னும் இடைநிலையைப் பெறும் பகுதிகளோடு த்தல், க்குதல், க்கை, ப்பு முதலிய விகுதிகளையுங் கூட்டினால் தொழிற்பெயர்களாம்.

(உ-ம்.)

பகுதி.	விகுதி.	தொழிற் பெயர்.
படி	த்தல், ப்பு……..	படித்தல், படிப்பு.
	க்குதல், க்கை….	படிக்குதல், படிக்கை.
அறி	தல், அல்……..	அறிதல், அறியல்.
	வு .. ………..	அறிவு.
செய்	அல்………..	செய்யல்.
	கை….. ……..	செய்கை.
தொடர், முடி	பு……………..	தொடர்பு, முடிபு.

குறிப்பு (க.) இவை வினைப்பெயர் எனவும் வினையடிப்பெயர்கள் எனவும் படும்.

(உ.) இவற்றுக்கு முதனிலையாகிய வினையின் பொருளே பொருள் ஆவதன்றி வேறே பொருளில்லை.

(ங.) சொல், செல், வெல், கொள் என்னும் முதனிலைகளோடு தல் என்னும் விகுதி புணரும்பொழுது முதல் நீளுவதும் அன்றி விகாரமும் படும்.

(உ-ம்.) கொல் + தல் = கோறல்.
செல் + தல் = சேறல்.
வெல் + தல் = வேறல்.
கொள் + தல் = கோடல்.

(ச.) மை என்னும் விகுதி வினைப் பகுதியோடும் போனகால நிகழ்கால இடை நிலைகளோடும் எதிர்மறை ஆகார விகுதியோடும் மற்றைய பல விகுதிகளோடும் புணரத் தொழிற்பெயர்களாம்.

(N.) வினைப்பெயர் அனைத்தும் தொழில் எனப் படுமே. [குவலயா.]

(உ-ம்.)	தாழ்	தாழ்மை,	(வினைப்பகுதி.)
	படிக்கின்ற ...	படிக்கின்றமை,	(நிகழ்காலம்.)
	படித்த	படித்தமை,	(போனகாலம்.)
	படியா	படியாமை,	(எதிர்மறை.)
	நன்	நன்மை,	(உரிச்சொல்.)

அப்பியாசம். (94.)

"எல்லார்க்கும் நன்றும் பணிதல்."

"சிறக்க் கற்றல் சொற்றிறம்பாமை."
[கற்றல்=கல் + தல்.]

"பல்லார் பகைகொளலிற் பத்தடுத்த தீமைத்தே
நல்லார் தொடர்கை விடல்."

"வேண்டுதல் வேண்டாமை இலான்......"

"அஞ்சுவ தஞ்சாமை பேதைமை; அஞ்சுவ
தஞ்சல் அறிவார் தொழில்.—"

"அறவினை யாதெனிற் கொல்லாமை,—கோறல்
பிறவினை எல்லாந் தரும்."

"அனையவன் வரவுகேட்'டலங்கல் வீரனும்
இனிதெதிர்கொண்டுதன் னிருக்கை எய்தினன்.—"

"சொல்லுதல் யார்க்கும் எளிய.அரியவாஞ்
சொல்லிய வண்ணஞ் செயல்.—"

"கனவினும் இன்னாது, மன்னோ வினைவேறு
சொல்வேறு பட்டார் தொடர்பு."

95. PARTICIPIAL NOUNS.

கூறு.—பெயரெச்சத்தால் உண்டாகும் வினைப்பெயர்கள் எவை?

போனகால நிகழ்காலத்துப் பெயரெச்சங்களோடும் ஐம்பாலுக்குரிய விகுதிகளைக் கூட்டினால் அந்தந்தக் காலத்துக்கும் பாலுக்கும் உரித்தான பெயர்ச்சொற்கள் உண்டாகும். பகுதியோடு ப்ப், ப், வ் என்னும் இடை நிலைகளையும், ஐம்பாலுக்குரிய விகுதிகளையுங் கூட்டினால் வருங்காலத்து வினைப்பெயர்களுண்டாம்.

☞ [இவை வினையால் அணையும் பெயர் எனப்படும்.]

II. சொல்லதிகாரத்தில் (II.) வினையியல்.

(உ-ம்.)	காலம்.	பெயர் எச்சம்.	வினைப் பெயர்கள்.				
			ஆண்பால்.	பெண்.	பலர்.	ஒன்றன்	பலவின்.
	நிகழ்கா.	படிக்கிற—	படிக்கிறவன்,	— வள்,	— வர்கள்,	— து,	— வை.
	போனகா.	படித்த —	படித்தவன், [படித்தோன்.]	— வள்,	— வர்கள்,	— து,	— வை.
	வருங்கா.	படிப்ப —	படிப்பவன், [படிப்போன்.]	— வள்,	— வர்கள்,	— து,	— ப்பவை.
		செய்ப —					— ய்பவை.
		செய்வ —	செய்பவன், [செய்வோன்.]	— வள்,	— வர்கள்,	— து,	செய்குப. படுவ.

☞ (க.) படர்க்கை இடத்து வினைமுற்றும் பெயராக வழங்குவதும் உண்டு. தன்மை முன்னிலை இடத்து வினைமுற்றுஞ் சிறுபான்மையாய்ச் செய்யுளிலே அவ்வாறு வழங்கும்.

(உ-ம்.) "மலர்மிசை ஏகினான் மாணடி சேர்ந்தார்
நிலமிசை நீடு வாழ்வார்."
[எ-தில் ஏகினான், சேர்ந்தார்
என்னும் வினைமுற்றுக்கள் வினைப்பெயர்கள் ஆயின.]

வந்தேனை. செய்தாயை.—

(உ.) எதிர்மறை வினையெச்சத்தாலும் வினைப்பெயர் உண்டாகும்.

(உ-ம்.) செய்யாதவன்.
இல்லாதவன்.

(ங.) வினைப்பகுதியோடு ஞன், நன் முதலியவை சேர்ந்து வினைப்பெயர்களாம்.

(உ-ம்.) அறி .... அறிஞன்.
உழு .... உழுநர்.

(ச.) அஃறிணை வினைப்பெயர்களின் நான்காம் வேற்றுமை காரணப்பொருளைக் காட்ட மிக வழங்கும்.—

(உ-ம்.) "நாயகன் எனை நன்னெறி உய்ப்பதற்
கேதுண்டோர் பணி என்றியம்பினன்."

[உய்ப்பது + அன் + கு.]

அப்பியாசம். (95.)

"நன்றி மறப்பது நன்றன்று, நன்றல்ல
தன்றே மறப்பது நன்று."

"கற்றதனால் ஆய பயன் என்கொல், வாலறிவ
னற்றா டொழாஅர் எனின்."

[கற்றதனால் = கற்றது + அன் + ஆல்.]

"நின்றனின் அந்தணர் இல்லை, நிறைந்தோய்!— [நன். 353.]
[நிறைந்தோன் = நிறைந்தவன்.
நிறைந்தோய் = நிறைந்தவனே! [வினா 64.]

"இன்னா எனத் தான் உணர்ந்தவை
துன்னாமை வேண்டும் பிறன்கட் செயல்."

"படு பயன் வெஃகிப் பழிப்படுவ செய்யார்
நடுவன்மை நாணுபவர்."

"நிலையிற் றிரியா 'தடங்கியான் றோற்றம்
மலையினு' மாணப் பெரிது.—"

[அடங்கியான் = அடங்கினவன்.]

"...............சிறியர்
செயற்கரிய செய்கலாதார்"

[செய்கலாதார் = செய்யாதார். கு, அல்: சாரியைகள்.]

"ஆதிவேதம் பயந்தோய் நீ! அலர் பெய் மாரி அமைந்தோய் நீ!
நீதி நெறியை உணர்ந்தோய் நீ! நிகரில் காட்சிக் கிறைவோய் நீ!
நாதன் என்னப்படுவோய் நீ! நவை செய் பிறவிக்கடலகத்துன்
பாதகமலந் தொழுவேங்கள் பசையாப் 'பவிழப்பணியாயே!—

[பயந்தோய் முதலியவற்றிலும் பயந்தாய் என்னும் முற்றுவினை பெயராகி வழங்கியது. தொழுவேங்கள் என்பதில் தொழுவேம் என்னும் முற்றுவினை பெயராக வந்தது.—]

"தெருளாதான் மெய்ப்பொருள் கண்டற்றாற் றேரின்
அருளாதான் செய்யும் அறம்."

"தவஞ் செய்வார் தங்கருமஞ் செய்வார்."

"மடியிலா மன்னவன் எய்தும்
அடி அளந்தான்றாஅயதெல்லாம் ஒருங்கு."

[தாஅயது = தாவினது.]

"............செல்வியோர்
ஆர்வம் மன்னவற் காயுதம் ஆவதே."

"செய்வன பிறவுஞ் செய்தான்."

---

96. OTHER VERBAL NOUNS.

கூசா.—வினைப்பகுதிகளினாலும் மற்றைய பகுதிகளினாலும் வருகிற வேறே பெயர்கள் உண்டோ?

II. சொல்லதிகாரத்தில் (II.) வினையியல்.

வினைப்பகுதிகள் விகுதியின்றியும், வி, ஐ, கை முதலிய விகுதிகளைப்பெற்றும் பெயர்களாக வழங்குவதுமுண்டு. மற்றைய பகுதிகள் பலபல விகுதிகளை இறுதியிற் பெற்று விகுதிப்பெயர்களாக வழங்கும்.

[நன்னூல் 141.]

(உ-ம்.)

பகுதி.	விகுதி.	பெயர்ச்சொல்.
அறி, கெடு,	தல் என்னும் விகுதிகெட்டது.	அறி, கெடு.
பற,	ஐ, ...	பறவை.
வகு,	ஐ, ப்பு, ...	வகை, வகுப்பு.
தொடு,	இ, ...	தொடி.
கல்,	வி, ...	கல்வி.
ஒழுக்கு,	அம், ...	ஒழுக்கம்.
உடு,	ஐ, க்கை, ப்பு, ...	உடை, உடுக்கை, உடுப்பு.
அறை,	... ...	அறை.
பொறு,	ஐ, ...	பொறை.
அறி,	ஞன், ...	அறிஞன்.
கெடு,	தல் என்னும் விகுதி கெட்டு முதனிலை விகாரப்பட்டது. ...	கேடு.
பெறு,	விகாரம், ...	பேறு, [பேர்.]
கொள்,	விகாரம், ...	கோள்.
படு,	விகாரம், ...	பாடு.
உண்,	விகாரம், ...	ஊண்.
இடு,	... ...	ஈடு.
விடு,	தி, விகாரம்.	விடுதி, வீடு. [கெடுதி.]
ஒடு,	அம், தோன்றல்விகாரம். ...	ஓட்டம்.
ஊர்,	இ, ...	ஊரி.
உதவு,	இ, ...	உதவி.
ஓர்,	ச்சி, ...	ஓர்ச்சி.
வீசு,	தோன்றல்.	வீச்சு.
தின்,	... ...	தீன்.
ஆள்,	சி, ...	ஆட்சி.
நல்,	மை, ...	நன்மை.
தொல்,	ஐ, ...	தொல்லை.
மாண்,	பு, ...	மாண்பு.
நன்,	கு, றி, ...	நன்கு. நன்றி.
நல்,	அம், ...	நலம்.

இவற்றள். (க.) ஐ விகுதி செயப்படுபொருளை உணர்த்திவரும்.

(உ-ம்.) கொடுக்கப்பட்டது = கொடை.

(உ.) இ விகுதி வினைமுதற்பொருளை உணர்த்திவரும்.

(உ-ம்.) "சினம் என்னும் சேர்ந்தாரைக் கொல்லி,
இனம் என்னும் ஏமப்புணையைச் சுடும்."

[கொல்லுகின்றது = கொல்லி.]

(ங.) அம் விகுதி செயப்படுபொருளையும், உண்டாக்கப்பட்டதையும் உணர்த்திவரும்.

(உ-ம்.) ஆக்கப்பட்டது = ஆக்கம்
அகத்தியனாற் செய்யப்பட்ட நூல் = அகத்தியம். (௦.)

---

97. KINDS OF VERBS.

௯௭.—மேற்காட்டிய வினைச்சொல் எத்தனை வகையாம்?

தெரிநிலைவினைகள் என்றும், குறிப்புநிலைவினைகள் என்றும் இருவகை ஆம்.

[நன்னூல் 320, 321.]

---

98. VERBS INDICATING DIFFERENCE OF TIME.

௯௮.—தெரிநிலைவினை ஆவதெது?

குறிப்புவினைஅன்றிக் காலந்தெரிகின்ற வினைகள்யாவுந் தெரிநிலைவினைகள் ஆம்.

[நன்னூல் 321.]

(உ-ம்.) நட, வா, நடப்பி, வருவி.

☞ இவை வேற்றுமை கொள்ளாமல் இடைநிலை முதலியவைகளாற் காலந் தெரிய நிற்பன தெரிநிலைவினைகள் ஆம்.

---

99. CLASSES OF VERBS.

௯௯.—அத்தெரிநிலைவினைகள் எவ்வாறு வகுக்கப்படும்?

செயப்படுபொருள் குன்றிய வினைகளும், செயப்படுபொருள் குன்றாத வினைகளும்; தன்வினை, பிறவினைகளும்; செய்வினை, செயப்பாட்டு வினைகளும்; விதிவினை, மறைவினைகளுமாக வகுக்கப்படும்.

(௦.) முதனிலை இன்றியுந் தொழிற்பெயர் மொழிகுவர். [இலக்கணக்கொத்து.]
(உ-ம்.) பூசல்.

ஆழும் உறுதலால் ஆழி என்றோதுக.

பறத்தற் றொழிலாற் பறவை எனப்படும்.

திரையப் படுதலாற் றிரை எனச் செப்புக.

தோழமை கொளலாற் றோழி எனச் சொலே.

இழைக்குந் தொழிலால் இழை எனப்படுமே.

வேட்டைக்குப் பகுதி வேண், அவர் ஆகும்.

கூறப்படுத்தலாற் கூற்றெனப்படும். (பேர் அகத்.)

100. INTRANSITIVE VERBS.

௧௦௦.—செயப்படுபொருள் குன்றிய வினைகள் எவை?

செயப்படுபொருளை உணர்த்திய இரண்டாம் வெற்றுமையை வேண்டாத வினை செயப்படுபொருள் குன்றிய வினை ஆம்.

(உ–ம்.) நடந்தான்; இதை நடந்தான் என வாரது.

101. TRANSITIVE VERBS.

௧௦௧.—செயப்படு பொருள் குன்றாத வினைகள் எவை?

செயப்படுபொருளை உணர்த்திய இரண்டாம் வேற்றுமையை வேண்டிவரும் வினை செயப்படு பொருள் குன்றாத வினை ஆம்.

(உ–ம்.) கொன்றான்; மிருகத்தைக் கொன்றான் என வரும்.

☞ முடித்தான் எ–து பகைவரால் முடித்தான் என்றும், பணத்தை முடித்தான் என்றும், இரண்டிலும் வழங்கும்.

102. VERBS DENOTING DIRECT ACTION, TRANSITIVE OR INTRANSITIVE.

௧௦௨.—தன்வினை ஆவதென்ன?

தன் கருத்தாவாகிய எழுவாயின் செய்கையைக் காட்டுவது தன்வினை ஆம்.

(உ–ம்.) நடந்தான். அளித்தான்.

103. VERBS CAUSAL.

௧௦௩.—பிறவினை ஆவதென்ன? (P.)

தன் எழுவாயல்லாத பிற கர்த்தாவின் செய்கையைக் காட்டுவது பிறவினை ஆம். அது வி, ப்பி, த்து, ச்சு என்னும் விகுதிகளில் ஒன்றேனும் இரண்டேனும் பெற்று வரும். சில வேளை மெல்லெழுத்து வல்லெழுத்தாகத் திரியவும், வல்லெழுத்து இரட்டிக்கவும் வரும்.

[நன்னூல் 138.]

(உ–ம்.) (க.) நடப்பி—க்கிறான், செய்விக்கிறான், நடத்து—கிறான், பாய்ச்சுகிறான், } என ப்பி, வி, த்து, ச்சு, என்னும் விகுதிகள் வந்தது காண்க.

(உ.) எழுப்பு—கிறான், அடக்கு—கிறான், } என எழும்பு, அடங்கு என்னும் வினைப்பகுதிகளில் மகரம் பகரமாகவும், ஙகரம் ககரமாகவும் விகாரப்பட்டது காண்க.

(ங.) உருக்கு—கிறது, அழி—க்கிறது, } என உருகு, அழி என்னும் வினைகளில் ககரம் இரட்டித்தது.

(P.) "முன்னர் ஓதிய முதனிலை இறுதியின்
விப்பி எனபவற் றொப்பதுதனிவரின்
ஏவல் வினைமுதற் றெரிநிலை வினையின்
மேவருபகுதி ஆம் என மொழிப.—" (இலக். வி.)

அப்பியாசம். (103.)

"முழுதும் வேலையை முற்றுவித்தாசனு' முடிந்தான்."

"மெய்யுணர்ந்தார் பொய் மேற் புலம் போக்கார்."

---

104. ACTIVE VERBS.

கoச.—செய்வினையாவதென்ன?

எழுவாய்க் கருத்தாவைக் கொண்டுவந்து செய்கையைக் காட்டுவது செய்வினை ஆம்.

(உ-ம்.) கொற்றன் கட்டினான்.

---

105. PASSIVE VERBS.

கoரு.—செயப்பாட்டுவினை ஆவதென்ன?

செயப்படுபொருள் குன்றாத வினைகளின் முக்காலத்துக்கும் பொதுவான வினையெச்சத்தோடு படு என்னும் வினைப்பகுதியைச் சேர்த்தாற் செயப்பாட்டுவினையாகி, மூன்றாம் வேற்றுமைக் கர்த்தாவைக் கொண்டு வரும். [வினு. 124. க.]

(உ-ம்.) நடப்பிக்கப்படுகிறேன். இவ்வீடு கொற்றனால் கட்டப்பட்டது.
உண்ணப்படுகிறது.

(க.) உண் எனனும் பகுதி சிலவினைப் பகுதிகளோடே சேர்ந்து செயப்பாட்டு வினையாம்.

(உ-ம்.) அடியுண்டான்.
தள்ளுண்பான்.

(உ.) சில பெயர்ச்சொற்களும் படு என்னும் வினையடியோடு சேர்ந்து வினைச்சொல்லாய் வரும்.

(உ-ம்.) ஆசை + படு = ஆசைப்பட்டான்.
துன்பம் + படு = துன்பப்பட்டான்.

(ங.) எனவும்படும் என்பனபோல உம் என்பது சிறபான்மையாய் இடையிலே வரும்.

---

106. AFFIRMATIVE AND NEGATIVE VERBS.

கoசா.—விதிவினை, மறைவினை என்பவை எவை?

வினையின் செய்கையை உண்டென்று நிச்சயிக்கிற வினை விதிவினை எனவும், உடன் பாட்டுவினை எனவும் அறைவினை எனவும் படும். அச்செய்கையை மறுக்கிற வினை மறைவினை எனப்படும்.

(உ-ம்.) நடந்தேன், எ-து விதிவினை.
நடவேன், எ-து மறைவினை.

III. PARTICLES.

III. இடைச்சொல்லியல்.

[நன்னூல் II. (IV.) இடையியல் 420–441.]

107. CLASSES OF PARTICLES.

க0எ.—இடைச்சொற்கள் எத்தனை வகை ஆம்?

(க.) வேற்றுமை உருபுகளும், (உ.) விகுதி உருபுகளும், (ங.) இடைநிலை உருபுகளும், (ச.) சாரியைகளும், (ரு.) உவமைச்சொற்களும், (சு.) தத்தம்பொருளை உணர்த்திய சொற்களும், (எ.) இசை நிறைக்கிற சொற்களும், (அ.) அசை நிறைக்கிற சொற்களும்; ஆக இடைச்சொற்கள் எட்டு வகை ஆம்.

[நன்னூல் 420.]

108. INCREMENTS. (Q.)

க0அ.—சாரியைகளெத்தனை?

அன், ஆன், இன், அல், அற்று, இற்று, அத்து, அம், தம், நம், நும், ஏ, அ, உ, ஐ, கு, ன், இப்பதினேழுஞ் சாரியைகளாம்.

[நன்னூல். 243, 244.]

(உ-ம்.) மூன்று + கால் = மூன்றேகால், என்பதில் ஏ சாரியை வந்தது.
மனிதன் + கு = மனிதனுக்கு, என்பதில் உ சாரியை வந்தது.
மற்றவையும் இவ்வாறே.

அப்பியாசம் (108.)

"ஆற்றங் கரையின் மரமும், அரசறிய
வீற்றிருந்த வாழ்வும் விழும், அன்றே?"

109. WORDS OF COMPARISON.

க0கூ.—உவமைச் சொற்கள் எவை?

போல், போல, ஒப்ப, மான, நேர், நேர, நிகர, அனைய, அற்று, அன்ன, புரை, புரைய, உறழ முதலியவும் உவமைச் சொற்கள் ஆம்.

(உ-ம்.) இதைப்போல, அதற்கொப்ப.

(Q.) சாரியை ஆவதென்ன?
ஒரு பதத்தின் முன் வேறொரு பதமாவது, ஒரு விகுதியாவது, வேற்றுமையின் உருபாவது, வந்து சேரும்பொழுது இடையில் அர்த்தம் இன்றித் தோன்றும் இடைச்சொல் சாரியை என்னப்படும்.

(உ-ம்.) நடந்தனன். (அன்சாரியை: விகுதிப் புணர்ச்சி.)
புளியமரம். (அம்சாரியை: பதப்புணர்ச்சி.)
மரத்தை. (அத்துச்சாரியை: உருபுப்புணர்ச்சி.)

☞ (க.) இவற்றுள், வினை எச்சங்களாகி, உவமைச் சொற்களாக வழங்குவன அவற்றவற்றிற்குரிய வேற்றுமைகளைக் கொள்ளும்.

(உ.) ஆங்கு, போல என்று பொருள் கொடுக்கும்.

(உ-ம்.) "மறை வழிப்பட்ட பழிமொழி தெய்வம்
பறை அறைந்தாங் கோடிப் பரக்கும்!"

(௩.) போல் என்பதனோடு ஆ என்பது வருவதும் உண்டு.
வழக்கத்திலே, செய்திருப்போல, செய்தாப்போல் எனவரும்.

(௪.) ஆறுப்போல, முதலியவற்றில் போல வருங்காலத்து வினை எச்சத்தோடுஞ் சேரும்.

அப்பியாசம். (109.)

"முருந்துறழ் மூரலர்த்'மிருதிவை மொழியலாமோ?"

"வண்டுதொடர் நறுந்தெரியல் உயிர் அனைய கொழுநர்."

"குன்றுறழ் வரிசிலை கொணர்மின் ஈண்டென."

"கொடியன மகளிர்."

[அன = அன்ன.]

110. PARTICLES OF VARIOUS MEANINGS.

கக0.—தத்தம் பொருளை உணர்த்திய இடைச்சொற்களெவை?

ஏ, ஓ, ஆ, உம், என, என்று, என்பவன், என்பது, ஆனவன், ஆனது, ஆவது, முன், பின், கீழ், மேல், என்ரு, எனு, அந்தோ முதலியவுந் தத்தம் பொருளைக் காட்டிய இடைச்சொற்கள் ஆம்.

[நன்னூல் 421.]

☞ (க.) இவற்றுள், என, என்று, என்ரு, எனு ஆகிய நான்கும் வினை எச்சங்களாம். என்பவன் முதலிய ஐந்தும் வினையால் அணையும் பெயர்கள் ஆம். [57. 86. 96. காண்க.]

(உ.) தோறும், தொறும், என்பன காலத்தையும் இடத்தையுங் குறிக்கும்.

(உ-ம்.) "தாதுகு சோலை தோறும் சண்பகக் காடு தோறும்,
போதவிழ் பொய்கை தோறும், புதுமணற் றடங்க டோறும்,
மாதவி வேலிப் பூக வனந்தொறும், வயல்க டோறும்,
ஓதிய உடம்பு தோறும் உயிர் என உலாய தன்றே."

111. USES OF ஏ.

ககக.—ஏகாரம் எத்தனை பொருளைத் தரும்?

ஏ அறுவகைப் பொருளையுந் தரும். அவையாவன:

(க.) பிரித்தல். (உ-ம்.) அவனே தந்தான். [ஒரு கூட்டத்திலிருந்து ஒருவனைப் பிரித்து நிற்கும் பிரிநிலை.]
(உ.) வினு. (உ-ம்.) நீயே தந்தாய்? [நீயா தந்தாய் என வினுவிநிற்கும்.]
(௩.) எண். (உ-ம்.) நிலமே சலமே தீயே வளியே. [எண்ணி நிற்கும்.]
(௪.) ஈற்றசை. (உ-ம்.) பகர்ந்தனனே. [ஒருபொருளும் இன்றி ஈற்றிலே நிற்கும்.]
(௫.) தேற்றம். (உ-ம்.) சன்மார்க்கருக்கே புகழ். [உண்டென்பதற்குச் சந்தேகம்இல்லை.]
(௬.) இசை நிறை. (உ-ம்.) ஏயே இவள் ஒருத்தி. [பொருளின்றி இசைநிறைத்து நிற்கும்.]

அப்பியாசம். (111.)

"எல்லா விளக்கும் விளக்கல்ல; சான்றோர்க்குப்
பொய்யா விளக்கே விளக்கு."

"..........யாரே
அழுக்கழுக்கு செய்வார் ?"

"வெறுப்ப வெறுப்பச் செயினும் பொறுப்பரே
தாம் வேண்டிக் கொண்டார் தொடர்பு."

"நன்றுணர்வினொடு கூடி நகர்வுடைமை
வென்றுலகே ஒக்கும் விழைவிற்று."

112. USES OF ஓ.

கக௨.—ஓகாரம் எத்தனை பொருளைக் காட்டும்?

ஓ எட்டுப் பொருளையுங் காட்டும். அவையாவன:

[நன்னூல் 423.]

(க.) பிரித்தல். (உ-ம்.) அவனோ செய்தான். [பலரிலிருந்தும் ஒருவனைப் பிரித்தல்.]
(உ.) ஒழியிசை. (உ-ம்.) வேலைசெய்யவோ போகிறாய்? [சும்மா இருக்கப்போகிறாய் என ஒழிந்த பொருளைத் தரும் ஒழியிசை.]
(௩.) எதிர்மறை. (உ-ம்.) நானோ சொன்னேன்? [நான் சொல்லவில்லை.]
(௪.) வினா. (உ-ம்.) அவனோ?
(௫.) தெளிவு. (உ-ம்.) நன்றோ அன்று, தீதோ அன்று. [அத்தன்மை இல்லாமை தெரியும் இடத்துத் தெளிவு.]
(௬.) கழிவு. (உ-ம்.) சைதல் இன்றி நல்லறஞ் செய்தாரோ, உயிர் உய்யும். [கழிவிரக்கப் பொருள்.]
(௭.) சிறப்பு. (உ-ம்.) ஓ ஓ பெரியவன் ! ஓ ஓ சிறியன்!
(௮.) அசைநிலை. (உ-ம்.) ஓ ஓ உவமன் !

அப்பியாசம். (112.)

"ஒரோ விடத்து," [சில விடத்து, சிறுபான்மையாய்.]
(ஒரு, ஓ, இடத்து.)

"எவ்வுயிருங்காக்க ஒரு ஈசன் உண்டோ, இல்லையோ ?
அவ்வுயிரில் யான் ஒருவன் அல்லவோ ?"

"கருதிய ஆகுமோ கருமம்."

"செல்வனை இன்று நாடிச் சேவடி தொழுதல் ஒன்றோ,
அல்லதின் வுடம்பு நீங்கி வேற்றுல கடைதல் ஒன்றோ,
எல்லையில் இரண்டில் ஒன்றே இப்பகல் முடிப்பன் யானே."

"சிறப்பினுஞ் செல்வமும் ஈனும்,
அறத்தினூஉங் காக்கம் எவனோ உயிர்க்கு."

113. USES OF உம்.

கக௩.—உம் என்பது எத்தனை பொருளைக் காட்டும்?

உம் என்பது எட்டுப்பொருளையுங் காட்டும். அவையாவன:

[நன்னூல் 425. 428. 399.]

(க.) எதிர்மறை. (உ-ம்.) வருதலுந் தீது. [வாராமையுந் தீது.]
(உ.) சிறப்பு. (உ-ம்.) குறவரும் மருளுங் குன்றம்.
(ங.) ஐயம். (உ-ம்.) பத்தானாலும், எட்டானாலும்.
(ச.) எச்சம். (உ-ம்.) சாத்தனும் வந்தான். [கொற்றன் வந்ததும் அன்றி.]
(ரு.) முற்று. (உ-ம்.) தமிழ் நாட்டு மூவேந்தரும் வந்தார். [முற்றுப் பொருளைத்தரும்.]
(சா.) எண். (உ-ம்.) பொன்னும் வெள்ளியும் ஈயமும்.
(எ.) தெளிவு. (உ-ம்.) அரசனும் அல்லன், மந்திரியும் அல்லன். [இன்னதென்று தெரிந்த இடத்தில் நிற்கும் தெரிநிலை.]
(அ.) ஆக்கம். (உ-ம்.) பாலே மருந்தும் ஆயிற்று. [உணவும் ஆயிற்று.]

☞ (க.) ஐந்தாம் வேற்றுமையோடு உம் சேர்ந்தால் ஒப்புப்பொருளுடன் சிறப்புப்பொருளையும் இழிவு பொருளையும் தரும்.

(உ-ம்.) "அமிழ்தினும் ஆற்ற இனிதே தம்மக்கள்
சிறுகை அளாவிய கூழ்."

☞ (உ.) "மற்றவன் சொன்ன வாசகங் கேட்டலும்."

[கேட்டலும் = கேட்ட உடனே.]

சில விடத்து உம் என்பது உடனே என்றர்த்தங்கொள்ளும்.

அப்பியாசம். (113.)

"தானந் தவம் இரண்டும்."

"கணமேயுங் காத்தல் அரிது."

"நாடென்றும் வாழக் கேடொன்றும் இல்லை."

"இன்னா செய்தார்க்கும் இனியவே செய்யாக்கால்
என்ன பயத்ததோ சால்பு?"

114. SIGNS OF QUOTATION. என, என்று.

௧௧௪.—என, என்று இவ்விரண்டும் எத்தனை பொருளைத் தரும்?

என, என்று ஏழு பொருளையுந் தரும். அவையாவன:

[நன்னூல் 424. 429, 430.]

(க.) உவமை. (உ-ம்.) கொடும்புலி பாய்ந்தெனப் பாய்ந்தான்.
(உ.) எண். (உ-ம்.) ஒன்றென, இரண்டென இவ்விரண்டும் இவ்வாறு வழங்கும்.
(ங.) குணம். (உ-ம்.) வெள்ளென விளங்கிற்று.
(ச.) வினை. (உ-ம்.) கொள்ளெனக் கொண்டான்.
(ரு.) பெயர். (உ-ம்.) உறையூர் என்று சொல்லப்படுவது. [ஊரினது பெயர்.]
(சா.) இசை. (உ-ம்.) ஒல்லென ஒலித்தது.
(எ.) குறிப்பு. (உ-ம்.) பொள்ளென வந்தான்.

☞ செய்யுளிலே என்று, எனா, ஓடு என்னும் இடைச்சொற்களும் எண்ணுப் பொருளிலே வரும்.
[நன்னூல் 428. 9.]

அப்பியாசம். (114.)

"பூசனை கூந்தல் மாதர் பொம்மெனப் புகுந்து மொய்த்தார்."

"பெய்யெனப் பெய்யு' மழை."

"ஈன்ற பொழுதிற் பெரிதுவக்குந் தன் மகனைச்
சான்றோன் எனக் கேட்டதாய்."

115. EUPHONIC PARTICLES.

௧௧௫.—இசைநிறை ஆவதென்ன?

அர்த்தம் இன்றி ஓசை நிறைப்பதற்கு மாத்திரம் வரும் இடைச்சொல் இசைநிறை என்பதாம்.

[நன்னூல் 436.]

(உ-ம்.) சொல்லேன் றெய்ய என்பதில் தெய்ய என்பது வெறும் இசை நிறையாம்.

116. REDUNDANT PARTICLES.

௧௧௬.—அசைநிலை ஆவதென்ன?

அர்த்தம் இன்றி அசை நிறைப்பதற்குமாத்திரம் வரும் இடைச்சொல் அசைநிலையாம்.

(உ-ம்.) கற்றதனால் ஆய பயன் என் கொல் என்பதில் கொல் என்பது வெறும் அசைநிலையாம்.

அப்பியாசம். (116.)

"யாதானு' நாடாம் ஆல், ஊராம் ஆல், என்னொருவன்
சாந்துணையுங்கல்லாத ஆறு?"

[ஆல் இரண்டும் அசைநிலை. 59. 86. (2) ஒத்துப்பார்க்கும் பொழுது ஆல் என்பது காரணத்தைக்காட்டும் என்று விளங்கும். இதிலும் அந்தப்பொருளைப் பெறுதோ?]

117. VARIOUS INTERJECTIONS.

௧௧௭.—இரக்கஇடைச்சொற்களும், அச்சஇடைச்சொற்களும், இகழ்ச்சிஇடைச் சொற்களும், அதிசயஇடைச்சொற்களும் எவை?

ஆஅ, ஓஒ, அந்தோ, ஐயோ, அன்னோ, அச்சோ, முதலியவை இரக்கத்தையும்; கூ, கூகூ, ஐயோ, ஐயையோ, முதலியவை அச்சத்தையும்; ஏஎ, சீ, முதலியவை இகழ்ச்சியையும்; ஓகோ, ஓஒ, அகா, அம்மா, முதலியவை அதிசயத்தையுங் காட்டுகிற இடைச்சொற்களாம்.

[நன்னூல் 438.]

அப்பியாசம். (117.)

"கல்லாத புல்லியனேன் சீசீ நான் அகலாதல் காணு நாட்கள்
எல்லாம் போயின போம் ஆல் இறவாதொன் றேனு, நன்றும் எழினுட் காணேன்."

IV. QUALIFYING WORDS: ADJECTIVES AND ADVERBS.

IV. உரிச்சொல்லியல்.

[நன்னூல் II. (IV.) 442. 460.]

118. KINDS OF QUALIFYING WORDS.

கக௮.—உரிச்சொல் எத்தனை வகை ஆம்?

பெயர்உரிச்சொல் என்றும் வினைஉரிச்சொல் என்றும் இரு வகை ஆம். [நன்னூல் 442.] (R.)

119. ADJECTIVES.

ககக.—பெயர் உரிச்சொல் எவ்வாறும்?

(க.) சில விடத்து, பெயர் ஆனது உரிச்சொல் ஆக வரும்.

(உ-ம்.) பொற்சிலை என்பதில், பொன் என்னும் பெயர்சசொல்லானது குணத்தைக்காட்டிய உரிசசொல்லாக வந்தது. [150. காண்க.]

(உ.) சில விடத்து, உள்ள, ஆன என்னும் பெயரெச்சங்கள் புணர்வதினுற் பெயர்ச்சொல் உரிச்சொல்லாக நிற்கும்.

(உ-ம்.) அறிவுள்ள மனிதன், செம்மையான பாதை.

(ங.) சில பெயர்கள் ஈறு கெட்டுந் திரிந்தும் உரிச் சொல்லாகும். [நன்னூல் 26. 68. காண்க.]

(உ-ம்.) மரம், மரக்கொம்பு. ஆடு, ஆட்டுக்கால்.
எருது, எருத்துமாடு. [இவை ஆறும் வேற்றுமையின் தொகை என்று சொல்வதுந் தகும்.]

(ச.) சில சொற்கள் இயல்பாய் உரிச்சொல்லாம்.

(உ-ம்.) பல, நல, சில, புது.

அப்பியாசம். (119.)

"வலி வழங்கு' மல்லன் மாஞாலம்."

"கல்லாதவரு' நனி நல்லர் கற்றூர் முற்
சொல்லாதிருக்கப் பெறின்.—"

"மரணடி."

"கண்ணோட்டம் என்னுங்கழி பெருங்காரிகை."

(R.) உரிச்சொல்லென்ப உரியபற் குணசொல்
ஆகிப்பெயர்வினை அணைந்து வருமே. [தொல்.]

120. ADVERBS.

கஉ0.—வினையுரிச் சொல் எவ்வாறாம்?

(க.) சில வினையெச்சங்கள் வினையுரிச்சொல்லாக வழங்கும்.

(உ-ம்.) சாலப்பேசினான், நனி வருந்தினான்.

(உ.) சில பெயர்ச்சொல்லோடே ஆய் என்னும் வினையெச்சம் புணர்வதினால் வினையுரிச் சொல்லாகும்.

(உ-ம்.) சந்தோஷமாய்ப் பேசினான்.
[ஆக, ஆ என்பவைகளையும் பெறாவரும்.]

சந்தோஷமாகப் பேசினான்.
நன்மையாச் சொன்னான்.
சந்தோஷமுள்ளவனாய்ப் பேசினான்.
சந்தோஷமுடையவனாய்ப் பேசினான்.
எனவும் வரும்.

☞ ஆய் = ஆகி. [வினா 86.]

பாலகனாய் அஞ்ஞானத் தழுந்துவன்; நற் காளை யாய்ப் பாவைமாரார்
சாலவருந்துவன்; விருத்தன தாளுகிக் குடும்பத்தாற் றளர்ந்து சாவன்;
ஏல இவன் எக்காலத் தென் செய்வான்? மாயக் கூத்திருந்த ஆறே
ஞாலம் எலாம் ஆடரங்காய்ப் பொறிமேளமாய் மனப்பேய் நடிக்கும் அன்றே.

(௩.) சில வினையின் பகுதியானது வினை உரிச்சொல்லாக வழங்கும்.

(உ-ம்.) கழி மிகவும்.

அப்பியாசம். (120.)

"ஆலயந்தொழுவது
சாலவு' நன்று."

"காலை செய்வோம் என்றறத்தைக் கடைப்பிடித்துச
சாலச் செய்வாரே தலைப்படுவார்."

"கடலில் அலைபோல மெய்யாய் இல்லை."

"...................... ... மெய்
காப்பே நிலையாப் பழிநாண, நீள்கதவாச
சேர்ப்பார், நிறைத்தாழ் செறித்து.—"

"நீளொழ்வார்."

121. SOME PECULIAR FORMATIONS.

கஉக.—சிறு, பெரு, குறு, கரு முதலிய உரிச்சொற்கள் எவ்வாறு வழங்கும்?

(க.) சில விடத்து, விகாரமின்றி வழங்கப்படும்.

(உ-ம்.) சிறு கலம்.

(உ.) சில விடத்து, ஒற்று இரட்டிக்கும்.

(உ-ம்.) சிறு, + இன்பம் = சிற்றின்பம்.
குறு, + இயல் = குற்றியல்.
குறு, + ஏவல் = குற்றேவல்.
பசு, + அரிசி = பச்சரிசி.

(௩.) சிலவிடத்து, குறில் நெடிலாகும்.

(உ-ம்.) பெரு + இன்பம் = பேரின்பம்.
கரு + மேகம் = கார்மேகம்.
சிறு + அடி = சீறடி.

(௪.) சில விடத்து, மகரந்தோன்றும்.

(உ-ம்.) அரு + பொருள் = அரும் பொருள்.
பெரு + கடல் = பெருங் கடல்.
கொடு + கூற்றம் = கொடுங் கூற்றம்.

(௫.) சில விடத்து, ஈற்றுகரங்கெட இய என்னும் விகுதி தோன்றும்.

(உ-ம்.) சிறு + தகப்பன் = சிறியதகப்பன்.

(௬.) வேறே விகாரங்களும் உண்டாகும்.

(உ-ம்) பசு + கிளி = பைங்கிளி.
செம்மை + ஆம்பல் = சேதாம்பல்.

[நன்னூல் 136.]

அப்பியாசம். (121.)

"ஆருயிர்." "நுண்ணறிவு." [அருமையான உயிர். நுண்மையான அறிவு.]

"அரும்பயன் ஆயும் அறிவினர் சொல்லார்
பெரும்பயன் இல்லாத சொல்.—"

"சிற்றின்பஞ் சின்னீரதாயினும் அஃதுற்றார்
மற்றின்பம் யாவையும் கைவிடுப
முற்றுந்தாம்
பேரின்ப மாக்கடல் ஆடுவார் வீழ்பவோ,
பாரின்பப் பாழ்ங் கும்பியில்."

[சிறு + இன்பம் = சிற்றின்பம். சிறு + நீர = சின்னீர.
மறு + இன்பம் = மற்றின்பம். பெரு + இன்பம் பேரின்பம்.
பாழ் + கும்பி = பாழ்ங்கும்பி.]

"பொற்புறு நெடிய வேற் கட்பூங் கொடி."

"பரியது கூர்ங் கோட்டதாயினும் யானை
வெரூஉம் புலி தாக்குறின்.—"
[கூர்ம் = கூர்மையான.]

"வெவ்விடம் அனையான்."
[வெம்மையான விஷம்.]

"பாசிழை மகளிர்." [69. 157.]
[பாசு = பசுமையான.]

V. APPENDIX TO ETYMOLOGY.

V. ஒழிபியல்.

122. COMPOUNDED AND UNCOMPOUNDED WORDS.

௧௨௨.—மேற்சொன்ன நாலுவகையான சொற்களைப் பகுபதம் என்றும் பகாப்பதம் என்றுங் கூறுவதியாது?

பகுக்கப்படாத இயல்பினையுடைய சொல் பகாப்பதம் என்றும், பகுதி விகுதி முதலிய உறுப்புகளால் உண்டாகிப் பகுக்கப்படுஞ் சொல் பகுபதம் என்றுஞ் சொல்லப்படும்.

[நன்னூல் 128.]

(உ-ம்.) பொன், கடு, நல், கொல், [எ-ன, பகாப்பதங்களாம்.]
பொன்னன், கடந்தான், நன்மை, அந்தில், [எ-ன, பகுபதங்களாம்.]

123. THE ELEMENTS OF COMPOUNDED WORDS.

௧௨௩.—பகுபதங்களின் உறுப்புகள் எத்தனை?

பகுதி, விகுதி, இடைநிலை, சாரியை, விகாரம் ஆகிய இவ்வைந்துமே பகுபதத்தின் உறுப்புகள் ஆம்.

[நன்னூல் 133. 253.]

(உ-ம்.) கூனி, என்பதில், பகுதி, கூன்; விகுதி, இ எனக்காண்க.
செய்தான், என்பதில், பகுதி, செய்; விகுதி, ஆன்; இடைநிலை த் எனக்காண்க.
உண்டனன், என்பதில், பகுதி, உண்; விகுதி, அன்; இடைநிலை ட்; சாரியை அன் எனக்காண்க.
குணத்தான், என்பதின், பகுதி, குணம்; விகுதி, ஆன்; சாரியை அத்து; கெடுதல் விகாரம் எனக்காண்க.

SANSCRIT PATRONYMICS &c.

☞ (க.) சில வடமொழிகளின் முதலசையிலே இருக்கும் இ, ஏ என்பன ஐ எனவும்; சிலவிடத்து இ என்பது ஔ எனவும்; உ, ஊ, ஓ என்பன ஔ எனவும்; அ என்பது ஆ எனவும்; ஈற்றிருக்கும் ஐ என்பது ஏயன் எனவுந் திரிந்து பகுபதங்களாகும்.

(உ-ம்.) சிலையால் ஆகும் மலை சைலம் எனவும்,
வேதத்தை அறிந்தோன் வைதிகன் எனவும்,
கிரியில் பிறந்தவன் கௌரி எனவும்,
சூரன் மகனைச் சௌரி எனவும்,
சனகன் மகளைச் சானகி எனவும்,
கார்த்திகையின் மகன் கார்த்திகேயன் எனவும்,
சோமன் மகனைச் சௌமன் எனவும்,
இவைபோல்வனவும் வடமொழிகளிலே வரும்.

SANSCRIT PREFIXES.

(உ.) வடமொழிகளில் உபசர்க்கங்கள் என்னப்படுஞ் சில இடைச்சொற்கள் மொழிகளோடு சேர, வெவ்வேறு பொருளைத் தரும் பகுபதங்கள் ஆகும்.

அவை பிர, பரா, அப, சம், அநு, அவ, நிர், துர், வி, ஆ, நி, அதி, அபி, சு, உற், பிரதி, பரி, உப, எனப் பதினெட்டாம்.

[166. வினாவும் காண்க.]

(உ-ம்.) பிரயோகம், பராமுகம், அபகீர்த்தி, சங்கதி, அநுபவம், அவமானம், நிர்க்குணம், துர்க்குணம், விகாரம், ஆசாரம், நிவர்த்தி, அதிமதுரம், அபிவிருத்தி, சுதினம், உற்பாதம், பிரதியுபகாரம், பரிபூரணம், உபசாரம்.

124. AUXILIARY VERBS.

கஉச.—துணைவினையாவது என்ன?

தமக்குரிய பற்பல பொருட்களைத் தருவதுமன்றி மற்ற வினையெச்சங்களைச் சார்ந்து வரும்வினைகள் துணைவினையாம். இவற்றுள்:

PASSIVE VERB.

(க.) படு, உண் என்னும் வினைகள் செயப்பாட்டு வினையை யுண்டாக்குந் துணைவினைகளாம்.

(உ-ம்.) செய்யப்பட்டது.
உண்ணப்பட்டது.

[படு என்னும் பகுதி பிறவினையாகித் துணைவினையாக வழங்கும்.]

அப்பியாசம். (124. க.)

"அவ்விய நெஞ்சத்தான் ஆக்கமுஞ்
செவ்வியான் கேடு' நினைக்கப்படும்."

"பேதைப்படுக்கும் இழ வூழ்."

"நல்லினக்கம் அல்ல தல்லற் படுத்தும்."

PERFECT AND PLUPERFECT TENSES.

(உ.) இரு என்னும் வினை முற்காலத்தில் முடிவான செய்கையையும், குறித்தகாலத்துக்குமுன் முடிவான செய்கையையும் குறிக்கும்.

(உ-ம்.) கட்டியிருக்கிறேன், என்பதில் இரு என்பதின் நிகழ்காலமானது துணைவினையாகி கட்டின செய்கை முடிவாயிற்று என்று உணர்த்துகிறது.

கொற்றன் இங்கே வருமுன்னே கட்டியிருந்தான், என்பதில் இரு என்பதின் போனகாலமானது துணை வினையாகிக், கொற்றன் வந்த காலத்துக்கு முன்னமே முடிவான செய்கையை உணர்த்துகிறது.

அப்பியாசம். (124. உ.)

"முற்றி இருந்த கனி ஒழியத் தீவளியால்
நற்காய் உதிர்தலும் உண்டு."

"கானமயில் ஆடக் கண்டிருந்தவான்கோழி
தானும் அதுவாகப் பாவித்து..............."

"................கல்லார்
அறிந்திருப்பார், ஆதலினால் ஆங்கமல நீர்போற்
பிறிந்திருப்பார்,—பேசார் பிறர்க்கு."

NEGATIVE VERB.

(௩.) இரு என்னும் வினை எதிர்மறைவினையெச்சத்தைச் சார்ந்து எதிர்மறைவினைமுற்றாகும்.

(உ-ம்.) செய்யாதிருக்கிறான்.
செய்யாமலிருந்தான்.
செய்யாதிருப்பான். [முதலியவும் அப்படியே.]

PERMISSION.

(௪.) ஆம் என்னும் வருங்காலத்து வினைமுற்று மற்றவினையின் தொழிற்பெயரைச் சார்ந்து, உத்தரவு கேட்கிறதிலுங் கொடுக்கிறதிலும் வழங்கும்.

(உ-ம்.) வரலாமா? வரலாம்.
[வரல் ஆகாது. வினா 89 காண்க.]

☞ ஆம் என்பது சிலவிடத்து பொருளின்றியும் வரும். (s.)

(உ-ம்.) "மெலியார் விழினும் ஒரு ஆற்றன் உய்ப,
வலியார் மற்றென்றானும் உய்யார்: நிலைதப்பி
நொய்ய சழக்கென வீழாவாம், வீழினுமடம்
உய்யும் ஆல்; உய்யா பிற."

அப்பியாசம். (124. ௪.)

"மறப்பினும் ஓத்துக்கொளல் ஆகும்."

"சென்ற நாள் எல்லாஞ் சிறுவிரல் வைத்தெண்ணலாம்."

(s.) ஆம் என்னும் இடைச்சொல் பெயர்
அனைத்திலும் வருமே.

(உ-ம்.) மண்ணாங்கட்டி.

AUXILIARY VERBS WHICH STRENGTHEN OR MODIFY THE MEANING.

(ரு.) கொள், விடு, போடு, இடு, வரு, தரு, முதலிய வினைகளுந் துணைவினைகளாகி அசைநிலைகளாகவுஞ் சிலவிடத்து தமக்குரிய பொருளைத் தருவதாகவும் வரும். (T.)

(உ-ம்.) வாங்கிக் கொண்டேன், என்பது எனக்காக வாங்கினேன் என்றர்த்தங்கொள்ளும்.

[இது தற்பொருட்டுவினையெனவும் படும்.]

தருமஞ் செய்துகொண்டு வருகிறான், என்று வழக்கமாய்ச் செய்தான் என்றர்த்தங்கொள்ளும்.

எறிந்துபோட்டான், என்பது தன்னை விட்டு நீக்கினான் என்றர்த்தங்கொள்ளும்.

அனுப்பிவிட்டான், வாநிட்டேன், } என்பதில். { விடு, இடு, என்னும் வினைகள் அர்த்தமின்றி அசைநிலைகளாக வந்தன.

☞ [விடு என்பது துணிபுவினை எனவும்படும்.]

அப்பியாசம். (124. ரு.)

"ஆவிநீத்துக் கிடந்திடும் யாக்கை."

"தூண்டும் இன்னலும் வறுமையுந் தொடர்தாத் துயரால்
ஈண்டுவந்துனை இரந்தவர். ...."

[தொடர்தா = தொடர. தரு என்பது அர்த்தமின்றி வந்தது.]

"தமர் என்று தாங்கொள்ளப் பட்டவர் தம்மைத்
தமர் அன்மை தாம் அறிந்தார் ஆயின், அவரைத்
தமரினு' நன்குமதித்துத் தமர் அன்மை
தம்முள் அடக்கிக் கொளல்.—"

125. DEFECTIVE VERBS.

கஉரு.—குறைவினை ஆவதென்ன?

தெரிநிலைவினைக்குரிய சிலவற்றிற் குறைவுற்று வழங்கியவினை குறைவினை ஆம். இவைகளின் முறைகளைக் காட்டியஅட்டவணையாவது:

[நன்னூல் 339.]

(T.) இட்டு, விட்டிரண்டும் வினைபிடைச் சொல்லே. [அகத்.]

II. சொல்லதிகாரத்தில் (v.) ஒழிபியல்.

	பகுதி.	விகுதிகளைப் பகுத்துக்காண்க.	
1.	ஒ,	ஒக்கும், ஒத்து, ஒவ்வ, ஒப்ப, ஒத்த, ஒப்பு, ஒவ்வாது.	
2.	போது,	போதும், போதாது, போதாத, போதாமை.	
3.	தகு,	தகுவேன், தக, தக்க, தகும், தகுதி, தக்கவன், தகை, தகைமை, தகேன், தகாது, தகாத.	
4.	வேண்டு,	வேண்டும், வேண்டிய, வேண்டாம். [வேண்டுகிறேன் முதலியவும் வருங்கால் அர்த்தம் வேறே.] ☞ இவ்விரண்டும் தேற்றவினை எனவும் படும்.	
5.	மாட்டு,	மாட்டேன், மாட்டாய், மாட்டாத, மாட்டாது, மாட்டாமல். [இது வலிமைவினை எனவும் படும்.]	
6.	கட,	கடவேன், கடமை.	
7.	கூடு,	கூடும், கூடாது, கூடாத.	
8.	வேறு.		இவை குறிப்புவினை முற்றுகள் ஆம்; நன். 339. வினா 93 காண்க.
9.	இல்,	இல்லேன், இல்லாய், இல்லான், இல்லாள், இல்லை; இல்லேம், இல்லீர், இல்லார், இல்லை. இல்லாத, இன்றி, இன்று.	
10.	அல்,	அல்லேன், அல்லை, அல்லன், அல்லது, அல்லாமல், அன்று.	
11.	உள்,	உளன், உள்ளது, உள்ள. ☞ ஆகு, ஆயிரு என்னும் வினைகளோடு வரும்.	

அப்பியாசம். (125.)

"பொன்னணியும் வேந்தர் புனையாப் பெருங்கல்வி
மன்னும் அறிஞரைத் தாம் மற்றெவ்வர்.—"

"இலம் என்று வெஃகுதல் செய்யார்
புலன் வென்ற புன்மையில் காட்சியவர்."

[இலம் = இல்லாதவர்களாயிருக்கிறோம்,
இல் = வினைத்தொகை. 153.]

"பேதைமை அன்ற தறிவு"
[அன்றது = அன்று + அது = அல்லாதது. வினா 93.]

"மனைத்தக்க மாண்புடையாள்."

"... ....முற்ற
முழு மணிப்பூணுக்குப் பூண் வேண்டாம்! யாரே
அழகுக்கழகு செய்வார்?"

"இருவேறுலகத்தியற்கை:
திருவேறு, தெள்ளியர் ஆதலும் வேறு.—"

"சில கற்றார் கண்ணும் உளவாம் பலகற்றார்க்
கச்சாணி அன்னதோர் சொல்."

"அன்பினல்லதோர் ஆக்கம் உண்டாகுமோ!"

"தெருளும் நல்லறமும் மனச்செம்மையும்
அருளும் நீத்தபின்னுவதுண்டாகுமோ?"

"அவ்வவர் துறை தோறும் அறந்திறம்பலர்."
[திறம்பு + அலர். வினைப்பகுதியோடு மறைவினை வந்துசேர்ந்தது.]

"எனக்கு நல்லையும் அல்லை நீ; என்மகன் பரதன்
தனக்கு நல்லையும் அல்லை; அத்தருமமே நோக்கில்
உனக்கு நல்லையும் அல்லை; வந்தூழ்வினை தூண்ட
மனக்கு நல்லன சொல்லினை; மதியிலா மனத்தோய்!"

ஒழிபியல் முற்றிற்று.

இலக்கண விஞவிடை.

III. SYNTAX.

மூன்ருவது: சொற்ருெடரதிகாரம்.

126. SYNTAX.

கஉசு.—சொற்ருெடர் என்பதென்ன?

பெயர் முதலிய சொற்கள் ஒழுங்குப்படத் தொடர்ந்து நிற்குந் தன்மையே சொற்ருெடர் ஆம்.

☞ இந்தத்தொடர் தொகாநிலைத்தொடர் என்றுந், தொகைநிலைத்தொடர் என்றும் இரண்டு வகையாம். 150 காண்க.

தொகைநிலைத்தொடர் ஆறுவகையாம். [151. 157. விஞ காண்க.]

தொகாநிலைத்தொடர்கள் ஒன்பது வகையாம். அவற்றன்,

(க.) எழுவாய்த்தொடர்:	(உ-ம்.)	சாத்தன் வந்தான்.
(உ.) விளித்தொடர்:	(உ-ம்.)	தம்பி கேளாய்.
(ந.) வேற்றுமைத்தொடர்:	(உ-ம்.)	மரத்தை வெட்டினுன்.
(ச.) வினைமுற்றுத்தொடர்:	(உ-ம்.)	செய்தான் அவன்.
(ரு.) பெயரெச்சத்தொடர்.	(உ-ம்.)	உண்டசாத்தன்.
(சு.) வினையெச்சத்தொடர்:	(உ-ம்.)	நடந்து வந்தான்.
(எ.) இடைச் சொற்ருெடர்:	(உ-ம்.)	மற்றைக் காரியம்.
(அ.) உரிசொற்ருெடர்:	(உ-ம்.)	நனிவருந்தினுன்.
(கூ.) அடுக்குத்தொடர்:	(உ-ம்.)	பாம்பு பாம்பு. [நன்னூல் 436.]

127. A SENTENCE.

கஉஎ.—வாக்கியம் ஆவதென்ன?

எழுவாயும் பயனிலையுஞ் செயப்படுபொருள் முதலியவைகளோடு கூடியேனும், கூடாதேனும், முடிவு பெற்று நிற்பது வாக்கியம்.

128. SUBJECT.

கஉஅ.—எழுவாய் ஆவதென்ன?

வாக்கியத்தின் முதற்பொருள் எழுவாய் ஆகும். எழுவாய் என்பது கர்த்தா. [நன்னூல் 295.]

(உ-ம்.) வீடு இடிந்தது என்பதில் வீடு என்பது வாக்கியத்தின் முதற்பொருளாகிய எழுவாயாம்.
☞ சிலவிடத்து வினைமுதல் எனவுஞ் செய்பவன் எனவும் படும்.

129. FINITE VERB, OR ITS SUBSTITUTE.

௧௨௯.—பயனிலை ஆவதென்ன?

வாக்கியத்தின் முதற்பொருளின் செயலைக் காண்பிப்பது பயனிலையாம்.

[நன்னூல் 295, 319.]

129.* THE OBJECT.

௧௨௯*.—செயப்படுபொருள் ஆவதென்ன?

ஒரு வினைமுதல் செய்யுந் தொழிலை ஏற்கும் பொருளே செயப்படுபொருள் ஆம். இதை வடநூலார் கர்மம் என்பார்கள்.

[நன்னூல் 315.]

(உ-ம்.) (௧.) அரசன் உண்டான். [செயப்படுபொருளுடைய வினைமுதலின் முடிபு.]
(௨.) அரசன் வந்தான். [செயப்படு பொருளில்லா வினைமுதலின் முடிபு.]
(௩.) அரசன் பகைவரைச் சிறைச்சாலையை அடைவித்தான். [செயப்படுபொருள் இரண்டுடை வினைமுதலின் முடிபு.]
(௪.) அரசனாற் பகைவர் கொல்லப்பட்டார். [செயப்படு பொருளின் முடிபு]
(௫.) அரசனாற் பகைவர் சிறைச்சாலையை அடைவிக்கப்பட்டார். [செயப்படு பொருளிரண்டுடைச் செயப்படு பொருளின் முடிபு.]

(௬.) தச்சன் மரத்தைச் செதுக்கினான்.
அவன் வாளால் மரத்தை வெட்டினான்.

(௭.) பசுவினைப் பாலைக் கறந்தான்.
யானையைக் கோட்டைக் குறைத்தான்.
[ஈருருபு இணைந்து இரண்டு செயப்படு பொருள் வந்தன.]

☞ வினைமுதற்பொருள் எழுவாயோடு வருகிறதும் அல்லாமற் சிலவேளை மூன்றும், நான்காம், ஆறும் வேற்றுமைகளோடும் வரும்.

(உ-ம்.) [அவராற் செய்யத்தகும் அக்காரியம்.
அவர்க்குச் செய்யத்தகும் அக்காரியம்.
அவரது வருகை.]

130. SENTENCES OF ONE WORD.

௧௩0.—ஒரேசொல் வாக்கியம் ஆகுமா?

வினைமுற்றிலே மூவிட எழுவாய் தொக்கிருந்து திணைபால் தோன்றுவதால் ஒரு வாக்கியம் ஆம்.

(உ-ம்.) வருகிறான்.

131. FINITE VERB UNDERSTOOD.

௧௩௧.—பயனிலையுந் தொக்கு வருதலும் உண்டோ?

பயனிலையுந் தொக்கு வருவதும் உண்டு.

(உ-ம்.) நல்லவன் எவன்? [எவன் நல்லவனாயிருக்கிறான்.]
வேம்பன்றோ காக்கை விரும்புங் கனி. [ஆகும்.]
அவன் நல்லவன். [ஆயினான், ஆயிருக்கிறான்.]
கல்வி அழகே அழகு. [ஆயிருக்கின்றது.]

132. DEPENDANT WORDS.

௧௩௨.—எழுவாய்க்கும் பயனிலைக்கும் நடுவே வருவதென்ன?

எழுவாய்க்கும் பயனிலைக்கும் நடுவே பல அடைமொழிகள் வருதலும் உண்டு.

[நன்னூல் 397.]

(உ-ம்.) நல்ல மனிதன் தாழ்மையாய் இருப்பான் என்பதில் மனிதன் என்பது எழுவாய்; இருப்பான் என்பது பயனிலை; நல்ல, தாழ்மையாய் என்பவை அடைமொழிகள்.
சாத்தன் (வயிறார) உண்டான்.
அறத்தை (அழகு பெருகச்) செய்தான்.
வாளான் (மருவாரை மாய) வெட்டினான்.

அப்பியாசம். (132.)

"வண்டுகள் (இனிது) பாடும்."

"செருவந்த போழ்திற் சிறை செய்யா வேந்தன்
வெருவந்து வெய்து கெடும்."

[சிறைசெய்யா வேந்தன்—(செருவந்தபோழ்தில் வெருவந்து வெய்து) கெடும்.]

133. COMPLEX SENTENCES. (v.)

௧௩௩.—எழுவாய் ஒன்றும் பலவும் ஒரு பயனிலையும் பலபயனிலையுங் கொள்ளுமோ?

எழுவாய் ஒன்றும் பலவும் ஒரே பயனிலையுங்கொள்ளும், பல பயனிலையுங்கொள்ளும்; பல பயனிலைகளாகிய வினைகளிற் கடைசிவினை மாத்திரம் முற்றுவினையாம்.

[நன்னூல் 319. 396.]

(v.) உருபு தொடர்ந் தடுக்கிய வேற்றுமைக் கிளவி
பொருள் செல் மருங்கின் ஒரு சொலான் முடிதலும்;
முற்றியன் மொழியும், பெயர் எஞ்சு கிளவியுந்,
தத்தங் கிளவி அடுக்குற வரினும்,
பன்முறை யானும் வினைஎஞ்ச கிளவியுஞ்
சொன்முறை முடியா தடுக்குற வரினும்
முன்னது முடிய முடிதலுமரபே.—[இலக். வி.]

(உ-ம்.) ஆதாமும் ஏவாளுந் தோட்டத்திலிருந்தார்கள், என்பதில் இரண்டு எழுவாய் ஒரே பயனிலையோடே வந்தன.

ஆதாம் பாவஞ் செய்து நிர்ப்பாக்கியனாகிப் பசாசின் வல்லமைக்குட்பட்டான், என்பதில் ஒரே எழுவாய் மூன்று பயனிலையைக்கொண்டது.

குறிப்பு (க.) "கற்றுங் கேட்டுங் கற்பனைகடந்தான்" எ-ல், அவன் என்னும் எழுவாய் தொக்குநிற்க, எண்ணும்மையும் வந்தது. [நன். 362.]

(உ.) செய்யுளில் வினையெச்சம் வரவேண்டிய இடத்தில் முற்றுவினை வாக்கியத்தின் நடுவிலும் வருதலும் உண்டு. [நன். 351.]

(உ-ம்.) "பழுதில் மாதவன் பின்னொன்றும் பணித்திலன் இருந்தான்."

"கணை மறுகினர் வீழும் மாதர்."

(ங.) எழுவாயைச் சேர்ந்த அடைமொழிகள் ஒன்றும் பலவும் வருதலும் ஆகும்.

"தெளிந்த வழியே அல்லவை ஒருவி, நல்லவை மருவி
ஒழுகலே ஒழுக்கம்." [எழுவாய்: ஒழுகல். பயனிலை: ஆம்.]

அப்பியாசம். (133.)

"படை உழ எழுந்த பொன்னும், பணிலங்கள் உயிர்த்த முத்தும்,
இடறிய பாம்பிற் காந்தும் இன மணித் தொகையு' நெல்லும்,
மிடைபசுங் கதிருமீனு' மென்றழைக்கரும்பும் வண்டும்,
கடைசியர் முகமும் போதுங் கண் மலர்த்தொளிரு' மாதோ!"

134. CONCORD.

௧௩௪.—பயனிலை எழுவாயோடே எவ்வாறு இசையும்?

பயனிலை எழுவாயோடே திணை, பால், இடம் ஆகிய இவைகளில் மாறுபடாமல் இசைவாய் இருக்கவேண்டும்.

[நன்னூல் 319, 416.]

(உ-ம்.) நான் வருவேன்.
குதிரை வந்தது.
மனிதர்கள் வந்தார்கள்.

135. MANY SUBJECTS.

௧௩௫.—பல எழுவாய் வருங்கால் பயனிலை எவ்வாறு முடியும்?

உயர்திணையாகிய பலசொற்கள் எழுவாயாக அடுக்கிவரிற் பயனிலை பலர்பாலாக முடியும். அஃறிணையாகிய பல எழுவாய் வரிற் பயனிலை பலவின்பாலாக முடியும்.

(உ-ம்.) மனிதனும் இஸ்திரீயும் வந்தார்கள்.
மரமுங் கனியுங் கெட்டன.

அப்பியாசம். (135.)

"சூதும் வாதும் வேதனை செய்யும்."

136. SUBJECTS OF DIFFERENT PERSONS.

௧௩௬.—வெவ்வேறே இடத்து எழுவாய் அடுக்கி வரில் எவ்வாறும்?

தன்மையிடத்து எழுவாயோடு முன்னிலை படர்க்கையிடத்து எழுவாய் அடுக்கிவரில் முற்றுவினை தன்மையிடமாம். முன்னிலையிடத்து எழுவாயோடே படர்க்கையிடத்து எழுவாய் அடுக்கி வரில் முற்றுவினை முன்னிலையிடமாம்.

[நன்னூல் 334.]

(உ-ம்.) நானும் நீயும் அவனும் போனோம்,
நீயும் அவனும் போனீர்கள்.

137. ANOMALIES.

௧௩௭.—வழுவமைதிஆவதென்ன?

இலக்கண விதிக்கு வேறுபாடாகி வழுவாக இருந்தும், நூல்களிலே வழங்கிவருகிற நடையாம். சிலவிடத்து, ஒருமையிற் பன்மையும் பன்மையில் ஒருமையும், ஓரிடத்திற் பிற இடமும், ஒருதிணையிற் பிறதிணையும், ஒருபாலிற் பிறபாலும் வருதல் உண்டு.

[நன்னூல் 346. 351. 421.]

(உ-ம்.) தீ எரிந்தன என்பதில், ஒருமையிற் பன்மை வந்தது. பிள்ளைகள் வந்தது என்பதிற் பன்மையில் ஒருமை வந்தது. நீயோ அவனோ ஆர் வந்தார் என்பதில், ஓரிடத்திற் பிற இடம்வந்தது. அவர் என்று தரும் என்பதில் உயர்திணை ஆண்பாலுக்கு அஃறிணை ஒன்றன்பால் வந்தது.

எல்லாம் என்னும் பன்மைச்சொல்லோடு அஃறிணைப் பெயர் ஒருமையிலும் பன்மையிலும் வரும்.

(உ-ம்.) "வரம்பெலா, முத்தந் தத்து' மடையெலாம் பணில'மா நீர்க்
குரம்பெலாஞ் செம்பொன், மேதிக்குழியெலாங்கழுநீர்க் கொள்ளை
பரம்பெலாம்........."

அப்பியாசம். (137.)

"அன்பகத்தில்லா உயிர் வாழ்க்கை வன்பாற்கண்
வற்றல் மரம் தளிர்த்தற்று."
[தளிர்த்து + அற்று = தளிர்த்தாற் போலும்.]

நின்றற்றே = நின்றாற் போலும்.
போயற்று = போனாற் போலும்.

"அந்தணர் என்போர் அறவோர்."
[எனப்படுவோர்.]

"எண்ணிய எண்ணியாங் கெய்துப எண்ணியார்
திண்ணியர் ஆகப் பெறின்."
[எண்ணி + ஆங்கு = எண்ணியபடியே.]

"............கன்று பிரிந்துழிக்
கறவை ஒப்பக் கரைந்து கலங்கினன்."
[பிரிந்துழி = பிரிந்த இடத்து.]

137.* INTERCHANGE OF CASAL SIGNS.

கஙௌ.*—உருபுமயக்கம் ஆவது என்ன?

ஒரு வேற்றுமைஉருபு வேருெரு வேற்றுமைப் பொருளைத் தருவது உருபுமயக்கம் ஆம்.

[நன்னூல் 317.]

(உ-ம்.) எரின் உமரா அர் என்பது
ஏரினல் எனப்பொருள் கொள்ளும்.

நொடுந்த உருவத்தா லீண்ட உயர் மரங்கள். [உருவத்தோடு.]

அப்பியாசம். (137.*)

"பாசத்தின் வீக்குவார்." [பாசத்தினல்.]

"காலத்தினுற் செய்த நன்றி." [காலத்தில்.]

"செவியிற் சுவை உணரா, வாய் உணர்வின் மாக்கள்
அவியினும் வாழினும் என்?"
[செவியினல்.]

138. HONORIFIC FORMS.

கஙௌஅ.—கொடுந்தமிழிலே மரியாதைப்பன்மை ஆவதென்ன?

கொடுந்தமிழிலே மரியாதையாய்ப்பேசும்பொழுது ஒருமையில் வந்த பன்மை மரியாதைப்பன்மையாம்.

[நன்னூல் 420.]

(உ-ம்.) என் தகப்பனர் வந்தார்.

139. SUBJECT AND VERB TO AGREE IN திணை.

கஙௌகூ.—வெவ்வேறு திணையாகிய எழுவாய்கள் ஒரே வினையோடே வரலாமோ?

வரலாகாது. [நன்னூல் 348, 416.]

(உ-ம்.) மனிதர்களும், குதிரைகளும் வந்தார்கள் என்று சொல்லாமல், குதிரைகளோடு மனிதர்கள் வந்தார்கள் என்றாவது; மனிதர்கள் வந்தார்கள், குதிரைகளும் வந்தன என்றாவது சொல்ல வேண்டும்.

140. USE OF THE THIRD VERBAL PARTICIPLE OR INFINITIVE MOOD.

கசO.—மூன்றும் வினையெச்சம் எவ்வெப்பொருளைத் தரும்?

(க.) பொருட்டுப் பொருளைத் தரும்.

[நன்னூல் 344, 345.]

(உ-ம்.) அவன் சொல்லப்போனன், என்பது அவன் சொல்லும்பொருட்டுப் போனன், என்பதாம்.

உண்ண வருவான்.

(௨.) முக்காலத்துப் பொருளையுந் தரும்.

(உ-ம்.) அவர் சொல்ல ஆகும். ஒளிவர இருள் போயிற்று. அப்படியிருக்க நாம் போகவேண்டும். சூரியன்பட வந்தான்.

(௩.) வியங்கோட் பொருளையுந் தரும்.

(உ-ம்.) ஐயா வர.

(௪.) காரணப் பொருளையுந் தரும்.

(உ-ம்.) அவன் கேட்க நான் கொடுத்தேன்.
மழைபெய்ய நெல் விளைந்தது.
தேமா வருந்துஞ் சுழல்கால் வா.

(௫.) இடைச்சொல்லாக வழங்கும்.

(உ-ம்.) ஒழிய. தவிர.

அப்பியாசம். (140.)

"கற்பக் கழிமடம் அஃகும் மடமஃகப்
புற்கந் தீர்ந்திவ்வுலகு கோள் உணரும்."
(கஃப = சுக)

"சாதி இரண்டொழிய வேறில்லை"

"கண்ணின்று கண்ணறச் சொல்லினுஞ் சொல்லற்க
முன்னின்று பின்னோக்காச் சொல்."

"ஐயனும் அச்சொற் கேளா ஆயிரமௌலியானைக்
கை தொழுதரச வெள்ளங் கடலெனத் தொடர்ந்துசுற்றத்
தெய்வகீதங்கள் பாடத் தேவருமிழ்ந்து வாழ்த்தத்
தையலார் இனத்து நோக்கத் தாரணி தேசிற் சென்றான்."

---

141. FORMS HAVING A SUBJUNCTIVE MEANING.

கசக.—முதலாம் வினையெச்சம் உம் என்பதைப்பெற்றால் எப்பொருளைத் தரும்?

முதலாம் வினையெச்சம் உம் என்பதைப் பெற்றால் உண்மையோடே நிச்சயப்பொருளும் எண் பொருளுந் தரும்.

(உ-ம்.) நான் சொல்லியிருந்தும் அவன் செய்யவில்லை; என்பது நிச்சயப்பொருள். அவர்கள் கூக்குரலிட்டும் அடித்தும் குத்தியும் வந்தார்கள்; என்பது எண் பொருள்.

---

142. FORMS EQUIVALENT TO "ALTHOUGH."

கசஉ.—இரண்டாம் வினையெச்சம் உம் எனபதைப் பெற்றால் எவ்வாறாம்?

இன்மையோடே நிச்சயப்பொருளாய் எதிர்காலத்து முற்று வினையைக்கொள்ளும்.

(உ-ம்.) நான் சொன்னாலும் அவன் போகமாட்டான். [188 வினா காண்க.]

☞ எனினும், ஆனாலும், ஆகிலும், ஆயினும் — எ-ன, விகற்பப் பொருளில் வரும்.

[ஆவது, ஏனும், எனவும் அப்பொருளைத்தரும்.]

(உ-ம்.) "மணி எனினும், பணியெனினுந் தேடல்வேண்டும்."

பத்தானாலும், ஐந்தானாலுங் கொடு.
அவனாகிலும் இவனாகிலும் வர வேண்டும்.

உயிரெழுத்தாவது, மெய்யெழுத்தாவது மிகும்.
வல்லெழுத்தேனும், மெல்லெழுத்தேனுந் தோன்றும்.
சாவா மருந்தெனினும் வேண்டற் பாற்றன்று.

"ஒன்றானுந் தீச்சொற் பொருட்பயன் உண்டாயின்,
நன்றாகா தாகி விடும்."

அப்பியாசம். (142.)

"பிறந்திறந்து போய்ப் பெறுவதும் இழப்பதும் புகழேல்!
நிலந்திறம்பினும், நியாயமே திறம்பினும், நெறியின்
திறந்திறம்பினுஞ், செய்தவந் திறம்பினுஞ், செயிர்தீர்
மறந்திறம்பினும், வான்முறை திறம்புதல் வழக்கோ?"

"ஈன்றாள் பசி காண்பான் ஆயினுஞ் செய்யற்க
சான்றோர் பழிக்கும் வினை."

"அழக்கொண்ட எல்லாம் அழப்போம்
இழப்பினும் பிற்பயக்கு நற்பாலவை."

143. THE RELATIVE VERBAL MODE.

கசங.—பெயரெச்சம் எவ்வாறு வழங்கும்?

(க.) பெயரெச்சமானது தான் சார்ந்த பெயருக்கு உரிச்சொல்லாக வழங்கும்.

(உ-ம்.) படித்த பையன். சிறந்த மகிமை.

(உ.) பெயரெச்சமானது தனித்து வழங்குவதுமல்லாமல் ஒன்றும் பலவுமான அடைமொழிகளோடேயும் வரும்.

(உ-ம்.) வாக்கியத்தில் அடங்கியிருக்கிற பொருள் அவனுக்குத் தெரியாது.

(ங.) அநேகம் பெயரெச்சங்கள் ஒரே பெயரைச் சேர்ந்தாற் கடைசியெச்சந் தவிர முந்தின வெச்சங்களெல்லாம் முதல் வினையெச்சமாகத் திரியும். அன்றியுந் தெளிவின் பொருட்டு முந்தின பெயரெச்சங்கள்தொழிற்பெயராகத் திரிதலுமுண்டு.

(உ-ம்.) அநேகம் மனிதரைக் காப்பாற்றி மிகுந்த சத்திரங்களைக் கட்டி யாவருக்கும் அன்பாய் நடந்துவந்த துரை இறந்து போனார்.

அல்லது,

அநேகம் மனிதரைக் காப்பாற்றினவருமாய், மிகுந்த சத்திரங்களைக் கட்டினவருமாய், யாவருக்கும் அன்பாய் நடந்தவருமாயிருந்த துரை இறந்து போனர்.

ச. முன், பின், பொழுது, கடை, கால், முதலியவற்றோடு முடிந்து வரும்.

(உ-ம்.) "எண்ணித் துணிக கருமம், துணிந்தபின்
எண்ணுவம் என்பதிழுக்கு."

"தொடக்குங் காற்றுன்பமாய் இன்பம் பயக்கும்."

"நன்றாற்றல் உள்ளுந் தவறுண்ட' வாவர்
பண் பறிந்தாற்றாக் கடை."

மேற் சொல்லிய உதாரணங்களில் வல்லினம் மிகாதெனக் காண்க.
செய்தக்கால், முதலியவும் வினை எச்சங்கள் என்று நன்னூலில் [சூத் 343.] காண்க.
(உ-ம்.) "இளம்பிறை ஆயக்கால்,—" (ஆய, அக்காலம்.)

அப்பியாசம். (143.)

"அகழ்வாரைத் தாங்கு' நிலம்போலத் தம்மை
இகழ்வார்ப் பொறுத்த றலை."

"மகன் தந்தைக்கு ஆற்றும் உதவி."

"கல்வித் தேறின்னுங் குணங்கள் நாய்."

"சாவா மருந்து = சாவாமைக்குக் காரணமாகிய மருந்து."

"அஃகி அகன்ற அறிவு."

144. DEPENDANT SENTENCES.

கசச.—இடைவாக்கியங்கள் எவை?

எழுவாயும் பயனிலையும் பல அடைமொழிகளுமுள்ள வேறொரு வாக்கியம் வந்தால், அது என்று என்பதினாற் பிரிக்கப்பட்டு, முதல் எழுவாயையும் பயனிலையையுந் தழுவி, இடைவாக்கியமென்னப்படும்.

[நன்னூல் 356.]

(உ-ம்.) சேவகன் வந்து, கள்ளர் சில பொருட்களைக் கொண்டு போனர்கள் என்றும், அடுத்த ஊரிலே ஒளித்துக்கொண்டிருக்கிறார்கள் என்றும், அறிவித்தான்; என்பதில், கள்ளர் சில பொருட்களைக் கொண்டு போனர்கள் என்ற வாக்கியமும், அடுத்த ஊரிலே ஒளித்துக்கொண்டிருக்கிறார்கள் என்ற வாக்கியமும் இடைவாக்கியங்களாம்.

145. VERBAL NOUNS.

கசரு.—தொழிற்பெயர் எத்தன்மையாய் வரும்?

தொழிற் பெயரானது பெயர்ச்சொல்லின் தன்மையாய் வருவதும் அல்லாமல் வினைச்சொல்லின் தன்மையாயும் வரும்.

(உ-ம்.) "நீயோனைக் காண்பதுந் நீதே."
"சொல்லுதல் யார்க்கும் எளிதாம்,
சொல்லிய வகையைச் செய்யல் அரிதாம்."

☞ அல் என்னும் விகுதியை உடைய தொழிற்பெயர் உற என்னுந் துணைவினையோடு வருவதும் உண்டு.

(உ-ம்.) "மூங்கையான் பேசல் உற்றான் என்ன யான் மொழியல் உற்றேன்."

அப்பியாசம். (145.)

"வரலாறு" = வரலினுடைய வகை.

"நின்ற நான் யார்க்கும் உணர்வரிது."
[உணர்வு = உணர்தல்.]

".........நின் குலத்தொல்லோர்
மறத்தல் செய்கிலாத் தருமத்தை மறப்பதும் வழக்கன்று."

"என்றும் ஒருவுதல் வேண்டும் புகழொடு
நன்றி பயவா வினை."

146. PRESENT TENSE USED INDEFINITELY.

கசகூ.—முக்காலத்துக்கும் உரியதான தொழிலுக்கு நிகழ்காலத்து வினைவருமா?

வரும்.

[நன்னூல் 424.]

(உ-ம்.) கடவுள் எங்கும் இருக்கிறார்.

147. PRESENT AND PAST FOR FUTURE.

கசஎ.—நிகழ்காலவினையும் போனகாலவினையும் வருங்காலத்தையுங் குறிக்குமா?

விரைவினுலே நிகழ்காலவினையும் இறந்தகாலவினையும் வருங்காலத்தையுங் குறிக்கும்.

[நன்னூல் 425.]

(உ-ம்.) வருகிறேன், என்பது சீக்கிரமாய் வருவேனென்றும் அர்த்தங்கொள்ளும். நான் சாப்பிட்டாயிற்று என்பது நான் சாப்பிடுகிறது சீக்கிரமாகும் என்றும் அர்த்தங் கொள்ளும்.

148. PAST FOR FUTURE.

கசஅ.—போனகாலவினை இன்னும் எப்பொழுது வருங்காலத்தைக் குறிக்கும்?

நிச்சயத்தினாற் போனகாலவினை வருங்காலத்தையுங் காட்டும்.

[நன்னூல் 425.]

(உ-ம்.) அப்படிச் செய்தாயேயானாற் செத்தாய்; நமக்காக ஒருபாலகன் பிறந்தான்; என்பவை நிச்சயமாய்ச் சாவாய் என்றும், நிச்சயமாய்ப் பிறப்பான் என்றும், பொருள் கொள்ளும்.

149. FUTURE FOR PRESENT AND PAST.

கசக.—வருங்காலத்துவினை நிகழ்காலத்தையும் போனகாலத்தையுங் காட்டுமோ?

வருங்காலத்துவினை காரணமில்லாத இயல்பினால் நிகழ்காலத்தையும் போனகாலத்தையுங் காட்டும்.

[நன்னூல் 425.]

(உ-ம்.) அவன் தருமங் கொடுப்பான்.
முன்னோர்கள் பல காரியங்களைச் சொல்லுவார்கள்.
"நெஞ்சிற் கவலுடையார் தம்மைக் காப்பர்."

---

150. COMPOUND WORDS.

கருo.—தொடர்மொழி ஆவதென்ன?

இரண்டு முதலிய சொற்கள் தொடர்ந்து ஒரு மொழியாக வருவது தொடர்மொழி ஆம்.

[நன்னூல் 260. 432. 413.]

(உ-ம்.) இரா, பகல்..இராப்பகல்.
ஆதி, அந்தம், இல்லாதவன் ....ஆதியந்தமில்லாதவன்.

---

151. ELLIPTICAL AND UNELLIPTICAL PHRASES.

கருக.—தொகைநிலை ஆவது என்ன? தொகாநிலை ஆவது என்ன?

வேற்றுமை உருபுகள் முதலியன தொக்கு நிற்கச், சொற்கள் தொடர்ந்து வருவது தொகைநிலை ஆம். வேற்றுமை உருபுகள் முதலியன விரிந்து நிற்கத் தொடர்வது தொகாநிலை ஆம்.

[நன்னூல் 402–415.]

---

152. ELLIPSIS OF CASAL SIGN.

கருஉ.—வேற்றுமைத்தொகை ஆவதென்ன?

வேற்றுமை உருபு தொக்கு நிற்பது வேற்றுமைத் தொகை ஆம்.

[நன்னூல் 404.]

(உ-ம்.) மரம் வெட்டினன். [ஐ என்பது தொக்கு நிற்கிறது.]
அடி சேர்ந்தார். ஊர் நீங்கினன். கல்லெறிந்தான். கைக்கூலி. சாத்தன்கை.

அப்பியாசம். (152.)

"................மிகச்சுடர்க்கெலாம்
நாயகம் அனையதோர் மாலை நல்கினர்.—"

"அறத்தாறு" = அறத்தினுடைய வழி.

"பாம்பிற் கொருதலை காட்டி, ஒருதலை
தேம்பிழி தெண் கயத்த மீன் காட்டும், ஆங்கு
மலங்கன்ன செய்கை மகளிர்........."
[தலையை, கயத்தில், மீனுக்கு.]

"..... பித்தி நிற் பிறந்த சேயொடும்
நீ துயர்படுக........."
[நிற் = உன்னிடத்தில்.]

"பெருக்கத்து வேண்டும் பணிதல், சிறிய
சுருக்கத்து வேண்டும் உயர்வு." [பெருக்கத்து = பெருக்கத்தினிடத்தில்.]

"அடக்கம் அமரருள் உய்க்கும, அடங்காமை
ஆரிருள் உய்த்து விடும்."
[ஏழன் உருபு விரிந்துந் தொக்கும் வந்தது.]

"மடல் பெரிது தாழை; மகிழ் இனிது கந்தம்."
[தாழையினிடத்தில், மகிழம் பூவில்.]

"மகன் அறிவு தந்தை அறிவு."

"நீங்கான் வெகுளி, நிறையிலன், எஞ்ஞான்றும்
யாங்கணும் யார்க்கும் எளிது.—"

---

153. ELLIPSIS OF THE SIGNS OF PERSON, TENSE, &c.

௧௫௩.—வினைத்தொகை ஆவதென்ன?

வினைவிகுதியும் இடைநிலையுந் தொக்கு நிற்க வினைப்பகுதி மாத்திரம் வருவது வினைத்தொகை ஆம்.

[நன்னூல் 405.]

(உ-ம்.) கொல்யானை. [என்பதில் கொல் எ-து கொல்லும், கொல்லுகிற, கொன்ற என்றர்த்தங் கொள்ளும்.]
வளர்தெங்கு. சோலில். [எ-தில் இல் எ-து இல்லாத என்றர்த்தங்கொள்ளும்.]

அப்பியாசம். (153.)

"காய்கனற்றலை செய் சொரிந்தென."

"ஊறு செய் நெஞ்சம்."

"எண்ணரும் கனகமாரி எழுதிரைக் கடல்கள் தூர்ந்த."

"..............அடல் வீரன்
தூண்டு புரவிப் பொருவிற் சுந்தரமணித்தேர்."

---

154. ELLIPSIS OF ADJECTIVAL TERMINATIONS.

௧௫௪.—பண்புத்தொகை ஆவதென்ன?

குணப்பெயர் தொக்கு நிற்பது பண்புத்தொகை ஆம்.

[நன்னூல் 406. 433, 434.]

(உ-ம்.) செந்தாமரை. [எ-து செம்மையுள்ள தாமரை, என விரியும்.]
பெயர்ச்சொல். [எ-து பெயராகிய சொல், என விரியும்.]
வேங்கைவரிப்புலி.

☞ குணத்தொகை எனவும் படும்.

அப்பியாசம். (154.)

"யாக்கை அகத்துறுப் பன்பு."

[ஆகிய அன்பு.]

"குணம் என்னும் குன்றேறி நின்றார்."

[என்னும் எ-து விரிந்து வந்தது.]

"ஒண்ணுதலார்." [ஒள்ளிய நுதலினை உடையார்.]

"அறவாழிக் கரை கண்டான்."

155. ELLIPSIS OF PARTICLE DENOTING COMPARISON.

கருரு.—உவமைத்தொகை ஆவதென்ன?

உவமைஉருபு தொக்கு நிற்பது உவமைத்தொகைஆம்.

[நன்னூல் 407, 408.]

(உ-ம்.) பொன்மலர் எ-து பொன்னைப்போலும் மலர், என விரியும். [109 காண்க.]

அப்பியாசம். (155.)

"துயர் ஆழி நெடுங்கடலுட் டுயில்கினனே." [சீவ 37. 63.]

156. ELLIPSIS OF THE CONJUNCTION உம்.

கருசு.—உம்மைத்தொகை என்பதென்ன?

உம் என்பது தொக்கு நிற்பது உம்மைத்தொகை ஆம்.

[நன்னூல் 409.]

(உ-ம்.) அவனிவன் எ-து அவனும் இவனும், என விரியும்.

அப்பியாசம். (156.)

"நித்த அநித்தங்களது வேறுபாட்டுணர்வு."

"இம்மை மறுமை இன்பங்கள்."

"நுண் மாணுழை புலம் இல்லான் எழினலம்
மண் மாண் புனை பாவை அற்று."

[எழிலும் நலமும்.]

"மெய் வாய் கண் மூக்குச் செவி எனப்பேர் பெற்ற
ஐவாய் வேட்கைஅவாவினைக்-கைவாய்
கலங்காமற் காத்துய்க்கும் ஆற்றல் உடையான்."

157. ELLIPSIS OF OTHER WORDS.

கருஎ.—அன்மொழித்தொகை என்பதென்ன?

அல்லாத மற்றொரு பெயர் ஆவது விகுதி ஆவது தொக்கு நிற்பது அன்மொழித்தொகை ஆம்.

[நன்னூல் 410.]

(உ-ம்.) "பூங்குழல்" எ-து விரியுங்கால் பூவை அணிந்த குழலாள், எனவரும்.
"இருநீர் வியன் உலகம்." எ-து கடல்சூழ்ந்த பெரியபூமி, என விரியும். (W.)

அப்பியாசம். (157.)

"நன்மை புரியாது நாள் உலப்ப விட்டிருக்கும்
புன்மை பெரிது, புறம்."

[புன்மைக் கெல்லாம் அப்புறத்தே இருந்து பெரிதாகும்.]

"நாம நீர் வைப்பு."

"மதி யான்."

"பொற்ற நூற்கல்லு." [நூலிற் கோக்கப்பட்ட மணி.]

"தகைபு மலர்த்தார் அண்ணல்."

"வாவுமான் தேரிற் செல்வான்."

158. THE USE OF முதல் AND ஆதி FOR &c.

கருஅ.—உம்மைத் தொகையில் முதல், ஆதி என்னுஞ் சொற்கள் எவ்வாறுவரும்?

உம்மைத்தொகையிற் பல பெயர்கள் வர, இறுதியிலிருக்கும் பெயர்க்குமாத்திரம் உருபு விரிந்து வரும். சிலவிடத்து அவற்றின்பின் முதலானவை, முதலானவர்கள், முதலியவர்கள், முதலியவைகள், ஆதிகள் என்னும் சொற்கள் வருதலுமுண்டு.

(உ-ம்.) நன்மை தீமைகளுக்கு. மரம், வீடு முதலியவைகள். இராசா, மந்திரி முதலானவர்கள் வந்தார்கள்.
அன்ன வஸ்திராதிகள்.

(W.) அறுதொகை அறைகுவர் அறிவுடையார் பலர்
படுதொகை யொடுதொகை ஏழென் பார்சிலர்.

(உ-ம்.) போசாத்தா. (போக்கப்படு சாத்தா.)
செய் குன்று. (செய்யப்பட்டதாகிய குன்று.)
பால் கறந்தது. (பால் கறக்கப்பட்டது.)
உண்ட சோறு. (உண்ணப்பட்ட சோறு.)

[இலக்கணக் கொத்து.]

159. NOUNS OF NUMBER.

கருகூ.—எண்ணுப்பெயர்கள் எவ்வாறு வழங்கப்படும்?

பலவிதமாய் விகாரப்பட்டு வழங்கும். அவ்விகாரங்களைக் காட்டிய அட்டவணையாவது:

[நன்னூல். 188—199. 288. 289.]

	உயிருக்குமுன்.	வல்லெழுத்துக்கு முன்.	மெல்லெழுத்துக்கு முன்	இடை எழுத்துக்கு முன்.
ஒன்று 1. (நன். 189.)	{ ஓராயிரம். [1000.] { ஒவ்வொன்று	ஒருகலம், ஒன்றேகால்.	ஒருநூல்,	ஒருவழி.
இரண்டு 2. (நன். 189.)	{ ஈராயிரம். [2000.] { இவ்விரண்டு.	இருகலம்,	இருநூல்,	இருவழி.
மூன்று 3. (நன். 190.)	{ மூவ்வாயிரம். [3000.] { மூவாயிரம்.	முக்கலம்,	முந்நாழி,	{ மூவ்யாழ், { மூவ்வளை, { மூவளை.
நான்கு 4. (நன். 191.)	நாலாயிரம். [4000.]	நாற்கலம்,	{ நான்மணி, { நன்னூன்கு,	நால்யானை. நால்வகை.
ஐந்து 5. (நன். 192.)	{ ஐயாயிரம். [5000.] { ஐவைந்து.	ஐங்கலம்,	ஐம்மூன்று,	ஐவ்வகை.
ஆறு 6.	{ ஆறாயிரம். [6000.] { அவ்வாறு.	அறுகலம்,	அறுமணி,	அறுவழி.
ஏழு 7.	ஏழாயிரம். [7000.]		எழுமாதம்.	
எட்டு 8. (நன். 193.)	{ எண்ணாயிரம். [8000.] { எவ்வெட்டு.	எண்கலம்,	எண்மணி,	எண்வளை.
ஒன்பது 9. (நன். 194.)	தொள்ளாயிரம், [900.]		தொண்ணூறு.	
பத்து 10. (நன். 197.)	{ பதினொன்று. [11.] { பன்னிரண்டு. [12.] { பத்தங்கம்,		பதின் மூன்று. [13.]	

ஒன்று முதல் எட்டீறாக நின்ற எண்ணுப் பெயருக்குமுன் பத்து வரில் பது எனத்திரியும்.

[நன்னூல் 195.]

(உ-ம்.) ஒருபது, இருபது, முப்பது, நாற்பது, ஐம்பது, அறுபது, எழுபது, எண்பது.

அப்பியாசம். (159.)

"விறல் கொள் வேந்தனுக் குரியவர் இருவரில்.........."

"அறம் என்னப்பட்ட யாவும் மன்னுயிர்க்கு ஓர் உயிராகவும் மனத்திற்கு ஓர் அணியாகவும் நெஞ்சத்திற்கு ஒரு செல்வமாகவும் வழங்கும் இயல்பினை உடையன."

160. THE CARDINAL POINTS.

கசுO.—திசைப்பெயர்களுக்குரிய சிறப்புவிதி எது?

திசைப்பெயர்கள் ஈறுகெட்டும் முதல் நீண்டும் மற்ற மொழிகளோடு புணரும். விகற்பமாகவும் வரும்.

[நன்னூல் 186.]

(உ-ம்.)

வடக்கு,	வட,	வட மேற்கு,	வடமலை,	வடகிழக்கு.
தெற்கு,	தென்,	தென்மேற்கு,	தென்மொழி,	தென்கிழக்கு.
கிழக்கு,	கீழ்,	கீழ்கடல்,	கீழ்த்திசை.	
மேற்கு,	மேல்,	மேல்கடல்,	மேற்றிசை	

161. NAMES OF TREES.

கசுக.—சில மரப்பெயர்களுக்குரிய சிறப்புவிதிகள் எவை?

(க.) உயிரீற்றுச் சில மரப்பெயர் முன் வல்லினம் வரிற் சிலவிடத்து வல்லினம் இரட்டிக்கும்.

(உ-ம்.) அத்தி + காய் = அத்திக்காய்.
கடு + காய் = கடுக்காய்.

(உ.) சிலவிடத்து இன மெல்லெழுத்துத் தோன்றும்.

(உ-ம்.) மா + காய் = மாங்காய்.
[பலா + காய் = பலாக்காய்.]
களா + பழம் = களம்பழம்.
விள + காய் = விளங்காய்.

(௩.) ஐகாரவீற்றுப் பெயரின் ஈற்றைகாரங் கெட, அம்சாரியை தோன்றும்.

(உ-ம்.) மாதளை + காய் = மாதளங்காய்.
பனை + காய் = பனங்காய்.

(௪.) இகர, உகர, லகரங்களை ஈற்றிலுடைய மரப்பெயர் முன்னுஞ் சாரியை தோன்றும்.

(உ-ம்.) புளி + காய் = புளியங்காய்.
புன்கு + காய் = புன்கங்காய்.
ஆல் + காய் = ஆலங்காய்.

(௫.) தெங்கு என்னும் மரப்பெயர் முன் காய் வரில், ஈற்றுயிர்மெய்கெட்டு, எகரம் ஏகாரம் ஆகும்.

(உ-ம்.) தெங்கு + காய் = தேங்காய்.

[நன்னூல் 166. 187. 203.]

162. SYNECDOCHE.

கசுஉ.—ஆகுபெயர் ஆவதென்ன?

ஒரு பொருளையுடைய இயற்பெயரால் அதற்குச் சம்பந்தமான வேறொரு பொருளைத் தொன்று தொட்டு வருமுறையே, வழங்குவன ஆகுபெயராம். இவற்றுள்:

(க.) தாமரையின் பூவை **தாமரை** என்பது பொருளாகு பெயர்.

(உ.) அகத்திலிருக்கிற மனதை **அகம்** என்பது இடவாகு பெயர்.

(ங.) கார்காலத்துப் பயிரைக் **கார்** என்பது காலவாகுபெயர்.

(ச.) வெற்றிலை நட்டான், என்பதில், **வெற்றிலை** என்பது கொடிக்குப் பெயர்; ஆதலால், சினையாகுபெயர்.

(ரு.) கார் நிறத்தையுடைய மேகத்தைக் **கார்** என்பது குணவாகுபெயர்.

(சு.) திருவாசகம் என்பதில் வாசகம் என்னும் காரணத்தினால் உண்டான நூலுக்கு வாசகம் என்றும் பெயராம். ஆதலால், காரணவாகுபெயர்.

(எ.) அலங்காரம் என்பது அலங்காரமென்னும் இலக்கணமாகிய காரியத்தின் பெயர், அதின் கருவியாகிய நூலுக்கும் பெயர்; ஆதலால், காரியவாகுபெயர்.

(அ.) திருவள்ளுவர் செய்த நூலைத் **திருவள்ளுவர்** என்பது கர்த்தாவாகுபெயர்.

(கூ.) தோகை வந்தாள் என்பதில் **தோகை** என்று பெண்டுக்குப் பெயரானதால், உவமையாகுபெயர்.

[நன்னூல் 290.]

அப்பியாசம். (162.)

"கார்மினெலெய தென நூல் கருது' மார்பன்."

"மலர்மிசை ஏகினன்."

163. PRESCRIPTION.

கசுங.—மரபு ஆவதென்ன?

எந்தப்பொருளை, எந்தச் சொல்லால், எந்தவழியால், அறிவுடையோர்கள் சொன்னார்களோ, அந்தப்பொருளை, அந்தச் சொற்களால், அந்த வழியாற் சொல்லுவது மரபு எனப்படும்.

[நன்னூல் 429.]

164. THE USE OF படி.

கசுச.—படி என்னும் சொல் எவ்வாறு வழங்கும்?

படி என்பது விதம் என்றர்த்தங்கொள்ளும். ஆகிலும் பெயரெச்சத்தினிறுதியிலே வருங்கால், **படி**, **படியாக**, **படிக்கு** என்பவை பொருட்டுப் பொருளையும், **படியினால்** என்பது முகாந்தரத்தையுங் காட்டும்.

(உ-ம்.) இதை அறியும்படி (படியாக, படிக்கு) வந்தேன்.
நீ இதைச் செய்தபடியால் தண்டிக்கப்படுவாய்.

அப்பியாசம். (164.)

"இறல் உறும்படி இயற்றுவர் இடையறு இன்னல்"

"கண்ணுமையாக் காட்டிற் கரும் கற்றவனுக்கும்
உண்ணும்படி அறிந்தூட்டும் அவர்."

---

165. ENGLISH STOPS, AND OTHER SIGNS.

௧௬௫.—இங்கிலீசு இலக்கணத்துக்குரிய நிறுத்தக்குறிப்புகள் முதலிய அடையாளங்கள் சிலவிடத்து தமிழ் நூல்களிலும் வழங்கப்படும்; அவை எவை ?

அவற்றுள் மிகு வழங்குவன ஆவன:

, என்பது ஓர் மாத்திரை நிறுத்தம்.
; என்பது இரு மாத்திரை நிறுத்தம்.
: என்பது மூன்று மாத்திரை நிறுத்தம்.
. என்பது நான்கு மாத்திரை நிறுத்தம்.
! என்பது அதிசயக்குறிப்பு.
? என்பது வினாக்குறிப்பு.
§ என்பது பிரிவு, அதிகாரத்தின் உள்வகுப்பு.
¶ என்பது வேறே விசேஷத்தைக் காட்டுவதற்குத் துவக்கம்.

---

166. NEGATIVE PREFIXES.

௧௬௬.—அ, அந், நிர் என்னும் கிரந்த விகுதிகள் சொல்லின் முதலிலே என்ன அர்த்தங்கொடுக்கும் ?

பெரும்பாலும் எதிரர்த்தங் கொடுக்கும். இவற்றுள் உயிர்முன் அந் என்றும், உயிர்மெய்முன் அ என்றும், இரண்டின்முன்னும் நிர் என்றும் வரும்.

(உ-ம்.) நிர்ப்பாக்கியம், நிராசாரம், அரூபம்.
அசட்டை, அநாதி.

நிமலன், குதர்க்கம்,
வியோகம், கபுமிசகன்.
[இவை எதிர்மறைப் பகுபதங்கள் எனப்படும். வினா 123 (உ.) காண்க.]

சொற்றொடரதிகாரம் முற்றிற்று.

இலக்கண வினா விடை.

IV. PROSODY.

நான்காவது: யாப்பதிகாரம்.

167. POETRY.

௧௬௭.—யாப்பு ஆவதென்ன?

பலவகை மொழிகளை அசை, சீர், தளை, அடி, தொடை, என்றிவற்றால் யாப்புற இணைத்து, பல அலங்கார வகையாற் சிறப்புப் பொருந்தச் செய்யப்படுவன யாப்பென்னப்படும்.

யாப்பு, செய்யுள், பா, பாட்டு, கவி ஒருபொருட்பெயர்களாம்.

[நன்னூல் 268. யாப்பருங். 1.]

(I.) PARTS OF VERSE.

(I.) யாப்புறுப்பியல்.

§ ௧. அசை.

168. METRICAL SYLLABLES.

௧௬௮.—அசைகள் எத்தனைவகை ஆம்?

நேரசை, நிரையசை என இருவகை ஆம்.

[யாப்பருங். 5.]

169. SYLLABLES LONG BY NATURE OR POSITION.

௧௬௯.—நேரசைகள் எவை?

குற்றெழுத்துத் தனியே வரினும், ஒற்றடுத்து வரினும், நெட்டெழுத்துத் தனியே வரினும், ஒற்றடுத்து வரினும் நேரசை ஆம்.

[யாப்பருங். 6.]

(உ-ம்.) க எ-து, குறில் தனியே வந்த நேர்.
கல் எ-து, குறில் ஒற்றடுத்து வந்த நேர்.
கா எ-து, நெடில் தனியே வந்த நேர்.
கால் எ-து, நெடில் ஒற்றடுத்து வந்த நேர்.

170. SHORT SYLLABLES.

கஎ0.—*நிரையசைகள் எவை?*

குறில் இணைந்துவரினும், குறில் நெடில் இணைந்துவரினும், குறில் இணைந்து ஒற்றடுத்து வரினும், குறில் நெடில் இணைந்து ஒற்றடுத்து வரினும் நிரையசை ஆம்.

[யாப்பருங். 8.]

(உ-ம்.) அறி எ-து, குற்றெழுத்து இணைந்து வந்த நிரை.
சுரு எ-து, குற்றெழுத்தும நெட்டெழுத்தும் இணைந்து வந்த நிரை.
மரம் எ-து, குற்றெழுத்து இணைந்து ஒற்றடுத்து வந்த நிரை.
விளம் எ-து, குற்றெழுத்தும் நெட்டெழுத்தும் இணைந்து ஒற்றடுத்துவந்த நிரை.

§ உ. சீர்.

171. METRICAL FEET.

கஎக.—*சீர் ஆவதென்ன?*

இருவகை அசையுந் தனித்தும் இணைந்தும் வருவது சீர் ஆம்.

172. CLASSES OF METRICAL FEET.

கஎஉ.—*அச்சீர் எத்தனை வகைப்படும்?*

அசைச்சீர், இயற்சீர், உரிச்சீர், பொதுச்சீர் என நான்கு வகைப்படும்.

[யாப்பருங். 10.]

173. FEET OF ONE **அசை.**

கஎ௩.—*அவற்றுள், அசைச்சீர் என்பதியாது?*

அசைச்சீர் என்பது ஓரசைச்சீராம். அது, நேரசை தானே நின்று நேரசைச் சீர் எனவும், நிரையசை தானே நின்று நிரையசைச் சீர் எனவும் இருவகையாம்.

நேரசைச் சீருக்கு உதாரணவாய்ப் பாடு நாள்.

நிரையசைச் சீருக்கு உதாரண வாய்ப்பாடு மலர்.

இவை பெரும்பாலும் வெண்பாவின் ஈற்றிலே வரும்.

அவற்றோடு முறையே குற்றியலுகரஞ்சேர்ந்து காசு எனவும், பிறப்பு எனவும் வருவதுமுண்டு.

[யாப்பருங். 14.]

174. FEET OF TWO அசை.

கஎச.—இயற்சீர் என்பது யாது?

இயற்சீர் என்பது ஈரசைச்சீர் ஆம். இவை அகவற்சீர் எனவும்படும். அது, நேர் நேர், நிரை நேர், நிரை நிரை, நேர் நிரை, என நான்கு வகையாம். அவற்றிற்குத் தேமா, புளிமா, கருவிளம், கூவிளம், உதாரண வாய்ப்பாடாம்.

[யாப்பருங். 11.]

175. FEET OF THREE அசை.

கஎரு.—உரிச்சீர் என்பது யாது?

உரிச்சீர் என்பது மூவசைச்சீராம். மேற்கூறிய நான்கின் ஈற்றிலே நேரசையும் நிரையசையுந் தனித்தனிக் கூடிவர எட்டு வகையாம். அவையாவன:

[யாப்பருங். 12.]

(க.)	நேர்	நேர்	நேர்	உதாரண வாய்ப்பாடு.	தே	மாங்	காய்.	இவை நான்கும் வெண்சீர் எனவும்படும்.
(உ.)	நிரை	நேர்	நேர்	.... உ-டு	புளி	மாங்	காய்.	
(ங.)	நிரை	நிரை	நேர்	.... உ-டு	கரு	விளங்	காய்.	
(ச.)	நேர்	நிரை	நேர்	.... உ-டு	கூ	விளங்	காய்.	
(ரு.)	நேர்	நேர்	நிரை	.... உ-டு	தே	மாங்	கனி.	இவைநான்கும் வஞ்சிச்சீர் எனவும்படும்.
(சு.)	நிரை	நேர்	நிரை	.... உ-டு	புளி	மாங்	கனி.	
(எ.)	நிரை	நிரை	நிரை	.... உ-டு	கரு	விளங்	கனி.	
(அ.)	நேர்	நிரை	நிரை	.... உ-டு	கூ	விளங்	கனி.	

176. FEET OF FOUR அசை.

கஎசு.—பொதுச்சீர் என்பது யாது?

நாலசைச்சீர் பொதுச்சீர் எனப்படும். மேற்சொல்லிய நால் வகைப்பட்ட இயற்சீரின் ஈற்றிலே, முறையே,

[யாப்பருங். 13.]

தண்பூ	என	நேர்	நேரும்,	கூட்டிற் பதினாறும்.
நறும்பூ	என	நிரை	நேரும்,	
தண்ணிழல்	என	நேர்	நிரையும்,	
நறுநிழல்	என	நிரை	நிரையும்,	

☞ இவை பாட்டில் மிகவும் வழங்காவாம்.

§ ங. தளை.

177. CONNECTION OF FEET.

களஎ.—*தளை ஆவதென்ன ?*

சீரோடு சீர் பாட்டிலே தொடர்ந்து வரும் முறையே தளை ஆம்.

[யாப்பருங். 17.]

178. THE CONNECTION PECULIAR TO THE ஆசிரியம் METRE.

களஅ.—*ஆசிரியத்தளை என்பது யாது ?*

நேரோடு நேரும், நிரையோடு நிரையும் ஒன்றுவது ஆசிரியத் தளை ஆம்.

[யாப்பருங். 19.]

(உ-ம்.) "திருமழை தலைஇய,
இருணிற விசும்பின்,
விண்ணதிர் இமிழிசை கடுப்பப்,
பண்ணமைத் தவர்தேர் சென்ற வாறே."

இதிற், கருவிளங், கருவிளம்; கருவிளம், புளிமா; கூவிளங், கருவிளம், புளிமா; கூவிளம், புளிமா, தேமா, தேமா; என்று நேர்முன் நேரும், நிரை முன் நிரையும் வந்தது காண்க.

179. THAT OF THE வெண்பா.

களகூ.—*வெண்டளை ஆவதென்ன ?*

மா முன் நிரையும், விளம் முன் நேரும், காய் முன் நேரும் வருவது வெண்டளை.

[யாப்பருங். 18.]

(உ-ம்.) "உருவுகண் டெள்ளாமை வேண்டும்.
உருள்பெருந்தேர்க் கச்சாணி யன்னார் உடைத்து."

[இதிற், கருவிளம், தேமாங்காய், தேமா, கருவிளங்காய், தேமாங்காய், தேமா, பிறப்பு என வந்தது காண்க.]

§ ச. அடி.

180. LINES.

கஅo.—*அடி ஆவதென்ன ?*

தளையினாலே இணைக்கப்பட்ட சீரோடு வருவது அடியாம்.

[யாப்பருங். 23.]

☞ அவ்வடி இரு சொல் வரும் குறளடி எனவும்,
மூன்று சொல் வரும் சிந்தடி எனவும்,
நாற் சொல் வரும் அளவடி எனவும்,
ஐந்து சொல் வரும் நெடிலடி எனவும்,
மிக்க சொல் வரும் கழிநெடிலடி எனவும், ஆக
ஐந்து வகை ஆம்.

§ ரு. தொடை.

181. CONSONANCE.

கஅக.—தொடை ஆவதென்ன?

அடிகளிலுஞ் சீர்களிலும் எழுத்துக்கள் இசையத்தொடுப்பது தொடை ஆம்.

[யாப்பருங். 32.]

182. RHYME.

கஅஉ.—எதுகைத்தொடை ஆவதெது?

அடிகளில் முதலெழுத்துக்கள் மாத்திரை அளவில் ஒத்துநிற்க, இரண்டாம் எழுத்து இசையத் தொடுப்பது எதுகை.

[யாப்பருங். 34.]

(உ.–ம்.) "மலர்மிசை யேகினான் மாணடி சேர்ந்தார்
நிலமிசை நீடு வாழ்வார்."

[இதிலே மல என்பதற்கு நில என்பது எதுகையாம்.]

☞ கட்டென்பதற்கு பட்டென்பது எதுகையாம், பாட்டென்பது எதுகையாகாது.

183. ALLITERATION.

கஅ௩.—மோனைத்தொடை ஆவதெது?

அடி முதலெழுத்து மீண்டு வரவும், இன எழுத்து வரவுந் தொடுப்பது மோனை. அவ்வின எழுத்தாவன:

[யாப்பருங். 33.]

அ, ஆ, ஐ, ஔ.
இ, ஈ, எ, ஏ, யா.
உ, ஊ, ஒ, ஓ,
ச, த,
ஞ, ந,
ம, வ,
} ஒன்றுக்கொன்று மோனையாம்.

(உ.-ம்.) மேற்கண்ட குறளில் மகரமோனையும் நகர மோனையுங் காண்க.

(II.) KINDS OF METRE.

II. யாப்பியல்.

184. METRES AND THEIR SUBDIVISIONS.

௧௮௪.—மேற் கூறிய உறுப்பினால் உண்டாகிய விசேஷித்த பாவும் பாவினமும் எவை?

வெண்பா, ஆசிரியப்பா, கலித்துறை, விருத்தம் முதலியவும் உண்டு. [யாப்பருங். 52, 53, 54.]

☞ மற்றவை எல்லாம் யாப்பருங்கலத்திலே காண்க.

§ ௧. வெண்பா.

185. THE VENPA.

௧௮௫.—வெண்பாவுக்குரிய இலக்கணமென்ன?

(௧.) வெண்பாவிடத்து இயற்சீரும், வெண்சீரும் வரும்.

(௨.) அளவடியாலே நடக்கும். ஆயினும் ஈற்றடி சிந்தடியாக வரும்.

(௩.) நாள், மலர், காசு, பிறப்பு இந்நான்கில் ஒன்று ஈற்றடியின் ஈற்றுச் சீராம்.

(௪.) அதற்கு உரிய தளையாகிய வெண்டளையன்றிப் பிறதளைவாரா. [யாப்பருங். 55.]

186. KINDS OF VENPA.

௧௮௬.—வெண்பா எத்தனைவகையாம்?

குறள், சவலை, நேரிசை, இன்னிசை, என நான்கு வகையாம்.

[யாப்பருங். 56.]

187. CURAL.

௧௮௭.—இவற்றுள் குறள் ஆவதெது?

நாற்சீர், முச்சீர் என இரண்டு வருவது குறளாம்.

[யாப்பருங். 57.]

(உ-ம்.) "கண்ணுடையர் என்பவர் கற்றோர்; முகத்திரண்டு
புண்ணுடையர் கல்லா தவர்."

"உருவுகண் டெள்ளாமை வேண்டும்; உருள்பெருந்தேர்க்கு
அச்சாணி அன்னார் உடைத்து."

[ஒரு விகற்பத்தினாலும் இரு விகற்பத்தினாலும் வந்தது.]

188. SAVALEI.

கஅஅ.—சவலை வெண்பா என்பதெது?

இரு குறள் ஒரு விகற்பத்தால் வருவது சவலை ஆம்.

(உ-ம்.) "அட்டாலும் பால் சுவையிற் குன்றாதளவல்ல
நட்டாலும் நண்பல்லார் நண்பல்லர்;
கெட்டாலும் மேன்மக்கண் மேன்மக்களே: சங்கு
சுட்டாலும் வெண்மை தரும்."

189. NÊRISEI.

கஅகூ.—நேரிசைவெண்பா என்பது யாது?

இரு குறளும் நடுவே தனிச்சொல்லும் வருவது நேரிசைவெண்பாவாம். [யாப்பருங். 58.]

(உ-ம்.) "தம்மை இகழ்ந்தமை தாம்பொறுப்ப தன்றி மற்
றெம்மை இகழ்ந்த வினைப்பயத்தால்,
உம்மை
பெருவாய் நிரையத்து வீழ்வர்கொல் என்று
பரிவதூஉஞ் சான்றோர் கடன்."

190. INNISEI.

ககூ0.—இன்னிசை வெண்பா என்பதெது?

நாற்சீர் மூவடியும் முச்சீர் ஓரடியும் வருவது இன்னிசைவெண்பாவாம். [யாப்பருங். 59.]

(உ-ம்.) "இன்றுகொல், அன்றுகொல், என்றுகொல் என்னாது
பின்றையே நின்றது கூற்றமென் றெண்ணி,
ஒருவுமின் தீயவை; ஒல்லும் வகையான்
மருவுமின் மாண்டார் அறம்."

§ உ. ஆசிரியப்பா.

191. ÂSIRIYAM METRE.

ககூக.—ஆசிரியப்பாவுக்குரிய இலக்கணமென்ன?

(க.) இயற்சீரன்றிச் சிலவிடத்து வெண்சீருந், தேமாங்கனி, புளிமாங்கனி என்னும் இடை நேரசை வஞ்சிச்சீரும் வரப்பெறும்.

(உ.) அதில் தன் தளையன்றி வெண்டளை யும் வரும்.

(௩.) மூன்று முதலிய பல அடிகளான் வரும்.

(ச.) ஈற்றடியின் ஈற்றசையின் ஈற்றிலே ஏகாரம் பெரும்பாலும் வரும். [யாப்பருங். 66.&c.]

☞ ஆசிரியம் எனவும் அகவல் எனவும்படும்.

(உ-ம்.) "நீரிடை நுரையி னேர்கெடும் இளமையே;
காரிடை மின்னிற் கடிதிறும் புகழே;
தேரிடை உருளிற் செல்வ' மாறுமே;
நாரிடை மதுவினிற் றவிழ்க்தொழி இன்பமே!"

§ ௩. கலித்துறை.

192. CALITTURY METRE.

கக௯௨.—கலித்துறையின் இலக்கணம் என்ன?

(க.) ஓரே எதுகையான நெடிலடி நான்கும் உடைத்தாகும்;

(உ.) வெண்டளையைப் பெறும்;

(௩.) ஒவ்வோரடியின்முதல் நான்குசீரும் இயற்சீராகவும் இடைநேரசைக் காய்ச்சீராகவும் இருக்கும்;

(௪.) ஒவ்வோரடியின் ஐந்தாஞ்சீர் கூவிளங்காய் ஆவது, கருவிளங்காய் ஆவது இருக்கும்;

(௫.) ஈற்றடியின் ஈற்றிலே ஏகாரம் வரப்பெறும்;

(௬.) நேரசை முதலடியிற் பதினறு அசைகள் வரும்.

(எ.) நிரையசை முதலடியிற் பதினேழு அசைகள் வரும்.

☞ இது கட்டளைக்கலித்துறை எனவும்படும்.

[யாப்பருங். 85.]

(உ—ம்.) "எரினக் கென்னும், புழுவோ எனக்கெனும், இந்தமண்ணுஞ்
சரிஎனக் கென்னும்; பருந்தோ எனக்கெனுந், தான்புசிக்க
நரிஎனக் கென்னும், புன்னுய் எனக்கென்னும் இந்நாறுடலைப்
பிரிய முடன் வளர்த்தேன்! இதனல் என்ன பேறெனக்கே?"

§ ௪. விருத்தம்.

193. VIRUTTAM METRE.

கக௯௩.—விருத்தத்தின் இலக்கணம் என்ன?

(க.) எல்லாச் சீருந் தழுவும்;

(உ.) ஐந்து வகையான அடிகளாலுண்டாகும்;

(௩.) தளையின்றி நடக்கும்; ஆயினும் அதற்குரிய பொதுவான விதியாவது: ஓரடியில் தேமா வந்தவிடத்து மற்ருேரடியில் தேமா ஆயினும், புளிமாவாயினும் வரும். விளம் வந்தவிடத்து மற்ருேரடியில் கூவிளமாயினும் கருவிளமாயினும் வரும். காயீற்றுச் சீருக்குக் காயீற்றுச்சீருங், கனியீற்றுச்சீருக்குக் கனியீற்றுச்சீரும் வரும். மற்றது மிவ்வாறே.

சீர் தம்முன்மாறி வரில் சந்தபேதமாம்.

[யாப்பருங். 65. 74. 86. 88.]

(உ—ம்.) "கடுமனவன் பேய்கனலிற் கொடிதாகு மலைகளினுங் கடத்தற் கொண்ணு
நெடுவெயிற் றிலும்வலிது கடல்பருகி மேருவினை நேரே பேர்த்தச்
சுடுகனலை விழுங்குதினு' மிறுத்தரிது; புலன்முழுதுந் தோன்ற மூலக்
கெடுமூலமீ தண்டெனினுண் டிலதாகி விலதிதனைக் கெடுத்தல் வேண்டும்."

யாப்பதிகாரம் முற்றிற்று.

இலக்கண வினு விடை.

V. RHETORIC.

ஐந்தாவது: அணி அதிகாரம்.

194. RHETORICAL EMBELLISHMENT.

ககூச.—*அணி என்பது யாது?*

மக்களுக்கு அணியும்பூமாலைபோலவும், பொன் ஆபரணம் போலவும், புலவர்பாடிய கவிகளுக்கு அலங்காரமாகச் செய்தன வாம்.

195. KINDS OF RHETORICAL ORNAMENT.

ககூரு.—*அவ்வணி எத்தனை வகையாம்?*

சொல்லணி, பொருளணி என இருவகையாம்.

196. VERBAL ORNAMENT.

ககூசு.—*சொல்லணி ஆவது என்ன?*

எழுத்தானுஞ் சொல்லானும் பெயர்த்து வேறுபொருள் தருவது சொல்லணிஆம். அணியைத் தந்த சொல்லை மாற்றின் அணிகெடும் ஆதலால் சொல்லணி எனப்படும்.

(உ-ம்.) "முல்லை நகைத்தன" என்பதற்கு "முல்லை பூத்தன" எனிற் சொல்மாறவே அணி யில்லாமையாற் சொல்லணி.

§ க. சொல்லணி.

197. KINDS OF VERBAL ORNAMENT.

ககூஎ.—*சொல்லணி எத்தனைவகையாம்?*

மடக்குஞ், சித்திரமும் என இருவகையாம். அவையாவன:

(க.) எழுத்துஞ் சொல்லும் யாப்பும் ஆகிய மூவகையினுலும் மாறிவருவன **மடக்கணி.**

அவை மறிநிலை, அந்தாதி, அடுக்கு என மூன்று வகை ஆம்.

(உ.) இரதமுதலிய பலவாறன கோணங்களாகச் சித்திரித்து எழுத்துகளைமாறி அடைத்துப்பாடுவன சித்திரவணி. இவை பந்தனம் என்றும் பெயர்பெறும்.

[தண்டி அலங். III. 1.]

"எழுத்தின் கூட்டம் இடை பிறிதின்றியும்
பெயர்த்தும் வேறு பொருடரின் மடக்கே."

198. INVERSION.

௧௯௮.—மறிநிலை ஆவது என்ன?

எழுத்துக்களையாவது சொற்களையாவது அடிகளையாவது மாறி நிற்கும்படிப் புணர்ப்பதாம்.

(உ-ம்.) சிவிறி = விசிறி.
ஞிமிறு = மிஞிறு.
இது எழுத்து மறிநிலை என்னப்படும்.

(உ-ம்.) இல்முன் = முன்றில்.
நகர்ப்புறம் = புறநகர்.
இது சொன்மறிநிலை என்னப்படும்.

"சுரையாடக் கெண்டை கயத்தாட மஞ்ஞை
சுரையாழ அம்மி மிதப்ப வரையனைய
யானைக்கு நீத்த முயற்கு நிலையென்ப
கானக நாடன் சுனை."
இது அடிமறிநிலை என்னப்படும். [நன்னூல் 419.]

(உ-ம்.) "நடுக்குற்றுத் தற்சேர்ந்தார் துன்பந் துடையார்
கொடுத்துத் தான் றுய்ப்பினு' மீண்டுங்கால் நண்டும்
இடுக்குற்றுப் பற்றினு' நில்லாது செல்வம்
விடுக்கும் வினையுலந்தக் கால்."

199. THE REPETITION OF THE LAST WORD OF THE FORMER LINE, OR VERSE, IN THE BEGINNING OF THE NEXT.

௧௯௯.—அந்தாதி ஆவதென்ன?

எழுத்தாவது சொல்லாவது அந்தாதியாகப் பாடுவதாம்.

[யாப்பருங். 50.]

(உ-ம்.) "மாந்தர்க்கெல்லாம் கேள்வியாலறிவும்;
அறிவினாற் கல்வியுங்; கல்வியாற் புகழும்;
புகழாற் பெருமையும் விளைந்து வரும்."
"கல்வியே கற்புடைப் பெண்டிர்; பெண்டிர்க்குச்
செல்வப்புதல்வனே ஈரங்கவி."

200. REPETITION.

௨00.—அடுக்கு ஆவது என்ன?

சொல்லானும் பொருளானும் அடுக்கிவருவனவாம்.

[நன்னூல் 436.]

(உ-ம்.) "பொய்யாமை பொய்யாமை ஆற்றின் அறம்பிற
செய்யாமை செய்யாமை நன்று."

"துப்பார்க்குத் துப்பாய துப்பாக்கித் துப்பார்க்குத்
துப்பாயதூஉ மழை."

"வைகலும் வைகல் வரக்கண்டும் அஃதுணரார்
வைகலும் வைகலை வைகும் என் றின்புறுவர்;
வைகலும் வைகற்றம் வாழ் நாண்மேல் வைகுதல்
வைகலை வைத்துணரா தார்."

"ஒக்குமே ஒக்குமே ஒக்குமே ஒக்கும்
விளக்கினிற் சீரேறி ஒக்குமே ஒக்கும்
குளக்கொட்டிப் பூவி னிறம்."

---

201. VARIOUS FANTASTIC MEASURES.

உ0க.—சித்திரவணி ஆவது என்ன?

இரதபந்தனம், நாகபந்தனம், யானை, குதிரை, ஒட்டகை இவை முதலானவைகளின் நடையுடையன அடிபந்தனம் ஆம்.

☞ இவை சிறந்ததல்லாமையால் உதாரணங் காட்டவில்லை.

---

§ உ. பொருளணி.

202. ORNAMENT DERIVED FROM THE SENSE.

உ0உ.—பொருளணி ஆவதென்ன?

சொல் மாறினும் அச்சொல்லால் வழங்கிய பொருள் மாறாது, அணியுங் கெடாது வருவது பொருளணி ஆம்.

(உ-ம்.) பவளவாய் எ-கு சொன் மாறி, துகிர் போன்ற செவ்வாய் எனில், சொன் மாறினும் பொருண் மாறாமையாற் பொருளணி.

---

203. ESSENTIAL QUALITIES.

உ0ஙூ.—தன்மையணி ஆவதென்ன?

ஒரு பொருளுக்கு உரிமையுடையது தன்மை அணி ஆம்.

(உ-ம்.) "அஞ்சாமை ஈகை அறிவூக்கம் இந்நான்கும்
எஞ்சாமை வேந்தற் கியல்பு."

எ-து. அரசனுக்கு இவ்வியற்கை இன்றியமையா, ஆதலில் இது தன்மை யணி.

[தண்டி அலங். II. 2, 3.]

"எவ்வகைப் பொருளு மெய்வகை விளக்குஞ்
சொன்முறை தொடுப்பது தன்மை ஆகும்.
அதுவே, பொருள் குணஞ்சாதி தொழிலொடு புலன் ஆம்."

204. COMPARISON.

௨௦௪.—உவமையணி ஆவதென்ன ?

இருபொருள் தம்முள் குணத்தானுந், தொழிலானும், பயனு னும் ஒத்தனவாகக் காட்டலாம். இவற்றுள், உபமானமும், உப மேயமும், பொதுப்பண்பும், போலமுதலிய உவமையுருபுக ளுந் தொக்கும் விரிந்தும் விகற்பித்தும் வரும்.

(உ-ம்.) "புறங்குன்றி கண்டனையர் எனும்
அகங்குன்றி மூக்கிற் கருமை யுடைத்து.

எ-து. குன்றியானது புறத்துச் செம்மையும் மூக்கிற் கருமையும் உடையதுபோல, கூடா ஒழுக்கத்தார் வேடத்தாற் புறத்துச் செம்மையும் அகத்துக் கருமையும் உடையார், ஆதலில் பண்புவமையணி.

(உ-ம்.) "அடுத்தது காட்டும் பளிங்குபோ னெஞ்சங்
கடுத்தது காட்டு முகம்."

எ-து. கண்ணாடியானது தனக்கு எதிரிட்ட பொருளின் குணத்தைக் கொண்டு தோற்றுதல்போல, முகமா னது தனக்கு எதிரிட்ட மனதின் குணத்தைக் கொண்டு தோற்றுதலாற், தொழிலுவமையணி.

(உ-ம்.) "மருந்தாகித் தப்பா மரத்தற்றாற் செல்வம்
பெருந்தகை யான்கட் படின்."

எ-து. மரமானது பிணியாளருக்கு மருந்தாய்ப் பயனுதல்போலப் பெருந்தகையான் செல்வமானது வறுமை யாளருக்குப் பயனுதலாற் பயனுவமையணி.

(உ-ம்.) "அகரமுதல எழுத்தெல்லாம் ஆதி
பகவன் முதற்றே யுலகு."

எ-து. அகரத்திற்குத் தலைமை விகாரத்தான் அன்றி நாதமாத்திரையான் இயல்பாற் பிறத்தலானும், ஆதிப கவனுக்குத் தலைமை செயற்கை உணர்வான் அன்றி இயற்கை உணர்வால் முற்றும் உணர்தலா னும்; எடுத்துக் காட்டுவமையணி. இது திட்டாந்தவணி எனவும்படும்.

(உ-ம்.) "வலியி னிலைமையான் வல்லுருவம் பெற்றம்
புலியின்றோல் போர்த்து மேய்ந்தற்று."

எ-து. நல்லார் போல வேடம்பூண்டு பிறரை வஞ்சிக்கின்ற கூடா ஒழுக்கத்தானுக்குப் பசு புலியின்றோ லைப் போர்த்துக் கொண்டதுபோலும். எனவே, பசு புலியின்றோலைப்போர்த்துக் கொள்ளுதல் இல் லாமையால், இல்பொருளுவமையணி.

[தண்டி அலங். II. 4.]

"பண்புந் தொழிலும் பயனும் என்றிவற்றின்
ஒன்றும் பலவும் பொருளொடு பொருள்புணர்த்
தொப்புமை தோன்றச் செப்பின் அஃ துவமை."

205. FIGURATIVE LANGUAGE.

௨௦௫.—உருவகவணி ஆவதென்ன ?

உவமையும் பொருளும் வேறுபடாமற் குணந், தொழில், பயன் என்னும் முக்காரணங்களுந் தோன்றுமலும், உவமை யுருபு இல்லாமலும் ஒன்றுபடவரும் உவமையே உருவகவணி யாம்.

(உ-ம்.) "அறவாழி அந்தணன் றாள்சேர்ந்தார்க் கல்லாற்
பிறவாழி நீந்தலரிது."

எ-து. கடவுளுடைய பாதத்தைத் தோணியாக உருவகஞ் செய்தமையால் ஏகாங்க உருவகவணி; இதனை ஏகதேச உருவகவணி எனவும்படும்.

(உ-ம்.) "குணமென்னுங் குன்றேறி நின்றார் வெகுளி
கணமேயுங் காத்தல் அரிது."

எ-து. துறந்தார் இருத்தற்கு அசையாமையும் பெருமையும் உடைய மலையைப்போலக் குணங்களை உருவகஞ் செய்தமையால், இது ஏது உருவகவணி.

(உ-ம்.) "சினமென்னுஞ் சேர்ந்தாரைக் கொல்லி
இனமென்னும் ஏமப் புணையைச் சுடும்."

எ-து. நெருப்பு தான் சேர்ந்த இடத்தையே சுடும்; சினமானது தான் சேராத இடத்தையுஞ் சுடுமென்று அதிகமாய்ச்சொல்லி உருவகஞ் செய்தமையால் இது மிகையொற்றுமை உருவகவணி.

[தண்டி அலங். II. 9.]

"உவமையும் பொருளும் வேற்றுமை ஒழிவித்
தொன்றென்மாட்டின், அஃதுருவகம் ஆகும்."

---

206. ANTITHESIS.

உ0௬.—வேற்றுமையணி ஆவதென்ன?

இருபொருளைத் தம்முள் உவமித்துப் பின்னர் அவற்றுள் வேற்றுமை தோன்றக் கூறுதலாம்.

(உ-ம்.) "தீயினாற் சுட்டபுண் ணுள்ளாறும்; ஆறாதே
நாவினாற் சுட்ட வடு."

எ-து. தீயுங், கொடுஞ்சொல்லுஞ், சுடுந்தொழிலினால் ஒக்குமாயினும்; தீயினாற் சுடப்பட்ட புண் ஆறுத லினாலும், நாவினாற் சுடப்பட்டவடு ஆறுதலினாலுந் தீயினும் அதிகமானமையால் வேற்றுமையணி.

[தண்டி அலங். II. 22.]

"கூற்றினுங் குறிப்பினும் ஒப்புடை இருபொருள்
வேற்றுமை படவரின் வேற்றுமை அதுவே.
அதுவே, குணம் பொருள் சாதி தொழிலொடு புணரும்.

---

207. RECURRENCE OF THE SAME WORD.

உ0௭.—பின்வருநிலையணி ஆவதென்ன?

முன்னர்வந்த சொல்லும் பொருளும் பின்னர்ப் பலஇடத்தும் வருவது பின்வருநிலை அணியாம்.

(உ-ம்.) "நோவெல்லா' நோய் செய்தார் மேலவா' நோய்செய்யார்
நோயின்மை வேண்டுபவர்."

எ-து. நோயென்னுஞ் சொல்லும்பொருளும் பின்னும்வந்தமையால் இது பின்வருநிலையணி.

[தண்டி அலங். II. 15.]

"முன்வருஞ் சொல்லும் பொருளும் பலவயிற்
பின்வரு மென்னிற் பின்வரு நிலையே."

208. PROVERBIAL EXPRESSIONS.

உ0அ.—ஒட்டணி ஆவது என்ன?

கவி கருதிய பொருளை மறைத்து அது வெளிப்படுத்தற்கொத்த வேறொன்றை உரைப்பதாம்.

(உ-ம்.) "பீலிபெய் சாகடும் அச்சிறும் அப்பண்டம்
சால மிகுத்துப் பெயின்."

எ-து. எளியவரென்றெண்ணிப் பலரோடு பகைத்தவன் தான் எத்தனை பலசாலியாயினும் அவர்கள் ஏகமாய்த் திரண்டபோது அழிந்துபோவான் என்பது தோன்ற மயிலிறகுகளை ஏற்றிய வண்டியும் அச்சு முறியும் என்றமையால் இது ஒட்டணி.

[தண்டி அலங். II. 25.]

"கருதிய பொருடொகுத்ததுபுலப் படுத்தற்
கொத்த தொன்றுரைப்பின் அஃதொட்டென மொழிப."

209. CONTRAST.

உ0கூ.—விலக்கணி ஆவதென்ன?

ஒன்றைச் சொல்லி மற்றதைக் காட்டிய குறிப்பினுல் மறுத்துவிலக்குவது விலக்கணி ஆம்.

(உ-ம்.) "நன்றே தரினு' நடுவிகந்தாம் ஆக்கத்தை
அன்றே ஒழிய விடல்."

எ-து. நியாய மின்றித் தேடிய பொருள் என முன்னர்க் கூறி அது நன்மையே தரினும் விடுக எனப்பின்னர் விலக்கியமையால் இது விலக்கணி.

[தண்டி அலங். II. 16.]

"முன்னத்தின் மறுப்பின் அது முன்னர் விலக்கே
மூவகைக் காலமு மேவியதாகும்."

210. IRONY.

உக0.—மாறுபடுபுகழணி ஆவதென்ன?

ஒன்றனைப் புகழ்ந்தாற்போலப் பழித்தலும், பழித்தாற்போலப் புகழ்தலுமாம்.

(உ-ம்.) "தேவர் அனையர் கயவர், அவருந்தா'
மேவன செய்தொழுகலான்."

எ-து. அறிவீனர்கள் நியவழியின் நடக்கில் நீங்கைத் தருமென்றுணாது; தங்கள் விருப்பப்படியே நடக்கின்றமையால், தம்மிச்சைப்படி நல்வழியிலொழுகுகின்ற தேவருக்கொப்பென்றுர் ஆதலில் மாறுபடு புகழணி.

[தண்டி அலங். II. 39.]

"புகழ்வது போலப் பழித்திறம் புனைதலும்,
பழிப்பது போலப் புகழ்புலப் படுத்தலும்,
அவையும் இன்னவென் றறைகுந ருளரே."

211. SELF PRAISE.

உகக.—தன் மேம்பாட்டுரையணி ஆவதென்ன?

ஒருவன் தனக்கு மேன்பாடாகத் தன்னைத்தானே புகழ்வதாம்.

(உ-ம்.) "என்னைமுன் னில்லன்மின் தெவ்விர், பலரென்னை
முன்னின்று கன்னின் றவர்."

எ-து. பகைவரே என்னாசன்முன் நில்லாதபோங்கள்; நின்றவர்களை எல்லாம் கல்லாகநிற்கச் செய்தேன் யான்; எனத்தன்னைத் தானே புகழ்ந்தமையால் தன்மேம்பாட்டுரையணி.

[தண்டி அலங். II. 44.]

"தான்றற் புகழ்வது தன்மேம் பாட்டுரை."

---

212. THE GARLAND.

உகஉ.—மாலைஉவமைஅணி ஆவது என்ன?

ஒரு பொருளின் இடமாய்ப் பலபொருள் தோன்றி, அவை ஒன்றோடொன்று தொடர்ந்து, ஒவ்வொரு பொருளின் கடையிலும் பொருள்முடிவுபடுவது மாலைஉவமைஅணிஆம்.

(உ-ம்.) "அன்பீனும் ஆர்வம் உடைமை; அது ஈனும்
நண்பென்னு' நாடாச்சிறப்பு."

எ-து. அன்பானது ஆர்வம் உடைமையை ஈனும்; அவ்வார்வமுடைமையானது நண்பென்னும் நாடாச் சிறப்பை ஈனும் என்றமையால் மாலை உவமை அணி.—

---

213. MANY SUBJECTS WITH A COMMON PREDICATE.

உகங.—ஒப்புமைக் கூட்டவணி ஆவதென்ன?

ஒன்றற்கொன்று புகழினாலேனும் பழிப்பினாலேனும் இசையப்பொருந்தி முடிவுபடுவது ஒப்புமைக்கூட்ட அணி ஆம்.

(உ-ம்.) "அவை அஞ்சி மெய் விதிப்பார் கல்வியும், கல்லார்
அவை அஞ்சா ஆகுலச்சொல்லும், நவை அஞ்சி
ஈத்துண்ணார் செல்வமும், நல்கூர்ந்தார் இன்னலமும்
பூத்தலிற் பூவாமை நன்று.—"

[தண்டி அலங். II. 53, 54.]

"கருதிய குணத்தின் மிகுபொருளுடன் வைத்
தொருபொருள் வைப்ப தொப்புமைக்கூட்டம்.—
புகழினும் பழிப்பினும் புலப்படும் அதுவே."

அணி அதிகாரம் முற்றும்.

இலக்கண விஞ விடை.

VI. THE SUBJECTS TREATED OF IN COMPOSITIONS.

ஆருவது: பொருள் அதிகாரம்.

214. SUBJECT MATTER.

உகச.—பொருள் ஆவதென்ன?

இம்மை மறுமைகளிலுஞ் சீவராசிகளுக்கு உறுதியைத் தருவதென்று வேண்டப்பட்டதும், உயர்ந்தோரால் இலக்கியங்களில் விவரிக்கப்பட்டதும் ஆம்.

215. ITS DIVISIONS.

உகரு.—அப்பொருள் எத்தனைவகைஆம்?

அறம், பொருள், இன்பம், வீடு என நான்குவகை ஆம்.

[நன்னூல் 10.]

216. VIRTUE.

உகசா.—இவற்றுள், அறம் ஆவதென்ன?

கடவுள் அருளிய வேதத்தில் விதித்தன செய்தலும், விலக்கியன ஒழிதலும் ஆம்.

☞ இஃது ஒழுக்கம், வழக்கு, தண்டம், ஆகிய மூன்று வகையுடையதென்பாருமுண்டு.—அன்றியும், இவ்வறத்தை இல்லறம் எனவுந் துறவறம் எனவுஞ் சொல்லுவர்.

217. POSSESSIONS.

உகஎ.—பொருள் ஆவதென்ன?

தருமவழியினலே சேர்க்கப்பட்ட பிரயோசனமுள்ள பதார்த்தங்களாம்.

218. PLEASURE.

உகஅ.—இன்பம் ஆவதென்ன?

சீவராசிகள் ஐம்புலன்களைக்கொண்டு, மகிழ்ச்சியாக அனுபவிப்பதே ஆம்.

219. HEAVEN.

உகக.—வீடு ஆவதென்ன?

கடவுளுடைய அநுக்கிரகத்தால் நல்லோர் மறுமையில் அடைந்து அனுபவிக்கும் மனோவாக்குக்கெட்டாத நித்திய பேரின்பமே ஆம்.

220. FURTHER SUBDIVISIONS.

உஉ0.—இப்பொருளை இன்னும் நூலோர் விரித்துக் கூறுவதும் உண்டோ?

உண்டு. எப்படியெனில்:

உள்ளத்தின்கண் நிகழ்வது அகப்போருள் என்றும், புறம்பே நிகழ்வது புறப்போருள் என்றுங் கூறுவர். அன்றியும், அவற்றிற்குரிய குறிஞ்சி, பாலை, முல்லை, மருதம், நெய்தல், ஆகிய ஐந்திணை நிலங்களையும்; அந்நிலங்களுக்குரிய கருப்பொருள்களையும்; பலவகைப்பட்ட காலங்களையும்; மற்றைய விசேஷங்களையும் விதந்து கூறுவார்கள். இவை பெரும்பயன் இல்லாமையால் இந்நூலிற் கூறவில்லை.

பொருள் அதிகாரம் முற்றும்.

இலக்கண வினா விடை முடிந்தது முற்றும்.

POPE'S THIRD

TAMIL GRAMMAR.

PART II. NATIVE AUTHORITIES.

NANNÛḶ.

பவணந்தி முனி செய்த

நன்னூல்

மூலமும் பொழிப்புரையும்.

இஃது

ஜி. யூ. போப்பையரால்

பார்வையிடப்பட்டுப்

பதிப்பிக்கப்பட்டது.

Madras:

PRINTED AT THE AMERICAN MISSION PRESS.

1857.

PREFACE.

நன்னூல்.

க. சிறப்புப்பாயிரம்.

மலர் தலை உலகின் மல்கிருள் அகல
இலகொளி பரப்பி, யாவையும் விளக்கும்
பரிதியின் ஒருதான் ஆகி, முதல்ஈ
றொப்பள வாசை முனிவிகந் துயர்ந்த
அற்புத மூர்த்திதன் அலர்தரு தன்மையின்
மனஇருள் இரிய மாண்பொருண் முழுவதும்
முனிவற அருளிய மூவறு' மொழியுளும்
குணகடல் குமரி குடகம் வேங்கடம்
எனு' நான் கெல்லையின் இருந்தமிழ்க் கடலுள்
அரும்பொருள் ஐந்தையும் யாவரும் உணரத்
தொகைவகை விரியிற் றருகெனத் துன்னார்
இகல்அற நூறி இருநில' முழுவதுந்
தனதெனக் கோலித் தன்மத வாரணந்
திசைதொறு' நிறுவிய திறல்உறு தொல்சீர்

கருங்கழல் வெண்குடைக் கார்நிகர் வண்கைத்
திருந்திய செங்கோற் **சீயகங்கன்**
அருங்கலை **விநோதன்** **அமர்ஆ பரணன்**
மொழிந்தனன் ஆக: முன்னோர் நூலின்
வழியே நன்னூற் பெயரின் வகுத்தனன்
பொன்மதிற் சநகைச் சன்மதி முனிஅருள்
பன்னருஞ் சிறப்பிற் **பவணந்தி**
என்னு’ நாமத் திருந்தவத் தோனே.

INTRODUCTION ON GENERAL PREFACES.

நன்னூல்.

உ. பொதுப்பாயிரம்.

1. NAMES OF A PREFACE.

௧. முகவுரை, பதிகம், அணிந்துரை, நூன்முகம்,
புறவுரை, தந்துரை, புனைந்துரை, பாயிரம்.

[பாயிரத்திற்கு வருங் காரணக் குறிகளை உணர்த்திற்று.]

2. KINDS OF PREFACES.

௨. பாயிரம் பொதுசிறப் பெனஇரு பாற்றே.

[மேல் பாயிரம் என்றது பொதுப்பாயிரமுஞ் சிறப்புப்பாயிரமும் என இரு வகையினை உடைத்து.]

3. A GENERAL PREFACE.

௩. நூலே நுவல்வோ னுவலுந் திறனே
கொள்வோன் கோடற் கூற்றும் ஐந்தும்
எல்லா நூற்கும்; இவைபொதுப் பாயிரம்.

[நூலினது வரலாறும், ஆசிரியனது வரலாறும், அவ்வாசிரியன் நூலை மாணாக்கனுக்குச் சொல்லுதலின் வரலாறும், மாணாக்கனது வரலாறும், அவன் கேட்டலின் வரலாறும், என்னும் ஐந்தும் எல்லா நூற்கும் ஆம்; ஆதலின் இவ்வைந்து வரலாற்றையும் விளங்க உணர்த்துவது பொதுப்பாயிரமாம்.]

4. A CLASSICAL WORK.

௪. நூலின் இயல்பே நுவலின் ஓர்இரு
பாயிரந் தோற்றி, மும்மையின் ஒன்றாய்,
நாற்பொருட் பயத்தோ டெழுமதந் தழுவி,
ஐஇரு குற்றமும் அகற்றி, அம்மாட்சியோ
டெண்ணான் குத்தியின் ஓத்துப் படலம்,
என்னும் உறுப்பினிற் சூத்திரங் காண்டிகை,
விருத்தி, ஆகும் விகற்பநடை பெறுமே.

[மேற் கூறிய ஐந்தனுள் நூலினது வரலாற்றைச் சொல்லின் இருவகைப் பாயிரத்தையும் முன்னுடைத்தாதல் முதலாக இங்ஙனம் விகற்பித்த பதின்மூன்று விகற்ப நடைகளைப் பெற்று வரும்.]

5. KINDS OF CLASSICAL WORKS.

ரு. முதல் வழி சார்பென நூன் மூன்றாகும்.

[முதனூல், வழிநூல், சார்புநூல் என மூன்று கூற்றதாம் நூல்.]

6. ORIGINAL CLASSICS.

௬. வினையி னீங்கி விளங்கிய அறிவின்
முனைவன் கண்டது முதனூல் ஆகும்.

[வினையின் நீங்கி விளங்கிய அறிவினையுடைய முதல்வன் ஆதிக்கண்ணே செய்தது யாது அது முதனூல் ஆம்.]

7. THE SUPPLEMENTAL CLASSICS.

எ. முன்னோர் நூலின் முடிபொருங்கொத்துப்
பின்னோன் வேண்டும் விகற்பங்கூறி,
அழியாமரபி னது வழிநூல் ஆகும்.

[தொல்லாசிரியர் நூல்களின் பொருண் முடிவு முழுவதும் ஒத்து, வழிநூல் செய்வோன் முதனூலுளதாகவுந் தான் வழிநூற் செய்தற்குக் காரணமாக வேண்டிய விகற்பங்களையும் உடன்கூறி, அவ்விகற்பங்கள் உணர்வுடையோர் பலர்க்கும் ஒப்ப முடிந்தமையின் அழியாது உலகத்து நின்று நிலவு மரபினையுடையது வழிநூல் ஆம்.]

8. DERIVATIVE WORKS.

அ. இருவர் நூற்கும் ஒருசிறை தொடங்கித்
திரிபு வேறுடையது புடைநூல் ஆகும்.

[முதனூல் வழிநூல் என்னும் இருதிறத்து நூல்கட்கும் பொருண் முடிபு ஒருபுடை ஒத்து, ஒழிந்தன எல்லாம் ஒவ்வாமையை யுடையது சார்புநூல் ஆம்.]

9. A SPECIAL RULE REGARDING THE TWO LAST.

வெண்பா.

கூ. முன்னோர் மொழிபொருளே அன்றி அவர்மொழியும்
பொன்னேபோற் போற்றுவம் என்பதற்கு—முன்னோரின்
வேறுநூல் செய்தும்எனு' மேற்கோளில் என்பதற்கும்
கூறு பழஞ் சூத்திரத்தின் கோள்.

[முன்னோர் மொழிந்த பொருளே அன்றி அவர் மொழியினையும் பொன்போலப் போற்றிக்கொள்வோம் என்பதற்கு இலேச்சினையாகவும், முன்னோர் நூலையே கூறுது அந்நூலினின்றும் வழிநூல் சார்பு நூல்செய்தோம் ஆயினும் ஆசிரியவசனங்களை ஒரோவழி எடுத்து உடன் கூறுதல் வழிநூற்கும் சார்புநூற்கும் இலக்கணம், ஆதலின் இந்நூலகத்து ஆசிரிய

வசனம் இல்லை எனக்கூறுவர், ஆதலின் அக்குற்றம் ஒழிவதற்காகவும் பழஞ் சூத்திரத்தின் கோளைக்கூறு.]

10. THE BENEFITS TO BE DERIVED FROM ANY CLASSICAL WORK.

௧0. அறம், பொருள், இன்பம், வீட்டைதல் நூற்பயனே.

[அறமும் பொருளும் இன்பமும் வீடடைதலும் ஆகிய இந்நான்கும் நூல் தழுவப்படும் பயன் ஆம்.

11. THE SEVEN OBJECTS CONTEMPLATED BY AN AUTHOR.

௧௧. எழுவகை மதமே: உடன்படன், மறுத்தல்,
பிறர்தம் மதமேற் கொண்டு களைவே,
தாஅ னாட்டித் தனாது நிறுப்பே,
இருவர் மாறுகோள் ஒருதலை துணிவே,
பிறர்நூற் குற்றங் காட்டல், ஏனைப்
பிறிதொடு படாஅன் றன்மதங் கொளலே.

[மேல் எழு வகை மதம் என்று சொல்லப்பட்டன இங்ஙனம் "பிறர் மதத்தை உடன்படல்" முதலியவாக விதந்தனவாம்.]

12. THE TEN FAULTS.

௧௨. குன்றக் கூறன், மிகைபடக் கூறல்,
கூறியது கூறன், மாறுகொளக் கூறல்,
வழூஉச்சொற் புணர்த்தன், மயங்க வைத்தல்,
வெற்றெனத் தொடுத்தன், மற்றொன்று விரித்தல்,
சென்றுதேய்ந் திறுத' னின்று பயனின்மை,
என்றிவை யீரைங் குற்ற' நூற்கே.

[நூற்குப் பத்துக் குற்றங்கள் ஆவன, குன்றக் கூறன் முதலிய இவைகளாம்.]

13. THE TEN BEAUTIES OF STYLE.

க௩. சுருங்கச் சொல்லல், விளங்க வைத்தல்,
நவின்றோர்க் கினிமை, நன்மொழி புணர்த்தல்,
ஓசை உடைமை, ஆழம் உடைத்தாதல்,
முறையின் வைப்பே, உலகம் மலையாமை,
விழுமியது பயத்தல், விளங்கு தாரணத்த
தாகுத னூலிற் கழகெனும் பத்தே.

[நூலிற்கு அழகு என்று சொல்லப்படும் பத்தாவன: "சுருங்கச்சொல்லல்," முதலியவாம்.]

14. THE THIRTY-TWO METHODS.

க௪. நுதலிப் புகுதல், ஓத்து முறை வைப்பே,
தொகுத்துச் சுட்டல், வகுத்துக் காட்டல்,
முடித்துக் காட்டல், முடிவிடங் கூறல்,
தானெடுத்து மொழிதல், பிறன்கோட் கூறல்,
சொற்பொருள் விரித்தற் றொடர்சொற் புணர்த்தல்,
இரட்டுற மொழிதல், ஏதுவின் முடித்தல்,
ஒப்பின் முடித்தல், மாட்டெறிந் தொழுகல்,
இறந்தது விலக்கல், எதிரது போற்றல்,
முன்மொழிந்து கோடல், பின்னது நிறுத்தல்,
விகற்பத்தின் முடித்தல், முடிந்தது முடித்தல்,
உரைத்தும் என்றல், உரைத்தாம் என்றல்,
ஒருதலை துணிதல், எடுத்துக் காட்டல்,
எடுத்த மொழியின் எய்த வைத்தல்,
இன்ன தல்ல திதுஎன மொழிதல்,
எஞ்சிய சொல்லின் எய்தக் கூறல்,

பிறர்நூல் முடிந்தது தான்உடன் படுதல்,
தன்குறி வழக்க மிகஎடுத் துரைத்தல்,
சொல்லின் முடிவின் அப்பொருள் முடித்தல்,
ஒன்றின முடித்தல், தன்னின முடித்தல்,
உய்த்துணர் வைப்பென உத்திஎண் ணான்கே.

[முப்பத்திரண்டு உத்தி ஆவன: "நுதலிப்புகுதல்" முதலியவாம்.]

15. CRITICAL ACUMEN.

கரு. நூற்பொருள் வழக்கொடு வாய்ப்பக் காட்டி,
ஏற்புழி அறிந்திதற் கிவ்வகை ஆம்எனத்
தகும்வகை செலுத்துதல் தந்திர உத்தி.

[ஓர் இலக்கணநூலால் உணர்த்தப்படும் பொருளை நூல்வழக்கோடும், உலக வழக்கோடும், பொருந்த உணர்த்தி அப்பொருளை மற்றோர் இலக்கிய நூற்கண்ணும் ஏற்கும் இடம் அறிந்து இவ்விடத்திற்கு இஃதாம் எனக் கருதித் தக்கவை ஆகச் செலுத்துவது தந்திர உத்தி ஆம்.]

16. CHAPTER: ஓத்து.

கசு. நேரின மணியை நிரல்பட வைத்தாங்
கோர்இனப் பொருளை ஒருவழி வைப்ப
தோத்தென மொழிப உயர்மொழிப் புலவர்.

[ஒருசாதியாய் உள்ள மணிகளை முறையே பதித்தாற்போல ஒருசாதியாய் உள்ளபொருள்களை ஒருவழிப்படக் கூறுவது ஓத்துஎப்பாம், எனச் சொல்லுவர் உயிர்க்கு உறுதிபயக்கும் மெய்ம்மொழிகளை உடையபுலவர்.]

17. SECTION: படலம்.

கஎ. ஒருநெறி இன்றி, விரவிய பொருளால்
பொதுமொழி தொடரின் அதுபடலம் ஆகும்.

[ஒருவழிப்படாது விராய பொருளோடு பொருந்திப் பலபொருளை உணர்த்தும் பொதுச்சொற்கள் ஒரோவழி அன்றித் தொடர்ந்துவரின் அது படல உறுப்பாம்.]

18. VERSE; சூத்திரம்.

கஅ. சில்வகை எழுத்தில், பல்வகைப் பொருளைச்
செவ்வன் ஆடியின் செறித்தினிது விளக்கித்
திட்ப நுட்பம் சிறந்தன சூத்திரம்.

[சிறிய கண்ணாடியில் பெரிய சரீரமுதலியவற்றின் சாயை செவ்வாகச் செறிந்து இனிதாக விளங்கினாற்போலச் செவ்வாகச் செறிந்து இனிதாக விளங்கச் சில்வகை எழுத்துக்களான் இயன்ற யாப்பின்கண் பல்வகைப் பட்ட பொருள்களைச் செவ்வாகச் செறிந்து இனிதாக விளக்கி அப்பல பொருள் திண்மையும் நுண்மையும் சிறந்து வருவன சூத்திரங்களாம்.]

19. THE ORDER AND CONNEXION OF VERSES.

கக. ஆற்றொழுக் கரிமா நோக்கம் தவளைப்
பாய்த்துப் பருந்தின்வீழ் வன்னசூத் திரநிலை.

[மேற்கூறிய சூத்திரங்கள் ஒன்றோடொன்று தொடர்ந்து நிற்கும் நிலைகள் ஆற்றொழுக்கு, சிங்கத்தின் பார்வை, தவளையின்பாய்ச்சல், பருந்தின் வீழ்ச்சி, என்னும் நான்கினையும்போலும்.]

20. DIFFERENT KINDS OF VERSES.

உ0. பிண்டம், தொகை,வகை, குறியே, செய்கை,
கொண்டியல் புறனடைக் கூற்றன சூத்திரம்.

[பிண்டம் எனவும், தொகை எனவும், வகை எனவும், குறி எனவும், செய்கை எனவும், இவற்றை அலைவறக்கொண்டு இவற்றின்புறத்து அடையாய் வரும் புறனடை எனவும், கூறும் கூற்றினை உடையவாம் மேற்கூறிய சூத்திரங்கள்.]

(உ-ம்) பிண்டம். ... ... இக-சூத்திரம்.
தொகை.... ... ...இள-சூத்.
வகை... ... ... இஅ-முதலியசூத்.
குறி.... ... ...கூ-சூத்.
செய்கை. ... ... உகக-சூத்.
புறனடை ... ...கடைசிசூத்திரம்.

21. THE FOURTEEN REQUISITES OF A COMMENTARY.

உக. பாடம், கருத்தே, சொல்வகை, சொற்பொருள்,
தொகுத்துரை, உதாரணம், வினா,விடை, விசேடம்,
விரிவதி காரம், துணிவு, பயனே
டாசிரிய வசனம்என் றீரேழ் உரையே.

[இப்பதினான்கு வகையான் உரைக்கப்படும் நூற்குறை.]

22. BRIEF COMMENTARY: காண்டிகை.

உஉ. கருத்துப், பதப்பொருள், காட்டு மூன்றினும்,
அவற்றொடு வினாவிடை ஆக்க லானும்,
சூத்திரத் துட்பொருள் தோற்றுவ காண்டிகை.

[மேற்கூறிய பதினுன்கினுள் கருத்துரையும் பதப்பொருளும் உதாரணமும் ஆகிய மூன்றனையும் உரைத்தலானும், அம்மூன்றனோடு வினவிடை என்னும் இரண்டனையும் கூட்டி உரைத்தலானும், சூத்திரத்துட்பொருளை விளக்குவன காண்டிகை உரைகள் ஆம்.]

23. DIFFUSE COMMENTARY.

உங. சூத்திரத் துட்பொருள் அன்றியும் ஆண்டைக்
கின்றி அமையாதி யாவையும் விளங்கத்
தன்உரை யானும், பிறர்நூ லானும்,
ஐயம் அகலஐங் காண்டிகை உறுப்பொடு
மெய்யினை எஞ்சா திசைப்பது விருத்தி.

[காண்டிகை உரைபோல் சூத்திரத்துட்பொருள் விளக்குதன் மாத்திரையில் நில்லாது அவ்விடங்கட்கு இன்றியமையாத பொருள்கள் யாவையும் விளங்கத் தான் உரைக்கும் உரையானும் ஆசிரியவசனங்களானும் மேற்கூறிய காண்டிகை உறுப்பு ஐந்தனுனும் ஐயம்தீரச் சுருங்காது, மெய்ம்மைப்பொருளை விரித்துரைப்பது விருத்தி உரை ஆம்.]

24. EXPLANATION OF THE FIGURATIVE EXPRESSION நூல் *thread.*

வெண்பா.

உச. பஞ்சிதன் சொல்லாப் பனுவல் இழைஆகச்
செஞ்சொல் புலவனே சேய்இழையா—எஞ்சாத
கையேவாய் ஆகக் கதிரே மதிஆக
மைஇலா நூல்முடியும் ஆறு.

[இந்த நூல்முடியும் ஆறு இதுவாதலின் நூல் என்றது உவமை ஆகுபெயர் ஆம்.]

25. நூல் USED TO MEASURE TIMBER.

வெண்பா.

உரு. உரத்தின் வளம்பெருக்கி, உள்ளிய தீமைப்
புரத்தின் வளமு'ருக்கிப் பொல்லா—மரத்தின்
கனக்கோட்டம் தீர்க்கு'நூல் அஃதேபோல் மாந்தர்
மனக்கோட்டம் தீர்க்கு'நூல் மாண்பு.

[அந்நூல்போல் செப்பம் செய்தலானும் நூல் என்றது உவமை ஆகு பெயர் ஆம்.]

26. THE QUALITIES OF A TEACHER.

உகா. குலன், அருள், தெய்வம், கொள்கை, மேன்மை,
கலைபயில் தெளிவு, கட்டுரை வன்மை,
நில,மலை, நிறைகோல், மலர்,நிகர் மாட்சியும்,
உலகியல் அறிவோ டுயர்குணம் இனையவும்
அமைபவ னூல்உரை ஆசிரி யன்னே.

[இவ்வியல்பினை உடையார் கற்பிக்கும் ஆசிரியர்ஆவார்.]

27. HOW A TEACHER MUST RESEMBLE THE EARTH.

உஎ. தெரிவரும் பெருமையும், திண்மையும், பொறையும்,
பருவ முயற்சி அளவில் பயத்தலும்,
மருவிய நன்னில' மாண்பாகும்மே.

[நிலத்தினது மாட்சிமை இது ஆதலின் இஃது உவமை ஆயிற்று.]

28. HOW THE TEACHER MUST RESEMBLE A MOUNTAIN.

உ௭. அளக்கல் ஆகா அளவும், பொருளும்;
துளக்கல் ஆகா நிலையும் தோற்றமும்;
வறப்பினும் வளந்தரூஉம் வண்மையு' மலைக்கே.

[மலையினது மாட்சிமைஇது ஆதலின் இஃது உவமை ஆயிற்று.]

29. HOW A TEACHER MUST RESEMBLE A BALANCE.

உகூ. ஐயம் தீரப் பொருளை உணர்த்தலும்,
மெய்ந்நடு நிலையு' மிகுநிறை கோற்கே.

[நிறைகோலினது மாட்சிமை இது ஆதலின் இஃது உவமை ஆயிற்று.]

30. HOW A TEACHER MUST RESEMBLE A FLOWER.

௩௰. மங்கலம் ஆகி, இன்றி அமையா
தியாவரு' மகிழ்ந்து மேற்கொள மெல்கிப்
பொழுதில் முகமலர் வுடையது பூவே.

[மலரினது மாட்சிமை இது ஆதலின் இஃது உவமை ஆயிற்று.]

31. WHO ARE DISQUALIFIED FOR THE OFFICE OF TEACHER.

௩க. மொழிகுணம் இன்மையும், இழிகுண இயல்பும்,
அழுக்கா றவா,வஞ்சம், அச்சம் ஆடலும்,
கழற்குட' மடற்பனை, பருத்திக் குண்டிகை,
முடத்தெங் கொப்பன முரண்கொள் சிந்தையும்
உடையோர் இலர்ஆ சிரியர்ஆ குதலே.

[இக்குற்றங்களை உடையோர் கற்பிக்கும் ஆசிரியர் ஆகார்.]

32. A JAR OF MARBLES.

௩௨. பெய்தமுறை அன்றிப் பிறழ உடன்தரூஉம்
செய்தி கழற்பெய் குடத்தின் சீரே.

[கழற்பெய்த குடத்தின் குற்றம் இது ஆதலின் இஃது உவமை ஆயிற்று.]

33. THE TREE WHOSE FRUIT CANNOT BE OBTAINED TILL IT DROPS OF ITSELF.

௩௩. தானே தரக்கொளின் அன்றித் தன்பால்
மேவிக் கொளக்கொடா இடத்தது மடற்பனை.

[மடற்பனையின் குற்றம் இது ஆதலின், இஃது உவமை ஆயிற்று.]

34. THE TINDER BOX WITH SMALL MOUTH: HARD TO PUT IN AND HARD TO GET OUT.

௩௪. அரிதிற் பெயக்கொண் டப்பொருள் தான்பிறர்க்
கெளிதீ வில்லது பருத்திக் குண்டிகை.

[பருத்தி பெய்த குண்டிகையின் குற்றம் இது ஆதலின் இஃது உவமை ஆயிற்று.]

35. THE COCOANUT TREE THAT LEANS OVER AND DROPS ITS FRUIT INTO A STRANGER'S GROUNDS.

௩௫. பல்வகை உதவி வழிபடு பண்பின்
அல்லோர்க் களிக்கும் அதுமுடத் தெங்கே,

[முடத்தெங்கினது குற்றம் இது ஆதலின் இஃது உவமை ஆயிற்று.]

36. THE METHOD OF TEACHING.

௩௬. ஈதல் இயல்பே இயம்புங் காலைக்:
காலமும், இடனும் வாலிதி னோக்கிச்;
சிறந்துழி இருந்துதன் தெய்வம் வாழ்த்தி;
உரைக்கப் படும்பொருள் உள்ளத் தமைத்து;
விரையான், வெகுளான், விரும்பி, முகமலர்ந்து,
கொள்வோன் கொள்வகை அறிந்தவன் உளங்கொளக்,
கோட்டமில் மனத்தினூல் கொடுத்தல் என்ப.

[கற்பிக்கும் ஆறு இவ்வாறு எனச் சொல்லுவர் புலவர்.]

37. WHO ARE TO BE TAUGHT.

௩௭. தன்மகன், ஆசான் மகனே, மன்மகன்,
பொருணனி கொடுப்போன், வழிபடு வோனே,
உரைகோ ளாளற் குரைப்பது நூலே.

[இவ்வறுவர்க்கும் சொல்லப்படுவது நூல்.]

38. GOOD, MIDDLING AND BAD SCHOLARS.

௩௮. அன்னம், ஆவே, மண்ணொடு, கிளியே;
இல்லிக்குடம், ஆ டெருமை, நெய்யரி,
அன்னர் தலைஇடை கடைமா ணாக்கர்.

[மேற்கூறிய அறுவருள் அன்னமும் பசுவும் போல்வார் தலைமாணாக்கர்; மண்ணும், கிளியும், போல்வார் இடைமாணாக்கர்; இல்லிக்குடமும்; ஆடும், எருமையும், நெய்யரியும், போல்வார் கடைமாணாக்கர்.]

39. WHO MUST NOT BE TAUGHT.

௩௯. களி,மடி, மானி, காமி, கள்வன்,
பிணியன், ஏழை, பிணக்கன், சினத்தன்,
துயில்வோன், மந்தன், தொன்னூற் கஞ்சித்,

தடுமா றுளத்தன், தறுகணன், பாவி,
படிறன், இன்னோர்க்குப் பகரார் நூலே.

[இக்குற்றங்களை உடையார்க்கு நூலைச் சொல்லார் ஆசிரியர்.]

40. THE WAY TO LEARN.

௪0. கோடன் மரபே கூறுங் காலைப்:
பொழுதொடு சென்று, வழிபடல் முனியான்,
குணத்தொடு பழகி, அவன்குறிப் பிற்சார்ந்
திருஎன இருந்து, சொல்எனச் சொல்லிப்,
பருகுவன்அன்ன ஆர்வத்தன் ஆகிச்,
சித்திரப் பாவையின் அத்தக வடங்கிச்
செவிவாய் ஆக நெஞ்சு களன் ஆகக்,
கேட்டவை கேட்டவை விடாதுளத் தமைத்துப்,
போஎனப் போதல் என்மனார் புலவர்.

[கற்கும் ஆறு இவ்வாறு எனச் சொல்லுவர் புலவர்.]

41. METHODS OF STUDY.

௪௧. நூல்பயில் இயல்பே நவலின்: வழக்கறிதல்,
பாடம் போற்றல், கேட்டவை நினைத்தல்,
ஆசாற் சார்ந்தவை அமைவரக் கேட்டல்,
அம்மாண் புடையோர் தம்மொடு பயிறல்,
வினாதல், வினாயவை விடுத்தல், என்றிவை
கடனாக் கொளினே மடநனி இகக்கும்.

[இவ்வாறு நூலைப் பயின்றவரது அறியாமை மிகுதியும்போம்.]

42. READ A SECOND TIME.

௪௨. ஒருகுறி கேட்போன் இருகால் கேட்பின்
பெருக நூலில் பிழைபா டிலனே.

[ஒருகால் கேட்ட துணையானே அமையாது இருகால் கேட்பானாகில் அந்நூலின்கண் பிழைபாடு மிகுதியும் இலன்.]

43. MASTER IT BY A THIRD READING.

௪௩. முக்கால் கேட்பின் முறைஅறிந் துரைக்கும்.

[முக்காற் கேட்டானாகில் ஆசிரியன் கற்பித்த முறைஅறிந்து உரைப்பன்.]

44. THUS TO LEARN THE OPINIONS OF OTHERS IS ONE FOURTH PART OF SCHOLARSHIP.

௪௪. ஆசான் உரைத்த தமைவரக் கொளினும்,
காற்கூ றல்லது பற்றலன் ஆகும்.

[ஆசிரியன் கற்பித்தனவற்றைத் தன் அறிவின்கண் அமையக்கற்றான் ஆகிலும் புலமைத்திறத்தில் காற்கூறல்லது பற்றான்.]

45. ONE FOURTH MORE IS GAINED BY ASSOCIATION WITH THE LEARNED, THE OTHER HALF BY *teaching* WHAT HAS BEEN LEARNT.

௪௫. அவ்வினை யாளரொடு பயில்வகை ஒருகால்,
செவ்விதின் உரைப்ப அவ்விரு காலும்,
மைஅறு புலமை மாண்புடைத் தாகும்.

[தன்போலியரோடு பயிலும் வகையால் காற்கூறும்; அக்கல்வியைத் தன் மாணாக்கர்க்கும் அவைக்களத்தோர்க்கும் உணரவிரித்துரைத்தலான் அரைக்கூறும்; ஆகக்குற்றம் அற்றபுலமை நிரம்பும்.]

46. THE RESPECT DUE TO A MASTER.

௪௬. அழலி னீங்கான், அணுகான், அஞ்சி
நிழலி னீங்கான், நிறைந்த நெஞ்சமோ
டெத்திறத் தாசான் உவக்கும் அத்திறம்
அறத்திற் றிரியாப் படர்ச்சிவழி பாடே.

[இவ்வாறு ஒழுகுதல் வழிபாடாம்.]

நன்னூல்.

க. சிறப்புப்பாயிரம்.

47. WHAT A PREFACE SHOULD CONTAIN.

சஎ. ஆக்கியோன் பெயரே, வழியே, எல்லை,
நூற்பெயர், யாப்பே, நுதலிய பொருளே,
கேட்போர், பயனோ டாய்,எண் பொருளும்
வாய்ப்பக் காட்டல் பாயிரத் தியல்பே.

[தெய்வ வணக்கமுஞ் செய்பொருட் டொகையுஞ்
செப்புவதாகுஞ் சிறப்புப்பாயிரம். (தொன்னூல்.)]

[இவ்வெட்டுப் பொருளையும் விளங்க உணர்த்துவது சிறப்புப்பாயிரத் திலக்கணம் ஆம்.]

48. THREE ADDITIONAL MATTERS.

சஅ. காலம், களனே, காரணம், என்றிம்
மூவகை ஏற்றி, மொழிநரும் உளரே.

[அவ்வெட்டனோடு இம்மூன்றனையும் கூட்டிப் பதினொன்றாகக் கூறுவாரும் உளர்.]

49. HOW A BOOK IS TO BE NAMED.

சகூ. முதனூல் கருத்தன், அளவு, மிகுதி,
பொருள்,செய் வித்தோன், தன்மைமுத னிமித்தினும்,
இடுகுறி யானுநூற் கெய்தும் பெயரே.

[முதனூல் முதல் தன்மை ஈறுகக் கூறிய எழும் பிறவும் ஆகிய காரணங் களானும் இடுகுறியானும் நூற்குப்பெயர்வரும்.]

50. FOUR WAYS IN WHICH A BOOK MAY BE COMPOSED.

௫௦. தொகுத்தல், விரித்தல், தொகைவிரி, மொழிபெயர்ப்
பெனத்தகு நூல்யாப் பீர்இரண் டென்ப.

[நூல்யாப்பு இந்நான்கு கூற்றதாம் என்று சொல்லுவர் புலவர்.]

51. WHO MUST WRITE THE PREFACE.

௫௧. தன்ஆ சிரியன், தன்னெடு கற்றோன்,
தன்மா ணாக்கன், தகும்உரை காரன்,என்.
றின்னோர் பாயிரம் இயம்புதல் கடனே.

[ஒருவன் கூறிய நூற்கு இந்நால்வருள் ஒருவர் சிறப்புப்பாயிரம் கூறு தல் முறைமை ஆம்.]

52. AN AUTHOR MUST NOT PRAISE HIMSELF.

௫௨. தோன்று தோற்றித் துறைபல முடிப்பினும்
தான்தற் புகழ்தல் தகுதி அன்றே.

[தோன்றாத நுட்பங்களை எல்லாம் தோற்றிப் பலதுறைப்பட்டு விரிந்த நூலைச் செய்து முடித்தான். ஆயினும் தன்னைத்தான் புகழ்தல் தகுதி அன் றும். ஆதலின் நூல் செய்தானது புகழாகிய சிறப்புப்பாயிரத்தைப் பிறர் கூறவேண்டும்.]

53. WHEN A MAN MAY PRAISE HIMSELF.

௫௩. மன்னுடை மன்றத் தோலைத் தூக்கினும்,
தன்னுடை ஆற்றல் உணரார் இடையினும்,

மன்னிய அவைஇடை வெல்லுறு பொழுதினும்,
தன்னை மறுதலை பழித்த காலையும்,
தன்னைப் புகழ்தலும் தகும்புல வோர்க்கே.

[இவ்விடங்கள் ஆயில் தன்னைப்புகழ்தலும் தகுதிஆம் புலவோர்க்கு.]

54. NO CLASSIC WITHOUT A PREFACE.

ருச. ஆயிர முகத்தான் அகன்ற தாயினும்
பாயிரம் இல்லது பனுவல் அன்றே.

[ஆயிரம் உறுப்புக்களான் விரிந்தநூலாயினும் பாயிரம் இல்லாதது நூல் அன்று.]

55. A PREFACE IS AN ORNAMENT.

வெண்பா.

ருரு. மாடக்குச் சித்திரமு மாநகர்க்குக் கோபுரமும்,
ஆடமைத்தோ ணல்லார்க் கணியும்போ—னடிமுன்
ஐதுரையா நின்ற அணிந்துரையை என்னூற்கும்
பெய்துரையா வைத்தார் பெரிது.

[அறிவுடையோர் மாடமுதலிய மூன்றற்கும் சித்திரமுதலியமூன்றும் போலக்கருதி, அழகிதாகியபொருளை உணர்த்தாநின்ற இருவகைப்பாயிரங்களையும் உரைத்து எவ்வகைப்பட்ட பெரியநூல்கட்கும் முன்னர்ப் பெய்து வைத்தார் பெரும்பாலும்; ஆதலில் பாயிரம் இல்லது பனுவல் அன்றும்.]

நன்னூல்.

I. எழுத்ததிகாரத்தில்

(I) எழுத்தியல்.

56. AN INVOCATION.

௫௬. பூமலி அசோகின் புனைநிழல் அமர்ந்த
நான்முகற் றொழுதுநன் கியம்புவன் எழுத்தே.

57. DIVISIONS OF ORTHOGRAPHY.

எழுத்திலக்கணம் இத்துணைத்தென்பது.

௫௭. எண்,பெயர், முறை,பிறப் புருவ மாத்திரை,
முதல்,ஈ றிடைநிலை, போலி, என்றா
பதம்,புணர் பெனப்பன் னிருபாற் றதுவே.

[இப்பன்னிரு பகுதியினையும் உடைத்து அவ்வெழுத்திலக்கணம்.]

க. § எண்.

58. LETTERS.

எழுத்தின்னதென்பது.

௫௮. மொழிமுதற் காரணம் ஆம்அணுத் திரள் ஒலி
எழுத்தது முதல்சார் பென இரு வகைத்தே.
[வினா 11.]

[மொழிக்கு முதற்காரணமாய் அணுத்திரளின் காரியமாய் வரும் ஒலி யாவது எழுத்து; அது முதல்எழுத்தென்றும், சார்பெழுத்தென்றும், இரு வகையினை உடைத்து.]

59. 30 PRIMARY LETTERS. VOWELS AND CONSONANTS.

முதலெழுத்தின்விரி.

நிகூ. உயிரும் உடம்புமா முப்பது முதலே.

[வினா 11.]

[உயிரும் உடம்பும் ஆகும் முப்பதெழுத்தும் முதல் எழுத்தாம்.]

60. 10 KINDS OF SECONDARY LETTERS.

சார்பெழுத்தின்விரி.

சுo. உயிர்மெய், ஆய்தம், உயிர்அள பொற்றள
பஃகிய இ, உ, ஐ, ஔ, மஃகான்,
தனிநிலை, பத்தும் சார்பெழுத் தாகும்.

[இப்பத்தும் சார்பெழுத்தாம்.]

61. 369 SECONDARY LETTERS.

சுக. உயிர்மெய் இரட்டுநூற் றெட்டுயர் ஆய்தம்
எட்டுயிர் அளபெழு மூன்றொற் றளபெடை
ஆறேழ்; அஃகும் இம்முப் பானேழ்;
உகரம் ஆறு றைகான் மூன்றே;
ஔகான் ஒன்றே; மஃகான் மூன்றே;
ஆய்தம் இரண்டொடு சார்பெழுத் துறுவிரி
ஒன்றொழி முந்நூற் றெழுபான் என்ப.

[உயிர்மெய் இருநூற்றுப்பதினாறு, குறுகாத ஆய்தம் எட்டு, உயிர்அளபெடை இருபத்தொன்று, ஒற்றளபெடை நாற்பத்திரண்டு, குற்றியல் இகர முப்பத்தேழு, குற்றியல் உகர முப்பத்தாறு, ஐகாரக்குறுக்க மூன்று, ஔகாரக்குறுக்கம் ஒன்று, மகரக்குறுக்க மூன்று, ஆய்தக்குறுக்கம் இரண்டுடனே, சார்பெழுத்தினது மிகுந்த விரி முந்நூற்றறுபத்தொன்பதாம் என்று சொல்லுவர் புலவர்.]

௨. § பெயர்.

62. NOUNS: ARBITRARY AND APPELLATIVE: COMMON AND PROPER.

[பெயர்க்கெல்லாம் பொது இலக்கணம்.]

௬௨. இடுகுறி காரணப் பெயர்பொதுச் சிறப்பின.

[வினா 48.]

[இடுகுறிப் பெயரும், காரணப் பெயரும் ஆகிய இரண்டும் பலபொருட்குப் பொதுப்பெயர்ஆயும், ஒருபொருட்குச் சிறப்புப்பெயர்ஆயும், வருவனஆம்.]

(உ-ம்.) மரம் ... ... இடுகுறிப் பொதுப்பெயர்.
பனை ... ... இடுகுறிச் சிறப்புப்பெயர்.
அணி... ... ... காரணப் பொதுப்பெயர்.
முடி ... ... காரணச் சிறப்புப்பெயர்.
மறவன், பங்கயம், முன்னி. } ... ... காரணஇடுகுறிப்பெயர்.

63. VOWELS 12. CONSONANTS 18.

௬௩. அம்முதல் ஈராறாவி; கம்முதல்
மெய்ம்மூ வாறென விளம்பினர் புலவர்.

[வினா 11.]

[அகரமுதல் ஔகாரம் ஈறாகக் கிடந்த பன்னிரண்டனையும் ஆவி என்றும்; ககரமுதல் னகரம் ஈறாகக் கிடந்த பதினெட்டனையும் மெய் என்றும் நூல்களால் சொன்னார் அறிவுடையோர்.]

64. SHORT VOWELS.

௬௪. அவற்றுள்,—அ,இ,உ,எ, ஒக்குறில் ஐந்தே.

[வினா 3.]

[ஆவி மெய்என்றவற்றுள், இவ்வைந்தும் குற்றெழுத்தாம்.]

65. LONG VOWELS.

௬௫. ஆ,ஈ,ஊ,ஏ, ஐ,ஓ,ஔ, நெடில்.

[வினா 4.]

[இவ்வேழு நெட்டெழுத்தாம்.]

66. DEMONSTRATIVE LETTERS.

சூசு. அ,இ,உம்முதல் தனிவரில், சுட்டே.

[வினா 5.]

[இம்மூன்றெழுத்தும் மொழிக்குப் புறத்தும், அகத்தும், முதற்கண் தனித்துச் சுட்டுப்பொருள் உணர்த்தவரிற் சுட்டெழுத்தாம்.]

(உ-ம்.) அக்கொற்றன், இக்கொற்றன், உக்கொற்றன், } புறத்தும்; { அவன், இவன், உவன், } அகத்தும் வந்தன.

☞ அவன் என்பதன்கண் அகரம் அறம் என்பதின்கண் அகரம்போலப் பின் எழுத்துக்களோடு தொடர்ந்து நின்று ஒருபொருளை உணர்த்தாது வேறுநின்று சுட்டுப்பொருளை உணர்த்தலின் அகத்துவரும் இதனையும் "தனிவரின்" என்றார்.

67. INTERROGATIVE LETTERS.

சூஎ. எய் யா முதலும்; ஆ,ஓ, ஈற்றும்;
ஏ,இரு வழியும் வினாஆகும்மே.

[வினா 6.]

[புறத்தும், அகத்தும், மொழிமுதற்கண் எகரமும், யாவும்; ஈற்றின்கண் ஆகாரமும், ஓகாரமும்; இவ்விரண்டிடத்தினும் ஏகாரமும் தனித்து வினாப் பொருள் உணர்த்தவரின் வினா எழுத்தாம்.]

(உ-ம்.) எக்கொற்றன், யாவன், } ... ... முதற்கண்வந்தன.
கொற்றனா, கொற்றனோ,... ஈற்றின்கண்வந்தன.
ஏவன், கொற்றனே,... ... ஈரிடத்தும்வந்தன.

68. STRONG or HARD CONSONANTS. [TENUES OR SURD.]

சூஅ. வல்லினம் க,ச,ட, த,ப,ற, எனஆறே.

[வினா 8.]

[இவ்வாறும் வல்லினம் ஆம்.]

69. WEAK CONSONANTS. [NASALS.]

சூசு. மெல்லினம் ங,ஞ,ண, ந,ம,ன, எனஆறே.

[வினா 9.]

[இவ்வாறும் மெல்லினம் ஆம்.]

70. MIDDLE CONSONANTS. [LIQUIDS.]

எO. இடையினம் ய,ர,ல, வ,ழ,ள, எனஆறே.
[விஞ 10.]

[இவ்வாறும் இடையினம் ஆம்.]

---

71. PRIMARY LETTERS TAKEN IN PAIRS.

எக. ஐ,ஔ, இ,உச் செறிய, முதல்எழுத்
திவ்விரண் டோர்இனம் ஆய்வரல் முறையே.

[இனம்இல்லாத ஐகார ஔகாரங்கள் ஈகார ஊகாரங்கட்கினம் ஆகிய இகர உகரங்களைத் தமக்கும் இனம்ஆகப்பொருந்த முதல் எழுத்துகள் இரண்டிரண்டு ஓரினமாய்வருதல் முறை; ஆதலால் அவை இன எழுத்தென்றும் பெயரவாம்.]

(உ-ம்.) அ,ஆ; இ,ஈ; உ,ஊ; எ,ஏ; ஐஇ; ஒ,ஓ; ஔ,உ;
க,ங; ச,ஞ; ட,ண; த,ந; ப,ம; ய,ர; ல,வ; ழ,ள; ற,ன;
என இரண்டிரண்டோரினமாய்வந்தது காண்க.

---

72. THE GROUNDS OF THIS ARRANGEMENT IN PAIRS.

[இனம் என்றதற்குக் காரணம்.]

எஉ. தானம் முயற்சி அளவு, பொருள்,வடி
வானஒன் றுதிஓர் புடைஒப் பினமே.

[தானம் முதலிய இவற்றுள் ஒன்று முதலாக ஒருபுடை ஒத்தலால் இனம் ஆம்.]

(உ-ம்.) அ,ஆ என்பன இரண்டிற்கும் தானம், கண்டம் [எ௫];
முயற்சி, அங்காத்தல் [எசு];
குறிலினது விகாரமே நெடில் ஆதலால் பொருள் ஒன்று;
வடிவு அ, ஆ.
இவை மாத்திரையில் மாத்திரம் ஒத்திரா.

---

௩. § முறை.

73. WHY THE ALPHABET IS ARRANGED AS IT IS.

எ௩. சிறப்பினும், இனத்தினும், செறிந்தீண் டம்முதல்
நடத்தல் தானே முறைஆ கும்மே.

[சிறப்பினானும், இனத்தினானும் பொருந்தி இவ்வுலகத்து அகரமுதலாக வழங்குதல் தானே எழுத்தினது முறைஆம்.]

(உ-ம்.) குறிலினதுவிகாரம் நெடில், ஆதலால் குறில்முன் நிற்பது சிறப்பினால்.
வலியோர் மெலியோர்க்கு முன்நிற்றல்போல வல்லெழுத்து முன் நிற்பதுசிறப்பினால்.
நெடிலும் மெல்லெழுத்தும் இனமாய், பின்நிற்பது, இனத்தினால்.

௪. § பிறப்பு.

74. THE PRODUCTION OF LETTER-SOUNDS.

௭௪. நிறைஉயிர் முயற்சியின் உள்வளி துரப்ப,
எழும்அணுத் திரள்உரம், கண்டம், உச்சி,
மூக்குற் றிதழ்நாப் பல்லணத் தொழிலின்,
வெவ்வே றெழுத்தொலி யாய் வரல் பிறப்பே.

[ஒலிஎழுத்தாகிய காரியத்திற்கு வேண்டுங்காரணங்களின் ஒரு ஆற்றானும் குறைவின்றி நிறைந்த உயிரினது முயற்சியால் உண்ணின்ற வளி எழுப்ப, எழுஞ்செவிப்புலன்ஆம் அணுத்திரள் உரம்முதலியநான்கிடத்தையும் பொருந்தி, இதழ்முதலிய நான்கின்தொழில்களால் வெவ்வேறெழுத்தாகிய ஒலிகளாய்த் தோன்றுதல் அவற்றின் பிறப்பாம்.]

75. VOWELS AND LIQUIDS FROM THE THROAT; NASALS THE NOSE; TENUES THE CHEST.

[முதலெழுத்துகளுக்கு இடம்.]

௭௫. அவ்வழி,—ஆவி இடைமை இடமிட றாகும்;
மேவு மென்மை மூக் குரம் பெறும் வன்மை.

[மேற்கூறிய நெறியாற் பிறக்குங்கால் ஆவி, இடையினம், என்னும் இருவகை எழுத்தினதிடம் மிடறாம்; மெல்இனம்மூக்கை இடம்ஆகப் பொருந்தும்; வல்லினம் நெஞ்சை இடம்ஆகப் பெறும்.]

76. அ,ஆ BY THE MERE OPENING OF THE MOUTH.

௭௬. அவற்றுள்,—முயற்சியுள் அ,ஆ அங்காப் புடைய.

[மேல்இடம் வகுக்கப்பட்ட முதல் எழுத்துகளுள் அகர ஆகாரங்கள் நால்வகை முயற்சியுள் அண்ணத்தின் தொழிலாகிய அங்காத்தலை உடைய வாய்ப் பிறக்கும்.]

77. இ,ஈ,எ,ஏ,ஐ HOW PRONOUNCED.

[முயற்சி.]

எஎ. இ,ஈ,எ,ஏ, ஐ,அங்காப்போ
டண்பல் முதனா விளிம்புற வருமே.

[இவ்வைந்தெழுத்தும் அங்காப்புடனே முன்னம்பல்லை அடிநாவிளிம்பு பொருந்தப் பிறக்கும்.]

78. உ, ஊ, ஒ, ஓ, ஔ BY THE LIPS.

[முயற்சி.]

எஅ. உ,ஊ,ஒ,ஓ, ஔ,இதழ் குவிவே.

[இவ்வைந்தெழுத்தும் பிறத்தற்கேதுவாகிய முயற்சி இதழ்குவிவாம்.]

79. க,ங; ச,ஞ; ட,ண HOW PRONOUNCED.

எகூ. க,ங,வும், ச,ஞ,வும், ட,ண,வு முதல் இடை
நுனிநா அண்ணம் உற முறை வருமே.

[சஉச. சூத்திரங்காண்க.]

[கவ்வும், ஙவ்வும், முதல்நா முதல்அண்ணத்தையும்; சவ்வும், ஞவ்வும், இடைநா இடைஅண்ணத்தையும்; டவ்வும், ணவ்வும், நுனிநா நுனிஅண்ணத்தையும் பொருந்த இம்முறையே பிறக்கும்.]

80. த,ந DENTALS.

அ0. அண்பல் அடி,நா முடிஉறத் த,ந,வரும்.

[அண்பல்அடியை நாநுனிபொருந்தத் தவ்வும் நவ்வும் பிறக்கும்.]

81. ப,ம, LABIALS.

அக. மீகீழ் இதழ்உறப் பம்மப் பிறக்கும்.

[மேல்இதழுங் கீழ்இதழும் பொருந்தப் பவ்வும் மவ்வும் பிறக்கும்.]

82. ய HOW FORMED.

அஉ. அடிநா அடிஅணம் உறயத் தோன்றும்.

[அடிநா அடிஅண்ணத்தைப் பொருந்த யகரம் பிறக்கும்.]

83. ர,ழ LINGUALS.

அா. அண்ண நுனிநா வருட ர,ழ,வரும்.

[அண்ணத்தை நுனிநாத்தடவ ரவ்வும், ழவ்வும், பிறக்கும்.]

84. ல,ள HOW PRONOUNCED.

அச. அண்பல் முதலும் அண்ணமு முறையின்
நாவிளிம்பு வீங்கி, ஒற்றவும், வருடவும்,
லகார ளகாரமாய் இரண்டும் பிறக்கும்.

[இதுவும் நிரன்நிறைப்பொருள். (சகச) காண்க.]

[அண்பல்முதலை நாவிளிம்பு வீங்கி ஒற்ற லகாரம் ஆகியும், அண்ணத்தை நாவிளிம்புவீங்கி வருட ளகாரம்ஆகியும், இவ்விரண்டெழுத்தும்பிறக்கும்.]

85. வ HOW PRONOUNCED.

அரு. மேற்பல் இதழ்உற மேவிடும் வவ்வே.

[மேல்வாய்பல்லைக் கீழ்வாய்உதடு பொருந்த வகரம் பிறக்கும்.]

86. ற,ன HOW PRONOUNCED.

அசு. அண்ண நுனிநா நனிஉறில் ற,ன,வரும்.

[அண்ணத்தை நுனிநா மிகப்பொருந்தில் றவ்வும், னவ்வும், பிறக்கும்.]

87. THE PRONUNCIATION OF ஃ AND OF SECONDARY LETTERS.

[சார்பு எழுத்திற்கு இடம்முயற்சி.]

அஎ. ஆய்தக் கிடம்தலை; அங்கா முயற்சி.
சார்பெழுத் தெனவும் தம்முதல் அனைய.

[ஆய்தம் பிறத்தற்கு இடம்தலை; முயற்சிஅங்காத்தலாம்; ஒழிந்தசார்பெழுத்துகளும் இடமுயற்சிகள் தம்முதலெழுத்துகளோடு ஒப்பனவாய்ப்பிறக்கும்.]

88. THOUGH GENERAL RULES ARE GIVEN EACH LETTER HAS ITS OWN PRONUNCIATION.

[புறனடை.]

அஅ. எடுத்தல், படுத்தல், நலிதல், உழப்பின்
திரிபுந் தத்தமில் சிறிதுள ஆகும்.

[பலஎழுத்திற்குப் பிறப்பொன்றாகச் சொல்லப்பட்டனவேனும், எடுத்தல் படுத்தல் நலிதல் என்னும் எழுத்திற்குரிய ஒலிமுயற்சியான் ஒன்றற்கொன்று பிறப்புவேறுபாடுகளும் அவ்வவற்றின்கண் சிறிது சிறிது உளவாம்.]

89. VOWEL CONSONANTS.

[உயிர்மெய் சார்ந்துவருதல்.]

அகூ. புள்ளிவிட் டவ்வொடு முன்உரு வாகியும்,
ஏனை உயிரோ டுருபு திரிந்தும்,
உயிர்அள வாய்,அதன் வடிவொழித் திருவயிற்
பெயரொடும் ஒற்று முன் னாய்வரும் உயிர்மெய்.

[வினா 13.]

[மெய் புள்ளியை விட்டு அகரத்தோடுகூடியவழி விட்ட உருவே உருவாகியும், ஒழிந்த உயிர்களோடு கூடியவழி உருவுவேறுபட்டும் தன்மாத்திரை தோன்ருது உயிர்மாத்திரையே மாத்திரையாய் தன்வரிவடிவினதுவிகாரவடிவே வடிவாய், உயிர்வடிவை ஒழித்து, மெய் உயிர் என்னும் பெயர் ஆகிய இரண்டிடத்தும் பிறந்த உயிர்மெய் என்னும் பெயருடனே, ஒற்றொலிமுன்னும் உயிர் ஒலிபின்னும் ஆகிவரும் உயிர்மெய்எழுத்து.]

90. ÁYTHAM.

கூ0. குறியதன் முன்னர் ஆய்தப் புள்ளி
உயிரொடு புணர்ந்தவல் ஆறன் மிசைத்தே.
[விஞ 12.]

[புள்ளிவடிவினதாய் ஆய்தம் குற்றெழுத்தின் முன்னதாய் உயிரோடு கூடிய வல் எழுத்து ஆறன் மேலதாய் வரும்.]

(உ-ம்.) எஃகு, கஃச, கஃடு, இருபஃது, அஃபு, கஃற
[வல்லினவகையால் ஒருமொழிக் கண்வந்தது.]
அஃகடிய, அஃறிணை. [புணர்ச்சி விகாரத்தால் வந்தது.]
விலஃகி வீங்கிருள் ஓட்டுமே, மாதர்
இலஃகு முத்தின் இனம்.
[செய்யுள் விகாரத்தால்வந்தது.]
} ஆக முற்றாய்தம் எட்டு. [61.]

91. PROLONGATION OF THE SOUND OF VOWELS.

[உயிர் அளபெடை.]

கூக. இசைகெடின் மொழிமுதல், இடை,கடை நிலைநெடில்
அளபெழும்; அவற்றவற் றினக்குறில் குறியே.
[விஞ 14.]

[செய்யுட்கண் இசைகுன்றில் மொழிமுதலினும், இடையினும், கடையினும்; நின்ற நெட்டெழுத்து எழும் அவ்விசை நிறைக்கத்தத்த மாத்திரையின் மிக்கொலிக்கும்; அவ்வாறு அளபெடுத்தன அறிதற்கு அவற்றின்பின் அவற்றிற்கினம் ஆகிய குற்றெழுத்துகள் வரிவடிவின்கண் அறிகுறியாய் வரும்.]

(உ-ம்.) 1. ஆஅகை, ஈஇகை, ஊஉகம், ஏஎகன், ஐஇயல், ஓஒகை, ஔஉகல்.

[முதனிலை அளபெடை.]

2. படாஅகை, பரீஇகம், கழூஉமணி, பரேஎம், வளைஇயம்,
பரோஒரம், மனௌஉகம்.

[இவை இடைநிலை அளபெடை.]

3. கடாஅ, குரீஇ, குழூஉ, மிலேஎ, கடைஇ, அரோஒ, அவௌஉ.

[இவை கடைநிலை அளபெடை; ஆக இடவகையால் உயிரளபெடை இருபத்தொன்று.] [61]

4. குரீஇ, ஆஉ, மகஉ.

[இவை இயற்கை அளபெடை; மற்றவை செய்கை அளபெடை.]

92. THE PROLONGATION OF THE SOUND OF CERTAIN CONSONANTS.

[ஒற்றளபெடை.]

௯௨. ங,ஞ,ண, ந,ம,ன, வ,ய,ல,ள, ஆய்தம்,
அளபாம் குறில்இணை, குறிற்கீழ், இடைகடை;
மிகலே அவற்றின் குறிஆம், வேறே.

[வினா 14.]

[செய்யுட்கண் இசைகுன்றின் குறில் இணைக்கீழும், குறிற்கீழுமாய், மொழிஇடையினும் ஈற்றினும் நின்ற இப்பத்தொற்றும், ஆய்தமும், அவ்வோசை நிறைக்கத் தம் மாத்திரையின் மிக்கொலிக்கும்; அவ்வாறு அளபெடுத்தன அறிதற்கு அவற்றின்பின் அவ்வெழுத்துகளே வரிவடிவின்கண் வேறு அறிகுறியாய் வரும்.]

(உ-ம்.) 1. அரங்ங்கம், முரஞ்ஞ்சு, முரண்ண்டு, பருந்ந்து, அரும்ம்பு, முரன்ன்று, குரல்ல்கள், திரள்ள்கள், விரஃஃகி.

[குறிலிணைக்கீழ் மொழி இடையில்.]

2. மங்ங்கலம், மஞ்ஞ்சு, மண்ண்ணு, பந்ந்து, எஃஃகு.

[குறிற்கீழ் மொழி இடை.]

3. பரண்ண், மரம்ம், கலன்ன், குரல்ல், திரள்ள்.

[குறிலிணைக்கீழ் மொழியீற்றில்.]

4. மண்ண், அம்ம், பொன்ன், கல்ல், கொள்ள்.

[குறிற்கீழ் மொழியீற்றில்.]

ஆய்தம் மொழியின் இறுதியில் குறிலிணைக்கீழும் குறிற்கீழும்வாரா; அவ்விரண்டையும் விலக்கி (4×11=44—2=42.) ஒற்றளபெடை நாற்பத்திரண்டாம். [61.]

93. SHORTENED இ.

[குற்றியல் இகரம்.]

௯௩. யகரம் வரக்குறள் உத் திரி இகரமும்,
அசைச்சொல் மியாவின் இகரமும் குறிய.

[யகரம் வருமொழிக்கு முதல் ஆகிவர நிலைமொழிக்கு ஈறுகிநின்ற குற்றியல் உகரம் திரிந்த இகரமும், மியா என்னும் அசைச்சொல்லின்கண் இகரமும் குற்றியல் இகரங்கள் ஆம்.]

(உ-ம்.) நாகு + யாது=நாகியாது முதல்.
கேண்மியா, சென்மியா.

[குற்றியல் உகரம் முப்பத்தாறினுலும், அசைச்சொல் மியாவினுலும் குற்றியல் இகரம் முப்பத்தேழாம்.] (61.)

94. SHORTENED உ.

௯௪. நெடிலோ டாய்தம் உயிர்,வலி,மெலி, இடை,
தொடர்மொழி இறுதி வன்மையூர் உகரம்
அஃகும்; பிறமேல் தொடரவும் பெறுமே.

[தனிநெடில் எழுடனே, ஆய்தம் ஒன்றும், மொழிஇடை ஈறுகளின் வரப்பெறாத ஔகாரம் ஒழித்து ஒழிந்த உயிர்பதினொன்றும், வல்லெழுத்தாறும், மெல்லெழுத்தாறும், வல்லெழுத்துகளோடு தொடராதவகரம் ஒழித்து ஒழிந்தஇடை எழுத்தைந்தும், ஆகிய முப்பத்தாறு எழுத்தினுள் யாதானும் ஒன்று ஈற்றுக்கு அயல் எழுத்தாய்த்தொடரப்பட்டு மொழிஇருதிக்கண் வல்எழுத்துகளுள் யாதானும் ஒன்று பற்றுக்கோடாக அதனை ஊர்ந்து வரின் அவ்வுகரம் தன்மாத்திரையிற் குறுகும்; அது தன்மாத்திரையில் குறுகுதற்கும் மொழி நிரம்புதற்கும் காரணம்; இவ்வோரெழுத்துத் தொடர் தன்மாத்திரையின் அமையாது பிற எழுத்துகளுள் ஒன்றும் பலவு மேலே தொடரவும் பெறும்.]

(உ-ம்.) நாகு, காசு, காடு, காது, காபு, காறு. ... ... நெடிற்றொடர். ௬.
எஃகு, கஃசு, கஃடு, இருபஃது, அஃபு, சஃறு. ... ... ஆய்தத்தொடர். ௬.
வரகு, பலாசு, முருடு, எருது, தரபு, கயிறு. ... ... உயிர்த்தொடர். ௬.
சுக்கு, கச்சு, கட்டு, கத்து, கப்பு, கற்று. ... ... வன்றொடர். ௬.
கங்கு, பஞ்சு, வண்டு, பந்து, அம்பு, கன்று. ... ... மென்றொடர். ௬.
ஆய்கு, ஆய்சு, ஆய்து, ஆய்பு. ... ... இடைத்தொடர். ௪.

ஆக, குற்றியல் உகரம் முப்பத்துநான்காகும். முப்பத்தாறு என்பது பொதுப்படக்கூறினர். (௬௨.)

95. SHORTENED ஐ AND ஔ.

[ஐகார ஔகாரக் குறுக்கங்கள்.]

கூரு. தற்சுட் டளபொழி ஐம்மூ வழியும்
நையும்; ஔவு முதல் அற்றாகும்.

[ஐகாரம் தன்னைக் கருதித்தன்பெயர் கூறும் அளவில் குறுகாது; ஒழிந்த மொழிமுதல் இடைகடைஎன்னு மூன்றிடத்துமுன்னும் பின்னும் இரு மருங்கும் ஆய எழுத்தின் தொடர்பால் தன்மாத்திரையிற் குறுகும். ஔகாரமும் தன்பெயர்கூறும் அளவிற்குறுகாது; ஒழிந்தமொழிமுதற்கண் பின் வரும் எழுத்தின்தொடர்பால் தன்மாத்திரையிற்குறுகும்.]

(உ-ம்.) 1. ஐப்பசி, மைப்புறம். ... ...மொழிமுதலில்.
2. இறைவன், பொறையன். ... மொழியிடையில்.
3. குவளை, திணை. ... ... மொழியீற்றில்.
4. மௌவல்.

96. SHORTENED ம்.

கூசு. ண,ன,முன்னும் வஃகான் மிசையுமக் குறுகும்.

[ணகார னகாரங்களின் ஒன்று நின்று தொடர்ந்திட, அதன்முன் வரினும்; வகாரம் வந்து தொடர்ந்திட அதன்மேல் நிற்பினும் மகரம் தன் அரைமாத்திரையிற் குறுகும்.]

(உ-ம்.) 1. மருளினும் எல்லாம் மருண்ம்.
2. திசைஅறி மீகாமனும் போன்ம.
3. தரும் வளவன்.
} கஉ0, கஎக, சூத்திரங்கள் காண்க.

97. SHORTENED ஃ.

[ஆய்தக்குறுக்கம்.]

கூஎ. ல,ள,ஈற் றியைபின்ஆம் ஆய்தம் அஃகும்.

[லகார ளகார ஈற்றுப்புணர்ச்சியினால் வரும் "குறில் வழி ல,ள,த்தவ் வணையின் ஆய்தம் ஆகவும் பெறாஉம்," என்ற ஆய்தம் இருமருங்கும் ஆய எழுத்தின் தொடர்பால் தன்அரைமாத்திரையில் குறுகும்.]

(உ-ம்.) கல் + தீது = கஃறீது.
முள் + தீது = முஃடீது.
[உஉஅ. சூத்திரங்காண்க.]

ரு. § உருவம்.

98. எ AND ஒ AS WELL AS MUTE CONSONANTS SOMETIMES HAVE A DOT.

கூஅ. தொல்லை வடிவின எல்லா எழுத்தும்;ஆண்
டெய்தும் எகாரஒ காரமெய் புள்ளி.

[எல்லா எழுத்தும் பலவேறுவகைப்பட வரைந்து வழங்கும். பழைய வடிவினை உடையவாம். அவ்வடிவினவாய் வழங்கும் இடத்துத் தனித்தும் உடம்பூர்ந்தும் வரும். எகரமும், ஒகரமும், தனிமெய்களும், இயல்பாய் புள்ளியைப் பிற்காலத்தொழித்து, வரைந்து ஏகார ஓகாரங்களோடும் உயிர்மெய்களோடும் ஐயப்படவழங்கும் வழக்கினை உடையஅன்றித்துணியப்படும் தொல்லைவடிவினதுறுப்பாய் புள்ளியைப் பெறும்.]

(உ-ம்.) எ,ஏ; ஒ.ஓ; கெ,கே; கொ,கோ; க,க்.

சு. § மாத்திரை.

99. QUANTITY.

கூகூ. மூன்றுயிர் அளபிரண் டாநெடில்; ஒன்றே
குறிலோ டைஒளக் குறுக்கம், ஒற்றள
பளைஒற் றி,உக் குறுக்கம், ஆய்தம்;
கால்குறள் மஃகான் ஆய்த மாத்திரை.

[வினா 16.]

[உயிர்அளபெடைக்கு மாத்திரை மூன்றும்; நெடிலுக்கு மாத்திரை இரண்டாம்; குறிலுக்கும், ஐகாரக்குறுக்கத்திற்கும், ஔகாரக்குறுக்கத்திற்கும், ஒற்றளபெடைக்கும், தனித்தனி மாத்திரை ஒன்றும், ஒற்றிற்கும், குற்றியல் இகரத்திற்கும், குற்றியல் உகரத்திற்கும், ஆய்தத்திற்கும், தனித்தனி மாத்திரை அரைஆம்; மகரக்குறுக்கத்திற்கும், ஆய்தக்குறுக்கத்திற்கும், தனித்தனி மாத்திரை கால்ஆம்.]

---

100. A MEASURE.

[மாத்திரைக்களவு.]

க00. இயல்பெழு மாந்தர் இமைநொடி மாத்திரை.

[மாந்தருடைய இயல்பாகவே எழும் இமைப்பொழுதும், நொடிப்பொழுதும், ஒருமாத்திரை என்னும் வரையறைப்பொழுதாம்.]

101. LETTERS LENGTHENED INDEFINITELY.

[புறனடை.]

௧௦௧. ஆவியும் ஒற்றும் அளபிறந் திசைத்தலும்
மேவும், இசைவிளி பண்டமாற் றாதியின்.

[முதல்சார்பனைத்தும் ஆய ஆவியும் ஒற்றும் மேற்கூறிய அளவிறந்து மிக்கொலித்தலையும் பொருந்தும் இசை விளி பண்டமாற்று முதலியவற்றின்கண்.]

(உ-ம்.) காலல் உழவர் கடுங்களத்துப் போர்ஏறி
நாவலோ, ஓஒஒவென்றிசைக்கு நாள்ஓதை—மாவலவன்
கொல்யானை மேல்இருந்து கூற்றிசைத்தாற் போலுமே
நல்யானைக் கோக்கிள்ளி நாடு.

எ. § மொழிக்கு முதலாம் எழுத்துக்கள்.

102. INITIAL LETTERS: GENERAL RULE.

௧௦௨. பன்னீர் உயிரும், க, ச, த, ந, ப, ம, வ, ய,
ஞ, ங, ஈர் ஐந்துயிர் மெய்யு மொழிமுதல்.

[பன்னிரண்டு உயிரும் உயிர்ஊர்ந்த இப்பத்துமெய்யு மொழிக்கு முதலாம்.]

103. WHEN வ் IS INITIAL: SPECIAL RULE.

௧௦௩. உ, ஊ, ஒ, ஓ, அலவொடு வம்முதல்.

[இந்நான்கும் அல்லாத எட்டுயிரோடும் வகரம் மொழிக்கு முதல்ஆம்.]

(உ-ம்.) வளி, வாளி, விளி, வீளி, வெளி, வேளை, வைக்கோல், வெளவால்.

104. WHEN ய் IS INITIAL: SPECIAL RULE.

௧௦௪. அ, ஆ, உ, ஊ, ஓ, ஔ, யம்முதல்.

[இவ்வாறுயிரோடும் யகரம் மொழிக்கு முதல் ஆம்.]

(உ-ம்.) யவனர், யானை, யுகம், யூகி, யோகம், யௌவனம்.

105. WHEN ஞ IS INITIAL: SPECIAL RULE.

௱௫. அ,ஆ எ,ஒவ் வோ டாகு ஞம்முதல்.

[இந்நான்கு உயிரோடும் ஞகரம் மொழிக்கு முதல்ஆம்.]

(உ-ம்.) ஞமலி, ஞாலம், ஞெகிழி, ஞொள்கல்.

---

106. WHEN ங IS INITIAL: SPECIAL RULE.

௱௬. சுட்டியா, எகர வினாவழி அவ்வை
ஒட்டி ஙவ்வு முதல்ஆ கும்மே.

[மூன்றுசுட்டும், யாவினாவும் எகரவினாவும், ஆய இடைச்சொற்களின் பின் அகரத்தை ஒட்டி ஙவ்வும் மொழிக்கு முதல்ஆம்.]

(உ-ம்.) அங்ஙனம், இங்ஙனம், உங்ஙனம், எங்ஙனம், யாங்ஙனம்.

அ. § மொழிக்கீறும் எழுத்துக்கள்.

107. FINAL LETTERS: [24.] GENERAL RULE.

௱௭. ஆவி, ஞ,ண, ந,ம,ன, ய,ர,ல வ,ழ,ளமெய்,
சாயும் உகரநால் ஆறும் ஈறே.

[தனித்தும் ஒற்றோடும் வரும் ஆவிமுதல்ஆக இங்ஙனம் கூறிய இருபத்துநான்கெழுத்தும் மொழிக்கு ஈறும்.]

(உ-ம்.) 1. ஆ, ஈ, ஊ, ஏ, ஐ, ஓ, ஔ. சுட்டும் அ. இ, உ, வினாவும், எ, உவம உருபடியாகிய ஒ.
2. விள, பலா, கரி, கடு, சே, தை, கோ, கௌ.
3. உரிஞ், மண், பொருந், மாம், பொன், வேய், வேர், வேல், தெவ், வீழ், வாள், அஃகு.

---

108. WHEN SHORT LETTERS AND ஔ ARE FINAL: SPECIAL RULE.

௱௮. குற்றுயிர் அளபின் ஈறும்; எகரமெய்
யோடே லாதொந் நவ்வோ டாம்;ஔ
ககர வகரமோ டாகும் என்ப.

[குற்றுயிர் அளபெடையின்கண் வரிவடிவின் அறிகுறியாய்த் தனித்தீறும்; எகரம் மெய்யோடு ஈறாகாது; ஒகரம் நகரம் ஒன்றுடன் ஈறும், ஔகாரம் ககரவகரங்கள் இரண்டுடனும் ஈறும் என்றுசொல்லுவர் புலவர்.]

(உ-ம்.) ஆஅ, ஆடூஉ, நொ, கௌ, வௌ.

109. IN VOWEL CONSONANTS, THE CONSONANT IS FIRST.

கOகூ. நின்ற நெறியே உயிர் மெய்ம்முதல் ஈறே.

[உயிர்மெய்யினது முதல்யாது, அதன் ஈறியாது எனின், ஒற்றுமுன்னும் உயிர்பின்னுமாய் ஒலித்து நின்றநெறியே மெய்அதன்முதல்ஆம், உயிர் அதன் ஈறும்]

கூ. § மொழிக்கிடையெழுத்துக்கள்.

110. LETTERS COMING TOGETHER IN WORDS.

ககO க,ச,த,ப, ஒழித்தஈர் ஏழன் கூட்டம்
மெய்ம்மயக் குடனிலை ர,ழ,ஒழித்தீரெட்
டாகும்; இவ்விருபான் மயக்கு மொழிஇடை
மேவும்; உயிர்மெய் மயக்கள வின்றே

[மெய்பதினெட்டனுள் க,ச,த,ப, என்னும் நான்கையும் ஒழித்த பதினான்குமெய்யும் பிறமெய்களோடு கூடுங்கூட்டம் வேற்றுநிலை மெய்ம்மயக்கம்ஆம். ரகார ழகாரம் என்னும் இரண்டனையும் ஒழித்து ஒழிந்த பதினாறுமெய்யும் தம்மோடு கூடுங்கூட்டம் உடனிலைமெய்ம்மயக்கம்ஆம். இவ்விரண்டுபகுதிமயக்கமும் மொழிக்கிடையேவரும் இவ்வாறு மெய்யுடன் மெய்ம்மயங்குதல் அன்றி உயிருடன்மெய்யும் மெய்யுடன்உயிரும் மாறி, உயிருமெய்யுமயங்கு மயக்கத்திற்கு வரையறை இன்று, வேண்டிய ஆறே மயங்கும்.]

(உ-ம்.) சக்கு, கச்க, பந்து, செப்பு, சேர்தல், வாழ்தல்.
அங்ஙனம், அங்கு; மஞ்ஞை, மஞ்ச; வட்டம், வட்கல்;
வண்ணம், வண்டு; வெந்நீர், வேந்து; அம்மை, அம்பு;
வெய்யர், வெய்து; வெல்லம், வெல்க; தெவ்வர், தெவ்யாது;
கொள்ளல், கொள்க; கற்றல், கற்பு; அன்னை அன்பு.

111. ங் MAY PRECEDE க், AND வ் MAY PRECEDE. ய்.

கக்க. ஙம்முன் கவ்வாம்; வம்முன் யவ்வே.

[ஙகரமுன்னர்க் ககரமும்; வகரமுன்னர் யகரமும் மயங்கும்.]

(உ-ம்.) கங்கன்; தெவ்யாது.

112. AFTER ஞ் AND ந் MAY COME ச், த் RESPECTIVELY; AND ய் AFTER BOTH.

கக௨. ஞ,ந,முன் தம்இனம் யகரமோ டாகும்.

[இவ்விரண்டு மெய்முன்னரும் தமக்கினமாகிய சகர தகரங்களும், யகரமும் மயங்கும்.]

(உ-ம்.) கஞ்சன், உரிஞ்யாது, கந்தன், பொருந்யாது.

113. க்,ச்,ப் MAY COME AFTER ட் AND ற்.

ககௗ. ட,ற,முன் க,ச,ப, மெய்யுடன் மயங்கும்.

[இவ்விரண்டு மெய்முன்னரும் க,ச,ப என்னுமூன்றுமெய்யும் இணங்கி மயங்கும்.]

(உ-ம்.) கட்கம், கட்சி, நுட்பம்; கற்க, கற்சிறுர்,கற்ப.

114. AFTER ண் AND ன் MAY COME ட்,ற்,க்,ச்,ஞ்,ப்,ம்,ய் AND வ்.

ககச. ண,ன,முன் இனம்க,ச, ஞ,ப,ம,ய, வவ்வரும்.

[இவ்விரண்டு மெய்முன்னரும் தமக்கு இனமாகிய டறக்களும், க,ச, ஞ,ப,ம,ய,வ, என்னும் எழுமெய்யும் மயங்கும்.]

(உ-ம்.) விண்டு, வெண்கலம், வெண்சோறு, வெண்ஞமலி, வெண்பல், வெண்மலர், மண்யாது, மண்வலிது.—
புன்றலே, புன்கண், புன்செய், புன்ஞமலி, புன்பயிர், புன்மலர், பொன்யாது, பொன்வலிது.

115. AFTER ம் MAY COME ப்,ய்,வ்.

ககரு. மம்முன் ப,ய,வ, மயங்கும் என்ப.

[மகரமெய் முன்னர்ப் பகர யகர வகரங்கள் மயங்கும் என்றுசொல்லுவர் புலவர்.]

116. AFTER ய்,ர் AND ழ் THE 10 INITIAL CONSONANTS MAY COME. [102.]

ககசூ. ய,ர,ழ, முன்னர் மொழிமுதல் மெய்வரும்.

[இம்மூன்று மெய்முன்னரும் மொழிக்குமுதற்கு விதந்து கொண்ட பத்து மெய்யும் மயங்கும்.]

(உ-ம்,) வேய். வேர். வீழ். } கடிது, சிறிது, தீது, பெரிது, ஞீண்டது, மாண்டது, ஞான்றது, யாது, வலிது.
வேய்க்குழல், ஆர்க்கோடு, பாழ்க்கிணறு.

117. AFTER ல் AND ள் ARE FOUND க்,ச்,ப்,வ்,ய்.

கக௭. ல,ள,முன் க,ச,ப, வ,ய ஒன் றும்மே.

[இவ்விரண்டு மெய்முன்னரும் க,ச,ப,வ,ய என்னும் ஐந்து மெய்யும் மயங்கும்.]

(உ-ம்.) வேல். வாள். } கடிது, சிறிது, பெரிது, வலிது, யாது.

118. ALL EXCEPT ர் AND ழ் MAY BE FOUND DOUBLED.

கக௮. ர,ழ அல்லன தம்முன் தாம்உட னிலையும்.

[ரகார ழகாரம் அல்லன ஆகிய வேற்று நிலை மெய்ம்மயக்கத்துள் கூறிய பன்னிரண்டுமெய்யும், உடனிலைக்கே உரிய க,ச,த,ப நான்கும், தம்முன் தாம் உடனின்று மயங்கும்.]

119. WHAT LETTERS FOLLOW ய், ர், ழ்.

கககூ. ய,ர,ழ ஒற்றின்முன் க,ச, த,ப, ங,ஞ,ந,ம,
ஈரொற் றும்;ர,ழத் தனிக்குறில் அணையா.

[ய,ர,ழ என்னுமூன்றொற்றும் இவற்றின்முன் மயங்கும் என விறித்த பத்தொற்றுள் இங்ஙனம் கூறிய எட்டொற்றும் தனிமெய்யும் உயிர் ஊர்ந்த மெய்யுமாய், மயங்குவன அன்றி, ஈரொற்றாயும் மயங்குவனஆம். ரகார ழகார ஒற்றும் தனிக்குறிலும் மயங்குந் தன்மையஆயினும் மொழிக்குறுப்பாக வருவதும் நிற்பதுமாய் மயங்கா.]

(உ-ம்.) வேய் வேர் வீழ் } க்குறை, ச்சிறை, த்தலை, ப்புறம்.
வேய்க்குழல், ஆர்க்கோடு, பாழ்க்கிணறு.
காய்ந்தனம், சேர்ந்தனம், வாழ்ந்தனம்.

120. ல்,ள் WHEN CHANGED IN POETRY INTO ன் AND ண் MAY BE FOLLOWED BY ம்.

௧௨௦. ல,ள மெய் திரிந்த ன,ண முன் மகார
நைந்தீர் ஒற்றும், செய்யுள் உள்ளே.

[லகார ளகார ஒற்றுத் திரிந்த னகார ணகாரங்கள் முன்வரும் மகர ஒற்று முன்னர்க்கூறிய ஆறே குறுகி, அவற்றுடன் ஈரொற்றுடனிலை ஆம், செய்யுள் அகத்து.]

(உ-ம்.) திசை யறி மீகானும் போன்ம். [போலும்.]
மயிலியன் மாதர் மருண்ம். [மருளும்.]
[கூசு. காண்க.]

121. WHEN LETTERS EXPRESS THEIR OWN NAMES THEY ARE NOT BOUND BY THESE RULES.

௧௨௧. தம்பெயர் மொழியில், முதலும் மயக்கமும்,
இம்முறை மாறியும் இயலும் என்ப.

[எழுத்துகள் தம்பெயர்களை மொழிந்து, நிலைமொழி வருமொழி ஆகப் புணர்க்கும் இடத்தெல்லாம் மொழிமுதற்கும் இங்ஙனம் விதித்தனவும் விலக்கியனவும் ஆகிய எல்லா எழுத்தும் முதல் ஆம்; மயக்கத்திற்கு இங்ஙனம் விதித்தனவும் விலக்கியனவும் ஆகிய எல்லா எழுத்தும் மயங்கும் என்று சொல்லுவர்புலவர்.]

(உ-ம்.) "அவற்றுள் லளஃகான் முன்னர் யவ்வுந்தோன்றும்,"
[என்றதில், லகரம் மொழிக்கு முதலாகியும், அவற்றுள் என்ற கடன் இறுதியிலே நின்ற ளகர ஒற்றோடு மயங்கியும் நின்றது.]

௧௦ § போலி.

122. FINAL ம் SOMETIMES BECOMES ன்.

௧௨௨. மகர இறுதி அஃறிணைப் பெயரின்
னகரமோ டுறழா நடப்பன உளவே.
[வினு 17.]

[பால் பகா அஃறிணைப் பெயர்களினிடத்து இறுதி மகரம் னகரத்தோடொத்து நடப்பன உள ஆம்.]

(உ-ம்.) அகம்—அகன். (இது மொழிஇறுதிப்போலி.)

123. அ AND ஐ INTERCHANGED.

௧௨௩. அ,ஐ முதல் இடை ஒக்கும் ச,ஞ,ய முன்.

[விஞ. 17.]

[மொழி முதலினும், இடையினும், அகர ஐகாரங்கள் வேற்றுமை இன்றி ஒத்து நடப்பன ஆம். சகர ஞகர யகரங்கட்கு முன்னர் வருமாயின்.]

(உ-ம்.) பசல்... ... ... பைசல்.
மஞ்சு ... ...மைஞ்சு.
மயல்... ... ... மையல்.
(மொழிமுதற்போலி.)

அமச்சு... ... ... அமைச்சு.
இலஞ்சி ... ...இலைஞ்சி.
அரயர்... ... ... அரையர்.
(மொழிஇடைப்போலி.)

124. ந் CHANGED INTO ஞ்.

௧௨௪. ஐகான் யவ்வழி நவ்வொடு சில்வழி
ஞஃகான் உறழும், என்மரும் உளரே.

[விஞ 17.]

[மொழியிடைக்கண் சிலவிடத்து ஐகாரத்தின் பின்னும், யகர ஒற்றின் பின்னும் இயல்பாய் வரும் நகரத்தோடு ஞகரம் உறழும், என்றுசொல்லு வாரும் உளர்.]

(உ-ம்.) செய்ந்நின்ற ... ... செய்ஞ்ஞின்ற.
ஐந்நூறு ... ... ஐஞ்ஞூறு.
☞ [இப்போலி அருகி வரும்.]

125. அ+இ=ஐ; அ+ய்=ஐ; அ+உ=ஔ; அ+வ=ஔ.

௧௨௫. அம்முன் இகரம் யகரம் என்றிவை
எய்தின் ஐ,ஒத் திசைக்கும்; அவ்வோ
டுவ்வும் வவ்வும் ஔ ஓர் அன்ன.

[விஞ 17.]

[அகரத்தின் முன்னர் இகரமும் யகரமும் தம்முள்ஒத்து எய்தின் ஐ என்னு நெட்டெழுத்தொலிக்கும்; அகரத்தோடு உகரமும் வகரமும் தம்முள் ஒத்து ஒருதன்மையஆக எய்தின் ஔ என்னு நெட்டெழுத்தொலிக் கும்.]

(உ-ம்.) அஇ = ஐ.

கய் வேல் களிறெறிந்து போக்கி வருபவன்
மெய் வேல் பறியா நகும்.

அவ்விய நெஞ்சத்தான் ஆக்கமும்
செவ்வியான் கேடு நினைக்கப்படும்.

126. THE PARTICLES ASSUMED BY LETTERS IN NAMING THEM.

கஉசு. மெய்கள் அகரமு' நெட்டுயிர் காரமும்,
ஐ,ஔக் கானும், இருமைக் குறில்இவ்
விரண்டொடு கரமும்ஆம் சாரியை பெறும்பிற.

[மெய்கள் அகரச்சாரியையும், நெட்டுயிர்கள் காரச்சாரியையும், அவற்றுள் ஐகார ஔகாரங்கள் காரச்சாரியையுடனே கான்சாரியையும், உயிர்க்குறிலும் உயிர்மெய்க்குறிலும் காரம், கான், என்னும் இவ்விரண்டுடனே கரச் சாரியையும் பெறும்.]

(உ-ம்.) ககரம், ஆகாரம், ஐகான், ஔகான்.
அகாரம், அஃகான், அகரம்.

127. LETTERS WHEN TAKEN TOGETHER IN WORDS ARE STILL SUBJECT TO THE ABOVE RULES.

கஉஎ. மொழிஆய்த் தொடரினு' முன்அனைத் தெழுத்தே.

[இவ்வெழுத்துகள் பதமாயினும் அப்பதம் தம்மோடும் உருபோடும் புணரினும் அவற்றுற்பிறழாது, முன்னர்க்கூறிய அப்பாத்திலக்கணத்தையும் உடைய ஆம்.]

எழுத்தியல் முற்றிற்று.

நன்னூல்.

I. எழுத்ததிகாரத்தில்

(II.) பதவியல்.

[க.] தமிழ்மொழி ஆக்கம்.

க. § பதம்.

128. WORDS.

கஉஅ. எழுத்தே தனித்தும் தொடர்ந்தும் பொருடரில்
பதம்ஆம்; அது பகாப் பதம் பகு பதம்என
இருபால் ஆகி, இயலும் என்ப.

[எழுத்துகள் தாமே ஒவ்வொன்று தனித்தும் இரண்டுமுதலாகத் தொடர்ந்தும் பிறபொருளைத் தருமாயின், அதுபதம்ஆம்; அப்பதம் பகாப்பதம் எனவும், பகுபதம் எனவும் இரண்டு பகுதியஆகி நடக்கும் என்று சொல்லுவர் புலவர்.]

129. WORDS OF ONE LETTER: (42.)

கஉகூ. உயிர்,மவில் ஆறும்; த,ப நவில் ஐந்தும்;
க,வ,ச,வி னாலும்; யவ்வில் ஒன்றும்;
ஆகுநெடி னொ,து, வாம்குறில் இரண்டோ
டோர்எழுத் தியல்பதம் ஆறேழ் சிறப்பின.

[உயிர்வருக்கத்தும், மவ்வருக்கத்தும், அவ்வாறும்; தவ்வருக்கத்தும், பவ்வருக்கத்தும், நவ்வருக்கத்தும், ஐவ்வைந்தும்; கவ்வருக்கத்தும், வவ்வருக்கத்தும், சவ்வருக்கத்தும், நந்நான்கும்; யவ்வருக்கத்தொன்றும்; ஆகும்

நெட்டெழுத்தான் ஆகியமொழி நாற்பதும். நொவ்வும், துவ்வும், ஆகும் குற்றெழுத்தான்ஆகிய மொழிஇரண்டுடனே ஓர்எழுத்தான் ஆகிய மொழி இந்நாற்பத்திரண்டும் சிறப்பினஆம்.]

(உ-ம்.) (1.) ஆ. ஈ. ஊ. ஏ. ஐ. ஓ.
(2.) மா. மீ. மூ. மே. மை. மோ.
(3.) தா. தீ. தூ. தே. தை.
(4.) பா. பூ. பே. பை. போ.
(5.) நா. நீ. நே. நை. நோ.
(6.) கா. கூ. கை. கோ.
(7.) வா. வீ. வே. வை.
(8.) சா. சீ. சே. சோ.
(9.) யா. நொ. து.

130. UNCOMPOUNDED WORDS, FROM 2 TO 7 LETTERS; COMPOUNDED WORDS FROM 2 TO 9 LETTERS.

௧௩௦. பகாப்பதம் ஏழும், பகுபதம் ஒன்பதும்,
எழுத்தீ ருகத் தொடரும் என்ப.
[விஞ 123.]

[பகாப்பதம் இரண்டெழுத்துமுதல் ஏழுஎழுத்தீருகவும்; பகுபதம் இரண்டெழுத்துமுதல் ஒன்பதெழுத்தீருகவும், தொடரும் என்று சொல்லுவர் புலவர்.]

(உ-ம்.) அணி, அறம், அகலம், அருப்பம், தருப்பணம், உத்திரட்டாதி. [பகாப்பதம்.]
கூனி, கூனன், குழையன், பொருப்பன், அம்பலவன்,
அரங்கத்தான், உத்திராடத்தான், உத்திரட்டாதியான். ... ...[பகுபதம்.]

உ. § பகாப்பதம்.

131. UNCOMPOUNDED WORDS.

௧௩௧. பகுப்பால் பயன்அற் றிடுகுறி ஆகி,
முன்னே ஒன்ருய் முடிந்தியல் கின்ற
பெயர்,வினை, இடை,உரி, நான்கும் பகாப்பதம்.

[பகுபதம் போல் இதனைப் பகுத்துப்பார்க்கின் அப்பகுப்பால் பகுதி விகுதி முதலிய உறுப்பின் பயன் விளைவதின்றிக் காரணத்தால் வரும் அப்பதம்போலாது இடுகுறியாய்ப் பகுதிவிகுதிமுதலிய ஆறுறுப்பானும் பின்பு முடிக்கப்படும் அப்பதம் போலாது; படைப்புக்காலம் தொட்டு ஒன்ருய் முடிந்து நடக்கின்ற பெயர்ச்சொல், வினைச்சொல், இடைச்சொல், உரிச்சொல், என்னும் நான்கும் பகாப்பதம் ஆம்.]

(உ-ம்.) நிலம், நீர். ... ... பெயர்ப்பகாப்பதம்.
நட, வா. ... ... வினைப்பகாப்பதம்.
மன், மந்து. ... ... இடைப்பகாப்பதம்.
உறு, கழி, நனி. ... ... உரிப்பகாப்பதம்.

௫. § பகுபதம்.

132. COMPOUNDED WORDS.

௧௩௨. பொருள், இடம், காலம், சினை, குணம், தொழிலின்,
வருபெயர், பொழுதுகொள் வினைபகு பதமே.

[இங்ஙனம் கூறிய பொருள் ஆதி ஆறும் காரணம் ஆக வரும் பெயர்ச் சொற்களும், தெரிநிலையாயும் குறிப்பாயும் காலத்தைக்கொள்ளும் வினைச் சொற்களும் ஆகிய இரண்டும் பகுபதம் ஆம்.]

(உ-ம்.) (1.) பொன்னன். ... ... பொருள்.
அகத்தன். ... ... இடம்.
ஆதிரையான். ... ... காலம்.
கண்ணன். ... . சினை.
கரியன். ... ... குணம்.
ஊரணன். ... ... தொழில்.
} பெயர்ப்பகுபதம்.

(2.) நடந்தான்.
நடக்கின்றான்.
நடப்பான்.
} இவை முக்கால வினைமுற்றுப்பகுபதம்.

[முதலியவும் அன்ன.]

133. THE ELEMENTS OF COMPOUNDED WORDS.

௧௩௩. பகுதி, விகுதி, இடைநிலை, சாரியை,
சந்தி, விகாரம், ஆறினும் ஏற்பவை
முன்னிப் புணர்ப்ப முடியும் எப்பதங்களும்.

[வினா 123.]

[இங்ஙனம் கூறிய பகுதி முதலிய ஆறு உறுப்பினுள்ளும், இப்பதப் பொருள் அமைதிக் கேற்பன வற்றைக் கருதி அறிவுடையோரால் கூட்டி முடிப்ப எவ்வகைப்பட்ட பகுபதங்களுமுடியும்.]

ச. § பகுதி.

134. THE ROOT: GENERAL RULE.

௲௱௩௪. தத்தம் பகாப்பதங் களே பகுதி ஆகும்.

[வி௵ 76.]

[பெயர்ப்பகுபதங்களுள்ளும், வினைப்பகுபதங்களுள்ளும், தத்தம் முதனிலை ஆய பகாப்பதங்களே அவற்றின் பகுதி ஆம்.]

135. UNCOMPOUNDED WORDS DENOTING QUALITY: SPECIAL RULE.

[பண்புப்பகுதிகள்.]

௲௱௩௫. செம்மை, சிறுமை, சேய்மை, தீமை,
வெம்மை, புதுமை, மென்மை, மேன்மை,
திண்மை, உண்மை, நுண்மை, இவற்றெதிர்
இன்னவும் பண்பிற் பகாநிலைப் பதமே.

[வி௵ 94.]

[இங்ஙனம் கூறிய பதினொன்றும் இவற்றிற்கெதிரான வெண்மை, கருமை, பொன்மை, பசுமைகளும் பெருமை அணிமை, நன்மை, தண்மை, பழமை, வன்மை, கீழ்மை, நொய்மை, இன்மை, பருமையும் இவை போல்வன பிறவும் சொல் நிலையால் பகுபதங்கள் ஆயினும் பகுதிஆய பண்புப் பொருளினின்றும் வேறுபொருள் பகுக்கப்படாத நிலைப்பதம் ஆம்.]

136. THESE WORDS WHEN USED AS ADJECTIVES.

௲௱௩௬. ஈறுபோ தல்,இடை உகரம் இய்யாதல்,
ஆதிநீ டல்,அடி அகரம்ஐ ஆதல்.
தன்ஒற் றிரட்டல்,முன் நின்றமெய் திரிதல்,
இனமிகல், இனையவும், பண்பிற் கியல்பே.

[வி௵ 121.]

[மேல்செம்மை சிறுமை முதலாகத் தெரித்த வாய்பாடுகளின் இறுதி விகுதி போதலும், இடையில் நின்ற உகரம் இகரம் ஆதலும், முதல் நின்ற குறில் நெடில் ஆதலும், முதல் நின்ற அகரம் ஐகாரம் ஆதலும், இடையே தன் ஒற்று மிகுதலும், முன்பு நின்ற மெய்திரிதலும், வரும் எழுத்திற்கு இன எழுத்து மிகுதலும் இவைபோல்வன பிறவும், அப்பண்பினுக்கு இயல்பாம்.]

(உ-ம்.) (1.) நன்மை ... நல்லன். [ஈறு கெட்டது.]
(2.) சிறுமை ... சிறியன். [ஈறுகெட்டு, உகரம் இகரமாகத் திரிந்தது.]
(3.) பசுமை ... பாசி. [ஈறுகெட்டு, ஆதி நீண்டது.]
(4.) பசுமை ... பைங்கண். [இடைநின்ற உயிர்மெய்யும் மைவிகுதியுங் கெட்டு, அகரம் ஐகாரமாகி, வரும் எழுத்திற்கு இனம் மிகுந்தது.]
(5.) வெறுமை ... வெற்றிலை. [மைவிகுதிபோய், இடையிலே ஒற்று இரட்டித்தது.]
(6.) செம்மை ... சேதாம்பல். [ஈறுகெட்டு, முதல் நீண்டு, மகர ஒற்று தகரமாய்த் திரிந்தது.]
(7.) நெடுமை ... நெடுங்காலம். [மைகெட்டு, இனம் மிகுந்தது.]

137. SIMPLE ROOTS AND IMPERATIVES: SPECIAL RULE.

[தெரிநிலைவினைப்பகுதிகள்.]

௧௩௭. நட, வா, மடி, சீ, விடு, கூ, வே, வை,
நொப், போ, வெள, உரிஞ், உண், பொருந், திரும், தின்,
தேய், பார், செல், வவ், வாழ், கேள், அஃகென்
றெய்திய இருபான் மூன்றும் ஈற்றவும்,
செய்என் ஏவல் வினைப்பகாப் பதமே.

[நட, வா, மடி, சீ, விடு, கூ, வே, வை, நொ, போ, வெள, உரிஞ், உண், பொருந், திரும், தின், தேய், பார், செல், வவ், வாழ், கேள், அஃகு என்று முதனிலையாய் எய்திக் கிடந்த இவ்விருபத்து மூன்றும் உயிரும் ஒற்றும் குற்றுகரமும் ஆகிய ஈற்றினை உடைய இத்தொடக்கத்து, வாய்பாடுகள் எல்லாம் செய் என்னும் ஏவலினது பகாப்பதம் ஆகிய பகுதியும், ஏனை வினையினது பகாப்பதம் ஆகிய பகுதியும் ஆம்.]

138. CAUSAL IMPERATIVES: SPECIAL RULE.

[ஏவல்வினை, பிறவினை.]

௧௩௮. செய்என் வினைவழி விப்பிதனி வரில்
செய்விஎன் ஏவல் இணையின்ஈர் ஏவல்.
[வி௸ 103.]

[மேற்கூறிய செய் என்னும் வாய்பாட்டு முதனிலைத் தனிவினையின் பின் வி, பி என்னும் இவ்விரண்டு விகுதியினுள் ஒன்று வருமாயின்

செய் என்னும் ஏவல்மேல் ஓர் ஏவலாய்ச் செய்வி என்னும் வாய்பாட்டு ஏவற் பகுதி ஆம்; அவற்றின் பின் இவ்விகுதிகள் தன்னோடும் பிறிதோடும் இணைந்து வருமாயிற் செய்விப்பி என்னும் வாய்பாட்டேவற் பகுதி ஆம்.]

(உ-ம்.) நடப்பி, வருவி.
நடப்பிப்பி, வருவிப்பி.

போக்கு, பாய்ச்சு, ஊட்டு, நடத்து, எழுப்பு, பயிற்று. } பிறவிகுதிகளும் வந்தன.

139. ROOTS MAY UNDERGO ALTERATIONS: SPECIAL RULE.

[புறநடை.]

௧௩௯. விளம்பிய பகுதிவே றாதலும் விதியே.

[ஏவற்பகுதி வேறாதல் போல, அதன் பின்னே விளம்பிய வினைப் பகுதி வேறாதலும் விதி ஆம் விலக்கன்று.]

ரு. § விகுதி.

140. PERSONAL TERMINATIONS OF VERBS.

௧௪௦. அன்,ஆன்; அள்,ஆள்; அர்,ஆர், பம்,மார்;
அ,ஆ;கு, டு,து,று, என்,ஏன், அல்,அன்;
அம்,ஆம், எம்,ஏம், ஓமோ டும்மூர்
க,ட,த,ற; ஐ,ஆய், இ;மின், இர்,ஈர்;
ஈயர், க,ய;உம்; என்பவும் பிறவும்
வினையின் விகுதி பெயரினும் சிலவே.

[வினா 77.]

[இங்ஙனம் அன், ஆன், முதல் முப்பத்தேழ்ஆகச் சொல்லப் படுவனவும், இவைபோல்வன பிறவும், தெரிநிலை வினையின் விகுதிகள் ஆம்; பெயர் இடத்தும் இவற்றுள் சில விகுதி ஆம்.]

கூ. § இடைநிலை.

141. THE MEDIAL PARTICLE OF NOUNS.

[பெயர்க்கு இடைநிலை.]

கசக. இலக்கியம் கண்டதற் கிலக்கணம் இயம்பலில்
பகுதி விகுதி பகுத்திடை நின்றதை
வினைப்பெயர் அல்பெயர்க் கிடைநிலை எனலே.
[வினு 93.]

[அறிவுடையோரான் நியமிக்கப்படும் இலக்கியம் கண்டு, அதனுக்கு அவ்விலக்கியத்தின் அமைதியே இலக்கணமாகக் கூறலின் மேற்கூறிய பகுதியையும் விகுதியையும் பகுத்து, இடையே நின்றது யாது; அதனை வினையால் அணையும் பெயர் அல்லாத பெயர்கட்கு இடைநிலை என்று சொல்லுக.]

(உ-ம்.) அறிஞன். ... . ஞ் இடைநிலை.
புலைச்சி. ... ... ச் இடைநிலை.

142. THE SIGNS OF THE PAST TENSE.

கசஉ. த, ட, ற, ஒற் றின்னே ஐம்பால் மூவிடத்
திறந்த காலம், தருந்தொழில் இடைநிலை.
[வினு 79.]

[தகர டகர றகர மெய்களும், இன், என்னும் குற்றெழுத்தும் ஐம்பால் மூவிடத்தும் இறந்த காலத்தைத் தரும் வினைப்பகுபத இடைநிலைகள் ஆம்.]

143. SIGNS OF THE PRESENT TENSE.

கசஙு. ஆநின்று, கின்று, கிறு, மூ விடத்தின்
ஐம்பா னிகழ்பொழு தறைவினை இடைநிலை.
[வினு 80.]

[ஆநின்று என்பதூஉம், கின்று என்பதூஉம், கிறு என்பதூஉம், ஐம்பால் மூவிடத்தினும் நிகழ்காலத்தைத்தரும் வினைப்பகுபத இடைநிலைகள் ஆம்.]

144. SIGNS OF THE FUTURE TENSE.

கசச. பவ்வ மூவிடத் தைம்பால் எதிர்பொழு
திசைவினை இடைநிலை ஆம், இவைசிலஇல.
[வினை 81.]

[பகர ஒற்றும், வகர ஒற்றும், ஐம்பால் மூவிடத்தும் எதிர்காலத்தைத் தரும் வினைப்பகுபத இடைநிலைகள் ஆம்; இம்முக்காலமும் முறையே காட்டும் தகர ஒற்றுமுதல் வகர ஒற்றீறுய இடைநிலைகள் சில முற்று வினை எச்ச வினைகட்கில ஆம்.]

145. TIME INDICATED WITHOUT THE ABOVE MIDDLE PARTICLES.

கசரு. றவ்வோ டுகர உம்மைநிகழ் பல்லவும்,
தவ்வோ டிறப்பும், எதிர்வும், டவ்வொடு
கழிவும், கவ்வோ டெதிர்வும்;மின் ஏவல்,
வியங்கோள், இம்,மார், எதிர்வும்; பாந்தம்
செலவொடு வரவும்; செய்யு'நிகழ் பெதிர்வும்;
எதிர்மறை மும்மையும்; ஏற்கும் ஈங்கே.
[வினை 83.]

[றகரத்தோடு கூடிய உகர ஈறும், உம்ஈறும், இறந்தகாலமும், எதிர்காலமும்; தகரத்தோடு கூடிய அவ்விரண்டீறும் அவ்விருகாலமும்; டகரத்தோடு கூடிய அவ்விரண்டீறும் இறந்தகாலமும்; ககரத்தோடு கூடிய அவ்விரண்டீறும் எதிர்காலமும்; மின் ஈறும், ஏனை ஏவலின்வரும் அனைத்தீறும், வியங்கோள் ஈறும், இகரஈறும், மார்ஈறும், எதிர்காலமும், பகரஈறு இறந்தகாலமும், எதிர்காலமும்; செய்யும் என்னும் வாய்பாட்டு முற்றீறு நிகழ்காலமும், எதிர்காலமும்; முற்றுவிகுதி எச்சவிகுதிகளோடு புணர்தற்குரிய எதிர்மறை ஆகாரஈறு மூன்றுகாலமும்; ஏற்கும் மேலைச்சூத்திரத்து இவை சிலஇலஎன்றவற்றுள்.]

(உ-ம்.) சென்று, சென்றும். ... ...போனகாலம்.
வந்து, வந்தும். .. .. போன.
உண்டு, உண்டும். ... ...போன.
உண்மின், உண், உண்ணாய்....எதிர்.
சேறி, உண்மார். ... ...எதிர்.
உண்ப. .. .. எதிர்.
உண்ணான். ... ... முக்காலம்.

சேறு, சேறும். ... ... எதிர்கா.
வருது, வருதும். ... ...எதிர்.
உண்கு, உண்கும். ... ... எதிர்.
உண்க, வாழிய, வாழியர். ... ...எதிர்.
உண்ணும். . ... நிகழ் எதிர்.

கவனிப்பு:—வருதி, பெயர்தி. [நிகழ்காலம்]; வருகிற [நிகழ்]; வந்த [போன]; வரும் [எதிர்.] இவை போலவன வருவனவாம்.

உ. § வடமொழி ஆக்கம்.

146. LETTERS COMMON TO TAMIL AND SANSCRIT AND THOSE PECULIAR TO THE LATTER.

கசசு. இடையி னான்கும், ஈற்றில் இரண்டும்,
அல்லா அச்சை வருக்க முதலீ
றியவ்வாதி நான்மை, ளவ்ஆகும், ஐயைம்
பொதுஎழுத் தொழிந்தநால் ஏழும் திரியும்.

[வினா 18.]

[ஆரியமொழியுள் அச்சென்று வழங்கும் உயிர் பதினாறனுள்ளும், இடையில் நின்ற ஏழாம் உயிர்முதல் நான்கும், ஈற்றில் நின்ற இரண்டும், ஆன ஆறும் ஒழிந்துநின்ற அ, ஆ, இ, ஈ, உ, ஊ, எ, ஐ, ஒ, ஔ, என்னும் பத்தும், அல் என வழங்கு முப்பத்தேழு மெய்யுள்ளும், க, ச, ட, த, ப என்னும் ஐந்து வருக்கத்தின் இடையில் உரப்பியும், எடுத்தும், கனைத்தும், சொல்லப்பட்டு நிற்கு மூன்றும் ஒழிந்த க, ங, ச, ஞ, ட, ண, த, ந, ப, ம என்னும் பத்தும், ய, ர, ல, வ என்னும் நான்கும், ள, வ்வும் ஆகும் இருபத்தைந்தும் தமிழிற்கும் ஆரியத்திற்கும் பொது எழுத்தாம். இவை அன்றி மேல் உயிருள் ஒழிந்த ஆறும், ஐந்து வருக்கங்களினும் இடைகளின் ஒழிந்த பதினைந்தும், முப்பதாம் மெய் முதலான எட்டனுள் ளகரம் ஒழிந்த ஏழும் ஆன இருபத்தெட்டும், ஆரியத்திற்குச் சிறப்பெழுத்தாய்த் தமக்கேற்ற பொது எழுத்தாகத்திரிந்து வடமொழி ஆம்.]

147. LETTERS PECULIAR TO SANSCRIT HOW EXPRESSED IN TAMIL.

கசஎ. அவற்றுள்,—ஏழாம் உயிர்இய்யும் இருவும்; ஐவருக்கத்
திடையில் மூன்றும் அவ்வம் முதலும்;
எட்டே யவ்வு' முப்பது ச,யவும்;
மேல்ஒன்று ச,டவும்; இரண்டு ச,தவும்;
மூன்றே அ,கவும்; ஐந்திரு கவ்வும்;
ஆ,ஈ ஐயும்; ஈஈ றிகரமும்.

[மேல் திரியும் என்றவற்றுள் சிறப்பெழுத்தாகிய ஏழாம் உயிர் இகரமு மிருவும் ஆம்; ஐந்து வருக்கங்களினும் இடையினின்ற மூன்றும் அவ்வவ் வருக்கங்களின் முதல் எழுத்தாம்; எட்டாமெய் ஆன சவ்வருக்கத்துள் எடுத்துச் சொல்லுமெய் ஒரோஇடத்து யகரமும் ஆம்; முப்பத்தொன்று மெய் மொழிமுதற்கண் சகரமும் இடைக்கண்டகரமும் ஆம்; முப்பத்தி ரண்டாமெய் மொழிமுதற்கண் சகரமும் இடைக்கண் தகரமும் ஆம்; முப்பத்துமூன்றுமெய் மொழிமுதற்கண் அகரமும், இடைக்கண் ககரமும் ஆம்; முப்பத்தைந்தாமெய் இரண்டு ககரம் ஆம்; பொது எழுத்துள் மொழிஇறுதி ஆகாரம் ஐகாரம் ஆம்; மொழிஇறுதி ஈகாரம் இகரம் ஆம்.]

(உ-ம்.) மாலை, ... மாலா. | சபை, ... சபா.
புரீ, ... புரி. | சயம்பு, ... சயம்பூ.

148. WORDS WHICH IN SANSCRIT BEGIN WITH ர், ல் or ய் TAKE அ, இ, உ.

கசஅ. ரவ்விற் கம்முதல் ஆமுக் குறிலும்,
லவ்விற் கிம்முதல் இரண்டும், யவ்விற்
கிய்யு' மொழிமுதல் ஆகிமுன் வருமே.

[ரகர லகர யகரங்களை முதல் ஆக உடைய ஆரிய மொழிகள் வடமொ ழி ஆங்கால் அகர இகர உகரம் என்னும் இம்மூன்று குற்றுயிரும் இங்ஙனம் சொன்ன ஆறே அவ்வடமொழிகட்கு முதலாய் அம்மூன்றெழுத்திற்கு முன்னர்வரும்.]

(உ-ம்.) அரங்கம், [*Ranga.*] இராமன், [*Ráma.*] உரோமம், [*Rōma.*]
இலாபம், [*Láb'ha.*] உலோபம், [*Lōb'ha.*]
இயக்கன், [*Yaksha.*]

149. SANSCRIT WORDS IN WHICH ய், ர், ல், ம், வ், ந் FOLLOW A MUTE CONSONANT.

௧௪௯. இணைந்தியல் காலை ய, ர, லக் கிகரமும்;
மவ்வக் குகரமு நகரக் ககரமும்,
மிசைவரும்; ரவ்வழி உவ்வும் ஆம்பிற.

[ஆரியமொழியுள் இரண்டெழுத்து இணைந்து ஒரெழுத்து நீர்மையாய் நடக்குங்கால் பின்னிற்கும் ய, ர, ல க்கள்மீதே இகரமும்; மகர வகரங்கள் மீதே உகரமும்; நகரமீதே அகரமும் வந்து வடமொழி ஆம். இணைந்துமுன்னிற்கும் ரகரத்திற்குப்பின்னர் உகரமும் வரும்.]

(உ-ம்.) வாக்கியம், [*Vákya.*] வக்கிரம், [*Vakra.*] சுக்கிலம், [*Śukla.*]
பதுமம், [*Padma.*] பக்குவம், [*Pakva.*]
அரதநம், [*Ratna.*]

150. LETTERS PECULIAR TO TAMIL.

௧௫௦. ற, ன, ழ, எ ஒவ்வும், உயிர்மெய்யும் உயிர்அளபல்லாச் சார்பும் தமிழ்; பிற பொதுவே.

[முதலும் சார்பும் ஆன நாற்பதெழுத்துள்ளும் றகர, னகர, ழகர, எகர, ஒகரம் ஆனமுதல் எழுத்தைந்தும், உயிர்மெய்யும் உயிர் அளபெடையும் அல்லாத சார்பெழுத்தெட்டும், தமிழிற்கே சிறப்பெழுத்தாம்; ஒழிந்த இருபத்தேழும் தமிழிற்கும் ஆரியத்திற்கும் பொதுஎழுத்தாம்.]

பதவியல் முற்றிற்று.

நன்னூல்.

I. எழுத்ததிகாரத்தில்

(III.) உயிரீற்றுப்புணரியல்.

க. § புணர்ப்பு.

151. COMBINATION OF LETTERS.

கருக. மெய்உயிர் முதல்ஈ றும்இரு பதங்களும்
தன்ஞெடும் பிறிதொடும் அல்வழி வேற்றுமைப்
பொருளில் பொருந்துழி நிலைவரு மொழிகள்
இயல்பொடு விகாரத் தியைவது புணர்ப்பே.

[மெய்யையும் உயிரையும் முதலும் ஈறுமாக உடைய பகாப்பதம் பகுபதம் என்னும் இரண்டு பதங்களும், தன்ஞெடுதானும், பிறிதொடு பிறிதுமாய், அல்வழிப்பொருளினுன் ஆதல், வேற்றுமைப் பொருளினுன் ஆதல், பொருந்தும் இடத்து, நிலைமொழியும் வருமொழியும் இயல்போடும், விகாரத்தோடும், பொருந்துவது மேற்கூறிய புணர்ச்சி ஆம்.]

(உ-ம்.) (1.) மொழிக் காரணம். ... வேற்றுமைப்பொருளில் விகாரம்.
(2.) பாவெலாடுதேன். ... ... வேற்றுமைப்பொருளில் இயல்பு.
(3.) அறர்துபோயிற்ற. ... அல்வழிப்பொருளில் இயல்பு.
(4.) கட்டிக்கொண்டான். ... அல்வழிப்பொருளில் விகாரம்.

152. INFLECTED AND UNINFLECTED COMBINATION.

[அல்வழிவேற்றுமை என்பன.]

௧௫௨. வேற்றுமை ஐமுதல் ஆறும்; அல்வழி
தொழில்,பண் புவமை, உம்மை, அன்மொழி
எழுவாய், விளி,ஈர் எச்சமுற் றிடை,உரி,
தழுவு தொடர்அடுக் கெனஈர் ஏழே.

[விஞ 21, 22.]

[வேற்றுமைப் புணர்ச்சி: பெயரே, ஐ,ஆல், என்னுஞ்சூத்திரத்து ஐமுதலிய ஆறு உருபும் தொக்கும், விரிந்தும், வரப் பதங்கள் பொருந்துந் தொடர்ச்சி ஆம். அல்வழிப் புணர்ச்சி: வினைத்தொகை முதலிய ஐந்து தொகை நிலையும், எழுவாய்முதல் ஒன்பது தொகா நிலையும், எனப் பதங்கள் பொருந்தும் தொடர்ச்சி பதினன்காம்.]

[I. வேற்றுமை.]

(உ-ம்.) (1.) பொன்னுடையான்.
கல்லெறிந்தான்.
சாத்தன்மகன்
மலைவீழ்அருவி.
மலையுச்சி.
மலைமுழை.
} வேற்றுமைத் தொகைநிலை.

(2.) பொன்னையுடையான்.
கல்லால் எறிந்தான்.
சாத்தனுக்கு மகன்.
மலையின்வீழ் அருவி.
மலையினது உச்சி.
மலையின்கண்முழை.
} வேற்றுமைத்தொகா நிலை.

[II. அல்வழி.]

(3.) கொல்யானை, வினைத்தொகை. { கொன்ற யானை. கொல்கின்ற யானை. கொல்லும் யானை.

(4.) கருங்குவளை. ... ... கருமையாகியகுவளை. [பண்புத்தொகை.]
ஆயன் சாத்தன் ... ... ஆயனாகிய சாத்தன். [இருபெயர் ஒட்டுப் பண்புத்தொகை.]

(5.) மதிமுகம். ... ... மதியைப்போன்றமுகம். [உவமைத்தொகை.]

(6.) இராப்பகல். ... ... இராவும் பகலும். [உம்மைத்தொகை.]

(7.) பொற்றொடி. ... ... பொற்றொடியை அணிந்தவள். [அன்மொழித்தொகை.]

(8.) கொற்றன் வந்தான். ... எழுவாய்த்தொடர்.

(9.) கொற்று கொள். .. .. விளித்தொடர்.

(10.) உண்டசாத்தன். ... ... தெரிநிலைப்பெயர் எச்சத்தொடர்.
பெரியசாத்தன். ... ... குறிப்புப்பெயர் எச்சத்தொடர்.

(11.) உண்டுவந்தான். ... ... தெரிநிலைவினை எச்சத்தொடர்.
விருந்தின்றி உண்ணுன். ... குறிப்புவினை எச்சத்தொடர்.

(12.) உண்டான் சாத்தன். .. ... தெரிநிலை முற்றுத்தொடர்.
குழையன் கொற்றன் ... ... குறிப்புமுற்றுத்தொடர்.

(13.) அணக்குகொல். ... ... இடைத்தொடர்.

(14.) நனிபேதை. ... ... உரித்தொடர்.

(15.) பாம்பு பாம்பு. ... ... அடுக்குத்தொடர்.

153. NATURAL COMBINATION.

[இயல்பு.]

கருரு. விகாரம் அனைத்து' மேவல தியல்பே.

[மேல்வரும் விகாரவகை அனைத்தும் மேவாதது இயல்புப் புணர்ச்சி ஆம்.]

(உ-ம்.) பொன் + மலை = பொன்மலை.

உ. § விகாரம்.

154. THE THREE KINDS OF CHANGES.

[விகாரப்புணர்ச்சி.]

கருச. தோன்றல், திரிதல், கெடுதல் விகாரம்
மூன்று' மொழிமூ விடத்தும் ஆகும்.
[வி௭ 20.]

[மெய் எனும், உயிர் எனும், உயிர்மெய் எனும், சாரியை எனும், ஒன்றும் பலவும் தோன்றுதலும், திரிதலும், கெடுதலும், மேற்சொன்ன விகாரம் ஆகும். இம்மூவகை விகாரமும் நிலைமொழி வருமொழிகளின் முதல் இடை கடை என்னும் மூன்றிடத்தும் ஏற்றபெற்றி வரும்.]

(உ-ம்) பூ + கொடி = { பூக்கொடி. / பூங்கொடி. } [தோன்றல்.]
பல + தலை = பஃறலை. [திரிதல்.]
நிலம் + வலயம் = நிலவலயம். [கெடுதல்.]

155. POETICAL CHANGES.

கருரு. வலித்தல், மெலித்தல், நீட்டல், குறுக்கல்,
விரித்தல், தொகுத்தலும், வருஞ்செய்யுள் வேண்டுழி.
[வி௭ 42.]

[அல்வழி வேற்றுமையான் வருமேற்கூறிய மூன்று விகாரமுமே அன்றி, ஆறுக இங்ஙனங் கூறிய விகாரங்களும் வருவனவாம் செய்யுளகத்து, அடிதொடை முதலிய நோக்கி அமைக்கவேண்டும் இடத்து.]

156. WORDS MAY SUFFER THE LOSS OF THEIR INITIAL, MEDIAL OR FINAL LETTERS.

கருசு. ஒருமொழி மூவழிக் குறைதலும் அனைத்தே.
[விஞ 42.]

[அடி தொடை முதலிய நோக்கித் தொகுக்கும் வழிதொகுத்தல் அன்றி, வழக்கின்கண் மரூஉப்போலச் செய்யுட்கண் மரூஉவாய் அடிப்பாடாக ஒருமொழி முதல், இடை, கடை, என்னு மூன்றிடத்தும் குறைந்து வருதலும் செய்யுள் விகாரம் ஆம்.]

(உ–ம்.) மரையிதழ் புரையும் அஞ்செஞ்சீறடி. ... தாமரை இதழ் முதற்குறை.
வேதினவெரிநி னோதிமுதுபோத்து. ... ... ஓந்தி இடைக்குறை.
நீலுண்டுகிலிகை கடுப்ப. ... ... நீலம் கடைக்குறை.

157. IN THE SAME COMBINATION THERE MAY BE MORE THAN ONE KIND OF CHANGE.

கருஎ. ஒருபுணர்க் கிரண்டு மூன்றும் உறப்பெறும்

[ஒருபுணர்ச்சிக்கண் தோன்றல், திரிதல், கெடுதல், என்ற விகாரம் எத்துணை வரும் என்றையுறற்க, ஒன்றே அன்றி இரண்டு மூன்றும் வரப்பெறும்.]

(உ–ம்.) நிலம் + பனை = நிலப்பனை. [கெடுதலுந் தோன்றலும்.]
பனை + காய் = பனங்காய். [மூன்று விகாரங்களும்.]

௫. § பொதுப்புணர்ச்சி.

158. ஞ், ந், ம், ய், வ் AFTER OTHER LETTERS.

கருஅ. எண்மூ வெழுத்தீற் றெவ்வகை மொழிக்கு
முன்வரு ஞ,ந,ம,ய வக்கள் இயல்பும்;
குறில்வழி யத்தனி ஐ,நொ,து முன்மெலி
மிகலும் ஆம் ண,ள,ன,ல வழிநத் திரியும்.
[விஞ 31. 39. 40.]

[இயல்பாகவும் விதி ஆகவும் இருபத்துநான்கெழுத்தையும் ஈறாக உடைய பெயர்ச்சொல், வினைச்சொல், இடைச்சொல், உரிச்சொல், திசைச்சொல், வடசொல், என்பன நிலைமொழி ஆகநிற்க, இவற்றிற்கு முன்னர்வரும் ஞகார நகார மகார யகார வகாரங்கள் அல்வழி வேற்றுமை ஆய இருவழியும் இயல்பாதலும், குற்றெழுத்தின் பின்வரும் யகாரஒற்றே

I. எழுத்ததிகாரத்தில் (III.) உயிரீற்றுப்புணரியல்.

ஓரெழுத்தொருமொழி ஆன உயிர், உயிர்மெய், என்னும் ஐகாரமே, நொ,து, என்பவற்றிற்கு முன்னர். வரும் ஞகார நகார மகாரங்கள் பிறசொற்கள் முன்இயல்பாதல் அன்றி மிக்குமுடிதலும் ஆம்; ணகார ளகார னகார லகாரங்கட்கு முன்வரும் நகாரம் பிறவீற்றின்முன் இயல்பாதல் அன்றித்திரியும்.]

(உ-ம்.) (1.) விள + ஞான்றது = விளஞான்றது. [இயல்பு.]

[பிறவும்அன்ன.]

(2.) மெய், கை, + ஞான்றது, நீண்டது, மாண்டது = { மெய்ஞ்ஞான்றது. கைஞ்ஞான்றது. மெய்ந்நீண்டது. கைந்நீண்டது. மெய்ம்மாண்டது. கைம்மாண்டது.

[மெலிமிகுந்தது.]

(3.) நொ, து, + ஞெள்ள, நாகா, மாடா = { நொஞ்ஞெள்ள. துஞ்ஞெள்ள. நொந்நாகா. துந்நாகா. நொம்மாடா. தும்மாடா.

[மெலிமிகுந்தது.]

(4.) மண் + நன்று = மண்ணன்று.
முள் + நன்று = முண்ணன்று.
பொன் + நன்று = பொன்னன்று.
கல் + நன்று = கன்னன்று.
} ண, ள, ன, ல முன் நகரந்திரிந்தது.

---

159. COMMON NOUNS AND THOSE OF THE HIGHER CLASS.

௱௫௯. பொதுப்பெயர் உயர்திணைப் பெயர்கள் ஈற்றுமெய்
வலிவரின் இயல்பாம், ஆவி ய,ர,முன்
வன்மை மிகா;சில விகாரம் ஆம் உயர்திணை.

[இருதிணைப் பொதுவான பெயர்க்கும் உயர்திணைப் பெயர்க்கும் ஈறுன மெய்கள் வல்லின முதல்மொழி வந்தால் இயல்பாம். உயிரே யகரமே ரகரமே என்னும் இவ்வீற்ற இருபெயர்கள் முன்னரும் வரும் க,ச,த, ப க்கள் மிகாஆம். மெய் உயிர்ஈற்று உயர்திணைப்பெயர்கள் நாற்கணங்களோடும் புணரும் இடத்து நிலைமொழி வருமொழிகள் விகாரப்படுவனவும் சில உள ஆம்.]

(உ-ம்.) சாத்திராய் = { குறிது, சிறிது, தீது, பெரிது. கை, செவி, தலை, புறம். குறியன், சிறியன், தீயன், பெரியன். குறிது, சிறிது, தீது, பெரிது. கை, செவி, தலை, புறம். குறியன், சிறியன், தீயன், பெரியன்.

[அல்வழி வெற்றுமை இரண்டிடத்தும் வலிவர இயல்பாதல் காண்க.]

160. THE STRONG CONSONANTS NOT DOUBLED AFTER INTERROGATIVES, OR VOCATIVES.

கசுO. ஈற்றியா வினு,விளிப்பெயர் முன்வலி இயல்பே.

[மூன்றீற்று வினுமுன்னும், யா என்னும், வினுப்பெயர் முன்னும், உயிர் ஈறு ஒற்றீறு ஆய விளிப்பெயர்கள் முன்னும், வரும் வல்லினம் இயல்பாம்.]

(உ-ம்.) நம்பியா கொண்டான், சென்ருன், தந்தான், போயினன்.
நம்பியோ கொண்டான்.
யா குறிய.
நம்பிகொள், செல், தா, போ.

161. THE SECOND PERSON OF VERBS OR IMPERATIVES ENDING IN A VOWEL OR IN ய், ர், ழ்.

கசுக. ஆவி ய,ர,ழ இறுதிமுன் னிலைவினை,
ஏவல்,முன் வல்லினம் இயல்பொடு விகற்பே.

[உயிரையும், ய,ர,ழ என்னும் மூன்றெற்றையும் இறுதியாகவுடைய விகுதி உருபினவாய முன்னிலை வினைமுன்னும் வரும் வல்லினம் இயல்புடனே விகற்பமாம்.]

(உ-ம்.) உண்டனை.
உண்டாய்.
உண்டீர்.
தாழ்.
} கொற்ரு, சாத்தா, தேவா, பூதா.
நடகொற்ரு, நடக்கொற்ரு.

ச. § உயிரீற்றுப்பதம் புணருஞ் சிறப்புப் புணர்ச்சி.

162. VOWEL AND VOWEL; ய் OR வ் INSERTED.

கசுஉ. இ,ஈ,ஐவழி யவ்வும்; ஏனை
உயிர்வழி வவ்வும்; ஏமுன் இவ்இருமையும்;
உயிர்வரின், உடம்படு மெய் என்ருகும்.
[வினு 23.]

[இகர ஈகார ஐகாரங்களின் வழியே, யகரமும்; அ,ஆ, உ,ஊ, ஒ,ஓ, ஔ என்னும் இவ்வேழ் உயிர்களின் வழியே வகரமும்; ஏகாரத்தின் வழியே யகரமும் வகரமும், உயிர்முதன்மொழி வந்தால், உடம்படு மெய் என்று வரும்.]

163. INITIAL INTERROGATIVE AND DEMONSTRATIVE LETTERS EXCEPTION TO (162, 158.)

கசாஈ. எகர வினாமுச் சுட்டின் முன்னர்
உயிரும் யகரமும் எய்தின் வவ்வும்;
பிறவரின் அவையும்; தூக்கில் சுட்டு
நீளின் யகரமும்; தோன்றுத லென்றியே.
[வினா 25.]

[எ என்னும் வினா இடைச்சொல் முன்னும், அ,இ,உ என்னும் மூன்று சுட்டிடைச்சொல் முன்னும், உயிரும் யகரமும் வந்தால் வகரமும்; ஒழிந்த மெய்கள் வந்தால் அம்மெய்களும்; செய்யுட்கண் சுட்டு நீண்டிசைத்த வழியகரமும் மிகுதல் முறை ஆம்.]

(உ-ம்.) எவ்வணி, எவ்யானை.
அவ்வணி, அவ்யானை.
எக்குதிரை, அக்குதிரை.
ஆ + இடை, = ஆயிடை = அவ்விடம்.

164. FINAL உ. [EXCEPTION TO 126.]

கசாச. உயிர்வரின் உக்குறள் மெய்விட் டோடும்;
யவ்வரின் இய்யா முற்றும் அற்றொரோவழி.
[வினா 24.]

[குற்றியலுகரம் உயிர்முதல் மொழி வந்தால் தனக்காதாரம் ஆன மெய் நிற்கத் தான்கெடும்; யகரமுதன்மொழி வந்தால் இகரம் ஆகத்திரியும்; முற்றியல் உகரமும் அவ்விரு விதியும் பெறும் ஒரோவிடங்களின்.]

(உ-ம்.) நாகு, எஃகு, வரகு, கொக்கு, குரங்கு, தெள்கு
+ அரிது { நாகரிது, எஃகரிது, வரகரிது, கொக்கரிது, குரங்கரிது, தெங்கரிது.
+ அருமை { நாகருமை, எஃகருமை, வரகருமை, கொக்கருமை, குரங்கருமை. தெள்கருமை.

கதவு { + அரிது = கதவரிது. + அருமை = கதவருமை. + யாப்பு = கதவியாப்பு. } முற்றுகரம் கெட்டதுந் திரிந்ததுங்காண்க.

தன் முகமாகத் தான் அழைப்பதுவே,
எ-தில் குற்றியல் உகரம் கெடாமல் வகர உடம்படுமெய் பெற்றதுகாண்க.

௫. § உயிரீற்றுமுன்வல்லினம்.

165. க, ச, த, ப AFTER A VOWEL ARE DOUBLED. [GENERAL RULE.]

௱௬௫. இயல்பினும் விதியினு' நின்ற உயிர்முன்
க,ச, த,ப மிகும்வித வாதன மன்னே.
[வினை 27.]

[இயல்பினானும், விதியினானும், இறுதிஆக நின்ற உயிர்களின் முன்னர்வரும் க,ச,த, ப க்கள் பெரும்பாலும் மிகும் விதந்து சொல்லாதன.]

166. NAMES OF TREES. [EXCEPTION.]

௱௬௬. மரப்பெயர் முன்னர் இனமெல் எழுத்து
வரப்பெறு நவும்உள, வேற்றுமை வழியே.
[வினை 161.]

[உயிர்ஈற்று மரப்பெயர்கள்முன் மேலைப் பொதுவிதியான் வல்லெழுத்து மிகாது, வரும்வல்லெழுத்திற்கு இனம் ஆன மெல்லெழுத்து மிகப்பெறுவனவும் சில உள வேற்றுமைக்கண்.]

(உ–ம்.) விளங்காய்.

௬. § அகரஈற்றுச் சில சொற்கள்.

167. EXCEPTIONS TO (165.) [WORDS IN அ.]

௱௬௭. செய்யிய என்னும் வினைஎச்சம், பல்வகைப்
பெயரின் எச்சமுற்' றாறன் உருபே,
அஃறிணைப் பன்மை, அம்ம,முன் இயல்பே,
[வினை 27.]

[இங்ஙனம் விதந்த அகரஈற்றுச் சொற்கள் ஆறன் முன்னும் வரும் வல்லினம் இயல்பாம்.]

(உ–ம்.) உண்ணிய கொண்டான்... வினைஎச்சம்.
உண்ட குதிரை. ... ... பெயர்எச்சம்.
உண்டன குதிரைகள். ... வினைமுற்று.
தன கைகள். ... ... ஆறன் உருபு.
பல குதிரைகள். ... ... அஃறிணைப்பன்மை.
அம்ம கொற்றா. ... ... அம்ம.

168. EXCEPTION TO (165.): *வாழிய.*

கசுஅ. வாழிய என்பதன் ஈற்றின் உயிர்மெய்
ஏகலும் உரித்தஃ தேகினும் இயல்பே.

[விஞ 85.]

[வாழிய என்னும் வியங்கோள் முற்றினது ஈற்றுயிர் மெய் குறைதலும் உரித்து, குறைந்துஇகர ஈறாய் நின்றாலும் வல்லினம் பொது விதியான் மிகாது, சிறப்பு விதியுட் கூறியஇயல்பே ஆம்.]

(உ-ம.) வாழி கொற்றா.

169. EXCEPTION TO (165.): *சாவ.*

கசுகூ. சாவஎன் மொழிஈற் றுயிர்மெய் சாதலும்விதி.

[விஞ 86.]

[சாவ என்னும் செய் என் எச்சவினைச் சொல்லினது ஈற்றுயிர்மெய் கெட்டுப்புணர்தலும் விதிஆம்.]

(உ-ம்.) சாக்குத்தினான். [சாவக்குத்தினான்.]

170. EXCEPTION TO (165.): பல AND சில DOUBLED.

கஎO. பல,சில, எனும்இவை தம்முன் தாம்வரின்
இயல்பு மிகலும், அகரம் ஏக
லகரம் றகரம் ஆகலும், பிறவரின்
அகரம் விகற்பம் ஆகலும், உளபிற.

[பல,சில என்னும் இவ்விரு சொல்லும் தம்முன்னர்த்தாம் வருமாயின் இயல்பாதலும், மிகுதலும், அகரம்கெட லகரம் றகரம் ஆகலும், இவற்றின் முன் பிறமொழிகளுள் யாதானும் ஒன்று வரின் அகரம் நிற்றலும் நீங்கலும் உள ஆம்.]

(உ-ம்.) பல பல. ... ... பற்பல.
சில சில. .... சிற்சில.

பலப்பல. சிலச்சில. { பலகலை. பல் + கால் = பன்னால். சில் + மணி = சின்மணி.

பல + சாலை = பல்சாலை, பலசாலை.
சில + யானை = சில்யானை, சிலயானை.

எ. § ஆகாரஈற்றுச் சிலசொற்கள்.

171. EXCEPTION TO (165.): WORDS IN ஆ.

களக. அல்வழி ஆ,மா, மியா,முற்று, முன்மிகா.
[வினா 27.]

[அல்வழிக்கண், ஆவும், மாவும் ஆகிய இருபெயரும், மியா என்னு முன்னிலையசை இடைச்சொல்லும், ஆகார ஈற்றஃறிணைப்பன்மை எதிர் மறைமுற்று வினையும், நிற்க இவற்றின் முன்வரும் வல்லினம் மிகா.]

(உ-ம்.) ஆ + குறிது = ஆகுறிது.
மா + குறிது = மாகுறிது.
கேண்மியா + கொற்ற = கேண்மியாகொற்ற;
உண்ணா + குதிரைகள் = உண்ணாகுதிரைகள்.

172. EXCEPTION TO (165.): FINAL ஆ SHORTENED IN POETRY.

களஉ. குறியதன் கீழ்ஆக் குறுகலும், அதனோ
டுகரம் ஏற்றலும், இயல்பும்ஆம் தூக்கின்.
[வினா 41.]

[குற்றெழுத்தின் கீழ்நின்ற ஆகாரம் குறுகலும், அக்குறுகலுடனே உக ரம் பெறுதலும், அவ்விரண்டும் இன்றித்தன் இயல்பின் நிற்றலும் ஆகிய மூன்று விதியும் பெறும் செய்யுட்கண்.]

(உ-ம்.) நில விரி கானல் வாய். ... ... நிலா விரி: (குறுகல்.)
கனவு. ... ... கனா (குறுகலோடு உ பெற்றது.)
நிலா வணங்கு வெண்மணன் மேனின்று. (இயல்பு.)

அ. § இகரஈற்றுச் சிலசொற்கள்.

173. EXCEPTION TO (165.): SPECIAL RULE REGARDING *அன்றி, இன்றி.*

களஎ. அன்றி, இன்றிஎன் வினைஎஞ் சிகரம்
தொடர்பினுள் உகரம் ஆய்வரின் இயல்பே.

[அன்றி, இன்றி என்னும் வினையெச்சக் குறிப்புச்சொல்லினது ஈற்று இகரம் செய்யுட்கண் உகரமாய் வருமாயில் க, ச, த, பக்கள் பொது விதியான் மிகாது இயல்பாம்.]

(உ-ம்.) நாளன்றுபோகி. ... ... நாள், அன்றி.
விண்ணின்றுபொய்ப்பின். ... ... விண், இன்றி.

174. EXCEPTION TO (165.): SPECIAL RULE REGARDING *நாழி* AND *உரி.*

களச. உரிவரி னாழியின் ஈற்றுயிர் மெய்கெட
மருவும் டகரம்; உரியின் வழியே
யகரஉயிர் மெய்ஆம், ஏற்பன வரினே

[உரி என்னும் அளவுப்பெயர் வரின் நாழி என்னும் அளவுப்பெயரினது ஈற்றுயிர்மெய் கெட அவ்வழி டகர ஒற்று வரும்; உரி என்னும் அளவுப்பெயரின்பின் யகர உயிர்மெய் வரும் அவ் உயிர்மெய் வருதற்கேற்ற வருமொழிகள் வருமாயின்.]

(உ-ம்.) நாழி + உரி = நாடுரி.
உரி + உப்பு = உரிய உப்பு.

175. EXCEPTION TO (165.): SPECIAL RULE REGARDING *புளி.*

களரு. சுவைப்புளி முன்இன மென்மையுந் தோன்றும்.
[விஞ 161.]

[புளி என்னும் மரமும் பழமும் அன்றி, அறுசுவையுள் ஒன்றை உணர்த்தும் பெயர்முன் வரும் வல்லினம் மிகுதலே அன்றி அவற்றிற் கினம் ஆய மெல்லினமும் ஒரோவழி மிகும்.]

(உ-ம்.) புளி + கறி = புளிங்கறி.

176. EXCEPTION TO (165.): இ, ஐ, BEFORE STRONG LETTERS.

கஎசு. அல்வழி இ,ஐ, முன்னர் ஆயின்
இயல்பு மிகலும், விகற்பமும் ஆகும்.

[இகர ஐகார ஈற்று அஃறிணைப் பெயர்முன் வல்லினம் அல்வழிக்கண் வருமாயின் இயல்பாயும், பொதுவிதியான் மிகுந்தும், ஒன்றற்கே ஒருகால் மிகாதும் ஒருகால்மிகுந்தும் புணரும்.]

(உ-ம்.) பருத்தி + குறிது = பருத்திக்குறிது.
யானை + குறிது = யானை குறிது.
ஆடி + திங்கள் = ஆடித்திங்கள்.
சித்திரை + திங்கள் = சித்திரைத்திங்கள்.
கிளி + குறிது = கிளிகுறிது, கிளிக்குறிது.
தினை + குறிது = தினைகுறிது, தினைக்குறிது.

கூ. § ஈகாரஈற்றுச் சிலசொற்கள்.

177. EXCEPTION TO (165.): SPECIAL RULE REGARDING ஆ + பீ.

கஎஎ. ஆமுன் பகரஈ அனைத்தும்வரக் குறுகு
மேலன அல்வழி இயல்பா கும்மே.

[ஆ என்னும் பெயர்முன் நின்ற பகர ஈகாரம் இருவழியும் நாற்கணங்களும் வரில் குறுகும்; குறுகி விதி இகர ஈறாகநின்ற அதன்மேல் வரும் வல்லினம் அல்வழிக்கண் மேலைச் சூத்திரத்துட் கூறிய விதி மூன்றனுள் இயல்பைப்பெறும்.]

(உ-ம்.) ஆ + பீ = ஆப்பி. } அல்வழி.
ஆப்பி + அரிது = ஆப்பியரிது. } அல்வழி.
ஆப்பி + குளிர்சசி = ஆப்பிக்குளிர்ச்சி வேற்றுமை.

178. EXCEPTION TO (165.): SPECIAL RULE REGARDING பீ, நீ, மீ.

கஎஅ. பவ் ஈ,நீ,மீ, முன்னர் அல்வழி
இயல்பாம்; வலிமெலி மிகலும் ஆமீக்கே.

[பகர ஒற்றை ஊர்ந்து நின்ற ஈகார ஈற்றிடக்கர்ப்பெயரும், நீ என்னு முன்னிலை ஒருமைப் பொதுப்பெயரும், மீ என்னும் மேலாய பண்பையும், அப்பண்பாகுபெயராய் மேல் ஆய இடமுதலியவற்றையும் உணர்த்திநிற்கும் பலபொருள் ஒருசொல்லும் நிற்க இவற்றின் முன்வரும் வல்லினம் அல்வழிக்கண் இயல்பாம்; இங்ஙனம் புணரும் மீ என்னும் சொற்குமுன் அல்வழிக்கண் வல்லெழுத்து மிகலும் ஆம், மெல்லெழுத்து மிகலும் ஆம்.]

(உ-ம்.) பீ + குறிது = பீகுறிது.
நீ + குறியை = நீகுறியை.
மீ + கண் = மீகண்.
மீ + கூற்று = மீக்கூற்று.
மீ + தோல் = மீந்தோல்.

௧௦. § உகரஈற்றுச் சிலசொற்கள்.

179. EXCEPTION TO (165.) WORDS IN உ.

௧௭௯. மூன்றா றுருபெண், வினைத்தொகை சுட்டீ
றாகும் உகர முன்னர் இயல்பாம்.
[வினா 27.]

[முற்றுகரவீற்று மூன்றும் உருபே, ஆறும் உருபே, இயல்பாயும் விகாரமாயும் வரும் எண்ணே, வினைத்தொகையே, சுட்டுப்பெயரே, என்னும் இவற்றின்முன் வரும் வல்லினம் இயல்பாம்.]

(உ-ம்.) சாத்தனொடு கொண்டான்.
சாத்தனது கை.
எழு புலி
இரு செவி.
தரு சோறு.
அது குறிது. [அல்வழி.]
அது கொண்டான். [வேற்றுமை.]

180. EXCEPTION TO (165.): SPECIAL RULE REGARDING உ BEFORE அன்று IN POETRY.

௧௮௦. அதுமுன் வரும்அன் றான்றாம் தூக்கின்.

[அது என்னும் சுட்டுப்பெயர்முன்வரும் அன்றென்னும் வினைக்குறிப்புச்சொல் முதல் நீளும் செய்யுளகத்து.]

(உ-ம்.) அது + அன்று = அதான்று.

௧௮௧. EXCEPTION TO (165.): SHORTENED உ.

௧௮௧. வன்றொடர் அல்லன முன்மிகா, அல்வழி.

[வன்றொடர் ஒழிந்த ஐந்தன் பகுதிக் குற்றுகர ஈற்றின் முன்னும் வரும் வல்லினம் மிகா அல்வழிக்கண்.]

(உ-ம்.) நாகு + கடிது = நாகு கடிது. [நெடிற்றொடர்.]
எஃகு + சிறிது = எஃகு சிறிது. [ஆய்தத்தொடர்.]
வரகு + தீது = வரகு தீது. [உயிர்த்தொடர்.]
குரங்கு + பெரிது = குரங்கு பெரிது. [மென்றொடர்.]
தெள்கு + சிறிது = தெள்கு சிறிது. [இடைத்தொடர்.]

௧௮௨. SHORTENED உ.

௧௮௨. இடைத்தொடர், ஆய்தத் தொடர்,ஒற் றிடையின்
மிகாநெடில் உயிர்த்தொடர் முன்மிகா வேற்றுமை.

[இடைத்தொடர் முன்னும், ஆய்தத்தொடர் முன்னும், ஒற்றிடையே மிகாத நெடிற்றொடர் முன்னும், உயிர்த்தொடர் முன்னும், வரும் வல்லினம் மிகா வேற்றுமைக்கண்.]

(உ-ம்.) தெள்கு + கடுமை = தெள்கு கடுமை. [இடைத்தொடர்.]
எஃகு + கடுமை = எஃகு கடுமை. [ஆய்தத்தொடர்.]
நாகு + கடுமை = நாகு கடுமை. [ஒற்றிடையில் மிகாநெடிற்றொடர்.]
வரகு + பெருமை = வரகு பெருமை [உயிர்த்தொடர்.]

௧௮௩. EXCEPTION TO (165.): SHORTENED உ IN THE TERM டு, று.

௧௮௩. நெடிலோ டுயிர்த்தொடர்க் குற்றுக ரங்களுள்
ட, றஒற் றிரட்டும் வேற்றுமை மிகவே.

[வினா 26.]

[நெடிற்றொடர்க் குற்றுகரவீற்று மொழிகளுள்ளும், உயிர்த்தொடர்க் குற்றுகரவீற்று மொழிகளுள்ளும், அவ்வுகரப் பற்றுக்கோடாகிய வல்லெழுத்துஆறனுள் டகார றகாரமான இரண்டொற்றும் பெரும்பாலும் வேற்றுமைக்கண் இரட்டும்.]

(உ-ம்.) ஆடு + கால் = ஆட்டுக்கால்.
பாறு + செவி = பாற்றுச்செவி. } வேற்றுமை.

எருத்துமாடு, வெருக்குக்கண் எனவும் வரும்.

காடு + அரண் = காட்டரண். [அல்வழியிலும்.]
காடு + அகம் = காடகம். [இயல்பு.]

184. EXCEPTIONS TO (165.): A FEW WORDS ENDING IN உ AFTER A SOFT CONSONANT.

௧௮௪. மென்றொடர் மொழியுள் சிலவேற் றுமையில்
தம்இன வன்றொடர்; ஆகா மன்னே.
[விறு 26.]

[மென்றொடர்க் குற்றுகர மொழிகளுள் சிலவேற்றுமைக்கண் தமக்கினம் ஆனவன்றொடர் ஆதலை ஒழிந்தன பெரும்பால்.]

(உ-ம்.) கன்று + ஆ = கற்று.
கரும்பு + வில் = கருப்புவில்.

185. EXCEPTION TO (165.): FINAL உ CHANGED INTO ஐ.

௧௮௫. ஐயீற் றுடைக்குற் றுகரமும் உளவே.
[விறு 26.]

[ஐகாரச் சாரியையை இறுதியிலே பெற்று வரும் மென்றொடர்க் குற்றுகர மொழிகளும் சில உள.]

(உ-ம்.) பண்டு + காலம் = பண்டைக்காலம்.

186. EXCEPTION TO (165.): WORDS IN உ INDICATING POINTS OF THE COMPASS.

௧௮௬. திசையொடு திசையும், பிறவுஞ் சேரின்,
நிலையீற் றுயிர்மெய் கவ்வொற்று நீங்கலும்
றகரம் ன,ல,வாய்த் திரிதலும் ஆம்பிற.
[விறு 160.]

[திசைச்சொல்லோடு திசைச்சொல்லும், பிறசொல்லும் புணரும் இடத்து நிலைமொழி ஈற்றின்நின்ற உயிர்மெய்யும், அதன்மேல் நின்றககர ஒற்றும் கெடுதலும், அங்ஙனம் நின்ற றகர ஒற்று னகர ஒற்றாயும், லகர ஒற்றாயும், திரிதலும் ஆம்.]

(உ-ம்.) வடக்கு, தெற்கு + கிழக்கு = வடகிழக்கு. தென்கிழக்கு.

வடக்கு + திசை = வடதிசை.
மேற்கு + திசை = மேற்றிசை, மேல்திசை.

மேலைத்திசை, கீழ்த்திசை, கீழைச்சேரி, வடக்கூர், வடக்குமலை, தெற்குமலை எனவும் வரும்.

187. EXCEPTION TO (165.): SPECIAL RULE REGARDING தெங்கு.

கஅஎ. தெங்குநீண் டீற்றுயிர் மெய்கெடும், காய்வரின்.
[வினா 161.]

[காய் என்னும்சொல் வருமாயின தெங்கென்னு நிலைமொழி முதனீண்டு ஈற்றுயிர் மெய்கெடும்.]

(உ-ம்.) தெங்கு + காய் = தேங்காய்.

188. NOUNS OF NUMBER.

கஅஅ. எண்ணிறை, அளவும், பிறவும், எய்தின்
ஒன்று முதல், எட் டீறும் எண்ணுள்
முதல்ஈர் எண்முத னீளு மூன் றாறேழ்
குறு கும்ஆ றேழ்அல் லவற்றின்
ஈற்றுயிர் மெய்யும் ஏழன் உயிரும்
ஏகும் ஏற்புழி என்மனார் புலவர்.
[வினா 159.]

[எண்ணுப்பெயரும், நிறைப்பெயரும், அளவுப்பெயரும், பிறபெயரும், வரின் நிலைமொழி ஆகநின்ற ஒன்றுமுதல் எட்டீறும் எண்களுள் முதற்கண்ணவாய ஒன்று இரண்டு என்னும் இரண்டெண்ணும், முதல்நீளும்; மூன்றும், ஆறும், ஏழும் முதல்குறுகும்; ஆறும், ஏழும், அல்லாத ஆறெண்களின் ஈற்றுயிர்மெய்யும், ஏழு என்னும் எண்ணீற்றுயிரும் கெடும்; ஏற்கும் இடங்களின் என்று சொல்லுவர் புலவர்.]

(உ-ம்.) ஒன்று: ஓர்ஆயிரம், ஓர்கழஞ்சு, ஓர்கலம், ஓர்மரம்.
இரண்டு: ஈர்ஆயிரம், ஈர்கழஞ்சு, ஈர்கலம், ஈர்மரம்.
மூன்று: முப்பது, முக்கழஞ்சு, முக்கலம், மும்மரம்.
ஆறு: அறுபது, அறுகழஞ்சு, அறுகலம், அறுமரம்.
எழு: எழுபது, எழுகழஞ்சு, எழுகலம், எழுமரம்.
எழு: எழ்கடல்.

---

189. EXCEPTION TO (165.): REGARDING ஒன்று AND இரண்டு.

கஅகூ. ஒன்றன் புள்ளி ரகரம் ஆக,
இரண்டன் ஒற்றுயிர் ஏக,உவ் வருமே.
[விறு 159.]

[மேற்கூறிய நால்வகைப்பெயரும் வரும்இடத்து ஈற்றுயிர்மெய் ஏகும் என்றமையான், இறுதி உயிர்மெய்கெட நின்ற ஒன்றென்னும் எண்ணினது னகர ஒற்று ரகர ஒற்றாக, இரண்டென்னும் எண்ணினது ணகர ஒற்றும் ரகரத்தை ஊர்ந்துநின்ற அகர உயிரும்கெட, அவ்விரண்டு ரகரத்தின் மேலும் உகரம்வரும்.]

(உ-ம்.) ஒன்று. ... . ஒன், ஓன், ஒர், ஓர், ஒரு.
இரண்டு. ... ... இர், ஈர், இரு.

---

190. EXCEPTION TO (165): REGARDING மூன்று.

ககூ. மூன்றன் உறுப்பழிவும் வந்ததும் ஆகும்.
[விறு 159.]

[நால்வகைப்பெயரும் வரும்இடத்து இறுதி உயிர்மெய்கெட நின்ற மூன்றென்னும் எண்ணினது னகர ஒற்றுக் கெடுதலும் வரும் ஒற்றாகத் திரிதலும் ஆம்.]

(உ-ம்.) மூன்று. ... ... மூ, மு.
மூவிடம். ... ... முப்பது.

---

191. EXCEPTION TO (165.): REGARDING நான்கு.

ககூக. நான்கன் மெய்யே ல,ற, ஆகும்மே.
[விறு 159.]

[நால்வகைப்பெயரும் வரும்இடத்து இறுதி உயிர்மெய் கெட நின்ற நான்கென்னும் எண்ணினது னகர ஒற்று லகர ஒற்றாயும், றகர ஒற்றாயும் திரியும்.]

(உ-ம்.) நான். ... ... நால், நாற்.

192. EXCEPTION TO (165.): REGARDING ஐந்து.

கக௯௨. ஐந்தன் ஒற்றடைவதும் இனமுங் கேடும்.

[விஞ 159.]

[நால்வகைப்பெயரும் வரும்இடத்து இறுதி உயிர்மெய்கெட நின்ற ஐந்தென்னும் எண்ணினது நகர ஒற்று வரும் ஒற்ருகியும், அதற்கினம் ஆகியும், கெட்டும் முடிவதாம்.]

(உ-ம்.) ஐம்மூன்று.
ஐங்கலம்.
ஐயம்பு.

193. EXCEPTION TO (155.): எட்டு.

கக௯௩. எட்டன் உடம்புணவ் வாகும் என்ப.

[விஞ 159.]

[நால்வகைப்பெயரும் வரும்இடத்து இறுதி உயிர்மெய்கெட நின்ற எட்டென்னும் எண்ணினது டகர ஒற்று ணகர ஒற்ருகும் என்று சொல்லுவர் புலவர்.]

(உ-ம்.) எண்பது, எண்குணம்.

194. EXCEPTION TO (165.): ஒன்பது BEFORE பத்து AND நூறு.

கக௯௪. ஒன்பா னொடுபத்து நூறும் ஒன்றின்
முன்னதின் ஏனைய முரணி ஒவ்வொடு
தகர நிறீஇப்பஃ தகற்றி னவ்வை
நிரலே ணளவாத் திரிப்பது நெறியே.

[விஞ 159.]

[ஒன்பதுடனே பத்தென்பதும், நூறென்பதும், வந்து புணருமாயின் அந்நிலைமொழி வருமொழிகளுள் முன்னதாகிய நிலைமொழியினின்றும் ஏனைவருமொழியாகிய பத்தையும், நூற்றையும், நிரனிறை வகையானே நூறெனவும் ஆயிரம் எனவும் திரித்து, நிலைமொழிக்கு முதற்கண் ஒகர உயிரோடு தகர மெய்யை அதற்காதாரம் ஆகநிறுத்தி, அந்நிலைமொழி இறுதிக்கண் பஃதைக்கெடுத்து, அம்மொழிமுதற்கயல் நின்ற னகர ஒற்றை முறையே ணகர ஒற்ருயும் ளகர ஒற்ருயும் திரிப்பது முறையாம்.]

(உ-ம்.) ஒன்பது { + பத்து = (1.) ஒன்பது நூறு, (2.) தொன்பது நூறு.
+ நூறு = (1.) ஒன்பது ஆயிரம், (2.) தொன்பது ஆயிரம்.

(3.) தொன் நூறு, (4.) தொண்நூறு, (5.) தொண்ணூறு.
(3.) தொன்ஆயிரம், (4.) தொள்ஆயிரம், (5.) தொள்ளாயிரம்.

195. EXCEPTION TO (165.): பத்து AFTER NUMERALS.

கசுரு. முதல்இரு நான்காம் எண்முனர்ப் பத்தின்
இடைஒற் றேகல், ஆய்தம் ஆகல்,
எனஇரு விதியும் ஏற்கும் என்ப.
[வினா 159.]

[ஒன்றுமுதலாகிய எட்டெண்களின் முன்னும் வரும் பத்தென்னும் எண்ணிடை நின்ற தகர ஒற்று ஒருகாற் கெடுதலும், ஒருகால் இடையே தகரநின்ற நிலைக்களத்து அதுகெடஆய்தம் வருதலும், என்னும் இவ்விரண்டு விதியையும் ஏற்கும் என்று சொல்லுவர் புலவர்.]

(உ-ம்.) ஒரு பஃது, ஒருபது. &c.

196. EXCEPTION TO (165, 10, 20.) &c.,: WITH UNITS FOLLOWING THEM.

கசுசு. ஒருபஃ்த ரதிமுன் ஒன்றுமுதல் ஒன்பான்
எண்ணும், அவைஊர் பிறவும், எய்தின்
ஆய்தம் அழியஆண் டாகுந் தவ்வே.
[வினா 159.]

[ஒருபஃதாதி ஆய எட்டெண்களின் முன்னும் ஒன்றாதி ஒன்பதெண்ணும், அவைஊர்ந்த பிறவும், வந்துபுணருமாயின் ஆய்தம்கெட அந்நிலைக்களத்து இயல்பாய தகரம்வரும்.]

(உ-ம்.) ஒருபத்தொன்று,
இருபத்திரண்டு, இருபத்தொன்றேகால்.
முப்பத்துமூன்று, எண்பத்தெண்கலனே தூணி.

197. EXCEPTION TO (165.): TEN FOLLOWED BY DIGITS, &c., TAKES இன் OR இற்று.

கசுஎ. ஒன்றுமுதல் ஈர்ஐந் தாயிரம், கோடி
எண்ணிறை, அளவும், பிற,வரில் பத்தின்

ஈற்றுயிர் மெய்கெடுத் தின்னும் இற்றும்
ஏற்ப தேற்கும் ஒன்பதும் இனைத்தே.
[விஞ 159.]

[ஒன்றுமுதல் ஆகிய பத்தும், ஆயிரமும், கோடியும் என்னும் எண்ணுப் பெயரும், நிறைப்பெயரும், அளவுப்பெயரும், பிறபெயரும், வந்து புணருமாயின் நிலைமொழிஆகிய பத்தென்னும் எண்ணினது ஈற்றுயிர்மெய்யைக் கெடுத்து அந்நிலைக்களத்து இன்சாரியை எனும், இற்றுச்சாரியை எனும் ஆண்டைக்கேற்பதேற்று நிற்கும்; ஒன்பதென்னும் நிலைமொழியும் இங்ஙனம் விதந்த எண்ணுதிப்பெயர்வந்து புணரும் ஆயின் இன் எனும், இற்றேனும், ஆண்டைக் கேற்பதேற்று நிற்கப்பெறும்.]

(உ-ம்.) பதினொன்று, பதிற்றொன்று, பதின்மடங்கு.
ஒன்பதினாயிரம், ஒன்பதிற்றொன்று.

198. EXCEPTION TO (165.): TEN AND TWO=பன்னிரண்டு.

ககூஅ. இரண்டு முன்வரில் பத்தின்ஈற் றுயிர்மெய்
கரந்திட ஒற்றுனவ் வாகும் என்ப.
[விஞ 159.]

[இரண்டென்பது வரில் பத்தென்னும் நிலைமொழியினது ஈற்றுயிர் மெய்கெடத்தகர ஒற்று னகர ஒற்றாகத் திரியும்என்று சொல்லுவர் புலவர்.]

(உ-ம்.) பத்து + இரண்டு = பன்னிரண்டு.

199. EXCEPTION TO (165.): NUMERALS REPEATED, DISTRIBUTIVES.

ககூகூ. ஒன்ப தொழித்தஎண் ஒன்பதும் இரட்டில்
முன்னதின் முன்அல ஓட உயிர்வரின்
வவ்வு மெய்வரின் வந்தது மிகனெறி.
[விஞ 159.]

[ஒன்பதென்னும் எண் ஒன்றனையும் ஒழித்து நின்ற ஒன்றுதி பத்தீறான எண் ஒன்பதனையும் இரட்டித்துக்கூறின் நிலைமொழி முதலெழுத்தொன்று நிற்க அல்லன எல்லாம்கெட உயிர்முதலான எண்வரின் வகர ஒற்று, மெய்முதலான எண்வரின் அவ்வந்த ஒற்று மிகுதல், முறைமை ஆம்.]

(உ-ம்.) ஒவ்வொன்று, இவ்விரண்டு, ஐவ்வைந்து, அவ்வாறு,
மும்மூன்று, என்னான்கு.
எவ்வேழு, எவ்வெட்டு.
பப்பத்து,

கக. § ஊகாரஈற்றுச்சிலசொற்கள்.

200. EXCEPTION TO (165.): NAMES OF FLOWERS.

௨00. பூப்பெயர் முன்இன மென்மையுந் தோன்றும்.
[விஞ 119.]

[பூ என்னும் பலபொருட் பெயர்ச்சொல் முன் வல்லினம் வரின் பொதுவிதியான் க,சத,ப மிகுதலே அன்றி, அவற்றிற்கினம்ஆகிய மெல் லொற்றுகளுமிகும்.]

(உ-ம்.) பூ + கொடி = பூங்கொடி.
பூ + சோலை = பூஞ்சோலை.
பூ + கொடி = பூக்கொடி.
பூ + சோலை = பூச்சோலை.

கஉ. § ஏ,ஓ ஈற்றுச்சிலசொற்கள்.

201. EXCEPTION TO (165.): ஏ AND ஓ FINALS.

௨0க. இடைச்சொல் ஏ,ஓ முன்வலி இயல்பே.
[விஞ 27.]

[இடைச்சொல் ஆய ஆறு ஏகாரத்தின் முன்னும், எட்டு ஓகாரத்தின் முன்னும், வல்லினம் வருமாயின் பொதுவிதியான் மிகாது இயல்பாம்.]

(உ-ம்.) அவனேகொண்டான்.
அவனோகொண்டான்.

கங. § ஐகார ஈற்றுச்சிலசொற்கள்.

202. EXCEPTION TO (165.): FINAL ஐ.

௨0௨. வேற்றுமை ஆயின் ஐகான் இறுமொழி
ஈற்றழி வோடும்அம் ஏற்பவும் உளவே.
[விஞ 161.]

[ஐகார ஈற்றுச்சொல் வேற்றுமைக்கண் வருமாயின் இறுதி ஐகாரங் கெடாது, அம்முச் சாரியை பெற்றுமுடிவனவும், ஐகாரங்கெட்டு, அம்முச்சாரியை பெற்று முடிவனவும் சிலஉள ஆம்.]

(உ-ம்.) தாழை + காய் = தாழங்காய்.
புன்னை + கானல் = புன்னையங்கானல்.

203. EXCEPTION TO (165.): THE WORD பனை IN COMBINATION.

உ0௩. பனைமுன் கொடிவரின் மிகலும், வலிவரின் ஐபோய்
அம்மும், திரள்வரின் உறழ்வும், அட்டுறின்
ஐகெட ணீளலும்ஆம் வேற்றுமை.

[பனையென்னும் பெயர்முன் கொடி என்னும் பெயர் வருமாயின், வந்தது மிகுதலும்; க, ச, த, பக்கள் வரின் நிலைமொழி ஈற்று ஐகாரம் கெட்டு, அம்முப்பெறுதலும், திரள் என்னும் பெயர் வருமாயின் வந்தது மிகுந்தும், ஐபோய் அம்முப்பெற்றும், தம்முள் உறழ்தலும், அட்டு என்னும் பெயர் வருமாயின் ஐகாரம் கெட வருமொழி அகரம் ஆகாரம் ஆதலும், ஆம்வேற்றுமைக்கண்.]

(உ-ம்.) பனை + கொடி = பனைக்கொடி.
பனை + காய் = பனங்காய்.
பனை + திரள் = பனைத்திரள்.
பனை + அட்டு = பனாட்டு.

உயிரீற்றுப்புணரியல் முற்றிற்று.

நன்னூல்.

I. எழுத்ததிகாரத்தில்

(IV.) மெய்யீற்றுப்புணரியல்.

க. § மெய்யீற்றின் முன்உயிர்.

204. NATURAL COMBINATION: GENERAL RULE.

உ0௪ உடல்மேல் உயிர்வந் தொன்றுவ தியல்பே.

[விஞ 19.]

[நிலைமொழி ஈற்றில் நின்ற மெய்யின்மேல் வருமொழிமுதல் உயிர் வந்து ஒன்றுபட்டு இணங்கி நிற்பது இயல்பு புணர்ச்சியே ஆம்.]

205. EXCEPTION TO (204.): CONSONANTS AFTER A SHORT MONOSYLLABLIC WORD.

உ0௫. தனிக்குறில் முன்ஒற் றுயிர்வரின் இரட்டும்.

[விஞ 29.]

[தனிக்குறில் முன் ஒற்று உயிர்வரின் இரட்டித்து நிற்கும்.]

உ. § மெய்யீற்றின் முன்மெய்.

206. ய் AFTER A CONSONANT; A DOUBTFUL RULE.

உ0௬. தன்ஒழி மெய்முன் யவ்வரின் இகரம்
துன்னும் என்று துணிநரும் உளரே.

[யகரம் தன்னை ஒழிந்த ஞ, ண, ந, ம, ன, ர, ல, வ, ழ, ள என்னும் பத்து மெய்முன்னும் வந்தால் தன்முன் இகரச்சாரியை பொருந்தும் என்று அரிதிற்கொள்வாரும் சிலர் உளர்.]

(உ-ம்.) மண் + யாது = மண்ணியாது.

---

207. CERTAIN VERBAL NOUNS AND IMPERATIVES TAKE உ.

௨௦௭. ஞ, ண, ந, ம, ல, வ, ள, ன ஒற்றிறு தொழிற்பெயர்,
ஏவல் வினை,நனி யவ்வல் மெய்வரின்
உ உறும்; ஏவல் உறுசில சில்வழி.

[ய, ர ழக்களை ஒழிந்த எட்டொற்றும் இறுதி ஆகும் முதனிலைத் தொழிற்பெயரும், ஏவல்வினையும், மேல்விதந்த யகரம் ஒழிந்த மெய்வருமாயின் பெரும்பாலும் உகரச்சாரியை இறுதிக்கண் பொருந்தும்; சில ஏவல்வினை அவ்வுகரச் சாரியையைப் பொருந்தா சில இடங்களின்.]

(உ-ம்.) தின் { + கடிது = தின்னுக்கடிது.
+ கடுமை = தின்னுக்கடுமை.
உண் + சாத்தா = உண்ணுசாத்தா.

பல், பல்லு; கள், கள்ளு; வாழ், வாழு,
என்பனவும் இவைபோல்வனவும் வரும்.

---

208. CERTAIN RADICAL VERBALS IN ந்.

௨௦௮. நவ்விறு தொழிற்பெயர்க் கவ்வும்ஆம் வேற்றுமை.

[நகரம் இறுதிஆகு முதனிலைத் தொழிற்பெயர்க்கு உகரச்சாரியையே அன்றி அகரச்சாரியையும், ஆம் வேற்றுமைக்கண்.]

(உ-ம்.) பொருந் + கடுமை = பொருநக்கடுமை, பொருநுக்கடுமை.

---

௩. § ண,ன ஈற்றுச்சொற்கள்.

209. ண் AND ன் CHANGED INTO ட் AND ற்.

௨௦௯. ண, ன வல்லினம்வரட் ட,ற வும்; பிறவரின்
இயல்பும் ஆகும் வேற்றுமைக் கல்வழிக்
கனைத்து மெய்வரினும் இயல்பா கும்மே.
[வினு 34. 35. 37.]

[ணகார னகாரங்கள் வேற்றுமைக்கண் வல்லினம் வந்தால் முறையே டகாரமும், றகாரமும் ஆம், மெல்லினமும் இடையினமும் வந்தால் இயல்பாம். அல்வழிக்கண் மூவினம்வந்தாலும் இயல்பே ஆம்.]

(உ-ம்.) (1.) சிறுகண் + களிறு = சிறுகட்களிறு.
பேர்அமர்க்கண் + பேதை = பேர் அமர்க்கட்பேதை. [வேற்றுமைவழி.]
பொன் + தட்டு = பொற்றட்டு.

(2.) மண், பொன். } + சீட்சி, வன்மை. [இயல்பு. வேற்றுமைவழி.]

(3.) மண், பொன். } + கடிது, சீண்டது, வலிது. [இயல்பு. அல்வழி.]

210. ண் AND ன் DROPPED BEFORE ந.

உகO. குறில்அணை வில்லா ண,னக்கள் வந்த
நகரந் திரிந்துழி நண்ணுங் கேடே.
[விஞ 40.]

[தனிக்குறில் ஒன்றனையும் ஒழிந்து ஒருமொழி தொடர்மொழிகளைச் சார்ந்த ணகார னகாரங்கள் வருமொழிக்கு முதலாக வந்த நகரம் மயக்க விதி இன்மையில் திரிந்த இடத்து இயல்பாகாது கெடுதலைப்பொருந்தும்.]

(உ-ம்.) தூண் + { நன்று = தூணன்று. ; நன்மை = தூணன்மை. }
பயன் + { நன்று = பயனன்று. ; நன்மை = பயனன்மை. }

211. CERTAIN NOUNS IN ண்.

உகக. சாதி, குழூஉப்,பரண், கவண்,பெயர் இறுதி
இயல்பாம் வேற்றுமைக் குணவெண், சாண்,பிற
டஆ கலும்ஆம் அல்வழி யும்மே.

[சாதி பற்றியும், திரள்பற்றியும், வரும் பெயர்களும், பரண், கவண் என்னும் பெயர்களும் ஆனவற்றின் இறுதி ணகரம் வேற்றுமைக்கண்ணும் வல்லினம்வந்தால் இயல்பாம்; எண்ணல் அளவை, அன்றி உணவிற்குரிய எள்ளின் திரிசொல் ஆய எண் என்னும் பெயரும், சாண் என்னும் நீட்டல் அளவைப் பெயரும், வல்லெழுத்துகள்வரில் திரிந்து டகரம் ஆகலும் பொருந்தும் அல்வழிக்கண்ணும்.]

(உ-ம்.) உமண் + குடி = உமண்குடி.
பரண் + கால் = பரண்கால்.
கவண் + கால் = கவண்கால்.

எண் + கடிது = எட்கடிது. [எண்கடிது. உ0அ.]
சாண் + கோல் = சாட்கோல். [சாண்கோல். உ0அ.]

212. CERTAIN NOUNS IN ன்.

உகஉ. னஃகான் கிளைப்பெயர் இயல்பும், அஃகான்
அடைவும் ஆகும், வேற்றுமைப் பொருட்கே.

[னகர ஈற்றுச் சாதிப்பெயர் வல்லினம் வர ஈறு திரியாதியல்பாதலும், அகரச்சாரியை பெறுதலும் ஆம், வேற்றுமைப்பொருட் புணர்ச்சிக்கண்.]

(உ-ம்.) எயின் + குடி = எயின்குடி, எயினக்குடி.

213. THE WORD மீன்.

உகங. மீன்றவ் வொடுபொரூஉம் வேற்றுமை வழியே.

[மீன் என்னும் மொழிஇறுதி னகரம் வேற்றுமைக்கண் வல்லெழுத்து வரின் றகரத்தோடுறழ்ந்து வரும்.]

(உ-ம்.) மீன் + கண் = மீன்கண், மீற்கண்.

214. THE WORD தேன்.

உகச. தேன்மொழி மெய்வரின் இயல்பு மென்மை
மேவின் இறுதி அழிவும், வலிவரின்
ஈறுபோய் வலிமெலி மிகலும்ஆம், இருவழி.

[தேன் என்னும் சொல் மூவினமெய்யும் வரின் இறுதி னகரம் இயல்பாதலும், மெல்லினம் வரின் அவ்விறுதி இயல்பாதலே அன்றிக்கெடுதலும், வல்லினம் வரின் இறுதி இயல்பாதலே அன்றிக்கெட வந்த வல்லினமாதல் அதற்கினமாதல் மிகுதலும் ஆம் இருவழிக்கண்ணும்.]

(உ-ம்.) தேன் + கடிது = தேன்கடிது.
+ கடுமை = தேன்கடுமை.

தேன் + மொழி = தேமொழி.

தேன் + குழம்பு = தேக்குழம்பு, தேங்குழம்பு, தேன்குழம்பு.

215. THE WORD எகின்.

உகரு. மரம்அல் எகின்மொழி இயல்பும், அகர
மருவ வலிமெலி மிகலும் ஆகும்.

[மரம் அன்றிப் பறவை ஆய அன்னத்தை உணர்த்தும் எகின் என்னும் சொல் வேற்றுமைக் கண்ணும் வல்லினம்வர இறுதி இயல்பாதலும், இரு வழியும் அகரச் சாரியையைப் பொருந்தவரும், வல்லெழுத்தாதல் அவற்றிற்கினமாதல் மிகுதலும் ஆம்.]

(உ-ம்.) எகின் + கால் = எகின்கால். [வேற்றுமை.]

எகின் + புள் = எகினப்புள், எகினம்புள். [அல்வழி.]

எகின் + கால் = எகினக்கால், எகினங்கால்.

216. THE WORDS குயின், ஊன்.

உகசு. குயின்ஊன் வேற்றுமைக் கண்ணும் இயல்பே.

[குயின் என்னும்பெயரும், ஊன் என்னும்பெயரும், வல்லினம்வரின் அல்வழிக்கண் இயல்பாதலே அன்றி வேற்றுமைக்கண்ணும் இயல்பாம்.]

217. THE WORDS மின், பின், பன், கன்.

உகஎ. மின்,பின், பன்,கன், றொழிற்பெயர் அனைய
கன், அவ்வேற்று மென்மையோ டுறழும்.

[இந்நான்கு சொல்லும் தொழிற்பெயர்போல யவ்வல் மெய்வரின் உகரச் சாரியையைப் பொருந்தும்; இவற்றுள், கன் என்னும்சொல் உகரச் சாரியையே அன்றி, அகரச் சாரியையும் பெற்று வல்லினம்வந்தால் வரும் எழுத்தாதல் அதற்கினம்ஆதல், மிகப்பெறும்.]

(உ-ம்.) மின் + கடிது = மின்னுக்கடித்.
பின் + கடிது = பின்னுக்கடிது.
பன் + கடிது = பன்னுக்கடிது.
கன் + கடிது = கன்னுக்கடிது.

கன் + தட்டு = கன்னந்தட்டு.
கன் + தூக்கு = கன்னத்துக்கு, கன்னத்தூக்கு.

218. THE WORDS தன், என், நின்.

௨௧௮. தன்,என், என்பவற் றீற்றுனவ் வன்மையோ
டுறழு நின்ஈ றியல்பாம் உறவே.

[தான் என்பது தன் என்றும், யான் என்பது என் என்றும், வரும் விகார மொழிகளின் ஈற்று னகரம் வல்லினம் வரின் பொது விதியானே றகரமாய்த் திரிதலும் அவ்விதி ஏலாது இயல்பாதலும் ஆம். நீ என்பது நின் எனநின்ற விகார மொழி ஈற்று னகரம் வல்லினம் வரில் திரியாதியல்பேயாம்.]

(உ-ம்.) தன் + பகை = தன்பகை, தற்பகை.
என் + பகை = என்பகை, எற்பகை.
நின் + பகை = நின்பகை.

௪. § ம், ஈறு.

219. FINAL ம் GENERAL RULE.

௨௧௯. மவ்வீ றொற்றழிந் துயிர்ஈ றொப்பவும்
வன்மைக் கினமாத் திரிபவும் ஆகும்.
[வினா 32. 33.]

[மகர ஈற்றுச்சொற்கள் இறுதி மகரம் கெட விதிஉயிர் ஈறாய் நின்று இயல்புயிர் ஈறுபோல உயிர்வரின் உடம்படுமெய் தோன்றவும், வல்லினம் வரின் அவை மிகவும், மெல்லினமும் இடையினமும் வரின் இயல்பாகவும், புணர்வனவும் வல்லினம்வரில் கெடாது அவற்றிற் கினமாய்த் திரிவனவும் ஆம்.]

(உ-ம்.)

வட்டம்	+ ஆழி = வட்டவாழி.	நாம் + கடியம் = நாங்கடியம்.
	+ கடல் = வட்டக்கடல்.	நம் + கை = நங்கை.
	+ நேமி = வட்டநேமி.	நும் + செவி = நுஞ்செவி.
	+ வாரி = வட்டவாரி.	நும் + தலை = நுந்தலை.

220. EXCEPTION: SOME WORDS IN ம்.

௨௨௰. வேற்றுமை மப்போய் வலிமெலி உறழ்வும்
அல்வழி உயிர்இடை வரின்இயல் பும்உள.

[வேற்றுமைக்கண் மகர இறுதி கெட அவற்றின்முன் வரும் வல்லின மாதல் அவற்றிற் கினமாதல் மிகுதலும், அல்வழிக்கண் உயிரும் இடையி னமும் வரில் கெடாது இயல்பாதலும் உளஆம்.]

(உ-ம்.) குளம் + கரை = குளக்கரை, குளங்கரை.
பழம் + சாறு = பழச்சாறு, பழஞ்சாறு.

221. EXCEPTIONS TO (219.): நும், தம், எம், நம்.

உஉக. நுந்,தம், எம்,நம், ஈறு மவ்வரு ஞ,ந,வே.

[இந்நான்கு விகார மொழிகள் ஈற்று மகரம், மேல் வரும் ஞ, ந க்கள் ஆகத் திரியும்.]

(உ-ம்.) நும் + ஞாண் = நுஞ்ஞாண்.
தம் + நூல் = தந்நூல்.
எம் + நான் = எந்நான்.
நம் + ஞானம் = நஞ்ஞானம்.

222. EXCEPTION TO (219.): THE WORD அகம்.

உஉஉ. அகமுனர்ச் செவி,கை, வரின்இடை யனகெடும்.

[அகம் என்னும் இடைப்பெயர் முன்னர்ச் செவி, கை என்னும் சினைப்பெயர் வரின் நிலைமொழி இறுதிமகரம் வன்மைக் கினமாத் திரிதலே அன்றி, அதன் இடைநின்ற ககரஒற்றும் அதனை ஊர்ந்த அகர உயிரும் கெடும்.]

(உ-ம்.) அகம் + கை = அங்கை.
அகம் + செவி = அஞ்செவி.

223. EXCEPTION TO (219.): THE WORDS ஈம், கம் AND உரும்.

உஉ௩. ஈமுங் கம்மும் உருமுந் தொழிற்பெயர் மானும்,
முதலன வேற்றுமைக் கவ்வும் பெறுமே.

[இம்மூன்று சொல்லும் இருவழியும் முதனிலைத் தொழிற் பெயர்போல யவ்வன்மெய் வரின் உகரச் சாரியை பெற்று முடியும்; இவற்றுள், முதற் கணின்ற ஈமும் கம்மும் வேற்றுமைக்கண் உகரச் சாரியைஅன்றி அகரச் சாரியையும் பெறும்.]

(உ-ம்.) ஈம் + கடிது = ஈமுக்கடிது.
ஈம் + குடம் = ஈமக்குடம்.
கம் + குடம் = கம்மக்குடம்.

ரு. § ய், ர், ழ் ஈறு.

224. FINAL ய், ர், ழ்.

உஉச. ய,ர,ழ முன்னர்க் க,ச,த,ப அல்வழி
இயல்பு மிகலும் ஆகும்; வேற்றுமை
மிகலும், இனத்தோ டுறழ்தலும், விதிமேல்.
[வினா 30.]

[இம்மூன்று ஈற்றின் முன்னும் க,ச,த,பக்கள் வரின் அல்வழிக்கண் இயல்பாதலும்; மிகுதலும்; வேற்றுமைக்கண் மிகுதலும்; வல்லினமாதல், மெல்லினமாதல், மிகுதலும் விதி ஆம்.]

[அல்வழி.]

(உ-ம்.) வேய் + கடிது = வேய்கடிது. | மெய் + கீர்த்தி = மெய்க்கீர்த்தி.
வேர் + சிறிது = வேர்சிறிது. | கார் + பருவம் = கார்ப்பருவம்.
வீழ் + பெரிது = வீழ்பெரிது. | சூழ் + தண்ணீர் = சூழ்த்தண்ணீர்.

[வேற்றுமை.]

நாய் + கால் = நாய்க்கால். | வேய் + குழல் = வேய்ங்குழல், வேய்க்குழல்.
தேர் + கால் = தேர்க்கால். | ஆர் + கோடு = ஆர்ங்கோடு, ஆர்க்கோடு.
பூழ் + கால் = பூழ்க்கால். |

225. THE WORDS தமிழ் AND தாழ்.

உஉரு. தமிழ்அவ் வுறவும் பெறும்,வேற் றுமைக்கே
தாழுங் கோல்வந் துறுமேல்அற் றே.

[தமிழ் என்னும் சொல் நாற்கணமும் வரின் வேற்றுமைக்கண் அகரச் சாரியையைப் பொருந்தவும் பெறும் தாழ் என்னும் சொல்லும் கோல் என்னும் சொல்வந்து பொருந்துமாயின் அவ்வகரச் சாரியையைப் பெறும்.]

(உ-ம்.)
தமிழ் + { அரசன் = தமிழவரசன்.
பல்லவதரையர் = தமிழப்பல்லவதரையர்
நாகன் = தமிழநாகன்.
வளவன் = தமிழ வளவன். }
தாழ் + கோல் = தாழக்கோல்.

226. THE WORD கீழ்.

உஉசா. கீழின்முன் வன்மை விகற்பமும் ஆகும்.

[கீழ் என்னும் சொல் முன்வரும் வல்லினம் ஒருகால் இயல்பாகியும், ஒருகால் மிக்கும்வரும், விகற்பத்தையும் பொருந்தும்.]

(உ-ம்.) கீழ் + குலம் = கீழ்குலம், கீழ்க்குலம்.

சா. § ல், ள், ஈறு.

227. ல் AND ள் CHANGED INTO ற் AND ட்.

உஉஎ. ல,ள,வேற் றுமையில் ற,டவும்; அல்வழி
அவற்றோ டுறழ்வும் வலிவரின் ஆமெலி
மேவி ன,ண,வும், இடைவரின் இயல்பும்,
ஆகும் இருவழி யானும் என்ப.
[வினா 34. 35.]

[லகார ளகாரம் ஆன இரண்டீறும் வல்லினம் வரின் வேற்றுமைக்கண் முறையே றகர டகாரங்கள் ஆம்; அல்வழிக்கண்ணே றகார டகாரங்களுடனே உறழ்வன ஆம்; இருவழிக்கண்ணும் மெல்லினம் வரின் னகார ணகாரங்கள் ஆம் இடைஇனம் வரின் இயல்பாம், என்று சொல்லுவர் புலவர்.]

(உ-ம்.) கல் + குறை = கற்குறை. [வேற்றுமை.]
முள் + குறை = முட்குறை. [வேற்றுமை.]

கல் + குறிது = கல்குறிது, கற்குறிது. [அல்வழி.]
முள் + சிறிது = முள்சிறிது, முட்சிறிது. [அல்வழி.]

கல் + மேல் = கன்மேல்.
முள் + மேல் = முண்மேல்

கல் + மலை = கன்மலை.
முள் + முடி = முண்முடி.

228. ல் AND ள் INTO ஃ.

உஉஅ. குறில்வழி ல,ளத்த அணையின் ஆய்தம்
ஆகவும் பெறூஉம் அல்வழி யானே.
[வினா 37. 38.]

[தனிக்குறிலின் பின்னின்ற லகர ளகரங்கள் அல்வழிக்கண்ணே தகரம் வருமாயின் றகர டகரங்கள் ஆகத்திரிதலே அன்றி ஆய்தம்ஆகத் திரிதலையும் பொருந்தும்.]

(உ-ம்.) கல் + தீது = கஃறீது.
முள் + தீது = முஃடீது

229. ல் AND ள் BEFORE த் AND ந்.

௨௨௯. குறில்செறி யா ல,ள, அல்வழி வந்த
தகரந் திரிந்தபிற் கேடும், ஈரிடத்தும்
வருநத் திரிந்தபின் மாய்வும், வலிவரின்
இயல்புந், திரிபும், ஆவன உளபிற.
[விஞ 37. 38. 39.]

[தனிக்குறில் ஒன்றனையும் சாராது வரும் லகார ளகாரங்கள் அல்வழிக்கண் வந்த தகரம் திரியும் இடத்துக் கெடுதலும், இருவழிக் கண்ணும் வந்த நகரம் திரியும் இடத்துக் கெடுதலும், வல்லினம் வரின் அல்வழிக்கண் உறழாது இயல்பாதலும், திரிதலும், வேற்றுமைக்கண் திரியாது இயல்பாதலும், பொருந்துவன உள.]

(உ-ம்.) வேல் + தீது = வேறீது. | வேல் + நன்று = வேனன்று.
வாள் + தீது = வாடீது. | வாள் + நன்று = வாணன்று.

கால் + கடிது = கால்கடிது | வேல் + நன்மை = வேனன்மை.
தேள் + சிறிது = தேள்சிறிது. | வாள் + நன்மை = வாணன்மை.

அமுகல் + காய் = அமுகற்காய்.
வாள் + படைக்கையன் = வாட்படைக்கையன்.

230. VERBAL NOUNS IN ல், ள்.

௨௩௦. ல,ள,இறு தொழிற்பெயர் ஈரிடத்தும் உவ்வுறு
வலிவரின்; அல்வழி இயல்பும் ஆவனஉள.

[லகாரத்தை இறுதி ஆகவுடைய விகுதி பெற்ற தொழிற்பெயரும், ளகாரத்தை இறுதி ஆகவுடைய முதனிலைதிரிந்த தொழிற்பெயரும் முதனிலைத் தொழிற்பெயர்போல யவ்வல் மெய்வரின் உகரம் பெறுதோ பெறுவோ என்று ஐ உறற்க: இருவழியும் உகரம் பெறுவாம், வல்லினம் வரின் அல்வழிக்கண் உறழாது இயல்பாவனவும் சிலஉள.]

(உ-ம்.) ஆடல் + கடிது = ஆடற்கடிது, ஆடல்கடிது.
கோள் + கடிது = கோட்கடிது, கோள்கடிது.

ஆடல் + கடுமை = ஆடற்கடுமை.
கோள் + கடுமை = கோட்கடுமை.

ஆடல் + நன்மை = ஆடனன்மை.
கோள் + நன்மை = கோணன்மை.

231. THE WORD வல்.

உ௩க. வல்லே தொழிற்பெயர் அற்றிரு வழியும்;
பலகை,நாய் வரினும் வேற்றுமைக் கவ்வும்ஆம்.

["வல்" என்னும் சூதாடு கருவிப்பெயர் அவ்வல் மெய்வரின் தொழிற் பெயரே போல இருவழியும் உகரச் சாரியைபெறும்; பலகை, நாய் என் னும் இருபெயர் வரினும், பிறபெயர் வரினும், வேற்றுமைக்கண் அகரச் சாரியையும் உகரச் சாரியையும் பெறும்.]

(உ-ம்.) வல் + கடிது = வல்லுக்கடிது.
வல் + கடுமை = வல்லுக்கடுமை.
வல் + பலகை = வல்லப்பலகை.
வல் + நாய் = வல்லநாய்.

232. THE FOUR WORDS, நெல், செல், கொல் AND சொல்.

உ௩உ. நெல்லுஞ், செல்லுங், கொல்லுஞ், சொல்லும்,
அல்வழி யானும் றகரம் ஆகும்.

[இந்நான்கு சொல்லும் வல்லினம் வரின் பொதுவிதியான் உறழாது, அல்வழிக் கண்ணும் வேற்றுமைபோல றகரமாய்த் திரிந்து முடியும்.]

233. இல் FOLLOWED BY ஐ AND ஆ.

உ௩௩. இல்என் இன்மைச் சொற்கை அடைய
வன்மை விகற்பமும், ஆகா ரத்தொடு
வன்மை ஆகலும், இயல்பும் ஆகும்.

[இல்லிடத்தை உணர்த்தாது இன்மைப் பண்பை உணர்த்தி நிற்கும் "இல்" என்னும் சொற்கு ஐகாரச் சாரியை பொருந்த அவ்வழி வரும் வல் லினம் விகற்பித்தலும், ஆகாரச் சாரியை பொருந்த அவ்வழி வரும் வல்லி னம் மிகுதலும், இவ்விரு விதியும் பெறாது இயல்பாதலும் பொருந்தும்.]

(உ-ம்.) இல் + பொருள் = இல்லைபொருள், இல்லைப்பொருள்.
இல் + பொருள் = இல்லாப்பொருள்.
இல் + பொருள் = இல்பொருள்.

234. THE WORDS புள் AND வள்.

உ௱௩௪. புள்ளும், வள்ளுந், தொழிற்பெயரு மானும்.

[இவ்விரு சொற்களும் இருவழியும் யவ்வல் மெய்வரின் பொது விதியான் முடிதலே அன்றித் தொழிற்பெயர் போல உகரச் சாரியை பெற்றும் புணரும்.]

(உ-ம்.) புள் + கடிது, கடுமை = புள்ளுக்கடிது, புள்ளுக்கடுமை.
வள் + கடிது, கடுமை = வள்ளுக்கடிது, வள்ளுக்கடுமை.

எ. § வ், ஈ று.

235. DEMONSTRATIVES IN வ்: SPECIAL RULE.

உ௱௩௫. சுட்டு வகரமூ வினம்உற முறையே
ஆய்தமு மென்மையும், இயல்பும் ஆகும்.

["அவ்," "இவ்," "உவ்" என்னும் அஃறிணைப் பன்மைச் சுட்டுப் பெயர் ஈற்று வகரம் வல்லினமும் மெல்லினமும் இடையினமும் வர முறையானே ஆய்தமும், வருமெல்லினமும், இயல்பும் ஆம்.]

(உ-ம்.) அவ் + கடிது = அஃகடிய.
அவ் + ஞானம் = அஞ்ஞானம்.
அவ் + யானை = அவ்யானை.

236. THE WORD தெவ்: SPECIAL RULE.

உ௱௩௬. தெவ்வென் மொழியே தொழிற்பெயர் அற்றே
மவ்வரின் வஃகான் மவ்வும் ஆகும்.

["தெவ்" என்னும் சொல் யவ்வல் மெய்யோடு புணரும் இடத்துத் தொழிற்பெயர்போல உகரச் சாரியை பெற்று முடியும்; அவற்றுள் மகரம்வருங்கால் உகரச் சாரியை பெறுதலே அன்றி, ஒரோவழி ஈற்றுவகரம் மகரமாகத்திரியவும் பெறும்.]

(உ-ம்.) தெவ் + கடிது = தெவ்வுக்கடிது.
தெவ் + மன்னர் = தெம்மன்னர்.

237. த AND ந AFTER ன, ல AND ண, ள.

உ௱எ. ன,ல முன் ற,ன வும்; ண,ள,முன் ட,ண வும்;
ஆகுந் த,ன க்கள் ஆயுங் காலே.

[விஞ. 38. 39.]

[னகர லகரங்கள் முன்னர் வருந் தகரம் றகரமாம்; அவற்றின் முன்னர் வரும் நகரம் னகரம்ஆம்; ணகர ளகரங்களின் முன்னர் வருந் தகரம் டகரம் ஆம்; அவற்றின் முன்னர்வரும் நகரம் ணகரம்ஆம், ஆராயுங்காலத்து.]

(உ-ம்.)

த	பொன்	+	தீது,	தீமை	= பொன்றீது, பொற்றீமை.
	கல்	+	தீது,	தீமை	= கற்றீது, கற்றீமை.
	மண்	+	தீது,	தீமை	= மண்டீது, மண்டீமை.
	முள்	+	தீது,	தீமை	= முட்டீது, முட்டீமை.
ந	பொன்	+	நன்று,	நன்மை	= பொன்னன்று, பொன்னன்மை.
	கல்	+	நன்று,	நன்மை	= கன்னன்று, கன்னன்மை.
	மண்	+	நன்று,	நன்மை	= மண்ணன்று, மண்ணன்மை.
	முள்	+	நன்று,	நன்மை	= முண்ணன்று, முண்ணன்மை.

அ. § புறநடை.

238. GENERAL RULE IN REGARD TO MEMBERS OF WORDS.

உ௱அ. உருபின் முடிபவை ஒக்கும் அப்பொருளினும்.

[மேல் உருபு புணர்ச்சிக்கண் முடியும் முடிபுகள் அப்பொருட் புணர்ச்சிக் கண்ணும் ஒக்கும்.]

239. ANALOGY TO BE OUR GUIDE IN CASES NOT SPECIFIED.

உ௱கூ. இடை,உரி, வடசொலின், இயம்பிய கொளாதவும்
போலியு மரூஉம் பொருந்திய ஆற்றிற்
கியையப் புணர்த்தல் யாவர்க்கு நெறியே.

[இடைச் சொல்லினும் உரிச் சொல்லினும் வடசொல்லினும் உயிர் ஈறும் ஒற்றீறும் ஆன புணரியலில் தோன்றல் திரிதல் கெடுதல் இயல்பென ஓதிய புணர்ச்சி இலக்கணங்கள் பொருந்தாது வேறுபட்டு வருவனவும், இலக்கணப்போலி மொழிகளும், மரூஉமொழிகளும், இருவகை வழக்கி னும் நடக்கு முறைமை அறிந்து அதற்குப் பொருந்தும் ஆறு புணர்க்கை அறிவுடையோர் எல்லார்க்கும் முறைமை.]

மெய்யீற்றுப்புணரியன் முற்றிற்று.

நன்னூல்.

I. எழுத்ததிகாரத்தில்

(V.) உருபு புணரியல்.

க. § உருபுகள்.

240. THE FORTY INFLECTIONAL PARTICLES.

உசO. ஒருவன், ஒருத்தி, பலர்,ஒன்று, பல,என
வருபெயர் ஐந்தொடு, பெயர்முதல் இருநான்
குருபும் உறழ்தர நாற்பதாம் உருபே.
[விஞ 55.]

[இப்பாற் பொருளின என்று கருத வரும் ஐந்து பெயருடனே, எழுவாய் வேற்றுமையான பெயர்முதலாக விளி ஈறாக நின்ற எட்டு உருபினையும், உறழ வேற்றுமை உருபுகள் நாற்பதாம்.]

241. SIGNS OF CASE.

உசக. பெயர்வழித் தம்பொரு ளாவரும் உருபே.

[வேற்றுமை உருபுகள் தம்பொருளைத் தரப் பெயர்க்குப்பின்வரும்.]

242. THESE TERMINATIONS COMBINE WITH NOUNS ACCORDING TO THE PRECEDING RULES: GENERAL RULE.

உசஉ. ஒற்றுயிர் முதல்ஈற் றுருபுகள் புணர்ச்சியின்
ஒக்குமன், அப்பெயர் வேற்றுமைப் புணர்ப்பே.

[தொகாநிலைஆய வேற்றுமைப் புணர்ச்சிக்கண், இடையேநின்று நிலைமொழியோடும், வருமொழியோடும்,புணரும் ஒற்றுயிர்களை முதலும் ஈறும் ஆக உடைய ஐம்முதலிய வேற்றுமை உருபு ஆறும், இடைச்சொல்லே

னும் இயல்பொடு விகாரத்தியையும் புணர்ச்சி வகையால் பெரும்பாலும் ஒக்கும்போன இரண்டியல் உள்ளும் வேற்றுமைப் புணர்ச்சிக்கண் இயல் பொடு விகாரத்தியைந்த ஒற்றுயிர் முதல் ஈற்றுப் பெயர்களே.]

உ. § சாரியை.

243. THE USE OF EUPHONIC INCREMENTS: சாரியை.

௨௪௩. பதமுன் விகுதியும், பதமும், உருபும்,
புணர்வழி ஒன்றும் பலவுஞ் சாரியை,
வருதலுந் தவிர்தலும் விகற்பமும் ஆகும்.
[வினா 108.]

[பதத்தின்முன் விகுதியேனும், பதமேனும், உருபேனும், புணரும் இடத்துச் சாரியை ஒன்றேனும், பலவேனும், வருதலும் வராதொழிதலும் இவ்விரண்டுமாகிய விகற்பமும் ஆம்.]

244. A LIST OF SEVENTEEN GENERAL INCREMENTS.

௨௪௪. அன், ஆன், இன், அல் அற்றிற் றத்தம்
தம், நம், நும், ஏ, அ, உ, ஐ, கு, ன,
இன்ன பிறவும் பொதுச்சா ரியையே.
[வினா 108.]

[அன்னும், ஆனும், இன்னும், அல்லும், அற்றும், இற்றும், அத்தும், அம்மும், தம்மும், நம்மும், நும்மும், ஏயும், அவ்வும், உவ்வும், ஐயும், குவ்வும், னவ்வும், இவைபோல்வன பிறவும் விகுதி, பதம், உருபு என்னும் மூன்று புணர்ச்சிக்கண்ணும், தனிமொழிக்கண்ணும் வருதலில் பொதுச்சாரியை என்னும் பெயரவாம்.]

(உ-ம்.) ஒன்றன்கூட்டம். [அன்.]
வண்டின்கால். [இன்.]
பலவற்றை. [அற்று.]
மரத்திலை. [அத்து.]
எல்லார் தம்மையும். [தம்.]
எல்லீர் நும்மையும். [நும்.]
நடந்தது. [அ.]
பண்டைக்கால். [ஐ.]
ஆன்கன்று. [ன்.]
அவன்றான். [தான்.]
புற்றாஞ்சோறு. [ஆம்.]

ஒருபாற்கு. [ஆன்.]
தொடையல். [அல்.]
பதிற்றுப்பத்து. [இற்று.]
புளியங்காய். [அம்.]
எல்லார் நம்மையும். [நம்.]
கலனே தூணி. [ஏ.]
சாத்தனுக்கு. [உ.]
உய்குவாய். [கு.]
அவன் றன்னையும். [தன்.]
அவர்தாம். [தாம்.]

ரு. § சிறப்புவிதிகள்.

245. THE DECLENSION OF எல்லாம்.

உசரு. எல்லாம் என்ப திழிதிணை ஆயின்
அற்றோ டுருபின் மேல்உம் உறுமே;
அன்றே னம்மிடை அடைந்தற் றுகும்.
[விஞ 67.]

["எல்லாம்" என்னும் பொதுப்பெயர் அஃறிணைக்கண் ஆனகாலை அத னோடு ஆறுஉருபும் புணரின் இடையே அற்றுச் சாரியையும், உருபின் மேல் முற்றும்மையும் பெறும்; உயர்திணைக்கண் ஆனகாலை இடையே நம்முச்சாரியையும் உருபின்மேல் முற்றும்மையும் பெறும்.]

(உ-ம்.) எல்லாம், எல்லாவற்றையும் முதல்.
எல்லா நம்மையும் முதல்.

246. THE DECLENSION OF எல்லாரும், எல்லீரும்.

உசகூ. எல்லாரும், எல்லீரும், என்பவற் றும்மை
தள்ளி நிரலே தம், நும், சாரப்
புல்லும் உருபின் பின்னர் உம்மே.

["எல்லாரும்" என்னும் உயர்திணைப் படர்க்கைப் பெயரோடும் "எல்லீரும்" என்னும்முன்னிலைப் பொதுப் பெயரோடும் ஆறு உருபும் புணரும் இடத்து அவ்விருபெயரின் இறுதிகளினின்ற முற்றும்மைகளைத் தள்ளி, அந்நிலைக் களங்களில் படர்க்கைப் பெயர்க்குத் தம்முச் சாரியையும், முன்னிலைப்பெயர்க்கு நும்முச் சாரியையும், பொருந்த அவற்றால் தள்ளுண்ட முற்றும்மைகள் உருபின்பின்னே வந்துபொருந்தும்.]

(உ-ம்.) எல்லார் தம்மையும் முதல்.
எல்லீர் நும்மையும் முதல்.

247. THE DECLENSION OF THE PERSONAL AND REFLEXIVE PRONOUNS.

உசஎ. தான், தாம், நாம், முதல் குறுகும்; யான், யாம்,
நீ, நீர், என், எம், நின், நும், ஆம்பிற
குவ்வின் அவ்வரு நான்கா றிரட்டல.
[விஞ 72. 74.]

[இங்ஙனம் கூறிய இருதிணைப்பொது ஆய மூவிடப்பெயர் ஏழோடும் ஆறு உருபும் புணரும் இடத்து, "தான்," "தாம்," "நாம்" என்னும் மூன்று பெயரும் நெடில்முதல் குறுகி, முறையே "தன்னை," "தம்மை," "நம்மை" என வரும்; "யான்," யாம், நீ, நீர் என்னும் நான்குபெயரும் முறையே "என்னை," "எம்மை," "நின்னை," நும்மை என வரும்; இவ்வேழு பெயரோடும் குவ்வுருபு புணரும் இடத்து இடையே "தனக்கு" என அகரச் சாரியை வரும்; குவ்வுருபின் அகரச் சாரியை வரினும் ஆரும் உருபுயிர்கள் வரினும் இவ்வேழு விகாரமொழிகளின் இறுதிய ஆய தனிக்குறில்முன் ஒற்றுக்கள் இரட்டாவாம்.]

248. THE DECLENSION OF ஆ, மா, கோ: EUPHONIC INSERTION OF ன்.

உசஅ. ஆ, மா, கோ,ன அணைய வும் பெறுமே.

[விஞ 65.]

[ஆ என்னும் பெயரும், மா என்னும் விலங்கின் பொதுப்பெயரும், கோ என்னும் இறைவனை உணர்த்திநிற்கும் பெயரும், உருபுகள் புணரும் இடத்து, னகரச்சாரியை பொருந்தவும் பெறும்.]

(உ-ம்.) ஆ, ஆனை.
கோ, கோனை.
மா, மானை.

249. THE DECLENSION OF CERTAIN NOUNS OF NUMBER IN POETRY.

உசகூ. ஒன்று முதல்எட் டீரும் எண்ணூர்
பத்தின்முன் ஆன்வரிற் பவ்வொற் றொழிய,மேல்
எல்லாம் ஓடும்; ஒன்பதும் இற்றே.

[விஞ 159.]

[ஒன்றுமுதல் எட்டீரும் எண்களோடு புணர்ந்த பத்தென்னும் எண் முன்னர் உருபுகள் புணரும் இடத்து இடையே ஆன்சாரியை வரின், அப் பத்தென்னும் எண்ணினது பகர ஒற்றொன்றுமே நிற்க மேல் நின்ற எல்லா எழுத்தும் கெடும்; ஒன்பதென்னும் எண்முன்னரும் உருபுகள் புணருமிடத்து ஆன்சாரியை வரின், அதன்பகர ஒற்று நிற்க மேல் நின்ற எல்லா எழுத்தும் கெடும்.]

(உ-ம்.) ஒருபது, ஒருபானை.
இருபது, இருபானுக்கு.

250. THE DECLENSION OF CERTAIN DEMONSTRATIVE PRONOUNS.

உ௫0. வவ்விறு சுட்டிற் கற்றுறல் வழியே.

[விஞ 71.]

[அஃறிணைப் பன்மையவாய வகர ஈற்றுமூன்று சுட்டுப்பெயர்க்கும் உருபுகள் புணரும் இடத்து அற்றுச் சாரியை பொருந்தல் முறைமை ஆம்.]

(உ-ம்.) அவை, அவற்றை.

251. THE DECLENSION OF அஃது.

உ௫க. சுட்டின்முன் ஆய்தம் அன்வரிற் கெடுமே.

[விஞ 71.]

[அஃது, இஃது, உஃது எனவரும் மூன்று சுட்டுப்பெயர்களோடு உருபுகள் புணரும் இடத்து, இடையே அன் சாரியைவரின், மொழிமுதற் சுட்டெழுத்துக்கள் மூன்றின் முன்நின்ற ஆய்தங் கெடும்.]

(உ-ம்.) அஃது, அதனை.

252. அத்து LOSES ITS INITIAL அ.

உ௫உ. அத்தின் அகரம் அகரமுனை இல்லை.

[விஞ 66.]

[அத்துச் சாரியையின் அகர உயிர், இயல்பினும் விதியினும், நின்ற அகர உயிர் ஈற்றின் முன்வரின், வகர உடம்படு மெய் பெறாது கெடும்.]

253. THE INCREMENT TO BE DISCOVERED BY ANALYSIS.

உ௫௩. இதற்கிது சாரியை எனின்அள வின்மையின்
விகுதியும் பதமும் உருபும் பகுத்திடை
நின்ற எழுத்தும் பதமும் இயற்கையும்
ஒன்றஉணர்த்தல் உரவோர் நெறியே.

[விகுதிமுதலிய புணர்ச்சிக்கண் இதற்கு இது சாரியை என்று வரையறுத்து விதித்தனவற்றுள்ளும், ஒழிந்தனவற்றுள்ளும், தனித்தனி சொல்லப்புகின் வரையறைப்படாமையின் விகுதிப்புணர்ச்சியினையும், பதப்புணர்ச்சியினையும், உருபுப்புணர்ச்சியினையும், கண்டுழிப்பகுத்து இடையேநின்ற ஏகாரம் அகரம் முதலிய எழுத்துச் சாரியையினையும், அன், ஆன்முதலிய பதச் சாரியையினையும் இவ்விரண்டு சாரியையும் தோன்றா இயல்பினையும் தெரிய அறிவித்தல் பெரியோரது நெறி ஆம்.]

254. THESE RULES TO BE APPLIED WITH DISCRIMINATION.

உருச. விகுதிபதஞ் சாரியை உருபனைத்தினும்
உரைத்த விதியுள்ஓர்ந் தொப்பன கொளலே.

[விகுதியே, பதமே, சாரியையே, உருபே என்னு நான்கின் புணர்ச்சிக்கண்ணும் விதிகள் பொதுப்படக் கூறப்பட்டவேனும் அவ்விதிகளுள் இவ்விதி இதற்குப் பொருந்தும் இவ்விதி இதற்குப் பொருந்தாது என உய்த்துணர்ந்து எவ்விதி எதற்குப் பொருந்துமோ அவ்விதி அதற்குக் கொள்க.]

255. PECULIARITIES IN COMBINATIONS OF THE SECOND CASE: EXCEPTION TO (242.)

உருரு. இயல்பின் விகாரமும், விகாரத் தியல்பும்;
உயர்திணை இடத்து விரிந்துந் தொக்கும்;
விரவுப் பெயரின் விரிந்து நின்றும்,
அன்ன பிறவும், ஆகும்ஐ உருபே.

[வேற்றுமைப் புணர்ச்சிக்கு விதித்த பொது விதியோடு தானும் ஒருங்கு முடிதலே அன்றி அங்ஙனம் விதித்த இயல்பின்கண் விகாரமாயும், விகாரத்தின்கண் இயல்பாயும், உயர்திணைக்கண் விரிந்தும் தொக்கும் விரவுப் பெயர்க்கண் விரிந்தும் விரிதல் ஒழிந்தும் இவைபோல்வன பிறவேறுபாடாயும் வரும் இரண்டாம் வேற்றுமைப் புணர்ச்சி.]

(உ-ம்.) வழிபடு தெய்வநிற்புறங்காப்ப. (சின் 218.)
மண் கொணர்ந்தான். (மட் 209.)

256. PECULIAR COMBINATIONS OF THE THIRD CASE.

உருசு. புள்ளியும் உயிரும் ஆய்இறு சொன்முன்
தம்மின் ஆகிய தொழில்மொழி வரினே
வல்லினம் விகற்பமும் இயல்பும் ஆகும்.

[மூன்றும் வேற்றுமைப் புணர்ச்சியுள் ஒற்றும் உயிரும் இறுதி ஆய்நின்ற சொல்முன்னர்க் கருவிகருத்தா உடனிகழ்வு அதன்பொருள் என்பவற்றுள், கருத்தா ஆகிய நிலைமொழிப் பொருள் தம்மால் ஆகிய தொழிற்சொல்வரின் அங்ஙனம் வரும் வல்லினம் வேற்றுமைப் பொதுமுடிபேலாது விகற்பமும் இயல்பும் ஆம்.]

(உ-ம்.) புலி கடிக்கப்பட்டான். [இயல்பு.]
பேய் கோட்பட்டான்.
பேய்க் கோட்பட்டான். } [விகற்பம்.]

257. IN CASES NOT PARTICULARIZED JUDGE BY ANALOGY.

உருஎ. இதற்கிது முடிபென் றெஞ்சா தியாவும்
விதிப்ப ளின்மையின் விதித்தவற் றியலான்
வகுத்துரை யாதவும் வகுத்தனர் கொளலே.

[இதற்கிது முடிபென்று இவ்வதிகாரத்துள் விதிக்கத் தருவனவற்றை எல்லாம் தனித்தனி வரையறுத்து விதிக்கப் புகின் அதற்கோர் வரையறை இன்மையின், வகுத்து விதித்தனவற்றின் இலக்கணங்களை ஏதுவாகக் கொண்டு வகுத்து விதி உரையாதனவற்றையும் கருதல் அளவையான் வகுத்து விதிஉரைத்துக் கொள்க.]

SUMMARY OF ORTHOGRAPHY.

கட்டளைக்கலித்துறை.

அடைஎண், பெயர், முறை, தோற்றம், வடிவ்வளவ்வாதி, அந்தம்,
இடைநிலை, போலி, என்றீரைந் தெழுத்தும், இருபதமும்,
படுபுணர் மூன்றின் இயல்பும், விகாரமுஞ், சாரியையும்,
உடன்உணர் வாளா எழுத்தறிவார் என்பர் உத்தமரே.

உருபு புணரியல் முற்றிற்று.

நன்னூல்.

II. சொல்லதிகாரத்தில்

(I.) பெயரியல்.

258. AN INVOCATION.

உருஅ. முச்சக' நிழற்று' முழுமதி முக்குடை
அச்சுதன் அடிதொழு 'தறைகுவன் சொல்லே.

[மூன்றுலகத்திற்கு நிழலைச்செய்யும் நிறைந்த மதிபோலும் மூன்று குடையையுடைய அழியாதவன் அடிகளை வணங்கிச் சொல்லுவன் மேலை அதிகாரத்தில் கூறிய எழுத்தினுன் ஆய சொல்லிலக்கணத்தை.]

259. DEFINITION OF "சொல்."

உருகூ. ஒருமொழி, தொடர்மொழி, பொதுமொழி, என்று
இருதிணை, ஐம்பாற், பொருளையுந், தன்னையு'
மூவகை இடத்தும், வழக்கொடு, செய்யுளின்,
வெளிப்படை, குறிப்பின், விரிப்பது சொல்லே.

[ஒருமொழியும், தொடர்மொழியும், பொதுமொழியும் என மூன்று கூற்றினதாய், இருதிணையாகிய ஐம்பால் பொருளினையும் அப்பொருளை அன்றித் தன்னையும் மூன்றிடத்தினும் வழக்கின்கண்ணும் செய்யுட்கண்ணும் வெளிப்படையானும் குறிப்பினுனும் விளக்குவது சொல்லாம்.]

260. SINGLE, COMPOUND AND AMBIGUOUS WORDS.

உகூ0. ஒருமொழி ஒருபொரு ளனவாந்; தொடர்மொழி
பலபொரு ளன;பொது இருமையும் ஏற்பன.

[விஞ 43.]

[ஒரு மொழிகளாவன: பகாப்பதமேனும், பகுபதமேனும், ஒன்று நின்று, தத்தம் ஒருபொருளைத் தருவனவாம். தொடர்மொழிகளாவன: அவ்விருவகைப் பதங்களும் தன்னொடும் பிறிதோடும் அல்வழி வேற்றுமைப்பொருள் நோக்கத்தான் இரண்டு முதலியவாகத் தொடர்ந்து நின்று இரண்டு முதலிய பலபொருளைத் தருவனவாம். பொதுமொழிகளாவன: ஒன்றாய் நின்று, ஒருபொருள் தந்தும், அதுவே தொடர்ந்து நின்று பலபொருள் தந்தும், இவ்விரண்டற்கும் பொதுவாய் நிற்பனவாம்.]

(உ-ம்.) (1.) நிலம், கட, தில், கனி. [ஒருமொழிகள்.]
(2.) நிலம்வலிது, அதுகொல், சாலப்பகை, நிலங்கடந்தான். [தொடர்மொழிகள்.]
(3.) எட்டு, தாமரை, வேங்கை. [பொது மொழிகள்.]

(எட்டு = என்னைத்து, தாமரை = தாவுகின்றமரை, வேங்கை = வேகின்றகை; 391 ஒத்துக்காண்க.)

261. THE TWO CLASSES OF PERSONAL AND IMPERSONAL NOUNS.

உகூக. மக்கள், தேவர், நரகர், உயர்திணை;
மற்றுயிர் உள்ளவும் இல்லவும் அஃறிணை.

[விஞ 52.]

[மக்களும் தேவரும் நரகரும் உயர்திணை ஆம்; அவரை ஒழிந்த விலங்கு முதலிய உயிர் உள்ளனவும், நிலம் நீர் முதலிய உயிர் இல்லனவும், அஃறிணை ஆம்.]

262. DIVISIONS OF WORDS OF THE HIGHER CLASS: SINGULAR MASCULINE, SINGULAR FEMININE AND EPICENE PLURAL.

உகூஉ. ஆண், பெண், பலர் என முப்பாற் றுயர்திணை.

[விஞ 53.]

[ஆண், பெண், பலர் என்னும் இம்மூன்று பாலினையும் உடைத்து உயர்திணை.]

263. DIVISIONS OF THE LOWER CLASS: SINGULAR AND PLURAL.

உசுங. ஒன்றே, பல என் றிருபாற் றஃறிணை.

[விஞ 53.]

[ஒன்றும், பலவும் என்னும் இரண்டு பாலினை உடைத்து அஃறிணை.]

264. EPICENES.

உசுச. பெண்மைவிட் டாண்அவா வுவபே டாண்பால்;
ஆண்மைவிட் டல்ல தவாவுவ பெண்பால்;
இருமையும் அஃறிணை அன்னவும் ஆகும்.

[பெண்டன்மையினை விட்டு ஆண்டன்மையினை அவா வுவன வாகிய பேடுகள் உயர்திணை ஆண்பால் ஆம்; ஆண்டன்மையினை விட்டுப் பெண்டன்மையினை அவாவுவன வாகிய பேடுகள் உயர்திணைப் பெண்பால் ஆம்; இவ்விருவகைப் பேடுகளும் உயர்திணை ஆம், அன்றி அஃறிணையை ஒப்பனவும் ஆம்.]

(உ-ம்.) பெண்ணவாய் ஆண்இழந்த பேடி அணியவோ,
கண்ணவாத் தக்க கலம்?

265. THE THREE PERSONS WITH THEIR VARYING திணை AND பால்.

உசுரு. படர்க்கை வினைமுற்று நாமங் குறிப்பின்,
பெறப்படுந் திணைபால் அனைத்தும்; ஏனை
இடத்தவற் றொருமைப் பன்மைப் பாலே.

[விஞ 54.]

[வெளிப்படைச் சொல்லாயும், குறிப்புச் சொல்லாயும், வழக்கின் கண்ணும் செய்யுட்கண்ணும் நிற்கும் படர்க்கைவினைமுற்றுச் சொல்லையும், படர்க்கைப் பெயர்ச்சொல்லையும், முன் குறித்தால் பின் அவ்விருவகைச்சொல்லும் கருவியாக இருதிணையும் ஐம்பாலும் பெறப்படும். ஒழிந்ததன்மை முன்னிலை வினைமுற்றுச் சொல்லையும், தன்மை முன்னிலைப் பெயர்ச்சொல்லையும், முன் குறித்தால் பின்பு அந்நால்வகைச் சொல்லும் கருவியாக இருதிணை ஐம்பாலுள் ஒருமைப்பாலும் பன்மைப்பாலும் பெறப்படும்.]

(உ-ம்.)

நடந்தான்.
நடந்தாள். } நடந்தார்
நடந்தது. நடந்தன
அவன்.
அவள். } அவர்
அது அவை.

இவை முன்பு தம்மை உணர்த்திப் பின்பு இருதிணை ஐம்பாலாகிய பொருள்களை உணர்த்தின.

நடந்தேன், நடந்தேம்.
நடந்தாய், நடந்தீர்.
நீ, நீர்.

இவை முன்பு தம்மையும் பின்பு ஒருமைப்பாலையும் பன்மைப் பாலையும் உணர்த்தின.

266. THE THREE PERSONS.

உசுசு தன்மை, முன்னிலை, படர்க்கைமூ விடனே.

[வினை 54.]

[மூவிடம் ஆவன: தன்மையும், முன்னிலையும், படர்க்கையும் ஆம்.]

267. PROSE.

உசுஎ. இலக்கண முடைய திலக்கணப் போலி,
மரூஉ, என்றாகு மூவகை இயல்பும்;
இடக்கர் அடக்கல், மங்கலங், குழூஉக்குறி,
எனுமுத் தகுதியோ டாறும் வழக்கியல்.

[இலக்கணமுடையதென்றும், இலக்கணப்போலி என்றும், மரூஉ என்றும், வழங்கும் மூவகை இயல்பு வழக்கும்; இடக்கர்அடக்கல் என்றும், மங்கலம் என்றும், குழூஉக் குறிஎன்றும், வழங்கு மூன்று தகுதி வழக்குடனே கூடஅறுவகைப்படும் வழக்கிலக்கணம்.]

(உ-ம்.) (1.) நிலம், நீர். [இலக்கணம்.]
(2.) முன்றில். (இல்முன்.) புறநகர். (நகர்ப்புறம்.) } இலக்கணப்போலி.
(3.) அருமந்தபிள்ளை. (அருமருந்தன்னபிள்ளை.) சோணாடு. (சோழநாடு.) } மரூஉ.
(4.) கால் கழீஇவருதும். [இடக்கரடக்கல்.]
(5.) துஞ்சினார். (செத்தார்.) நன்காடு. (சுடுகாடு.) } மங்கலம்.
(6.) சொல்விளம்பி. (கள்ளு.) காரை. (யானைப்பாகர் ஆடை.) } குழூஉக்குறி.

268. POETRY.

௨௬௮. பல்வகைத் தாதுவின், உயிர்க்குடற் போல்பல
சொல்லாற் பொருட்கிடன் ஆக, உணர்வினின்
வல்லோர், அணிபெறச் செய்வன செய்யுள்.
[வினா 167.]

[தோல் இரத்தம் இறைச்சி மேதை எலும்பு மச்சை சுவேதநீர் என்னும் எழுவகைத் தாதுக்களினால் உயிர்க்கிடனாக இயற்றப்பட்ட உடம்பு போல இயற்சொல் திரிசொல் திசைச்சொல் வடசொல் என்னும் நால் வகைச் சொற்களால் பொருட்கிடன் ஆகக் கல்வி அறிவினால் செய்யுள் இயற்றவல்லோர் அலங்காரம்பெற இயற்றுவன செய்யுள் ஆம்.]

269. AMBIGUOUS AND UNAMBIGUOUS EXPRESSIONS.

௨௬௯. ஒன்றொழி பொதுச்சொல், விகாரந், தகுதி,
ஆகு பெயர்,அன் மொழி,வினைக் குறிப்பே,
முதறொகை குறிப்போ டின்ன பிறவுங்,
குறிப்பிற் றருமொழி; அல்லன வெளிப்படை.

[இருதிணை ஆண் பெண்ணுள் ஒன்றனை ஒழிக்கும் பொதுச் சொல்லும், வலித்தல் முதலிய ஒன்பது விகாரச் சொல்லும், மூவகைத் தகுதி வழக்குச் சொல்லும், ஆகுபெயர்ச் சொல்லும், அன்மொழித் தொகைச் சொல்லும், வினைக்குறிப்புச் சொல்லும், முதற்குறிப்புச் சொல்லும், தொகைக்குறிப் புச் சொல்லும், இம்முதறொகை அல்லாத பலவாற்றானும், வருங் குறிப் புச் சொல்லும், இவைபோல்வன பிறவும், குறிப்பினான் இருதிணை ஐம் பாற்பொருளைத்தரும் சொற்களாம்; இவை அல்லன எல்லாம் வெளிப்ப டையான் அப்பொருள்களைத் தரும் சொற்கள் ஆம்.]

(உ-ம்.) (1.) ஆயிரம் மக்கள் பொருதார். [உயர்திணை ஆண்பால்.]
(2.) இப்பெற்றங்கறக்கும்.
இப்பெற்றம் உழவொழிந்தன.
(3.) மரைபுரைசிறடி.. [தாமரை.]
(4.) கன்காடு. [சுடுகாடு.]
(5.) புளித்தின்றான். [ஆகுபெயர், புளியம்பழம்.]
(6.) சொல்லவல்லன். [வினைக்குறிப்பு.]
(7.) அறத்தாறிதுவென வெள்ளைக்கிழிபு. [முதற்குறிப்பு.]
(8.) ஐவர். [தொகைக்குறிப்பு, பாண்டவர்.]

270. CLASSES OF WORDS.

உ௭0. அதுவே, இயற்சொல், திரிசொல், இயல்பிற் பெயர்வினை
எனஇரண் டாகும், இடைஉரி அடுத்து
நான்கும் ஆந்;திசைவட சொல்அணு காவழி.
[விஞ 43.]

[மேற்காட்டிய சொல் இயற்சொல், திரிசொல், என்னும் இயல்பினையுடைய பெயர்ச்சொல்லும், வினைச்சொல்லும், என இரண்டாம்; இவற்றுடன் இடைச்சொல்லும் உரிச்சொல்லும் அடுத்து நான்கும் ஆம்; இவற்றுடன் திசைச்சொல்லும் வடசொல்லும் அணுகா இடத்து.]

271. UNEQUIVOCAL PURE TAMIL WORDS.

உ௭க. செந்தமிழ் ஆகித், திரியா தியார்க்குந்
தம்பொருள் விளக்குந் தன்மைய இயற்சொல்.
[விஞ 43.]

[செந்தமிழ் நிலத்து மொழி ஆகி, அந்நிலத்து மொழியுள் மேற்கூறப்படும் திரிசொற்போலாது கற்றார்க்கும் கல்லாதார்க்கும் ஒப்பத் தம்பொருளை விளக்கும் தன்மையினையுடைய உலக வழக்கியற் சொல்லாம்.]

(உ-ம்.) மண், பொன். [பெயரியற்சொல்.]
நடந்தான். [வினை இயற்சொல்.]
அவனை. [வேற்றுமையுருபு இடை இயற்சொல்.]

272. EQUIVOCAL PURE TAMIL WORDS.

உ௭உ. ஒருபொருள் குறித்த பலசொல் ஆகியும்,
பலபொருள் குறித்த ஒருசொல் ஆகியும்,
அரிதுணர் பொருளன திரிசொல் ஆகும்.
[விஞ 43.]

[ஒரு பொருளைக் கருதிய பலசொல் ஆகியும், பலபொருளைக் கருதிய ஒருசொல் ஆகியும், கற்றோர் உணரும் பொருளவாய் வருவன திரிசொல் ஆம்.]

(உ-ம்.) (1.) இன்னா, அகம், தத்தை.
[இளியென்னும் ஒருபொருள் குறித்த பல பெயர்த்திரிசொல்.]

(2.) வாரணம்:
[யானை, சங்கு, கோழி முதலியவற்றைக்குறித்தலால் பலபொருள் குறித்த ஒருபெயர்த் திரிசொல்.]

(3.) படர்ந்தான், சென்றான், எகினான்.
[இவை போயினான் என்னும் ஒருபொருளைக் குறித்தலால் ஒரு பொருள் குறித்த பலவினைத் திரிசொல்.]

(4.) ஆர்த்தான்.
[ஒலித்தான், கட்டினான், என்னும் பொருளைக்குறித்தலால் பலபொருள் குறித்த ஒருவினைத் திரிசொல்.]

(5.) சேறும், வருதும்.
[றும், தும் என்னும் விகுதிகள் தன்மைப்பன்மை என்னும் ஒரு பொருள் குறித்த பலஇடைத் திரிசொல்.]

(6.) கொல்.
[ஐயத்தையும் அசைநிலையாவதையுங் குறித்து நிற்பதால் பல பொருள் குறித்த ஓரிடைத் திரிசொல்.]

(7.) சால, தவ, உறு, கனி.
[மிகல் என்னும் ஒருபொருள்குறித்த பலவுரித்திரிசொல்.]

(8.) கடி. [காப்பு, கூர்மை, விரை, விளக்கம் முதலிய பலபொருள் குறித்த ஓர் உரித்திரிசொல்.]

---

273. WORDS OF LOCAL USAGE.

௨௭௩. செந்தமிழ் நிலஞ்சேர் பன்னிரு நிலத்தினும்,
ஒன்பதிற் றிரண்டினிற் றமிழ்ஒழி நிலத்தினும்,
தங்குறிப் பினவே திசைச்சொல் என்ப.
[வி௫ 43.]

[செந்தமிழ் நிலத்தைச் சேர்ந்த பன்னிரண்டு கொடுந்தமிழ் நிலத்தின் கண்ணும், பதினெண் மொழியுள் தமிழும் மேற்கூறும் வடசொற்குக் காரணம் ஆகிய ஆரியமும் ஒழிந்த பதினாறு மொழியும் வழங்கும் பதினாறு நிலத்தின் கண்ணும், உள்ளோர் தங்குறிப்பினவாய்ச் செந்தமிழோர் குறிப்பின் அன்றி, அத்திசைகளின் நின்றும் செந்தமிழ் நிலத்து வந்து வழங்குவன திசைச்சொல் என்று கூறுவர் புலவர்.]

வெண்பா.

THE TWELVE DISTRICTS WHERE INFERIOR TAMIL IS SPOKEN.

தென்பாண்டி,குட்டங், குடங்,கற்கா, வேண்,பூழி,
பன்றி,அருவா, அதன்வடக்கு,—நன்றாய,
சீதமலாடு, புனனாடு: செந்தமிழ்சேர்
ஏதமில் பன்னிரு நாட்டெண்.

[இவை பன்னிரண்டுங் கொடுந் தமிழ் நாடு.]

கலித்துறை.

THE SEVENTEEN DISTRICTS LYING AROUND THE TAMIL COUNTRY.

சிங்களஞ், சோனகஞ், சாவகஞ், சீனந், துளுக், குடகங்,
கொங்கணங், கன்னடங், கொல்லங், தெலுங்கங், கலிங்கம், வங்கம்,
கங்க மகதங், கடாரங், கவுடங், கடுங்குசலந்
தங்கும் புகழ்த்தமிழ் சூழ்பதி னேழ்புவி தாம்இவையே.

[முற் குறித்தவைகளைச் சூழ்ந்த தமிழ் ஒழிந்த பதினேழு தேசங்கள்.]

(உ-ம்)	பசலை பெற்றம்.	[தென்பாண்டி.]	அந்தோ.	[சிங்களம்]
	சோற்றை சொன்றி.	[குட்டம்.]	பாண்டில்	[தெலுங்கு.]
	தாயை தள்ளை.	[குடம்.]	மாமரத்தைக் கொக்கு.	[துளுவம்.]

274. SANSCRIT WORDS.

உஎச. பொதுஎழுத் தானுஞ், சிறப்பெழுத் தானும்,
ஈர்எழுத் தானும், இயைவன வடசொல்.

[வினா 43.]

[ஆரியத்திற்கும் தமிழிற்கும் பொதுஎழுத்தானும், ஆரியத்திற்கே உரிய சிறப்பெழுத்துத் திரிந்த எழுத்தானும், இவ்விரண்டினானும் செந்தமிழ்ச் சொல்லே ஒப்பன ஆகி, வடதிசைக்கணின்றும் செந்தமிழ் நிலத்து வந்து வழங்குவன வடசொல் ஆம்.]

(உ-ம்.)	அமலம்	[பொது எழுத்தால்.]
	சித்தி.	[சிறப்பெழுத்தால்.]
	சலம்.	[ஈரெழுத்தால்.]

• [146. 147. காண்க.]

275. NOUN.

பெயரின் போது இலக்கணம்.

உஎரு. இடுகுறி காரண மரபோ டாக்கந்
தொடர்ந்து தொழில்அல காலந் தோற்று
வேற்றுமைக் கிடன்ஆய்த் திணைபால் இடத்தொன்
றேற்பவும் பொதுவும் ஆவன பெயரே.
[விரு 44. 48.]

[இடுகுறியும், காரணக்குறியும், மரபினையும் ஆக்கப்பாட்டினையும் தொடர்ந்து, வினையால் அணையும் காரணக்குறி ஒன்றும் காலம் தோற்ற, அல்லன காலம் தோற்றுவாய், எட்டு வேற்றுமையும் சார்தற்கிடமாய் இருதிணை ஐம்பால் மூவிடத்துள் ஒன்றனை ஏற்பவும் பலவற்றினை ஏற்பவுமாய் வருவன பெயர்கள் ஆம்.]

(உ-ம்.) (1.) மரம், கமுகு. [இடுகுறி மரபு தொடர்ந்துவந்தன.]

(2.) பறவை. [காரணக்குறி மரபு தொடர்ந்துவந்தது.]

(3.) பாட்டினுள் குமரன் பெயர் முட்டை. [இடுகுறியாக்கம் தொடர்ந்துவந்தது.]

(4.) பொன்னன். [காரணக்குறியாக்கம் தொடர்ந்து வந்தது.]

(5.) மரம். [இடுகுறிப்பொதுப்பெயர்.]
(6.) பனை. [இடுகுறிச் சிறப்புப்பெயர்.]

(7.) அணி. [காரணப் பொதுப்பெயர்.]
(8.) முடி. [காரணச் சிறப்புப்பெயர்.]

276. PERSONAL MASCULINE NOUNS.

உயர்திணை ஆண்பால்.

அவற்றுள்,

உஎசு. கிளை, எண், குழூஉ, முதல், பலபொருள்; திணை, தேம்,
ஊர், வான், அகம், புறம், முதல நிலன்; யாண்
டிருது மதிநாள், ஆதிக் காலம்;
தோள், குழல், மார்பு, கண், காது, முதல்உறுப்
பளவறி வொப்பு, வடிவு, நிறங், கதி,
சாதி, குடி, சிறப், பாதிப் பல்குணம்;
ஓதல், ஈதல், ஆதிப் பல்வினை;
இவை அடை சுட்டு வினப்பிற மற்றோ

டுற்ற னவ் வீறு; நம்பி, ஆடூஉ,
விடலை, கோ, வேள், குரிசில், றோன்றல்,
இன்னன ஆண்பெயர் ஆகும். என்ப.

[மேல்பெயரே என்றவற்றுள் இங்ஙனம் பகுத்துக் கூறிய பொருள் ஆதி ஆறனோடும், இவற்றை அடையும் சுட்டினோடும் வினாவினோடும் பிற என்பதனோடும் மற்றென்பதனோடும் பொருந்திய னகர ஈற்றுப்பெயர்களும், நம்பி முதலாக எடுத்து ஓதிய பெயர்களும், இவை போல்வன பிறவும் உயர்திணை ஆண்பாற் பெயர்கள் ஆம் என்று சொல்லுவர் புலவர்.]

(உ-ம்.)

(1.) தமன், நமன். [கிளையால் வருபெயர்.]
(2.) ஒருவன். [எண்ணால் வருபெயர்.]
(3.) அவைபத்தான். [கூட்டத்தால் வருபெயர்.]
(4.) பொன்னன். [முதல்என்பவற்றால் வருபெயர்.]
— I. இவை எல்லாம் பொருளால் வருபெயர்.

(5.) வெற்பன். மறவன். இடையன். ஊரன் சேர்ப்பன். [ஐந்திணையால் வருபெயர்.]
(6.) சோழியன். [தேசத்தால் வருபெயர்.]
(7.) சிற்றூரான். [ஊரால் வருபெயர்.]
(8.) வானத்தான், அகத்தான், புறத்தான். [வான், அகம், புறம், ஆகிய மூன்றால் வருபெயர்.]
(9.) மண்ணகத்தான். [முதல் என்றதினால் வருபெயர்.]
— II. இவை இடத்தால் வருபெயர்.

(10.) மூவாண்டினன்.
(11.) வேனிலான்.
(12.) தையான்.
(13.) ஓணத்தான்.
[ஆண்டு, இருது, மதிநாள் ஆகிய நான்கினால் வருபெயர்.]
(14.) நெருநலான். [ஆதிஎன்றதினால் வருபெயர்.]
— III. இவை காலத்தால் வருபெயர்.

(15.) திணிதோளான்.
(16.) செங்குஞ்சியான்.
(17.) வரைமார்பான்.
(18.) செங்கண்ணன்.
(19) குழைக்காதான்.
[தோள்முதலிய ஐந்தால் வருபெயர்.]
(20.) குறுந்தாளன். [முதல் என்பதினால் வருபெயர்.]
— IV. இவை அவயவத்தால் வருபெயர்.

(21.) பெரியன்.
(22.) புலவன்.
(23.) புலியனையன்.
(24.) கூனன்.
(25.) கரியன்
(26.) மானுடன்.
(27.) அரசன்.
(28.) சோழன்.
(29.) ஆசிரியன்.
[அளவு, அறிவு, ஒப்பு, வடிவு, நிறம், கதி, சாதி, குடி, சிறப்பு ஆகிய ஒன்பதினால் வருபெயர்.]
(30.) நல்லன். [ஆதி என்றதினால் வருபெயர்.]
— V. இவை குணத்தால் வருபெயர்.

(31.) ஓதுவான்.
(32.) ஈவான்.
[ஓதல் ஈதல் என்கிற இரண்டாலும் வருபெயர்.]
(33.) கணக்கன். [ஆதிஎன்பதினால் வருபெயர்.]
— VI. இவை தொழிலால் வருபெயர்.

(34.) இவன்
(35.) எவன்
(36.) பிறன்
(37.) மற்றையான்.
[சுட்டு, வினா, பிற மற்று என்பவற்றால் வருபெயர்.]

277. FEMININE PERSONAL NOUNS.

உயர்திணைப் பெண்பால்.

உஎஎ. கிளைமுதல் ஆகக் கிளந்த பொருள்களுள்
ளவ்வொற் றிகரக் கேற்ற ஈற்றவும்,
தோழி, செவிலி, மகடூஉ, நங்கை,
தையலோ டின்னன பெண்பாற் பெயரே.

[மேலைச் சூத்திரத்துக் கிளைமுதலாகப் பகுத்துக் கூறிய அறுவகைப் பொருள்களும் ளகர ஒற்றும், இகர உயிரும், உறுதற்கேற்ற அவ்விரண் டீற்றவாய் வரும் பெயர்களும், தோழி முதலாக எடுத்தோதிய பெயர்களும், இவற்றுடனே இவை போல்வன பிறவும் உயர்திணைப் பெண்பாற் பெயர்கள் ஆம்.]

(உ-ம்.) தமள்.
ஒருத்தி.

இருளை, மாது, அரிவை, அங்கனை, மடந்தை.

278. PLURAL OF NOUNS OF THE HIGHER OR PERSONAL CLASS.

பலர் பால்.

உஎஅ. கிளந்த கிளைமுதல் உற்றரவ் வீற்றவும்,
கள் என்ஈற்றின் ஏற்பவும், பிறவும்,
பல்லோர் பெயரின் பகுதி ஆகும்.
[வினு 69.]

[மேற்கூறப்பட்ட கிளைமுதலிய அறுவகைப் பொருளையும் பொருந்திய ரகர ஒற்றீற்றுப் பெயர்களும், கள் என்னும் விகுதியை ஈறாகவுடைய பெயர்களுள் ஈண்டைக்குப் பொருந்தி வருவனவும், இவை போல்வன பிறவும், பலர்பாலின் பெயர்கள் ஆம்.]

(உ-ம்.) தமர், இருவர்.
கோக்கள், மனுக்கள்.
தமர்கள், அரசர்கள்.
மாந்தர், மக்கள்.

279. SINGULAR OF THE LOWER OR IMPERSONAL CLASS.

அஃறிணை ஒருமை.

௨௭௯. வினாச் சுட்டுடனும், வேறும் ஆம்பொருள்
ஆதி உறு துச், சுட்டணை ஆய்தம்
ஒன்றென்எண் ணின்னன ஒன்றன் பெயரே.

[வினாவின் கண்ணும் சுட்டின்கண்ணும் கரந்தவற்றுடனாயும் வினாவவும் சுட்டவும்படாது, வேறாயும் வரும்பொருளாதி ஆறனையும் பொருந்திய துவ்விகுதி ஈற்றுப்பெயரும், சுட்டோடு கூடிய ஆய்தத்தைப் பொருந்திய துவ்விகுதி ஈற்றுப் பெயரும், ஒன்றென்னும் எண்ணுகுபெயரும், இவை போல்வன பிறவும், அஃறிணை ஒருமைப் பெயர் ஆம்.]

(உ-ம்.) (1.) எது, யாது.
(2.) இது, அது, உது.
(3.) குழையது, நிலத்தது, மூலத்தது, கோட்டது, கரியது, ஆடலது.
(4.) அஃது, இஃது, உஃது.
(5.) ஒன்று.

280. PLURAL OF THE LOWER OR IMPERSONAL CLASS.

௨௮௦. முன்னர் அவ்வொடு வருவை, அவ்வும்,
சுட்டிறு வவ்வுங், கள்இறு மொழியும்,
ஒன்றல் எண்ணும் உள்ள, இல்ல,
பல்ல, சில்ல, உள, இல, பல, சில,
இன்னவும் பலவின் பெயர் ஆகும்மே.

[வினா 69.]

[முன்னர்க் கூறிய வினாச்சுட்டுடனும், வேறும் ஆம்பொருள் ஆதி ஆறனோடும், ஏற்ற பெற்றி வரும் வகர ஐகார ஈற்றுப் பெயர்களும், அகர ஈற்றுப் பெயர்களும், வகர ஒற்று ஈற்றுச் சுட்டுப் பெயர்களும், கள் என்னும் பகுதிப் பொருள் விகுதி இறுதி ஆகிய பெயர்களும், ஒன்றல்லாத இரண்டு முதலிய எண்ணுகு பெயர்களும், உள்ள என்பது முதலிய குறிப்புவினையால் அணைந்த எட்டுப்பெயர்களும், இவைபோல்வன பிறவும், அஃறிணைப் பன்மைப் பெயர்கள் ஆம்.]

(உ-ம்.) (1.) எவை.
(2.) இவை.
(3.) கெடியவை.
(4.) பெருள், பொருளை.
(5.) அவ், இவ்.
(6.) யானைகள்.
(7.) இரண்டு, மூன்று, கோடி.

281. OTHER NOUNS OF THE LOWER CLASS BOTH SINGULAR AND PLURAL.

உஅக. பால்பகா அஃறிணைப் பெயர்கள்பாற் பொதுமைய.

[அஃறிணைப் பெயர்களுள் இங்ஙனம் பால் பகுத்தலை ஒழிந்து நின்ற பெயர்கள் அனைத்தும், அத்திணை இருபாற்கும் உரிய பொதுப் பெயர்கள் ஆம்.]

(உ-ம.) யானை வந்தது.
யானை வந்தன.

282. NOUNS COMMON TO BOTH CLASSES.

உஅஉ. முதற்பெயர் நான்குஞ், சினைப்பெயர் நான்கும்,
சினைமுதற் பெயர்ஒரு நான்கு' முறைஇரண்டும்,
தன்மை நான்கு' முன்னிலை ஐந்தும்,
எல்லாந், தாந்,தான் இன்னன பொதுப்பெயர்.

[முதற்பெயர் முதலான ஒன்பது கூற்றுப் பெயர்களும், இவைபோல்வன பிறவும், இருதிணைக்கும் உரிய பொதுப்பெயர்கள் ஆம்.]

(உ-ம்.) சூரியன் உதித்தான், சூரியன் உதித்தது.
ஊமை வந்தான், ஊமைவந்தாள்.
[உ-அக. காண்க.]

283. SUBDIVISIONS OF NOUNS (282.) ACCORDING TO GENDER AND NUMBER.

உஅ௩. ஆண்மை, பெண்மை, ஒருமை பன்மையின்
ஆம்அந் நான்மைகள் ஆண்பெண் முறைப்பெயர்.

[ஆண்மை முதலிய இந்நான்கு பாலுங் காரணமாக முற்கூறிய முதற்பெயர், சினைப்பெயர், சினைமுதற்பெயர் என்னும் மூன்றும் ஒவ்வொன்றும் நந்நான்காம்; ஆண்மை, பெண்மை என்னும் இருபாலும் காரணமாக முறைப்பெயர் இரண்டாம்.]

(உ-ம்.)

	ஆண்மை.	பெண்மை.	ஒருமை	பன்மை.
1.	சாத்தன்,	சாத்தி.	கோதை,	கோதைகள்.
		[இவை முதற்பெயர்.]		
2.	முடவன்,	முடத்தி.	செவியிலி,	செவியிலிகள்.
		[இவை சினைப்பெயர்.]		
3.	முடக்கொற்றன்,	முடக்கொற்றி.	கொம்புமுமருதி,	கொம்புமுமருதிகள்.
		[இவை சினைமுதற்பெயர்.]		
4.	தந்தை,	தாய்.		
		[இவை முறைப்பெயர்.]		

284. NOUNS COMMON TO BOTH CLASSES (281.) TAKE THE DISTINCTIONS OF பால்.

அவற்றுள்,

உஅசு. ஒன்றே இருதிணைத் தன்பால் ஏற்கும்.

[முதற்பெயர் முதல்வாகக் கூறப்படும் இருபத்தாறும், பிறவும், ஆகிய பொதுப்பெயர்களுள் ஒவ்வொன்று இருதிணைக் கண்ணும் தன்றன் பால்களை ஏற்கும்.]

(உ-ம்.)
(1.) சாத்தன் இவன்; சாத்தி இவள்.
சாத்தன் இவ்வெருது; சாத்தி இப்பசு.
கோதை இவன்; கோதை இவள்.
கோதைகள் இவர்; கோதைகள் இவை.
(2.) தந்தை இவன்; தந்தை இவ்வெருது
தாய் இவள்; தாய் இப்பசு.
(3.) யான் நம்பி; யான் நங்கை, யான் பூதம்.
யாம் மக்கள்; யாம் பூதங்கள்.

285. THE PERSONS OF PRONOUNS.

உஅரு. தன்மை: யான்,நான்,யாம்,நாம்;முன்னிலை:
எல்லீர், நீயிர், நீவிர், நீர்,நீ.
அல்லன படர்க்கை, எல்லாம் எனல்பொது.

[வி௵ 72. 73.]

[தன்மைப்பெயர் நான்காவன: யான், நான், யாம், நாம் என்பன ஆம். முன்னிலைப்பெயர் ஐந்தாவன: எல்லீர், நீயிர், நீவிர், நீர், நீ என்பன ஆம். திணை பாலுள் ஒன்றற் கேற்பவும் பொதுவும் ஆகிய பெயர்களுள் இவ்விரண்டிடத்து ஒன்பது பெயரும் அல்லாத பெயர்கள் அனைத்தும் படர்க்கை இடத்திற்குரிய ஆம். அவற்றுள், எல்லாம் என்னும் பெயர் ஒன்று மூவிடத்திற்கும் உரித்தாம்.]

286. THE PERSONS OF VERBAL NOUNS.

உஅசு. வினையின் பெயரே படர்க்கை; வினையால்
அணையும் பெயரே யாண்டும் ஆகும்.

[யான் உணல், நீ உணல், அவன் உணல், என மூவிடத்து வினை ஆயினும் அவ்வுணல், தினல், என்றற்றொடக்கத்து வினையின் பெயர் படர்க்கைக்கே உரிய ஆம். அவ்வினையால் அணையும் பெயர் அவ்வினையின் பெயர்போல் படர்க்கைக்கே உரிய ஆகாது, உண்டேனை, உண்டாயை, உண்டானை எனத் தனித்தனி மூவிடத்திற்கும் உரிய ஆம்.]

287. THE NUMBERS OF PRONOUNS.

உஅஎ. தான், யான், நான், நீ, ஒருமை; பன்மைதாம்,
யாம்,நாம்,எலாம்,எலீர், நீயிர்,நீர்,நீவிர்.

[வி௵ 72. 74.]

[தான், யான், நான், நீ, என்னும் நான்கும் இருதிணை முக்கூற்றொருமைப் பெயர் ஆம். தாம், யாம், நாம், எலாம், எல்லீர், நீயிர், நீர், நீவிர் என்னும் எட்டும் இருதிணை இருகூற்றுப் பன்மைப்பெயர் ஆம்.]

288. NOUNS FROM NUMBERS.

உஅஅ. ஒருவன், ஒருத்தி பெயர்மேல் எண்ணில.

[வி௵ 159.]

[எண்ணான் உயர்திணை ஆண்பாற்பெயரும், பெண்பாற்பெயரும், வருங்காலத்து ஒன்றென்னும் எண்ணானே ஒருவன், ஒருத்தி, என வருவண அன்றி, இவற்றின்மேல் இரண்டு முதலிய எண்களான் இப்பெயர்கள் வருவன இல ஆம்.]

289. THE NOUN ஒருவர்.

உஅகூ. ஒருவர் என்ப துயர் இரு பாற்றாய்ப்
பன்மை வினைகொளும் பாங்கிற் றென்ப.

[வி௵ 159.]

[ஒருவர் என வழங்குஞ் சொல் உயர்திணை ஆண்பால் பெண்பால் இரண்டற்கும் பொதுவாய், அத்திணைப் பன்மை வாய்பாட்டு வினையைக் கொண்டு முடியும் பாங்கினை உடைத்து என்று சொல்லுவர் புலவர்.]

(உ-ம்.) ஆடவருள் ஒருவர் அறத்தின்வழி நிற்பார்.
பெண்டிருள் ஒருவர் கொழுநன்வழி நிற்பார்.
யாஅர் ஒருவர் உலகத்தோர் சொல்லில்லவர்.

290. SYNECDOCHE.

உகூ0. பொருண் முதல் ஆறோ டளவைசொற், றானி,
கருவி, காரியம், கருத்தன், ஆதியுள்
ஒன்றன் பெயரான் அதற்கியை பிறிதைத்
தொன்முறை உரைப்பன ஆகு பெயரே.

[வினா 162.]

[பொருளே, இடமே, காலமே, சினையே, குணமே, தொழிலே என்னும் ஆறுடனே இவற்றின் பகுதிய ஆகிய நால்வகை அளவையே, சொல்லே, தானியே, கருவியே, காரியமே, கருத்தாவே என்னும் ஆறும் ஆதியாகவரும் பொருள்களுள் ஒருபொருளின் இயற்பெயரானே அப்பொருளினுக்கு இயைந்த பிறிதொரு பொருளைத், தொன்று தொட்டு, வருமுறையே கூறிவருவன ஆகுபெயர்கள் ஆம்.]

(உ-ம்.) (1.) தாமரை அனைய தாள். ஆம்பல் அனைய தேம்பொதி செவ்வாய்.
[முதற்பொருளின் பெயர் அதின் சினையாகிய மலருக்கும் ஆயிற்று.]

(2.) அகன் அமர்ந்து.
[இடப்பெயர் மனத்துக்காயிற்று.]

(3.) கார்த்திகை பூத்தது.
[காலப்பெயர் அக்காலத்தில் உண்டாகும் வெண்தோன்றிக்கும் ஆயிற்று.]

(4.) கார் அறுத்தது.
[இது மும்மடி ஆகுபெயர்: எப்படியெனில், கார் என்பது நிறம், அது மேகத்திற்கும் ஆகும், மேகத்தின் பெயர் பருவத்துக்கும் ஆகும், அப்பருவத்தின் பெயர் அக்காலத்தில் உண்டாகும் பயருக்கும் ஆகும்.]

(5.) புளி முளைத்தது.
[சினைப்பெயர் முதலுக்காயிற்று. இது இருமடி ஆகுபெயர். எப்படியெனில், புளி என்பது சுவைப்பெயர், அது பழத்துக்கும் ஆயிற்று. அப்பழத்தின்பெயர் மரத்திற்கும் ஆயிற்று.]

(6.) புளித்தின்றான்.
[சுவையாகிய குணப்பெயர் பழத்திற்கும் ஆயிற்று.]

(7.) எழுத்தறியத்தீரும் இழிதகைமை.
[தொழிற்பெயர் அக்கரத்திற்கும் ஆயிற்று.]

(8.) அரை கால்.
[எண்ணல் அளவைப் பெயர்கள் அவயவங்களுக்கும் ஆயிற்று.]

(9.) நெஞ்சு நொந்தது.
[மனமாகிய தானி அதின் தானமாகிய மார்புக்கும் ஆயிற்று.]

(10.) திருவாசகம்.
[முதற்கருவிப்பெயர் காரியமாகிய நூலுக்கும் ஆயிற்று.]

(11.) இந்நூல் அலங்காரம்.
[காரியத்தின் பெயர் காரணத்துக்கும் ஆயிற்று.]

(12.) இந்நூல் திருவள்ளுவர்.
[கருத்தாவின் பெயர் நூலுக்கும் ஆயிற்று.]

(13.) காளை வந்தான்.
[உவமை ஆகுபெயர்.]

291. CASE.

வேற்றுமை.

உகக. ஏற்கும் எவ்வகைப் பெயர்க்கும்ஈ றாய்ப்பொருள்
வேற்றுமை செய்வன எட்டே வேற்றுமை,
[விஞ 55.]

[தம்மை ஏற்றுக் கோடற்குரிய எவ்வகைப்பட்ட பெயர்கட்கும் இறுதியாய் அப்பெயர்ப்பொருளை வேற்றுமைப் படுத்துவன ஆன வேற்றுமைகள் எட்டே ஆம்.]

292. THE SIGNS OF THE CASES.

உகஉ. பெயரே, ஐ, ஆல், கு, இன், அது, கண்
விளிஎன் றாகும், அவற்றின் பெயர்முறை.
[விஞ 55. &c.]

[மேல் எட்டே வேற்றுமை என்றவற்றின் பெயர் என்னை, கிடக்கை முறை என்னை, எனில் பெயர் முதலாக விளிஈறாக இங்ஙனம் கூறிய பெயரும் முறையும் ஆம்.]

293. THESE SIX TERMINATIONS ADDED TO THE NOMINATIVE.

உகங. ஆறன் உருபும் ஏற்கும் அவ்வுருபே.

[எழுவாய் வேற்றுமையாவது பெயர்மாத்திரையாய்த் தோன்றி நிற்கு நிலை என்ப, ஆகவின் அவ்வெழுவாயாய் நின்ற உருபே ஐம்முதலிய ஆறு வேற்றுமைகளின் உருபும் ஏற்கும்.]

294. THE NOMINATIVE *நீயிர், நீவிர், நான்.* [EXCEPTION TO 293.]

உகூச. நீயிர், நீவிர், நான், எழுவாய் அல பெறா.

[விஞ 72. 73.]

[இம்மூன்று பெயரும் எழுவாய் வேற்றுமையினை அன்றி, ஏனைஎழு வேற்றுமையினையும் ஏலா.]

295. THE NOMINATIVE IS THE NOUN ITSELF: ITS PREDICATE.

எழுவாய்.

அவற்றுள்,

உகூரு. எழுவாய் உருபு திரிபில் பெயரே.

வினை, பெயர், வினாக்கொளல் அதன்பய னிலையே.

[மேற்கூறிப் போந்த எட்டு வேற்றுமையுள் முதல்வேற்றுமையின் உருபாவது திரிபில்லாத பெயரே ஆம். அதன் பொருளாவது: வினையையும், பெயரையும், வினாவையும் கொளப் பொருணிலையாய் வருதலாம்.]

(உ-ம்.) சாத்தன் வந்தான்.
சாத்தன் இவன்.
ஆயாது.

296. THE SECOND OR ACCUSATIVE CASE.

ஐயுருபு.

உகூசு. இரண்டா வதன்உரு பையே; அதன்பொருள்

ஆக்கல், அழித்தல், அடைதல், நீத்தல்,

ஒத்தல், உடைமை, ஆதி ஆகும்.

[விஞ 58. 129.]

[இரண்டாம் வேற்றுமையினது உருபு மேற்கூறிய ஐஉருபு ஒன்றுமே. அதன் பொருள்களாவன: தன்னை ஏற்ற பெயர்ப்பொருளை ஆக்கப்படுபொருளாகவும், அழிக்கப்படுபொருளாகவும், அடையப்படுபொருளாகவும், துறக்கப்படுபொருளாகவும், ஒக்கப்படுபொருளாகவும், உடைமைப்படுபொருளாகவும், இவைபோல்வன பிறவாகவும், வேற்றுமை செய்தலாம்.]

(உ-ம்.) குடத்தை { வனைந்தான். [ஆக்கல்.] / உடைத்தான். [அழித்தல்.] / சேர்ந்தான் [அடைதல்.] / இழந்தான். [நீத்தல்.] / ஒத்தான். [ஒத்தல்.] / உடையன். [உடைமை.] } செயப்படு பொருள்.

297. THE THIRD CASE.

௨௯௭. மூன்றா வதன்உரு பால், ஆன், ஒடொடு;
கருவி, கருத்தா, உடனிகழ் வதன்பொருள்.
[வினா 59.]

[மூன்றாம் வேற்றுமையின் உருபு மேற்கூறிய ஆலே அன்றி ஆனும், ஒடுவும் ஓடுவும் ஆம். அவற்றின் பொருள்களாவன: தம்மை ஏற்ற பெயர்ப் பொருளைக் கருவியாகவும், ஏதுப்பொருட்டாகிய கருத்தா ஆகவும், உடனிகழ்வதாகவும், வேற்றுமை செய்தல் ஆம்.]

(உ-ம்.) அறிவால்ஆகிய காட்சி. [கருவி.]
மண்ணால் ஆக்கிய குடம்.
மண்ணான் இயன்ற குடம்.
தேவனால் ஆகிய உலகம்.
தச்சனால் செய்யப்பட்ட தேர். [கருத்தா.]
கொடியொடு கட்டுண்டான். [உடனிகழ்ச்சி.]
ஊசியொடு குயின்ற தூசம்பட்டும்.
மதியோடொக்கும் முகம்.
பெண்டகையாற் பேர்அமர்க்கட்டு. [ஆல் உருபால் வந்த உடனிகழ்ச்சி.]
மனத்தொடு வாய்மை மொழியிற் றவத்தொடு தானஞ்செய் வாரிற்றலை.
[வேறுவினை உடனிகழ்ச்சியும், ஒருவினை உடனிகழ்ச்சியும்.]

மதியோடொக்கும் முகம். [செயப்படு பொருளிலே ஒடுவந்தது.]

298. THE FOURTH OR DATIVE CASE.

௨௯௮. நான்கா வதற்குரு பாகுங் குவ்வே.
கொடை, பகை, நேர்ச்சி, தகவது ஆதல்,
பொருட்டு, முறை, ஆதியின், இதற்கிதெனல்பொருளே.
[வினா 60.]

[நான்காம் வேற்றுமைக்கு உருபு மேற்கூறிய கு ஒன்றுமேஆம். அதன் பொருளாவது: கொடையும், பகையும், நேர்ச்சியும், தகவும், அதுவாதலும், பொருட்டும் முறையும், முதலான பொருள் தோன்றப் புணரும் புணர்ச்சிக்கண் இதற்கிதென அங்ஙனம் வருதற்குரிய எப்பொருளினையும் ஏற்றுக் கொள்ளும் பொருளாகத் தன்னை ஏற்ற பெயர்ப்பொருளை வேற்றுமை செய்தலாம்.]

(உ-ம்.) இரப்போர்க் கீந்தான். [கொடை.]
பிணிக்குமருந்து. [பகை.]
விளக்கினுக்கு எண்ணெய். [நேர்ச்சி.]
அரசருக்கே உரித்து. [தகுதி.]
அவனுக்குநெல். [அது அது ஆதல்.]
கூழிற்குக் குற்றேவல் செய்தான். [பொருட்டு.]
சாத்தனுக்கு மகன். [முறை.]

அவனுக்கும் அவளுக்கும் பொருத்தம் இல்லை. [யாப்பு.]
இன்றைக்கு வரும். [எல்லை.]
அவ்வூர்க்கும் இவ்வூர்க்குங் காதம். [எல்லை.]
அவனுக்குச் சிறந்தவன் இவன். [சிறப்பு.]
மனைக்கு விளக்கு மனைவாட்டி. [உவமை.]

---

299. THE FIFTH CASE.

உ௯௯. ஐந்தாவதன் உருபில்லும், இன்னும்,
நீங்கல் ஒப்பெல்லை ஏதுப் பொருளே.

[வினா 61.]

[ஐந்தாம் வேற்றுமையின் உருபாவன: இல்லும், மேற் கூறிய இன்னும் ஆம். அவற்றின் பொருளாவன: நீங்கற்பொருளாகவும், உவமைப்பொருளாகவும், எல்லைப்பொருளாகவும், ஏதுப்பொருளாகவும், தம்மை ஏற்ற பெயர்ப் பொருளை வேற்றுமை செய்தலாம்.]

I. நீக்கப்பொருள்.

(உ-ம்.) தலையின் இழிந்த மயிர் அனையர் மாந்தர்.
[உருபேற்றசொல் தலை; உருபுநோக்கிய சொல் மயிர்.]
அரசரில் பெரியர் கற்றோர். [உயர்வு.]
ஆவின் இழிந்தது மேதி. [தாழ்வு.]

II. ஒப்பு.

பாலின் வெளிது கொக்கு. [வண்ணம்.]
அதனிற் பெரிது இது. [அளவு.]

III. எல்லை.

கருவூரின் கிழக்கு, மருவூரின் மேற்குச்சோணாடு.

IV. ஏது.

கள்ளரின் அஞ்சினன்.
வாணிகத்தின் ஆயினன்.

300. THE SIXTH CASE.

௩௦௦. ஆறன் ஒருமைக் கதுவும், ஆதுவும்,
பன்மைக் கவ்வும், உருபாம்; பண்புறுப்
பொன்றன் கூட்டம், பலவின் ஈட்டம்,
திரிபின் ஆக்கம், ஆந்தற் கிழமையும்,
பிறிதின் கிழமையும், பேணுதல் பொருளே.

[வி௵ 62.]

[ஆறும் வேற்றுமையினது ஒருமைப் பொருண்மைக்கு மேற்கூறிய அது என்பதே அன்றி, ஆது என்பதும்; பன்மைப் பொருண்மைக்கு அகரமும் உருபாம். அவற்றின் பொருளாவன: குணமும் தொழிலுமாகிய பண்பும், சினையும், ஒருபொருட்கூட்டமும், பலபொருட்கூட்டமும், ஒன்று திரிந்தொன்றானதும், ஆகிய ஐந்து தற்கிழமைப் பொருளினையும் பிறிதின் கிழமைப்பொருளினையும் உடையதாகத் தம்மை ஏற்ற பெயர்ப்பொருளை வேற்றுமை செய்தலாம்.]

(உ-ம்.) I. ஐவகைத்தற்கிழமை.

(I.)

நிலத்தது அகலம்,
சாத்தனது இயல்பு. } [பண்புத்தற்கிழமை.]

(II.)

சாத்தனது கண். [உறுப்புத்தற்கிழமை.]

(III.)

மக்களது தொகுதி.
நெல்லினது குப்பை. } [ஒன்று பல கூடிய ஒன்றன் கூட்டத்தற்கிழமை.]

(IV.)

விலங்கினது கூட்டம். [வேறு பல கூடிய பலவின் ஈட்டத்தற்கிழமை.]

(V.)

நெல்லினது பொரி. [திரிபினாக்கத்தற்கிழமை.]

II. பிறிதின்தற்கிழமை.

சாத்தனது வில். [பொருட்பிறிதின் கிழமை.]
சாத்தனது தோட்டம். [இடப்பிறிதின் கிழமை.]

பிறவும் அன்ன.

எனதுகை, தனதுதாள். [ஒருமை.]
என கைகள், தன தாள்கள். [பன்மை.]

301. THE SEVENTH CASE.

௩௦௧. ஏழன் உருபு கண் ஆதி ஆகும்;
பொருள் முதல் ஆறும் ஓர்இரு கிழமையின்
இடன்ஆய் நிற்றல், இதன் பொருள் என்ப.
[விஞ 63.]

[ஏழாம் வேற்றுமையின் உருபு மேற்கூறிய கண்ணே அன்றி, வருஞ் சூத்திரத்தில் சொல்லப்பட்ட பிறவும் ஆம். இவற்றின் பொருளாவன: தம்மை ஏற்ற பெயர்ப்பொருளாகிய பொருள்முதலிய ஆறும் மேற்போந்த இருகிழமைப் பொருட்கும் இடமாகிநிற்க, அவற்றினை வேற்றுமை செய்தலாம், என்று சொல்லுவர் புலவர்.]

302. FORMS OF THE SEVENTH CASE.

௩௦௨. கண், கால், கடை, இடை, தலை, வாய், திசை, வயின்,
முன், சார், வலம், இடம், மேல், கீழ், புடை, முதல்,
பின், பாடை, தேம், உழை, வழி, உழி, உளி,
உள், அகம், புறம், இல் இடப்பொருள்உருபே.
[விஞ 63.]

[இங்ஙனம் கண் முதலாக இல் ஈறாக எண்ணப்பட்ட இருபத்தெட்டும் இடப்பொருளாக வேற்றுமை செய்யும் உருபுகளாம்.]

303. THE EIGHTH CASE.

௩௦௩. எட்டன் உருபே எய்து பெயர்ஈற்றின்
திரிபு, குன்றல், மிகுதல், இயல்பயற்
றிரிபும்ஆம்; பொருள், படர்க்கை யோரைத்
தன் முகம் ஆகத் தான் அழைப்பதுவே.
[விஞ 64.]

[எட்டாம் வேற்றுமை ஆகிய விளிக்கு வேறுருபின்று, அவ்விளி அடைந்த பெயர் ஈற்றின் திரிபும், கேடும், மிகுதலும், இயல்பும், ஈற்றயல் நின்றதன் திரிபுமே உருபாம்; இவற்றின் பொருளாவன: இவற்றினை ஏற்ற

படர்க்கைப் பெயர்ப்பொருளை ஒருவன் தனக்கு எதிர்முகமாக அழைக்கப் படுவதாக வேற்றுமை செய்தலாம்.]

304. NOUNS WHICH ADMIT OF THE VOCATIVE.

௩0௪. இ, உ, ஊ, வோ டை, ஒ, ன, ள, ர, ல,
ய, ஈற்றுயர்திணை ஓ, ர, அல் இவற்றொடு
ணஃகான், ஆ, ஈ ருகும் பொதுப்பெயர்
ஞ, ந, ஒழி அனைத்தீற் றஃறிணை விளிப்பன.

[இ, உ, ஊ, ஐ, ஔ, ன, ள, ர, ல, ய என்னும் பத்தீற்றுயர்திணைப்பெயரும்; இவற்றுள் ஓகாரமும், ரகரமுமான இரண்டும் ஒழித்துநின்ற எட்டடனே ணகாரமும், ஆகாரமுமான இரண்டும் கூடிய பத்தீற்றுப் பொதுப்பெயரும், நாலாறுமீறே (௧0எ.) என்றவற்றுள் ஞகாரமும், நகரமும், இன்னோரன்ன இடங்களின் ஈருகாதென மேலே அதிகாரத்து விலக்கிய எகரமும் ஒழிந்த (௧0அ.) இருபத்தோர் ஈற்றஃறிணைப்பெயரும் விளிக்கப்படுவன ஆம்.]

305. TERMINATIONS OF EIGHTH CASE.

௩0௫. இம்முப்பெயர்க்கண் இயல்பும், ஏயும்,
இகர நீட்சியும், உருபா மன்னே.
[வினு 64.]

[மேல் விளிக்கப்படும் என்ற மூவகைப் பெயர்க்கண்ணும், இயல்பாதலும், ஏகாரமிகுதலும், இகர ஈறு ஈகாரஈறாய்த் திரிதலும், விளி உருபாம் பெரும்பாலும்.]

(உ-ம்.) முனி வேந்த. [இயல்பு.]
முனியே. [ஏகாரம் மிகுதல்.]
நம்பீ. [இகரம் நீளுதல்.]

306. THE SAME.

௩0௬. ஐ இறு பொதுப்பெயர்க் காயும், ஆவும்,
உருபாம்; அல்லவற் றாயும் ஆகும்.

[ஐகார ஈற்றுப் பொதுப்பெயர்க்கு இயல்பும், ஏகாரமிகுதலும் அன்றி, ஐகாரம் ஆயும் ஆவுமாய்த்திரிதலும், உயர்திணை அஃறிணைப்பெயர்க்கு அவ்வுருபுகள் அன்றி ஐகாரம் ஆய்எனத் திரிதலும் உருபாம்.]

(உ-ம்.) அன்னா, அன்னாய.

307. THE SAME.

௩௱௭. ஒருசார் னவீற் றுயர்திணைப் பெயர்க்கண்
அளபீ றழிவயல் நீட்சி; அதனோ
டீறு போதல்; அவற்றோ டோஉறல்;
ஈறழிந் தோஉறல்; இறுதி ய ஆதல்;
அதனோ டயல்திரிந் தேஉறல்; ஈறழிந்
தயல் எ ஆகலும்; விளி உருபாகும்.

[பொதுவிதி அன்றி, னகர ஈற்று உயர்திணைப்பெயர்களுள் சில அளபெழுதலும், சில ஈறுகெடுதலும் சில ஈற்றயனீடலும், சில ஈற்றயனீண்டு, ஈறுகெட்டு; ஓகார மிகுதலும், சில ஈறுகெட்டு ஓகாரமிகுதலும், சில இறுதி னகர ஒற்று யகரஒற்றாய்த்திரிதலும், சில இறுதி னகர ஒற்று யகர ஒற்றாய்த் திரிந்து அயலில் ஆகாரம் ஓகாரமாய் ஏகாரமிகுதலும், சில ஈறு கெட்டயலில் அகரம் ஏகாரம் ஆதலும், விளியுருபாம்.]

(உ-ம்.) அம்பர்கிழா அன். [அளபெடை.]
தோழ. [ஈறழிந்தது.]
பெருமான். [அயல் நீண்டது.]
இறைவா. [அயல் நீட்சியோடு ஈறழிந்தது.]
ஐயாவோ. [அயல் நீண்டு, ஈறு கெட்டு, ஓமிக்கது.]
வாயிலாய். [ன யவ்வாயிற்று.]
வாயிலோயே. [இறுதியவ்வாகி, ஈற்றயல் ஓ ஆகி, ஏமிக்கது.]
ஐயே. [ஈறுகெட்டு அகரம் ஏகாரம் ஆயிற்று.]

308. THE SAME.

௩௱௮. ளஃகான் உயர்பெயர்க் களபீற் றழிவயல்
நீட்சி; இறுதி யவொற் றாதல்;
அயலில் அகரம்ஏ ஆதலும் விளித் தனு.

[ளகரஈற்றுயர்திணைப் பெயர்க்குப் பொதுவிதியன்றி அளபெழலும், ஈறுகெடலும், அயல்நீடலும், இறுதி ளகரஒற்று யகரஒற்றாதலும், ஈற்றயல் அகரம் ஏகாரமாதலும் விளியுருபாம்.]

(உ-ம்.) விறன்மிகுவே எள். [அளபெடை.]
துனி கொள்ளல் எல்லா நீ! [ஈறு கெட்டது.]
நமர்காள். [ஈற்றயல் நீண்டது.]
குழையாய். [ளகரம் யகரம் ஆயிற்று.]
தலைமீது கொள்வேம் அடிகேள். [அயல் நின்ற அ, எ ஆயிற்று.]

309. THE SAME.

௩0௯. ரவ்வீற் றுயர்பெயர்க் களபெழல்; ஈற்றயல்
அகரம்இ, ஈ, ஆதல்; ஆண்டை ஆ
ஈஆதல்; அதனோ டேஉறல்; ஈற்றே
மிக்கயல் யாக்கெட் டதன்அயல் நீடல்;
ஈற்றின் ஈர்உறல்; இவையும் ஈண்டுருபே.

[பொதுவிதியன்றி, ரகார ஈற்று உயர்திணைப் பெயர்க்கு அளபெழலும், ஈற்றயல் அகரம் இகரமாதலும், ஈகாரமாதலும், அவ்விடத்து ஆகாரம் ஈகாரமாதலும், அதனோடு ஏகாரம் ஏற்றலும், ஈற்றில் ஏகாரமிக்கு அயலில் யாக்கெட்டு அதன் அயல்இகரம் ஈகாரமாதலும், ஈற்றினீராதலும், விளியுருபாம்.]

(உ-ம்.) சிறுஅர். [அளபெடை.]
நல்லன்மின் தெவ்விர். [தெவ்வர் என்பதில் அர் என்பதுஇர் ஆயிற்று.]
வணிகீர். [அ, ஈ ஆயிற்று.]
சான்றீர். [ஆ, ஈ ஆயிற்று.]
சான்றீரே. [ஆ, ஈ ஆகி, ஏமிக்கது.]
நம்பீரே. [நம்பியார் என்பதில் ஏமிக்கு, யாகெட்டு, இ, ஈஆயிற்று.]
எமரீர். [ஈற்றில் ஈர்வந்தது.]

310. THE SAME.

௩௧0. லகார ஈற்றுயர்பெயர்க் களபயல் நீட்சியும்,
யகார ஈற்றிற் களபும் ஆம்உருபே.

[பொதுவிதிஅன்றி, லகாரஈற்று உயர்திணைப்பெயர்க்கு அளபெழலும், ஈற்றயனீடலும், யகாரஈற்று உயர்திணைப்பெயர்க்கு அளபெழலும், உருபாம்.]

(உ-ம்) மாஅல். [அளபெடை.]
தோன்றுஅல். [ஈற்றயல்நீட்சி.]
சேஎய். [யகாரஈற்றிற்கு அளபெடை.]

311. THE SAME.

௩௧௧. ன ஈற்றுயர்திணை அல்இரு பெயர்க்கண்
இறுதி அழிவத னோடயல் நீட்சி;

[பொதுவிதியன்றி, னகரஈற்று அஃறிணைப் பெயர்க்கண்ணும், விரவுப் பெயர்க்கண்ணும், இறுதிகெடுதலும், அதனோடு ஈற்றயல் நீடலும், விளி உருபாம்.]

(உ-ம்.) அலவ. (அஃறிணைப்பெயர்.)
சாத்த. } (பொதுப்பெயர்.)
சாத்தா.

312. THE SAME.

௩௧௨. ல, ள, ஈற் றஃறிணைப் பெயர்பொதுப் பெயர்கண்
ஈற்றயல் நீட்சியும் உருபாகும்மே.

[பொதுவிதிஅன்றி, லகார ளகார ஈற்று அஃறிணைப்பெயர்க்கண்ணும், விரவுப்பெயர்க்கண்ணும், ஈற்றயல்நீடலும், விளியுருபாம்.]

(உ-ம்) முயால். } (அஃறிணை.)
இளிகாள்.
மக்காள். (பொதுப்பெயர்.)

313. KINDS OF VOCATIVE.

௩௧௩. அண்மையின் இயல்பும்,ஈ றழிவுஞ்; சேய்மையின்
அளவும்; புலம்பின் ஓவும் ஆகும்.

[மேற்போந்த விளியுருபுகளுள் இயல்புகளும், ஈறழிவுகளும் அண்மை விளிக்கண்ணும்; அளபுகள் சேய்மை விளிக்கண்ணும்; ஓகாரங்கள் புலம்பல் விளிக்கண்ணும் வரும்.]

314. VOCATIVE WANTING.

௩௧௪. நுவ்வொடு வினாச்சுட் டுற்ற ன, ள, ர,
வை, துத், தாந், தான், இன்னன விளியா.

[மேல்விளிக்கப்படும் என்றவற்றுள், நுவ்வுடனே மூன்றுமுதல் வினாவையும், மூன்றுசுட்டையும், வரன்முறையேபொருந்திய ன, ள, ர என்னு மூன்றீற்றுயர்திணைப்பெயர்களும், வை, து என்னும் இரண்டீற்றஃறிணைப்பெயர்களும், தாம், தான் என்னும் பொதுப்பெயரும் விளிக்கப்படா.]

315. SPECIAL RULE ABOUT THE TERMINATIONS ஐ, கண், அது.

௩கரு. முதலை ஐயுறிற் சினையைக் கண்ணுறும்;
அதுமுதற் காயிற் சினைக்கை ஆகும்.

[முதலினை ஐ உருபு பொருந்தில் சினையினைக் கண்ணுருபு பொருந்தும்; அது உருபுமுதலுக்கு வரில் சினைக்கு ஐஉருபுவரும்.]

(உ-ம்.) யானையைக் காலின்கண் வெட்டினன்.
யானையது காலை வெட்டினன்.
யானையின்கண் காலை வெட்டினன்.

☞ [முதல், சினை, இரண்டிடத்தும் ஐஉருபு வாராது.]

316. FURTHER ILLUSTRATION OF (315.)
THE BODY AND ITS MEMBERS. THE AGGREGATE AND ITS PARTS.

௩கசா. முதல்இவை, சினைஇவை, எனவே றுள இல,
உரைப்போர் குறிப்பின; அற்றேபிண்டமும்.

[கடங்கள்இவை, படங்கள்இவை, என்றாற்போல முதற்பொருள்கள் இவை, சினைப்பொருள்கள்இவை, என வேறுள்ளன இலவாம், ஒருபொருளையே இரண்டாகப் பகுத்துக்கூறுவார் குறிப்பின் மாத்திரையவேயாம். பிண்டப்பொருளும் அத்தன்மைத்தாம்.]

(உ-ம்.) நெல்லைப் பொலியின்கண் வாரினன். } (பிண்டப்பொருள்.)
செல்லினது பொலியை வாரினன். }
நெல்லைப் பொலியை வாரினன், என்பது வழு.

317. INTERCHANGE OF CASES.
THE CONTEXT IS THE GUIDE.

௩கஎ. யாதன் உருபிற் கூறிற் றாயினும்
பொருள்செல் மருங்கின் வேற்றுமை சாரும்.
[விஞ 137.*]

[ஒருவேற்றுமைப்பொருள் மற்றொரு வேற்றுமை உருபால் கூறப்பட்டதாயினும், அவ்வுருபு மயங்கி வந்தமையின் அவ்வுருபு சென்ற வழியே பொருள் சாராது, பொருள்சென்றவழியே அவ்வுருபு சாரும்.]

(உ-ம்.) (1.) காருவேயொடு கக்கு வீங்கு தோள்.
[ஒடுவை ஐயுருபாகத் திரித்துக் கொள்க.]
(2.) மணற்கீன்ற முளை.
[குவ்வைக் கண்ணுருபாக்குக.]
(3.) செய்யவடவ்வையைக்காட்டிவிடும்.
[ஐயுருபைக் குவ்வுருபாக்குக.]

அவராற் செய்யத்தகும் அக்காரியம்.
அவர்க்குச் செய்யத்தகும் அக்காரியம்.
மதுரைக்கு வடக்குச் சிதம்பரம்.
மதுரையை நீங்கினன்.
நாளைக்கு வருவான்.

318. POETICAL INSERTION OF அ.

௩௧௮. ஐ,ஆன்,குச் செய்யுட் கவ்வும் ஆகும்;
ஆகா அஃறிணைக் கான்அல் லாதன.

[ஐ, ஆன், கு என்னு மூன்றுருபுஞ் செய்யுளகத்து ஒரோவழி அகரமாகத் திரிந்து வரவும்பெறும்; அஃறிணைக்கண்ணெனின் ஆன் ஒன்றுமே திரியும், ஐயுங் குவ்வுந் திரியா.]

(உ-ம்.) காவலோனைக் களிறஞ்சம். [காவலோனை.]
புலவரான. [புலவரான்.]
கடிநிலைஇன்றே ஆசிரியற்க. [ஆசிரியற்கு.]
புள்ளினன. [புள்ளினன்.]

319. THE GOVERNING, OR SUPPLEMENTARY WORD.

௩௧௯. எல்லை இன்னும், அதுவும் பெயர் கொளும;
அல்ல வினைகொளு நான்கேழ் இருமையும்
புல்லும்பெ ரும்பாலும், என்மனார் புலவர்.

["நீங்கல், ஒப்பு, எல்லை, ஏதுப்பொருளே" என்னும் நான்குபொருள்களுள், எல்லைப்பொருட்டாகிய ஐந்தாம்வேற்றுமையும் ஆறும்வேற்றுமையும் பெயரைக்கொண்டு முடியும். ஒழிந்தஎழுவாய் முதலிய வேற்றுமைகளெல்லாம் வினையைக்கொண்டுமுடியும். அவற்றுள் நான்காம் வேற்றுமையும் ஏழாம் வேற்றுமையும் வினையினையேஅன்றி வினையொடு பொருந்தும் பெயரையுங்கொண்டு முடியும் பெரும்பாலும், என்று சொல்லுவர் புலவர்.]

(உ-ம்.) (1.) கருவூரின்கிழக்கு. சாத்தனதகை. [பெயர்கொண்டன.]
(2.) சாத்தன் வந்தான்.
குடத்தை வனைந்தான்.
வாளால் வெட்டினன்.
சாத்தனுக்குக் கொடுத்தான்.
நோயின் நீங்கினன்.
அவையின்கண் இருந்தான்.
கொற்ற கொள். } [இவை வினைகொண்டன.]
(3.) பிணிக்கு மருந்து.
மணியின்கண் ஒளி. } [இவை பெயரும் கொண்டன.]

பெயரியல் முற்றிற்று.

நன்னூல்.

II. சொல்லதிகாரத்தில்

(II.) வினையியல்.

320. DEFINITION OF A VERB.

௩௨௦. செய்பவன், கருவி, நிலம், செயல், காலம்,
செய்பொருள், ஆறுந், தருவது வினையே.

[வினா 45.]

[கருத்தாவும், கருவியும், இடமும், செயலும், காலமும், செயப்படுபொருளும் ஆகிய அறுவகைப்பொருளையும் தருவது தெரிநிலை வினைச் சொல்லாம்.]

(உ-ம்.) வனைந்தான், [என்பதில் செய்பவன், குயவன்; கருவி, தண்டசக்கரமுதலியவை; நிலம், வனையும் நிலம்; காலம், இறந்தகாலம்; செய்பொருள், குடம் முதலியவை.]

321. CONJUGATED APPELLATIVES.

௩௨௧. பொருள்முதல் ஆறினுந் தோற்றி, முன் ஆறனுள்
வினைமுதல் மாத்திரை விளக்கல் வினைக்குறிப்பே.

[வினா 93.]

[பொருளாதி ஆறும் அடியாக அவற்றின்கண் தோன்றி, மேல்கருத்தா முதலாகச் சொன்ன ஆறனுள் கருத்தா ஒன்றையுமே விளக்குதல் வினைக்குறிப்புச் சொல்லினது இலக்கணம் ஆம்.]

(உ-ம்.) குழையன். [பொருள்.]
அகத்தன். [இடம்.]
ஆதிரையான். [காலம்.]
குறுந்தாளன். [சினை.]
கரியன். [குணம்.]
ஊணன். [தொழில்.]

[276. காண்க.]

[☞ இவை "குழையை யுடையன் ஆயினன்," "அகத்தின் கண்ணிருந்தான்," என அர்த்தங் கொடுப்பதால் வினைக்குறிப்பு முற்று என்று சொல்லுவார்கள். ஆகிலும் இவை எல்லாம் பெயர்ச் சொற்கள் என்றும் ஆயினன், ஆயிருந்தான் என்கிற வினைமுற்று அவற்றின்பின் தொக்கு நிற்கிறதென்றும் கூறுவது தகும்.]

---

322. FINITE VERB AND INCOMPLETE FORMS.

௩௨௨. அவைதாம்,—முற்றும் பெயர்வினை எச்சமும் ஆகி
ஒன்றற்குரியவும் பொதுவும் ஆகும்.
[விஞ 77.]

[மேல் இரண்டு சூத்திரத்தானும் கூறிய தெரிநிலையாயும் குறிப்பாயும் வரும் வினைச்சொற்கள் தாம் முற்று வினைச்சொற்களும், பெயரெச்ச வினைச்சொற்களும், வினையெச்ச வினைச்சொற்களும், ஆகித் திணை பால் இடங்களின் ஒன்றற்குரியனவும் பொதுமையில் நிற்பனவும் ஆகும்.]

---

323. THE FINITE VERB.

முற்றுவினை.

௩௨௩. பொதுஇயல் பாறையுந் தோற்றிப் பொருட்பெயர்
முதல் அறு பெயர்அல தேற்பில முற்றே.
[விஞ 77.]

[தெரிநிலைமுற்றும், குறிப்புமுற்றும், பெயரெச்சமும், பெயரெச்சக்குறிப்பும், வினையெச்சமும், வினையெச்சக்குறிப்பும் ஆகிய அறுவகைவினை வினைக்குறிப்புக்கும் பொது இலக்கணமாகிய செய்பவன் முதலிய ஆறனையும் தோற்றுவித்துப் பொருட்பெயர் முதலிய அறுவகைப்பெயரையும் பயனிலையாக ஏற்பனவாகி அல்லது ஒன்றனையும் ஏலாதன முற்றுவினை வினைக்குறிப்புக்களாம்.]

(உ-ம்.) செய்தான் அவன்.
நல்லன் அவன்.

324. THE TWENTY SEVEN FORMS OF THE FINITE VERB.

முற்றுவினை இலக்கணம்.

௩௱௨௪. ஒருவன் முதல் ஐந்தையும் படர்க்கை இடத்தும்;
ஒருமைப் பன்மையைத் தன்மை முன்னிலையினும்.
முக்காலத்தினு' மூறண முறையே
மூவைந்திருமூன் ருருய்முற்று
வினைப்பதம்ஒன்றே, மூவொன்பான்ஆம்.

[வினை 77.]

[ஒருவன், ஒருத்தி, பலர், ஒன்று, பல என்னும் ஐம்பாலவாகிய வினைமுற்றுக்களைப் படர்க்கைக்கண்ணும்; ஒருமை பன்மை என்னும் இருபாலவாகிய வினைமுற்றுக்களைத் தன்மைக்கண்ணும், முன்னிலைக்கண்ணும், வைத்து முக்காலங்களானுமாற, முறையே படர்க்கைவினைமுற்றுப் பதினைந்தும், தன்மைவினைமுற்ருறும், முன்னிலைவினைமுற்ருறும் ஆகிய முற்றுவினைச்சொல் ஒன்றுமே இருபத்தேழாம்.]

(உ-ம்.)

(1.)	நடந்தான், ள், ர், து, ன.	[போனகாலம்.]	ஆக, படர்க்கைவினைமுற்று கடு.
	நடக்கின்றான், ள், ர், து, ன.	[நிகழ்காலம்.]	
	நடப்பான், ள், ர், து, ன.	[எதிர்காலம்.]	
(2.)	நடந்தேன், ம்.	[போனகாலம்.]	ஆக, தன்மை வினைமுற்று சு.
	நடக்கிறேன், ம்.	[நிகழ்காலம்.]	
	நடப்பேன், ம்.	[எதிர்காலம்.]	
(3.)	நடந்தாய், நடந்தீர்.	[போனகாலம்.]	ஆக, முன்னிலை வினைமுற்று சு.
	நடக்கிறாய், நடக்கிறீர்.	[நிகழ்காலம்.]	
	நடப்பாய், நடப்பீர்.	[எதிர்காலம்.]	

ஆக, வகை மூன்றுக்கும் முற்றுவினை உஎ.

325. THE THIRD PERSON SINGULAR, MASCULINE.

௩௱௨௫. அன், ஆன், இறுமொழி ஆண்பாற் படர்க்கை.

[அன், ஆன் என்னும் இருவிகுதியும் இறுதியாகிய மொழிகள் உயர்திணை ஆண்பால் படர்க்கை வினைமுற்றும், வினைக்குறிப்புமுற்றும் ஆம்.]

(உ-ம்.)

நடந்தனன்	நடந்தான்.	[போனகாலம்.]
நடக்கின்றனன்	நடக்கிறான்.	[நிகழ்காலம்.]
நடப்பனன்	நடப்பான்.	[எதிர்காலம்.]
குழையினன்	குழையான்.	[குறிப்புவினைமுற்று.]

326. THE THIRD PERSON SINGULAR, FEMININE.

௩௨௬. அள், ஆள், இறுமொழி பெண்பாற் படர்க்கை.

[அள், ஆள் என்னும் இருவிகுதியும் இறுதி ஆகிய மொழிகள் உயர்திணைப் பெண்பாற் படர்க்கை வினைமுற்றும் குறிப்புமுற்றும் ஆம்.]

(உ-ம்.) நடந்தனள் ... ... நடந்தாள்.
நடக்கின்றனள் ... ... நடக்கின்றாள்.
நடப்பள் ... ... நடப்பாள்.
குழையினள் ... ... குழையாள்.

327. THE THIRD PERSON PLURAL EPICENE.

௩௨௭. அர், ஆர், ப, ஃஊர் அகரமார்ஈற்ற
பல்லோர் படர்க்கை; மார் வினையொடு முடிமே.

[அர், ஆர், ப, மார் என்னும் நான்கு விகுதியினையும், இறுதியாகவுடைய மொழிகள் உயர்திணைப்பன்மைப் படர்க்கை வினைமுற்றும், குறிப்புமுற்றும் ஆம். இவற்றுள் மாரீற்று வினைமுற்றுப் பொதுவிதியால் பெயருடன் முடிவதன்றி வினையுடனுமுடியும்.]

(உ-ம்.) நடந்தனர், நடந்தார்.
நடக்கின்றனர், நடக்கின்றார்.
நடப்பர், நடப்பார்.
குழையினர், குழையார்.
நடப்ப, மொழிப.
ஆர்த்தார் கொண்மார் வந்தார்.

328. THE THIRD PERSON SINGULAR, NEUTER.

௩௨௮. து, று, டுக் குற்றியல் உகரஈற்ற
ஒன்றன் படர்க்கை; டுக் குறிப்பின்ஆகும்.

[இம்மூன்று குற்றியலுகர ஈற்று விகுதிகளையும் இறுதியாகவுடைய மொழிகள் அஃறிணை ஒருமைப்படர்க்கை வினைமுற்றும் குறிப்புமுற்றும் ஆம். இவற்றுள், டுவ்விகுதி குறிப்பின்கண் அன்றித் தெரிநிலைக்கண் வாராது.]

(உ-ம்.) நடந்தது, நடக்கின்றது, நடப்பது.
வந்தன்று, கூயிற்று. } [தெரிநிலை.]
அணித்து, அற்று, பொருட்டு, [குறிப்பு.]

329. THE THIRD PERSON PLURAL, NEUTER.

௩௨௯. அ, ஆ, ஈற்ற பலவின் படர்க்கை;
ஆவே எதிர்மறைக் கண்ணதாகும்.

[இவ்விருவிகுதியினையும் இறுதியாகவுடைய மொழிகள் அஃறிணைப் பன்மைப் படர்க்கை வினைமுற்றும் குறிப்புமுற்றும் ஆம். இவற்றுள், ஆகாரம் எதிர்மறை வினைக்கண்ணதாம் அன்றி, உடன்பாட்டுவினைக்கண் வாராது.]

(உ-ம்.) (1.) நடந்தன, நடந்த.
நடவா நின்றன, நடக்கின்றன. } [தெரிநிலை உடன்பாடு.]
நடப்பன, நடப்ப.
(2.) கரியன், கரிய. [குறிப்பு உடன்பாடு.]
(3.) நடந்தில, நடவாநின்றில, இல்லன, இல்ல.
(4.) நடவா.

330. FORMS ADMITTING NO DISTINCTION OF GENDER (OR CLASS.)

௩௩௦. தன்மை, முன்னிலை, வியங்கோள், வேறில்லை
உண்டீரெச்சம், இருதிணைப் பொதுவினை.

[தன்மைவினை வினைக்குறிப்பு முற்றும், முன்னிலை வினை வினைக்குறிப்புமுற்றும், வியங்கோள் வினைமுற்றும், வேறு, இல்லை, உண்டு என்னு மூன்று வினைக்குறிப்புமுற்றும், பெயரெச்சவினை வினைக்குறிப்பும், வினையெச்சவினை வினைக்குறிப்பும், இருதிணைக்கும் பொதுவினை ஆம்.]

331. THE FIRST PERSON SINGULAR.

௩௩௧. கு, டு, து, று என்னுங் குன்றியல் உகரமோ
டல்,அன்,என்,ஏன், ஆகும்,ஈற்ற
இருதிணைமுக்கூற் றொருமைத் தன்மை.

[இவ்வெட்டு விகுதிகளையும் இறுதியாகவுடைய மொழிகள் இருதிணைக்கண்ணவாகிய ஒருவன் ஒருத்தி ஒன்றென்கிற மூன்று பால்களுக்கும் ஒருமைத்தன்மை வினைமுற்றும் குறிப்புமுற்றும் ஆம்.]

(உ-ம்.) உண்கு. (= உண்பேன்.) | சென்று. (= சென்றேன்.)
உண்டு. (= உண்டேன்.) | சேறு. (= செல்லுவேன்.)
வந்து. (= வந்தேன்.) | திருமு. (= திருமுவேன்.)
வருது. (= வருவேன்.)
உண்பல், உண்பென். } (= உண்பேன்.) | உண்டனன், உண்டனேன். } (= உண்டேன்.)

௩௩௨. THE FIRST PERSON PLURAL.

௩௩௨. அம்,ஆம் என்பன முன்னிலையாரையும்,
எம்,ஏம்,ஓம் இவை படர்க்கை யாரையும்,
உம்,ஊர் க,ட,த,ற, இருபா லாரையும்,
தன்னொடு படுக்குந் தன்மைப் பன்மை.

[தன்னிலையில் நிற்பதன்றி அம், ஆம் என்னும் இவ்விருவிகுதியினையும் இறுதியாகவுடைய மொழிகள் முன்னிலையாரையும், எம், ஏம், ஓம் என்னும் இம்மூன்று விகுதியினையும் இறுதியாகவுடைய மொழிகள் படர்க்கையாரையும், கும், டும், தும், றும் என்னும் இந்நான்கு விகுதியினையும் இறுதியாகவுடைய மொழிகள் முன்னிலை படர்க்கை என்னும் ஈரிடத்தாரையும், தன்னுடன் கூட்டும் உளப்பாட்டுத் தன்மைப்பன்மைவினை முற்றும் குறிப்புமுற்றுமாம்.]

(உ-ம்.) (1.) உண்டனம், உண்ணாநின்றனம், உண்பம்.
உண்டாம், உண்ணாநின்றாம், உண்பாம்.
தாரினம், தாரினாம்.

(2.) உண்டனெம், உண்டேம், உண்டோம்.
தாரினெம், தாரினேம், தாரினோம்.

உண்கும், உண்டும், வந்தும், சேறும்.

௩௩௩. SPECIAL RULE.

௩௩௩. செய்கென் ஒருமையும் செய்கும்என் பன்மையும்
வினையொடு முடியினும் விளம்பியமுற்றே.

[செய்கு என்னும் தன்மை ஒருமைமுற்றும், செய்கும் என்னும் தன்மைப் பன்மைமுற்றும், பெயருடனே அன்றி வினையுடனேயு முடியும்; அங்ஙன முடியினு மேற்கூறிய முற்றேயாம்.]

(உ-ம்.) உண்கு வந்தேன். }
உண்கும் வந்தேம். } எனவரும்.

௩௩௪. "THE SECOND PERSON IS MORE WORTHY THAN THE THIRD."

௩௩௪. முன்னிலை கூடிய படர்க்கையு’ முன்னிலை.

[தன்மையோடு கூடிய முன்னிலை படர்க்கைகள் தன்மையானாற் போல முன்னிலையோடு கூடிய படர்க்கையு முன்னிலையாம்.]

(உ-ம்.) உண்டீர் நீயும் அவனும்.

ஒண்டேவி நாராய், நின் சேவலு’ நீயுமாய்
வண்டேறும் பூங்கானல் வைகலுஞ் சென்றீரால்.

335. THE SECOND PERSON SINGULAR.

முன்னிலை ஒருமை.

௩௩௫. ஐ,ஆய்,இகர ஈற்ற மூன்றும்,
ஏவலின் வரூஉம் எல்லாஈற்றவும்,
முப்பால் ஒருமை முன்னிலை மொழியே.

[ஐ, ஆய், இ என்னும் மூன்றீற்று மொழிகளும் விகுதிகுன்றாதும், குன்றியும், நிற்பனவாகிய ஏவற்கண்வரும் இருபத்து மூன்றீற்று மொழிகளும், ஒருவன் ஒருத்தி ஒன்று என்கிற மூன்றுபால்களுக்கும் பொதுவாகிய முன்னிலை ஒருமை வினைமுற்றும் குறிப்புமுற்றுமாம்.]

(உ-ம்.) உண்டனை, உண்ணாநின்றனை, உண்பை.
உண்டாய், உண்ணாநின்றாய், உண்பாய்.
உண்டி, உண்ணாநிற்றி, சேறி. } தெரிநிலை முற்று வினைகள்.

நடவாய், நட, உண். [ஏவல்.]

வில்லினை, வில்லாய், வில்லை. [குறிப்பு.]

336. ஈ AND ஏ ADDED TO CERTAIN IMPERATIVES.

௩௩௬. முன்னிலை முன்னர் ஈயும், ஏயும்,
அந்நிலை மரபின்மெய் ஊர்ந்து வருமே.

[முன்னிலை ஏவல் முற்றென மேற்கூறியவற்றிற்கு முன்னே ஈகாரமும், ஏகாரமும், ஆண்டு வந்து நிற்றற்குரிய மரபினையுடையமெய் யாதானும் ஒன்றை ஊர்ந்துவரும்.]

(உ-ம்.) சென்றீ.
நின்மே

337. SECOND PERSON PLURAL.

௩௩௭. இர்,ஈர்,ஈற்ற இரண்டும் இருதிணைப்
பன்மை முன்னிலை; மின், அவற்றேவல்.

[இர், ஈர் என்னும் இரு விகுதியினையும் இறுதியாகவுடைய மொழிகள் இருதிணைப் பன்மைமுன்னிலை வினைமுற்றும் குறிப்புமுற்றும் ஆம். மின்

என்னும் விகுதியை இறுதியாகவுடைய மொழிகள் இருதிணைப் பன்மை முன்னிலை ஏவல்முற்றும்.]

(உ-ம்.) உண்டனிர், உண்ணுகின்றனிர், உண்குவிர்.
உண்டீர், உண்ணுகின்றீர், உண்பீர்.

குழையினிர், குழையீர்.

உண்மின்.
[உண்ணும், தின்னும் இவைமுதலிய புதியன.]

338. THE OPTATIVE.

௩௩௮. க, ய வொடு ர ஒற் றீற்ற வியங்கோள்;
இயலும் இடம்பால் எங்கும் என்ப.
[விரு 85.]

[க, ய என்னும் இரண்டுயிர்மெய்யினையும், ரகர ஒற்றினையும் இறுதியாக வுடையன வியங்கோள்முற்றும். அவை மூவிடத்தினும் ஐம்பாலினும் செல்லும் என்று சொல்லுவர் புலவர்.]

(உ-ம்.) வாழ்க, வாழிய, வாழியர்.

வெல்க வாழி நின்வென்றி வார்கழல்,
செல்க நீயனை, சிறக்க நின்புகழ்.

மகன் எனல் மக்கட்பதடி எனல். [அல்.]

மரீஇப தோரால். [ஆல்.]

339. THE DEFECTIVE FORMS வேறு, இல்லை, உண்டு.

௩௩௯. வேறில்லைஉண்டைம் பால்மூவிடத்தன.
[விரு 125.]

[வேறு, இல்லை, உண்டு என்னு மூன்று வினைக்குறிப்புமுற்றும் ஐம் பாற்கும் மூவிடத்திற்கும் உரியனவாம்.]

(உ-ம்.) அவன் / அவள் / அவர் / அது / அவை / யான் / யாம் / நீ, நீர் } வேறு. இல்லை. உண்டு.

340. RELATIVE, OR ADJECTIVAL PARTICIPLES.

பெயர் எச்சம்.

௩௪௦. செய்த, செய்கின்ற, செய்யும், என் பாட்டிற்
காலமுஞ் செயலுந் தோன்றிப் பாலொடு
செய்வ தாதி அறுபொருட் பெயரும்
எஞ்ச நிற்பது பெயர்எச்சம்மே.

[வினை 87.]

[செய்த, செய்கின்ற, செய்யும் என்னும் மூவகைப்பட்ட சொல்லின் கண் முறையே இறப்பு, நிகழ்வு, எதிர்வு என்னும் மூன்று காலமும் செயலும் தோன்றி, வினைமுற்றுதற்கு வேண்டும் பால் ஒன்றும் தோன்றாது அப்பாலுடனே செய்பவன், கருவி, நிலம், செயல், காலம், செய்பொருள் என்னும் அறுவகைப் பொருட்பெயரும் ஒழிய நிற்பன பெயரெச்சவினை வினைக்குறிப்புகளாம்.]

(உ-ம்.) உண்ட, உண்ணுகின்ற, உண்ணும். { சாத்தன். / கலம். / இடம். / ஊண். / நாள். / சோறு. }

வேலான் முகத்த களிறு.
மூவிலைய வேல்.
உள்ள பொருள்.
} [உடன்பாட்டுக் குறிப்புப் பெயர் எச்சம்.]

ஓடாத சாத்தன். [எதிர் மறைப் பெயர் எச்சம்.]

---

341. POETICAL CHANGES OF THE FORM செய்யும்.

௩௪௧. செய்யும்என் எச்சஈற் றுயிர்மெய்சேறலும்,
செய்யுளுள் உம் உந் தாதலும், முற்றேல்
உயிரும் உயிர்மெய்யும் ஏகலும் உளவே.

[“ செய்யும்” என்னும் வாய்பாட்டுப் பெயரெச்சத்தின் இறுதி உயிர்மெய் கெடுதலும், செய்யுளகத்து அதன் இறுதி உம்மை உந்தெனத்திரிதலும், அது முற்றாயின் அதன் இறுதி உயிரேனும் உயிர்மெய்யேனும் கெடுதலும் உளவாம்.]

(உ-ம்.) ஆகும் பொருள். ... ... ஆம்பொருள்.
போகும் பொருள். ... ... போம் பொருள்.
வாவும் புரவி. ... ... வாம் புரவி.

பாயும். ... ... பாயுந்து.

இவை போம்,
கழாழும். ... ... கழும்ம். } முற்று

---

342. THE ADVERBIAL PARTICIPLE.

வினை எச்சம்.

௩௪௨. தொழிலுங், காலமுந், தோனறிப்பால்வினை
ஒழியநிற்பது வினைஎச்சம்மே.

[வினு 86.]

[பின்னர், "செய்து" "செய்பு" முதலியவாய் விதந்துகூறும் வாய்பாடுகளின் கண் தொழிலும், இறப்பு, நிகழ்வு, எதிர்வு என்னும் முக்காலங்களும், முறையேதோன்றி வினைமுற்றுதற்கு வேண்டும் பால் ஒன்றும் தோன்றாது அப்பாலுடனே வினை ஒழிய நிற்பன வினையெச்சவினை வினைக்குறிப்புகளாம்.]

---

343. DIFFERENT FORMS OF THE ADVERBIAL PARTICIPLE.

வினை எச்ச வாய்பாடுகள்.

௩௪௩. செய்து, செய்பு, செய்யாச், செய்யூச்,
செய்தெனச், செயச், செயின், செய்யிய, செய்யியர்,
வான், பான், பாக்கின வினைஎச் சம், பிற
ஐந்தொன் றாறுமுக் காலமு முறைதரும்.

[வினு 86.]

["செய்து" என்பது முதலிய ஒன்பது வாய்பாட்டான் வருவனவும், வான், பான், பாக்கு என்னும் மூன்று விகுதியவாய் வருவனவும், இவை போல்வன பிறவும், வினையெச்ச வினைகளாம்; இவற்றுள், முன்னைய ஐந்தும் இறந்தகாலமும், "செய" என்பதொன்று நிகழ்காலமும், ஒழிந்த ஆறும் எதிர்காலமுங் காட்டுவனவாம்.]

	இறந்தகாலம்.	நிகழ்காலம், அல்லது முக்காலத்துக்கும் பொது.	எதிர்காலம்.	எதிர்மறை.
உ-ம்.	(1.) நடந்து,	நடக்க,	(7.) நடக்கின்,	செய்யாது.
	உண்டு,	உண்ண,	நடந்தால்,	நடவாது.
	சென்று,	(6.) செய்ய,	நடந்தக்கால்,	செய்யாமல்.
	கற்று,	——	நடத்தற்கு,	நடவாமல்.
	——	செய்குப,	(8.) ஆடிய,	செய்யா,
	ஆடி,	நடப்ப,	(9.) ஆடியர்,	நடவா.
	ஆய்,		(10.) விடுவான்,	——
	(2.) உண்குபு,		(11.) நடப்பான்,	அன்றி.
	(3.) உண்ணா,		(12.) விடுபாக்கு,	இன்றி.
	(4.) உண்ணூஉ,		செய்யில்,	
	(5.) உண்டென,		காண்டலும்,	
	——			
	தழீஇ,			
	புக்கு,			
	விட்டு,			
	பெற்று.			

344. THE WORDS BY WHICH THESE ARE FOLLOWED.

அவற்றுள்,

௩௪௪. முதலி னான்கும் ஈற்றின் மூன்றும்
வினைமுதல் கொள்ளும்; பிறவும்ஏற்கும்பிற.

[மேலைச் சூத்திரத்து முதற்கட் கூறிய செய்து, செய்பு, செய்யா, செய்யூ என்னு நான்கும், இறுதிக்கண்கூறிய வான், பான், பாக்கு என்னு மூன்றும் தன் கர்த்தாவின் வினையைக்கொண்டு முடியும்; இடை நின்ற செய்தென, செய, செயின், செய்யிய, செய்யியர் என்னும் ஐந்தும், இன்னவென்றதனால் வருவனவும், வினையெச்சக்குறிப்புகளும் வினைமுதலையும் அஃதல்லாத பிற கர்த்தாவின் வினையையுங் கொண்டு முடியும்.]

(உ-ம்.)
அவன் உண்டுவந்தான்.
அவன் உண்புவந்தான்.
அவன் உண்ணாக்களிப்பான்.
அவன் உண்ணூமகிழ்வான்.
அவன் கொல்வான் எழுந்தான்.
அவன் அலைப்பான் சென்றான்.
அவன் உண்பாக்குச் சென்றான்.
} வினைமுதலைக் கொண்டன.

அவன் உண்டென மகிழ்ந்தான்.
அவன் உண்டென மகிழ்ந்தான் இவன்.
அவன் உண்ண வந்தான்.
அவன் உண்ண வந்தான் இவன்.
அவன் உண்ணின் மகிழ்வான்.
அவன் உண்ணின் மகிழவான் இவன்.
அவன் உண்ணிய மகிழ்வான்.
அவன் உண்ணிய மகிழ்வான் இவன்.
} வினைமுதலையும் பிறவினைமுதலையுங் கொண்டன.

[அவன் உண்டால் உவப்பான். அவன் உண்டால் உவப்பான் இவன்.]

345. THE SAME: A SPECIAL RULE.

௩௪௫. சினைவினை சினையொடு முதலொடுஞ் செறியும்.

[முதலினுன்கும், ஈற்றின் மூன்றும் என்ற வினையெச்சங்கள் சினைவினையாயின், அவை தன் கர்த்தாவின் வினையைக் கொள்ளும் என்ற விதியானே சினையொடுமுடிதலே அன்றி, முதலுடனும் முடியும்: அங்ஙனம் முடியுமாயினும் சினையொடு முடிதற்கு ஒற்றுமை யுண்மையின் வினைமுதல் கொண்டதேயாம்.]

(உ-ம்.) கால் ஒடிந்து இற்று வீழ்ந்தது. [சினையொடு முடிந்தது.]
கால் ஒடிந்து வீழ்ந்தான். [வினைமுதலோடு முடிந்தது.]

346. FORMS OF THE ADVERBIAL PARTICIPLE INTERCHANGED.

௩௪௬. சொற்றிரி யினும்பொருள் திரியா வினைக்குறை.
[வினு 137.]

["முதலி னுன்கும் ஈற்றின் மூன்றும் வினைமுதல் கொள்ளும்" என்ற வினையெச்ச வாய்பாடுகளாகப் பிறவினையெச்ச வாய்பாடுகள் திரியினும், அவற்றின் பொருள் திரியா.]

(உ-ம்.) ஞாயிறுபட்டு வந்தான். [பட.]
யான் கொள்வான் பொருள் கொடுத்தான். [கொள்ள.]

347. WHEN A CONJUGATED APPELLATIVE [321.] IMPLIES ACQUISITION IT MUST NOT BE CONSTRUED WITHOUT A VERB IMPLYING THIS.

௩௪௭. ஆக்க வினைக்குறிப் பாக்கம் இன்றியலா.

[ஆக்கத்தால் வரும் வினைக்குறிப்புச் சொற்கள் ஆக்கச் சொல்லின்றி வாரா.]

(உ-ம்.) சாத்தன் நல்லன் ஆயினன். [ஆக்கச் சொல் விரிந்துந் தொக்கும் நின்றது.]
சாத்தன் நல்லன்.
கல்வியாற் பெரியன் ஆயினன்.
கல்வியாற் பெரியன்.
சாத்தன் நல்லன் என்பது இயற்கை வினைக்குறிப்பாயில் ஆக்கச் சொல் இன்றிவரும்.

348. THE FINITE VERBAL FORM செய்யும் CANNOT BE USED WITH THE PLURAL OF THE MASCULINE OR FEMININE.

௩௪௮. பல்லோர் படர்க்கை, முன்னிலை, தன்மையிற்,
செல்லா தாகும், செய்யும்என் முற்றே.

[உயர்திணைப் பன்மைப் படர்க்கையினும், முன்னிலையினும், தன்மையினும், செல்லாது செய்யும் என்னும் எச்சத்தாளுகும் செய்யும் என்னு முற்று.]

(உ-ம்.) அவன். அவள். அது. அவை. } உண்ணும்.

349. THE INTERROGATIVE யார்.

௩௪௯. யார் என் வினாவினைக் குறிப்புயர் முப்பால்.

[வினாப் பொருண்மையைத் தரும் யார் என்னும் வினைக்குறிப்பு முற்று உயர்திணைமுப்பாற்கும் பொதுவினையாம்.]

(உ-ம்.) அவன். அவள். அவர். } யார்.

350. THE INTERROGATIVE எவன்.

௩௫௦. எவன் என் வினாவினைக் குறிப்பிழி இருபால்.

[வினாப்பொருண்மையைத் தரும் எவன் என்னும் வினைக்குறிப்புமுற் றுஅஃறிணை இருபாற்கும் பொதுவினையாம்.]

(உ-ம்.) அஃதெவன?
அவையெவன்?

351. FINITE VERBS USED AS PARTICIPLES.

௩௫௧. வினை முற் றேவினை எச்சம் ஆகலும்,
குறிப்பு முற் றீரெச்சம் ஆகலும் உளவே.

[வினா 95.]

[வினைமுற்றே வினையெச்சம் ஆகி வருதலும், வினைக்குறிப்பு முற்றே வினையெச்சமாகியும், பெயரெச்சமாகி வருதலும், உளவாம்.]

(உ-ம்.) நடந்தான் வந்தான். =
நடந்து வந்தான்.
நான் அன்று போகி, = அன்றி.
வெந்திறலினன் விறல்வழுதியொடு, திறலினனாகிய.

இரண்டாவது வினையியல் முற்றிற்று.

நன்னூல்.

II. சொல்லதிகாரத்தில்

(III.) இடையியல்.

352. PARTICLES IN GENERAL.

௩௫௨. வேற்றுமை, வினை, சாரியை, ஒப்புருபுக
ட்த்தம்பொருள, இசைநிறை, அசைநிலை,
குறிப்பெனஎண் பகுதியிற் றனித்தியல் இன்றிப்
பெயரினும் வினையினும் பின்முன் ளோரிடத்
தொன்றும் பலவும் வந்தொன்றுவ திடைச்சொல்.
[வினு. 107. 46.]

[எழுவாயுருபு முதலிய எட்டு வேற்றுமையுருபுகளுள் பெயரும் பெயரது விகாரமுமாகிய எழுவாயும் விளியும் ஒழித்து ஒழிந்த ஐம்முதலிய ஆறு உருபுகளும், பகுதி விகுதி இடைநிலை என்னும் தெரிநிலையும் குறிப்புமாகிய வினையுருபுகளுள் முதனிலை தனிவினைப்பெயரும் பொருளாதி அறுவகைப்பெயருமாகிய பகுதி ஒழித்து ஒழிந்த விகுதிமுதலிய வினையுருபுகளும், அன் ஆன் முதலிய சாரியை உருபுகளும், போலப்புரைய முதலிய உவம உருபுகளும் பிறவாறு தத்தமக்குரிய பொருளை உணர்த்தி வருவனவும், வேறுபொருள்இன்றிச் செய்யுள் இசைநிறைத்தலே பொருளாக வருவனவும், அசைத்தலே பொருளாக நிற்பனவும், வெளிப்படையின்வரும் இவைபோலாது குறிப்பின் வருவனவும் என்னும் எட்டுவகையினை யுடையவாய்த் தனித்து நடத்தல் இன்றிப் பெயரின்அகத்தும் வினையினகத்தும் அவற்றின்புறமாகிய பின்னும் முன்னும் இவ்விடங்கள் ஆறனுள் ஓரிடத்து ஒன்றேனும் பலவேனும் வந்து அப்பெயர் வினைகட்கு அகத்துறுப்பாயும் புறத்துறுப்பாயும் ஒன்றுபட்டு நடக்குந் தன்மையது இடைச்சொல்லாம்.]

353. SIGNIFICANT PARTICLES.

௩௫௩. தெரிநிலை தேற்றம் ஐய்முற் றெண்சிறப்
பெதிர்மறை எச்சம் வினாவிழை வொழிஇசை
பிரிப்புக் கழிவாக்கம் இன்னன இடைப்பொருள்.
[வினா 110.]

[தெரிநிலை முதலாக விதந்த பதினான்கும் இவை போல்வன பிறவும் மேல் தத்தம் பொருள என்ற இடைச்சொற் பொருள்களாம்.]

354. USES OF THE PARTICLE ஏ.

௩௫௪. பிரிநிலை வினாஎண் ஈற்றசை தேற்றம்
இசைநிறை என, ஆ றேகாரம்மே.
[வினா 111.]

[தெரிநிலை முதலிய பதினான்கும், அவைபோல்வன பிறவும் ஆகிய பொருள்களுள்ளும், இசைநிறைத்தல் அசைத்தல் குறிப்பென்னும் மூன்று பொருள்களுள்ளும், பிரிநிலைமுதலிய ஆறு பொருளையும் தரும் ஏகார இடைச்சொல்.]

355. USES OF ஓ.

௩௫௫. ஒழியிசை வினாச் சிறப் பெதிர்மறை தெரிநிலை
கழிவசை நிலைபிரிப் பெனஎட் டோவே.
[வினா 112.]

[ஒழியிசை முதலிய எட்டுப்பொருளையும் தரும் ஓகார இடைச்சொல்.]

356. USES OF என AND என்று.

௩௫௬. வினைபெயர் குறிப்பிசை எண்பண் பாறினும்
என, எனுமொழிவரும், என்றும்அற்றே.

[வினைப்பொருள் முதலிய ஆறு பொருளினும் "என" என்னும் இடைச் சொல் வரும்; "என்று" என்னும் இடைச்சொல்லும் அவ்வாறுவரும்.]

357. USES OF **உம்.**

௩௫௭. எதிர்மறை, சிறப்பையம், எச்ச,முற் றளவை
தெரிநிலை, ஆக்கமோ டும்மை எட்டே.
[வினா 113.]

[எதிர்மறை முதலிய எட்டுப் பொருளையும் தரும் உம்மை இடைச்சொல்.]

358. SPECIAL RULE REGARDING உம்.

௩௫௮. முற்றும்மை ஒரோவழி எச்சமும் ஆகும்.
[வினா 113.]

[முற்றும்மை ஒரோ விடங்களில் எச்ச உம்மையும் ஆம்.]

(உ-ம்.) எல்லாரும் இதுசெய்யார்.
ஆறுந் தருவது வினையே.

359. FINAL உம்.

௩௫௯. செவ்வெண் ஈற்றதாம் எச்ச உம்மை.
[வினா 113.]

[எச்ச உம்மை செவ்வெண்ணின்கண் வரும்ஆயின் ஈற்றின்கண் வரும்.]

(உ-ம்.) செய்பவன், கருவி, நிலஞ், செயல், காலஞ்,
செய் பொருளுந் தருந்திறத்தது வினையே.

360. THE NOUN OF NUMBER SOMETIMES INSERTED, AND SOMETIMES OMITTED.

௩௬௦. பெயர்ச்செவ் வெண்ணே, என்று, எனா, எண்
ணென்னுந் தொகைபெறும்; உம்மை, என்றென ஓ
டிந்நான் கெண்ணும்அஃ தின்றியும் இயலும்.

[பெயர்களினிடையே எண்ணிடைச்சொல் தொக்கு நிற்பவருஞ் செவ்வெண்ணும், பெயரோடு தொகாதுவரும் "ஏ" எண்ணும், "என்று" எண்ணும், "எனா" எண்ணும், ஆகிய நான்கும் தொகைபெற்று நடக்கும்; "உம்மை" எண்ணும், "என்று" எண்ணும், "என" எண்ணும் "ஒடு" எண்ணும் ஆகிய இந்நான்கெண்ணும், தொகைபெற்றும், பெறாதும் நடக்கும்.]

(உ-ம்.) சாத்தன், கொற்றன், தேவன், பூதன், நால்வரும் வந்தார்.

[தொகை பெற்றே வந்தது.]

சாத்தனுங் கொற்றனுந் தேவனும் பூதனும் வந்தார்.
சாத்தனுங் கொற்றனுந் தேவனும் பூதனும் நால்வரும் வந்தார்.

[தொகை பெற்றும் பெறாதும் வந்தது.]

(பிறவும் அன்ன.)

---

361. என்று, என, ஒடு NOT ALWAYS REPEATED AFTER EACH NOUN.

௩௬௧. என்றும், எனவும், ஒடுவும் ஒரோ வழி
நின்றும் பிரிந்தெண் பொருடொறு நேரும்.
[வினா 114.]

[இம்மூன்றெண்ணும் எண்ணும் பொருளோடு நிற்றலே அன்றி, ஓரிடத்து நின்றும் பிரிந்தெண்ணும் பொருள்தோறும் பொருந்தும்.]

(உ-ம்.) வினைபகை என்றிரண்டின் எச்சம்.
பகை பாவம் அச்சம் பழி என நான்கும்.
பொருள், கருவி, காலம் வினையிடனொடைந்தும்.

---

362. CONNECTING PARTICLES WITH VERBS.

௩௬௨. வினையொடு வரினும் எண்இனைய ஏற்பன.

[எண்ணிடைச்சொற்கள் வினையோடு வரினும் மேற்பெயரோடு வந்தாற்போலும் ஏற்பன.]

(உ-ம்.) (1.) மண்டில' மழுங்க, மலைநிறங்கிளர.
வண்டின' மலர் பாய்ந்தூத, மிசையே.
கண்டலங் கானற் குருகினம் ஒலிப்ப.

[உம்மை இடைச்சொல் தொக்கு நின்றது.]

(2.) கற்றுங் கேட்டுங் கற்பனை கடந்தான்.

(3.) உண்ணவென்றுடுக்கவென்று பூசவென்று முடிக்கவென்று வந்தான்.

(4.) ஆடல் பாடலொடு வந்தான்.

௩௬௩. THE USES OF தில்.

௩௬௩. விழைவே காலம் ஒழியிசை தில்லே.

[இம்மூன்று பொருளையும் தரும் "தில்" என்னும்இடைச்சொல்.]

(உ-ம்.) (1.) அரிவையைப் பெறுக தில்லம்மயானே. [விழைவு.]
(2.) பெற்றாங்கறிக தில்லம்ம இவ்வூரே. [காலம்.]
(3.) வருக தில்லம்ம வெஞ்சேரிசேர. [ஒழியிசை.]

௩௬௪. THE USES OF மன்.

௩௬௪. மன்னே அசைநிலை, ஒழியிசை, ஆக்கம்,
கழிவு, மிகுதி, நிலை பேறாகும்.

[இவ்வாறு பொருளையும் தரும் "மன்" என்னும் இடைச்சொல்.]

(உ-ம்.) அது மற்கொண்கன்றேரே. [அசைநிலை.]
கூரியதோர் வாண்மன். [ஒழியிசை.]
கொடியன் மன். [ஆக்கம்.]
சிறியகட் பெறினே எமக்கீயுமன்னே. [கழிவு.]
எந்தை எமக்கருளுமன்! [மிகுதி.]
மன்னா உலகத்து மன்னிய புகழே. [நிலைபேறு.]

௩௬௫. THE USES OF மற்று.

௩௬௫. வினைமாற்றசைநிலை பிறிதெனுமற்றே.

[இம்மூன்று பொருளையும் தரும் "மற்று" என்னும் இடைச்சொல்.]

(உ-ம்.) இனிமற்றொன்றுரை. [வினைமாற்று.]
அது மற்றம்ம. [அசைநிலை.]
மற்றொன்று சூழினும். [பிறிது.]

௩௬௬. THE SAME.

௩௬௬. மற்றையதென்பது சுட்டிஅதற்கினம்.

[மேற்கூறிய மற்றென்னும் இடைச்சொல் பொருள் மூன்றனுள் மற்றையதென்னும் பொருளாகிய வினைமாற்றும் பிறிதும் அங்ஙனங் கருதிய தற் கினமாகிய வினைமாற்றும், இனமாகிய பிறிதும் ஆம்,அன்றி வேறுவினை மாற்றும் வேறு பிறிதும் அல்லவாம்.]

(உ-ம்.) மற்றையதும் காணவேண்டும்.

367. USES OF கொல்.

௩௬௭. கொல்லே ஐயம் அசைநிலைக் கூற்றே.

["கொல்" என்பது இவ்விரண்டு பொருளையும் தருஞ்சொல்லாம்.]

(உ-ம்.) (1.) இவ்வுருக்குற்றி கொல்லோ மகன்கொல்லோ. [ஐயம்.]
(2.) சென்ற நங்காதலர் வருவர் கொல். [அசைநிலை.]

368. USE OF ஒடு AND தெய்ய.

௩௬௮. ஒடுவுந் தெய்யவும் இசைநிறை மொழியே.

[இவ்விரண்டும் இசைநிறைத்தற் பொருளைத் தருஞ்சொற்களாம்.]

(உ-ம்.) விதைக்குறு வட்டில் போதொடு பொதுள.
சொல்லேன்றெய்ய நின்னொடு பெயர்ந்தே.

369. USES OF அந்தில் AND ஆங்கு.

௩௬௯. அந்தில் ஆங் கசைநிலை, இடப்பொருள் அவ்வே.

[இவ்விரண்டிடைச்சொல்லும் அசைநிலைப்பொருளவாயும் இடப்பொருளவாயும் வரும்.]

(உ-ம்.) அந்திற் கழலினன் கச்சினன். [அசைநிலை.]
வருமே சேயிழை அந்திற் கொழுநற் காணிய. [இடம்.]

ஆங்கத் திறனல்ல யாங்கழற. [அசைநிலை.]
ஆங்காங்காயினுமாக. [இடம்.]

370. USES OF அம்ம.

௩௭௦. அம்ம உரையசை, கேண்மின், என் றாகும்.

["அம்ம" என்பது உரையசைப் பொருளதாயும், ஒன்றுசொல்வன் கேண்மின் என்னும் ஏவற்பொருளதாயும் வரும்.]

(உ-ம்.) அதுமற்றம்ம. [உரையசை.]
அம்மவாழி தோழி. [கேண்மின்.]

371. USE OF மா.

௩௭௧. மா என் கிளவி வியங்கோள் அசைச்சொல்.

[“மா” என்னுஞ் சொல்வியங்கோளின்கண் வரும் அசைச்சொல் லாம்.]

(உ-ம்.) மாயக்கடவுட்குயர்க மாவலனே.

372. USE OF SUNDRY VOCATIVE PARTICLES.

௩௭௨. மியா, இக, மோ, மதி, அத்தை, இத்தை,
வாழிய, மாள, ஈ, யாழ, முன்னிலையசை.

[இங்ஙனங் கூறிய பத்திடைச்சொற்களும் முன்னிலைக்கண்வரும் அசைநிலைகளாம்.]

(உ-ம்.) சிலையன் செழுந்தழையன் சென்மியா. [மியா.]
தண்டுறையூர காணிக. [இக.]
காமஞ் செப்பாது கண்டது மொழிமோ. [மோ.]
சென்மதி பெரும. [மதி.]
சொலியாத்தை நின்வெகுளி. [அத்தை.]
நீ ஒன்றுபாடித்தை. [இத்தை.]
காணியவா வாழியமலைச்சாரல். [வாழிய.]
சிறிது தவிர்ந்தீக, மாள, நின்பரிசிலர் உய்ம்மார். [மாள.]
சென்றீ, பெரும நிற்றகைக்குநர் யாரே. [ஈ.]
செய்வினை மருங்கிற் செலவயர்ந்தி, யாழ. [யாழ.]

373. REDUNDANT PARTICLES.

௩௭௩. யா, கா, பிற பிறக் கரோ, போ, மாதிகும்,
சின், குரை, ஓரும், போலும், இருந்திட்
டன்றாம், தாம், தான், கின்று,நின் றசைமொழி.

[இவ்விருபதிடைச்சொல்லும் முன்னைய போலாது, எல்லா இடத்தினும் எல்லாச் சொல்லினும் வரும் அசைச்சொல்லாம்.]

(உ-ம்.) யா, பன்னிருவர் மாணாக்கர் அகத்தியனார்க்கு. [யா.]
புறநிழற் பட்டாளோ இவள் இவட்காண்டிகா, [கா.]
ஆயனை அல்லைபிற. [பிற.]
பிறக்கிதனுட் செல்லான் பெருந்தவம் பட்டான். [பிறக்கு.]
இருங்குயிலாலும், அரோ. [அரோ.]
பிரியன் வாழாதென், போ. [போ.]
விசிந்தன்று, மாதோ, தெளிந்தவெங் கண்ணே. [மாதோ.]
காண்டிகுமல்லமோ கொண்க. [இகும்.]
ஈங்காகிய வால்என்றிசின். [சின்.]
அதுபெறல் அருங்குரைத்தே. [குரை.]
அஞ்சுவதோரும் அறனே. [ஓரும்.]
வடிவென்ற கண்ணாய் வருந்தினை, போதும். [போதும்.]
எழுந்திருந்தேன். [இருந்து.]
நெஞ்சம் பிளந்திட்டு. [இட்டு.]
தேவாதி தேவனை அவன்சேவடி சேர்தும் அன்றே. [அன்று.]
பணியும் ஆம் என்றும் பெருமை, சிறுமை.
அணியும் ஆம் தன்னை வியந்து. [ஆம்.]
நீதாம், நீதான். [தாம், தான்.]
யான்பிறன் அரியன் வாழ்வான் ஆசைப்பட்டிருக்கின்றேன். [கின்று.]
அழல் அடைந்த மன்றத்தாரத்தைபாராய் நின்றார் நிழல் அடைந்தே
நின்னை என்றேத்த. [நின்று.]

இடையியல் முற்றிற்று.

நன்னூல்.

II. சொல்லதிகாரத்தில்

(IV.) உரியியல்.

374. QUALIFYING WORDS IN GENERAL.

உரிச்சொல்லின் பொது இலக்கணம்.

௩எ௪. பல்வகைப் பண்பும் பகர்பெயர் ஆகி
ஒருகுணம் பலகுணம் தழுவிப் பெயர்வினை
ஒருவா செய்யுட் குரியன உரிச்சொல்.

[வின 47.]

[பண்புகள் குணப்பண்பும் தொழிற்பண்பும் ஆகிய இரண்டனுள் அடங்குமாயினும், இசை குறிப்புப் பண்பெனப் பலவேறு வகைப்படுதலின் பலவேறு வகைப்பட்ட பண்புகளையும் உணர்த்தும் பெயராகி அங்ஙனம் உணர்த்துழி ஒருசொல் ஒருகுணத்தை உணர்த்துவனவும், பல குணத்தை உணர்த்துவனவுமாய் எனைப்பெயர் வினைகளை விட்டு நீங்காவாய்ச் செய்யுட் குரியனவாய்ப் பொருட்குரிமை பூண்டு வருவன உரிச்சொலாம்.]

375. DEFINITION OF "QUALITY": பண்பு.

௩எரு. உயிர், உயிர் அல்லதாம் பொருட்குணம் பண்பே.

[உயிராகியபொருளும், உயிர்அல்லாத பொருளும் என இருவகையுள் அடங்கும் உலகத்துப் பொருள்களின் குணங்கள் பண்பாம்.]

376. FIVE-FOLD DIVISION OF LIVING CREATURES.

உயிராகிய பொருள்.

௩௭௬. மெய், நா, மூக்கு, நாட்டம், செவிகளின்
ஒன்றுமுதலாக்கீழ்க் கொண்டுமேல் உணர்தலின்
ஓர்அறி வாதியா உயிர்ஐந் தாகும்.

[இங்ஙனம் மெய் முதலாகக்கூறிய ஐம் பொறிகளானும், பரிசம், இரதம், கந்தம், உருவம், சத்தம் என்னும் ஐம்புலனையும் உணருங்கால் மெய்யாற் பரிசத்தை உணரும் உணர்ச்சி ஒன்று முதலாகக் கீழ்ப்போன உணர்ச்சியுங் கொண்டு மேல்வரும் புலன்களை ஒன்றோடொன்றாக உணர்தலின் ஓரறிவுயிர் முதலாக ஐந்தாம் அவ்வுயிர்.]

377. CREATURES OF ONE SENSE.

ஓர்அறிவுயிர்.

௩௭௭. புல்மர முதலஉற் றறியும்ஓர் அறிவுயிர்.

[புல்லு, மரம், முதலியன மெய்யாற் பரிசித்துப் பரிசத்தை அறியும் ஓரறிவுயிர்களாம்.]

378. CREATURES OF TWO SENSES.

ஈர்அறிவுயிர்.

௩௭௮. முரணந் தாதிநா வறிவோடீர் அறிவுயிர்.

[இப்பியும், சங்கும் முதலியன கீழ்ப்போன மெய்யறிவே அன்றி நாவால் இரதத்தை அறியும் அறிவோடு ஈரறிவுயிர்களாம்.]

379. CREATURES OF THREE SENSES.

மூவறிவுயிர்.

௩௭௯. சிதல் எறும் பாதிமூக் கறிவின்மூ வறிவுயிர்.

[கறையானும், எறும்பும் முதலியன கீழ்ப்போன இரண்டறிவுகளே அன்றிக் கண்ணால் உருவத்தை அறியும் அறிவினோடு மூவறிவுயிர்களாம்.]

380. CREATURES OF FOUR SENSES.

நாலறிவுயிர்.

௩அ௦. தும்பி, வண்டாதி கண் அறிவினுல் அறிவுயிர்.

[தும்பியும், வண்டும் முதலியன, கீழ்ப்போன மூன்றறிவே அன்றிக் கண்ணுல் உருவத்தை அறியும் அறிவிேைடு நாலறிவுயிர்களாம்.]

381. CREATURES OF FIVE SENSES.

ஐயறிவுயிர்.

௩அக. வானவர், மக்க ணரகர், விலங்கு, புள்,
ஆதிசெவி அறிவோ டைஅறி வுயிரே.

[வானவரும், மக்களும், நரகரும், விலங்கும், புள்ளும் முதலியன, கீழ்ப்போன நாலறிவே அன்றிச் செவியாற் சத்தத்தை அறியும் அறிவிேைடு ஐயறிவுயிர்களாம்.]

382. THINGS WITHOUT LIFE.

உயிரல் பொருள்.

௩அ௨. உணர்வியல் ஆம்உயிர் ஒன்றும் ஒழித்த
உடல்முதல் அனைத்தும் உயிர்அல் பொருளே.

[அறிவு மயமாம் உயிர் ஒன்றுமே அன்றி, அவ்வுடம்பு முதலிய உலகத்துப் பொருள்கள் எல்லாம் உயிர் அல்லாத பொருள்களாம்.]

383. BODY AND SOUL.

புறனடை.

௩அ௩. ஒற்றுமை நயத்தின் ஒன்றெனத் தோன்றினும்,
வேற்றுமை நயத்தின் வேறே உடல், உயிர்.

[எவ்வுயிர் எவ்வுடம்பெடுத்ததோ அவ்வுடம்பின் மயமாய் நிற்கும் ஒற்றுமை நயங்கருதியவழி ஒன்றுபோற்றோன்றுமாயினும் உயிர் சித்தாயும், உடம்பு சடமாயும் நிற்கும் வேற்றுமை நயமாகிய உண்மை கருதியவழி அவ்விரண்டும் தம்முள் வேறாம்; ஆதலின் உயிரோடு கூடி நின்ற காலத்தும் அவ்வுடம்பினை உயிரல்பொருளென்றும்.]

384. QUALITIES OF THE LIVING PRINCIPLE.

உயிரின்குணம்.

௩அ௪. அறிவருள், ஆசை, அச்ச மானம்,
நிறை, பொறை, ஓர்ப்புக் கடைப்பிடி, மையல்,
நினைவு, வெறுப்புவப் பிரக்க நாண், வெகுளி,
துணிவழுக் காறன் பெளிமை, எய்த்தல்,
துன்பம், இன்பம், இளமை, மூப்பிகல்,
வென்றி, பொச்சாப் பூக்க மதமறம்,
மறவி, இனைய உடல்கொள் உயிர்க்குணம்.

[அறிவு முதலிய முப்பத்திரண்டும் இவை போல்வன பிறவும் உடலோடு கூடிய உயிர்க்குணங்களாம்.]

385. FACULTIES OF LIVING CREATURES.

உயிரின்தொழில்.

௩அ௫. துய்த்தல், துஞ்சல், தொழுதல், அணிதல்,
உய்த்தல், ஆதி உடல் உயிர்த் தொழிற்குணம்.

[ஐம்புலனையும் நுகர்தல் முதலிய இவ்வைந்தும் இவைபோல்வன பிறவும் உடலோடு கூடிய உயிரின் தொழிற் குணங்களாம்.]

386. QUALITIES OF LIFELESS MATTER.

உயிர்அல்லாத பொருள்களின் குணம்.

௩௮௬. பல்வகை வடிவிரு நாற்றம், ஐவண்ணம்,
அறுசுவை யூறெட் டுயிரல் பொருட்குணம்.

[வட்டம், இருகோணம், முக்கோணம், சதுரம், முதலிய பலவகை வடிவும், நற்கந்தம் துர்க்கந்தம் என்னும் இருநாற்றமும்; வெண்மை, செம்மை, கருமை, பொன்மை, பசுமை என்னும் ஐந்துவண்ணமும்; கைப்பு, புளிப்பு, துவர்ப்பு, உவர்ப்பு, கார்ப்பு, இனிப்பு என்னும் ஆறு இரதமும்; வெம்மை, தண்மை, மென்மை, வன்மை, நொய்மை, சீர்மை, இழுமெனல், சருச்சரை என்னும் எட்டூறும், உயிரல்லாத பொருள்களின் குணங்களாம்.]

387. FACULTIES COMMON TO BOTH.

இருபொருட்கும் பொதுவான தொழிற்குணம்.

௩௮௭. தோன்றல், மறைதல், வளர்தல், சுருங்கல்,
நீங்கல், அடைதல் நடுங்கல், இசைத்தல்,
ஈதல் இன்னன, இருபொருட் டொழிற்குணம்.

[தோன்றல், முதலிய ஒன்பதும் இவை போல்வன பிறவும், உயிர்ப்பொருள் உயிரல்பொருள் என்னும் இரண்டற்கும் பொதுவான தொழிற்குணங்களாம்.]

388. WORDS IMPLYING EXCESS.

௩௮௮. சால, உறு, தவ, நனி, கூர், கழி, மிகல்.

[சால என்பது முதல் கழி என்பதீருகக் கூறிய ஆறு உரிச்சொல்லும் மிகுதியாகிய ஒருகுணத்தை உணர்த்தும் சொற்கள் ஆம்.]

(உ-ம்.) பருவந்து சாலப் பலகொலென்றெண்ணி. [சால.]
உறுவளி தூக்கும் உயர்சிமைய வின். [உறு.]
தவச்சேய் நாட்டார் ஆயினும். [தவ.]
நனிபேதையே. [நனி.]
பொறையில்லா நோய்கூரப் புல்லென்றிசினே. [கூர்.]
காமங்கழிகண் ணோட்டம். [கழி.]

389. MEANINGS OF கடி.

௩௮௯. கடிஎன் கிளவி: காப்பே, கூர்மை,
விரையே, விளக்கம், அச்சம், சிறப்பே,
விரைவே, மிகுதி, புதுமை, ஆர்த்தல்,
வரைவே, மன்றல், கரிப்பின் ஆகும்.

[கடி என்னும் உரிச்சொல் காப்பு முதலிய பதின்மூன்று குணத்தையும் உணர்த்தும்.]

(உ-ம்.) ஒண்சுடர் நல்லிருங் கடிநீவி. [காப்பு.]
கடிநுனைப்பகழி. [கூர்மை.]
கடிமாலைசூடி. [நாற்றம்]
கண்ணாடியன்ன கடிமார்பன். [விளக்கம்.]
கடி ஆரமகளிர்க்கே கைவிளக்காகி. [அச்சம்.]
கடிமாமிசைப் பூத்தக்கம்புளோடன்னமார்க்கும். [சிறப்பு.]
எம்மம்பு கடிவிடுது நும்மரண்சேர்மின். [விரைவு.]
கடிஉண் கடவுட்கிட்ட செழுங்குரல். [மிகுதி.]
கடிமுரசு. [ஆர்த்தல்.]
கடிநததகரும் பிணைக்கண்டகாறி. [வரைவு.]
கடிவினைமுடிகிளவி. [மன்றல்.]
கடிமிளகுதின்ற கல்லாமந்தி. [கரிப்பு.]

390. SYNONYMES OF சொல்.

௩௯௦. மாற்றம் நுவற்சி, செப்புரை, கரை, நொடி,
இசை, கூற்றுப், புகறல், மொழி, கிளவி, விளம்பறை,
பாட்டுப் பகர்ச்சி, இயம்பல், சொல்லே.

[மாற்றம் முதல் இயம்பல் ஈறாகக் கூறிய பதினாறும் சொல்என்னும் ஓர்குணத்தை உணர்த்தும் உரிச்சொற்களாம்.]

(உ-ம்.) கோவலர் வாய்மாற்றம்.
பொழுதறிந்த நுவல்.
செப்பலுற்றேன்
உரைப்பார் உரைப்பவை எல்லாம்.
அறங்கரை நாவின்.
ஆயிழைபாடாநொடியும்.
வாயிலிசையெனப்புக்கு
உற்றதுசாங்கள் கூற.
புகன்றவன்றியும் பூமிகவருமே.
கண்டது மொழிமோ.
கிளக்கும் பாணகேளினி.
விளம்பினர் புலவர்.
அறைகுவன் எண்ணே.
அறம்பாடின்றே.
வார்த்தைபகர்குற்றேன்.
இடிபோல இயம்பினன்.

391. TWENTY-TWO SYNONYMES OF ஓசை.

௩௯௧. முழக்கிரட் டொலி,கலி, இசை,துவை, பிளிறிரை,
இரக்கழுக் கியம்பல், இமிழ்,குளி றதிர்,குரை,
கனை,சிலை, சும்மை, கவ்வை, கம்பலை,
அரவம், ஆர்ப்போ டின்னன, ஓசை.

[முழக்கு முதலிய இருபத்திரண்டும் இவை போல்வன பிறவும் ஓசை என்னும் ஒருகுணத்தை உணர்த்தும் உரிச்சொற்களாம்.]

(உ-ம்.) முழங்குமுந்நீர்.
குடிஞை இரட்டும் கோடியர் நெடுவரை.
ஒல்லென ஒலிக்கும் ஒலிபுனல்.
கலிகெழு மூதூர்.
பறையிசை அருவி.
தோறுவைத்தல்.
பிளிறுவார் முரசம்.
இரைக்கும் அஞ்சிறைப் பறவைகள்.
இரங்கும் முரசினம்.
அழுங்கின மூதூர்.
காலைமுரசமதியம்ப.
இமிழ்கடல்.
குளிறு முரசம்.
களிறு கலித்த திருங்கார்.
குரைபுனற் கன்னி.
கனைகடற் சேர்ப்ப.
சிலைத்தார் முரசங் கறங்க.
தள்ளாதசும்மை மிகுதக்கணநாடு.
கவ்வைநீர் வேலி.
வினைக்கம்பலை மனைச்சிலம்பவும்.
அறைகட லரவத்தானை.
ஆர்த்த பல்லியக்குழாம்.

392. DICTIONARIES TO BE CONSULTED FOR PARTICULAR WORDS.

௩௯௨. இன்ன தின்னுழி இன்னணம் இயலும்
என்றிசை நூலுள் குணகுணிப் பெயர்கள்
சொல்லாம் பரத்தலில் பிங்கல முதலா
நல்லோர் உரிச்சொலி னயந்தனர் கொளலே.

[பெயர், வினை, இடை, உரி என்னும் நால் வகைச்சொல்லுள் இன்ன சொல் தன்மை முன்னிலை படர்க்கை என்னும் மூன்றிடத்துள்ளும் வழக்குச் செய்யுள் என்னும் இரண்டிடத்துள்ளும் இவ்விடத் திவ்விலக்கணத்த தாய் நடக்கும் என்று சொல்லக் கடவதாகிய இந்நூலுள் அவ்விலக்கணங் காட்டுதற்கு வேண்டிய மாத்திரையே கூறுவதன்றி உரிச்சொல்லாகிய குணப்பெயரையும், ஏனைக் குணிப் பெயரையும் நிகண்டினுட் கூறினாற் போல விரித்துக் கூறக்கடவம் அல்லம், விரிக்கின் மற்றொன்று விரித்தல் என்னும் குற்றம் வரும் ஆதலின் அவற்றினைக் கண்டறிய வேண்டினார் இவ்விலக்கணம் அறிதற்கு முன்னரே ஏனைப் புலவராற் கூறப்பட்ட பிங்கலந்தை திவாகரம் சூடாமணி முதலிய நூல்களுள் வருக்கும் உரிச்சொற் றொகுதியுள் விரும்பிக் கொள்க.]

உரியியல் முற்றிற்று.

நன்னூல்.

II. சொல்லதிகாரத்தில்

(V.) பொதுவியல்.

393. FORMS COMMON TO BOTH GENDERS.

௩௯௩. இருதிணை ஆண்பெணுள் ஒன்றனை ஒழிக்கும்
பெயரும் வினையுங் குறிப்பினானே.

[உயர்திணை ஆண்பால் பெண்பால் என்னும் இருபாற்கும் பொதுவான பெயர்ச்சொல்லும், வினைச்சொல்லும். அஃறிணை ஆண்பால் பெண்பால் என்னும் இருபாற்கும் பொதுவான பெயர்ச்சொல்லும், வினைச்சொல்லும், அவ்விருபாலுள் ஒருபாலை ஒழிக்கும் குறிப்பினான்.]

394. THE CHANGE OF ஆ TO ஓ IN CERTAIN POETICAL FORMS.

௩௯௪. பெயர்வினை இடத்து ன, ள, ர, ய ஈற்றயல்
ஆ,ஓ,ஆகலுஞ் செய்யுளுள் உரித்தே.

[வினா 95.]

[பெயர்க்கண்ணும் வினைக்கண்ணும் னகார ளகார ரகார யகார ஈற்றயனின்ற விகுதிமுதல் ஆகாரம் ஓகாரம் ஆதலும் செய்யுளிடத்துரித்தாம்.]

(உ-ம்.) (1.) வில்லான் என்பதிற்கு வில்லோன் எனவும்.
(2.) தொடியாள் எ-திற்கு தொடியோள் எனவும்.
(3.) நல்லார் எ-திற்கு நல்லோர் எனவும்.
(4.) கொடியாய் எ-திற்கு கொடியோய் எனவும் வரும்.

வண்ணான் முதலியவை வண்ணோன் எனவரா.
கிழவோன் என அகாரமும் ஓகாரம் ஆயிற்று.

395. TERMINATIONS COMMON TO AFFIRMATIVE AND NEGATIVE FORMS.

ஙகூரு. உருபும், வினையும், எதிர்மறுத் துரைப்பினும்
திரியா தத்தமீற் றுருபின் என்ப.
[விஞ 89.]

[எட்டுவேற்றுமை உருபுகளும், மூவகை வினைச்சொற்களும், எதிர்மறுத்துச் சொல்லுமிடத்தும், தத்தம் ஈற்றினின்றும் அவ்வவ்வுருபினின்றும் வேறுபடா என்றுசொல்லுவர் புலவர்.]

(உ-ம்.) செய்யான், செயவான் என்பவற்றில் ஆன் என்னும் விகுதியைக்காண்க.
நடவாத, நடக்கிற என்பவற்றில் அ என்னும் விகுதியைக்காண்க.

396. HOWEVER COMPLEX THE SENTENCE THERE CAN BE BUT ONE FINITE WORD.

ஙகூசு. உருபுபல அடுக்கினும், வினைவே றடுக்கினும்,
ஒருதம் எச்சம் ஈறுற முடியும்.
[விஞ 133. 135.]

[வேற்றுமை உருபுகள் விரிந்தும், தொக்கும், தம்முள் விரவிப்பல அடுக்கி வரினும், வெவ்வேறு பலஅடுக்கி வரினும், மூவகை வினைச்சொற்களும் தம்முள் விரவியடுக்கும் தன்மையவன்றி வெவ்வேறு பலஅடுக்கி வரினும், தத்தம் எச்சம் இறுதியில் ஒன்று வர அதனோடனைத்தும் முடிவனவாம்.]

(உ-ம்.) சாத்தன் யானையத கோட்டை நனிக்கட் பொருட்டு வாளாற் குறைத்தான்.
[உருபுகள் விரவிப்பல அடுக்கி ஒருவினை கொண்டன.]
சாத்தனையுங் கொற்றனையுந் தேவனையும் பூதனையும் வாழ்த்தினான்.
[இரண்டாம் உருபு வேறுபல அடுக்கி ஒருவினை கொண்டன.]
சாத்தனுக்குங் கொற்றனுக்குந் தேவனுக்கும் பூதனுக்குந் தந்தை.
[நான்காம் வேற்றுமை வேறுபல அடுக்கி ஒருபெயரைக் கொண்டன.]
வாள் கைக்கொண்டான். [உருபு தொக்கு வந்தது.]
உண்டான், தின்றான், ஓடினான், பாடினான் சாத்தன்.

397. WORDS INTERPOSED BETWEEN THE GOVERNING AND GOVERNED FORMS.

ஙகூஎ. உருபு முற்றீர் எச்சங் கொள்ளும்
பெயர்வினை இடைப்பிற வரலும் ஆம்எற்பன.
[விஞ 132.]

[வேற்றுமை உருபுகளும், முற்றுக்களும், பெயரெச்சங்களும், வினையெச்சங்களுங் கொண்டுமுடியும் பெயர்க்கும் வினைக்கும் இடையே பிற சொற்கள் வருதலுமாம், ஆண்டைக்குப் பொருந்துவன.]

(உ-ம்.) சாத்தன் (வயிறார) உண்டான்.
அறத்தை (அழகுபெற) செய்தான்.
விருந்தின்றி (ஒருபோதும்) உண்ணான்.
பகைவரை (மாய) வெட்டினான்.

398. DEPENDANT WORDS MAY ALSO FOLLOW THEIR PRINCIPALS.

௩௯௮. எச்சப் பெயர்வினை எய்தும் ஈற்றினும்.

[வினா 86. 87.]

[உருபுகளும் முற்றுக்களும் பெயர் எச்சங்களும் வினையெச்சங்களும் கொண்டு முடியும் எச்சமாகிய பெயரும் வினையும் அவற்றிற்கு ஈற்றினும் வரும்.]

(உ-ம்.) சாத்தன் வந்தான்.
வந்து போனான். மரத்தைக் குறைத்தான்.
வந்தான் சாத்தன், போயினான் வந்து.
குறைத்தான் மரத்தை.

399. WORDS WHICH INCLUDE OTHERS BY IMPLICATION.

௩௯௯. ஒருமொழி ஒழிதன் இனங்கொளற் குரித்தே.

[பெயர், வினை, இடை, உரி என்னும் நால்வகைச் சொற்களுள் ஒவ்வொன்று, எஞ்சி நின்ற தன்றன் இனங்களைக் கொள்ளுதற்கு உரித்தாம்.]

(உ-ம்.) சோற்றை நனி உண்டான். (கறியை நனி தின்றான்.)
நஞ்சு உண்டான் சாவான். (உண்டான் சாவான், உண்பது சாம்.)

400. COMMON NOUNS.

௪௦௦. பொதுப்பெயர் வினைகளின் பொதுமை நீக்கு
மேல் வருஞ் சிறப்புப் பெயர் வினைதாமே.

[திணை பால் இடம் காலங்கட்கும் பொதுவாகிய பெயர் வினைகளினுடைய பொதுத்தன்மையினை நீக்கி ஒன்றற்கு உரிமைசெய்யும் மேல்வருஞ் சிறப்புப்பெயர் வினைகள்தாமே.]

(உ-ம்.) சாத்தன் இவன், சாத்தன் இது. [சிறப்புப்பெயர்.]
ஒருவர் என் ஐயர், ஒருவர் என் தாயர். [சிறப்புப்பெயர்.]
மரம் வளர்த்தது, மரம் வளர்ந்தன. [சிறப்புவினை.]

யாம் எல்லாம் வருவம்.
நீர் எல்லாம் போமின்.
அவர் எல்லாம் வருவர்.
[எல்லாம் என்பது மூவிடத்திற்கும் பொதுமையை சிறப்புப் பெயராலும் வினையாலும் நீக்கின.]

---

401. IMPERFECT FORMS ARE FOLLOWED BY THEIR APPROPRIATE SUPPLEMENTARY WORDS.

சoக. பெயர், வினை, உம்மை, சொல், பிரிப்பென, ஒழிஇசை
எதிர்மறை, இசை, எனுஞ் சொல் ஒழிபொன்பதும்,
குறிப்புந், தத்தம் எச்சங் கொள்ளும்.

[பெயரெச்சமும், வினையெச்சமும், உம்மையெச்சமும், சொல்லெச்சமும், பிரிநிலையெச்சமும், எனவெச்சமும், ஒழியிசையெச்சமும், எதிர்மறையெச்சமும், இசையெச்சமும் ஆகிய சொல்லெச்சம் ஒன்பதும், குறிப்பெச்சம் ஒன்றும், தத்தம் எச்சங்களைக் கொண்டுமுடியும்.]

(உ-ம்.) (1.) செய்த சாத்தன். [பெயர் எச்சம்.]
(2.) செய்து வந்தான். [வினை எச்சம்.]
(3.) சாத்தனும் வந்தான். [முன்னர் கொற்றன் வந்தான் உம்மை எச்சம்.]
(4.) இல்லென்றல் யார்க்கும் வசைஅன்று. [இல்லென்று சொல்லுதல் சொல்லெச்சம்.]
(5.) சாத்தனே கொண்டான். [பிறர் கொண்டிலர் பிரிநிலை எச்சம்.]
(6.) கடல் ஒல்லென ஒலித்தது. [என எச்சம்.]
(7.) உண்ணுதற்கோ வந்தான். [ஒழியிசை எச்சம்.]
(8.) யானோ செய்தேன். [எதிர்மறை.]
(9.) இப்பட்டுச் சினம். [இசை எச்சம் சினத்துள்ளது.]

ஆகுபெயர், அன்மொழித்தொகை முதலியன குறிப்பெச்சமாம்.

---

402. ELLIPSIS.

தொகை நிலைத்தொடர்.

சoஉ. பெயரொடு பெயரும், வினையும், வேற்றுமை
முதலிய பொருளின் அவற்றின் உருபிடை
ஒழிய இரண்டு முதலாத் தொடர்ந்தொரு
மொழிபோ னடப்பன தொகைநிலைத் தொடர்சொல்.
[வினா 151.]

[பெயர்ச்சொல்லோடு பெயர்ச்சொல்லும், பெயர்ச்சொல்லோடு வினைச்சொல்லும், வேற்றுமை வினை பண்பெனப் பின்னர் வகுத்துக்கூறும் அறுவகைப் பொருட்புணர்ச்சிக்கண் அவற்றினுருபுகள் இடையே தொக்குநிற்ப இரண்டுமுதலிய பலசொற்கள் தொடர்ந்து ஒருமொழிபோல் நடப்பன யாவை அவை தொகை நிலைத் தொடர் சொற்களாம்.]

---

403. THE SIX KINDS of ELLIPTICAL EXPRESSIONS.

௪௦௩. வேற்றுமை, வினை, பண் புவமை, உம்மை,
அன்மொழி, எனஅத் தொகை ஆறாகும்.
[வினா 151.]

[வேற்றுமைத் தொகையும், வினைத்தொகையும், பண்புத்தொகையும், உவமைத்தொகையும், உம்மைத்தொகையும், அன்மொழித்தொகையும் என மேற்கூறிய தொகைநிலைத்தொடர்சொல் அறுவகைப்படும்.]

---

404. ELLIPSIS OF THE CASAL SIGN.

வேற்றுமைத் தொகை.

௪௦௪. இரண்டு முதலா இடையா றுருபும்
வெளிப்படல் இல்லது வேற்றுமைத் தொகையே.
[வினா 152.]

[எழுவாய்க்கும் விளிக்கும் இடையே நின்ற இரண்டாவது முதலிய ஆறுவேற்றுமை உருபும் தொக்க தொடர்சொற்கள் வேற்றுமைத் தொகைகள் ஆம்.]

(உ-ம்.) நிலங்கடந்தான். [இருமொழித் தொகைநிலைத்தொடர்.]
யானைக்கோட்டு நுனிக்குறைத்தான். [பன்மொழித்தொகை நிலைத்தொடர்.]

---

405. ELLIPSIS IN VERBS OF THE SIGNS OF TENSE, PERSON, &c.

வினைத்தொகை.

௪௦௫. காலங் கரந்த பெயரெச்சம் வினைத்தொகை.
[வினா 153.]

[காலம் பற்றிப் புடை பெயர்ச்சி வினை உருபாகிய தம்மிறுதிக்கண் தொக்குநிற்பச் செய்வதாதி அறுபொருட் பெயராகிய தம் எச்சங் கொண்டபெயர் எச்சங்கள் வினைத்தொகைகள் ஆம்.]

(உ-ம்.) ஆடுவேல்.
ஆடிடம்.
திரிதொழில்.
உண்சோறு.
புணர்பொழுது.

406. ELLIPSIS OF THE ADJECTIVE SIGN: APPOSITION.

சOசு. பண்பை விளக்கு' மொழி தொக்கனவும்,
ஒருபொருட் கிருபெயர் வந்தவுங், குணத்தொகை.
[வினு 154.]

[குணப்பெயரோடு குணிப்பெயர் புணருங்கால் அக்குணியோடு குணத்துக்கு உண்டாகிய ஒற்றுமைநயத்தை விளக்குதற்கு ஆண்டு வரும் ஆகிய என்னும் மொழியாகிய பண்புருபு தொக்குநிற்பனவும், அப்பண்புருபு தொக்குநிற்பப் பொதுப்பெயருஞ் சிறப்புப்பெயரும் ஆய் ஒருபொருட்கு இருபெயர்வந்தனவும் ஆகிய இவ்விரண்டும் பண்புத்தொகைகள் ஆம்.]

(உ-ம்) ஆயன் சாத்தன். [இருபெயர் ஒட்டுப்பண்புத்தொகை.]

செந்தாமரை. [செம்மையாகிய தாமரை.]
கருங்குவளை. [கருமையாகிய குவளை.]

407. ELLIPSIS OF PARTICLE OF COMPARISON.

சOஎ. உவம உருபில துவமத் தொகையே.
[வினு 155.]

[வினை பயன் மெய் உருவு என்பன பற்றிவரும் உவம உருபுகள் தொக்க தொடர்சொற்கள் உவமத்தொகைகள் ஆம்.]

(உ-ம்.) மதிமுகம். [மதிபோலும் முகம்.]
பவளவாய். [பவளம் போலும் வாய்.]

408. PARTICLES OF COMPARISON.

சOஅ. போலப், புரைய, ஒப்ப, உறழ,
மானக், கடுப்ப, இயைய, ஏய்ப்ப,
நேர, நிகர, அன்ன, இன்ன,
என்பவும், பிறவும், உவமத் துருபே.
[வினு 109.]

[போல என்பது முதலிய செய என் எச்சம் பத்தும், அன்ன, இன்ன என்னும் பெயர்எச்சக் குறிப்பிரண்டும், இவை போல்வன பிறவும், உவம உருபுகள் ஆம்.]

409. ELLIPSIS OF உம், THE CONJUNCTIVE PARTICLE.

சOகூ. எண்ணல், எடுத்தல், முகத்த னீட்டல்,
எனுநான் களவையுள் உம்இல தத்தொகை.
[வினா 156.]

[எண்ணல் அளவை, எடுத்தல்அளவை, முகத்தல்அளவை, நீட்டல்அளவை என்னும் நால்வகைஅளவைகளால் பொருள்களை அளக்குங்கால் தொடரும் அவ்வளவைப் பெயர்களுள் உம்மையாகிய உருபு தொக்கு நிற்பன உம்மைத்தொகைகள் ஆம்.]

(உ-ம்.)	கபில பரணர்.	[எண்ணல்.]	(கபிலனும் பரணனும்.)
	கழஞ்சே கால்.	[எடுத்தல்.]	(கழஞ்சும் காலும்.)
	கலனே தூணி.	[முகத்தல்.]	(கலனுந் தூணியும்.)
	சாணரை.	[நீட்டல்.]	(சாணும் அரையும்.)

410. THE ELLIPSIS OF OTHER WORDS: METONOMY.

சகO. ஐந்தொகை மொழிமேற் பிறதொகல் அன்மொழி.
[வினா 157.]

[வேற்றுமைத்தொகை முதலிய ஐவகைத் தொகைநிலைத்தொடர் மொழிகளுக்கும் புறத்து அவை அல்லாத பிறமொழிகள்ஆகிய உருபுகள் தொகுதல் அன்மொழித்தொகை ஆம்.]

(உ-ம்.) பூங்குழல் = பூவையுடைய குழலினை யுடையாள்.
பொற்றுலி = பொன்னினாகிய தாலியினை யுடையாள்.
தடியிடை = தடியன்ன இடையினை யுடையாள்.

411. THE WORD WHICH RENDERS THE ELLIPTICAL EXPRESSION INTELLIGIBLE.

சகக. முன்மொழி பின்மொழி பன்மொழி புறமொழி
எனுநான் கிடத்துஞ் சிறக்குந் தொகைப்பொருள்.

[தொகைநிலைத்தொடர் மொழிகளின் முன்மொழிக்கண் எனும், பின்மொழிக்கண் எனும், அனைத்து மொழிக்கண் எனும், அனைத்து மொழிக்குப் புறத்துமொழிக்கண் எனும், சிறந்துநிற்கும் தொகைநிலைத்தொடர் பொருள்.]

(உ-ம்.) குடம் வனைந்தான். [முன்மொழிக்கண்.]
நிலம் உழுதான். [பின்மொழிக்கண்.]
புலிவிற் கெண்டை. [அனைத்துமொழிகள்.]
தாழ்குழல். [புறமொழிக்கண்.]

412. TWO ELLIPTICAL FORMS DISTINGUISHED.

சகஉ. வல்லொற்று வரினே இடத்தொகை ஆகும்;
மெல்லொற்று வரினே பெயர்த்தொகை ஆகும்.

[வல்லொற்றிடையே வந்துழி இடத்தின்கண் தொக்க தொகை ஆம் மெல்லொற்றிடையே வந்துழிப் பெயரின்கண் தொக்க தொகையாம்.]

(உ-ம்.) வடுகக்கண்ணன். [வடுகநாட்டிற் பிறந்தகண்ணன்.]
வடுகங்கண்ணன். [வடுகனுகிய கண்ணன்.]

413. THE PLURAL TERMINATION AFTER THE LAST NOUN.

சகங. உயர்திணை உம்மைத் தொகைபலர் ஈறே.

[விரு 156.]

[உயர்திணை ஒருமைப்பாலின்கண் வரும் உம்மைத்தொகைகள் ரவ்வீறும் கள்ளீறும் ஆகிய பலரீற்றனவே ஆம்.]

(உ-ம்.) கபில பாணர், தேவன் தேவிகள்.

நிலநீர் தீ காற்றுகாயங்கள். } அஃறிணையிலே பன்மைஈற்றாலும்,
நிலநீர் தீ காற்றுகாயம். } இயல்பான ஒருமை ஈற்றாலும் வந்தன.

414. AMBIGUOUS ELLIPSIS.

சகச. தொக்குழி மயங்குந இரண்டு முதல்ஏழ்
எல்லைப் பொருளின் மயங்கும் என்ப.

[வேற்றுமைஉருபு முதலிய உருபுகள் தொக்கு நின்ற வழிப்பொருள் களான் மயங்கும் இயல்பினவாகிய தொடர்சொற்கள் இரண்டுமுதல் ஏழீருகிய பொருள்களால் மயங்கும் என்று சொல்லுவர் புலவர்.]

(உ-ம்.) தெய்வ வணக்கம். [இரண்டுபொருள்: தெய்வத்தை வணங்கும் வணக்கம் எனவும்; தெய்வத்துக்கு வணக்கம், எனவும் விரியும்.]
தற்சேர்ந்தார். [மூன்றுபொருள்: தன்னைச் சேர்ந்தார்; தன்னொடு சேர்ந்தார்; தன்கண்சேர்ந்தார் எனவிரியும்.]
சொல்லிலக்கணம். [நான்குபொருள்.]
பொன்மணி. [ஐந்துபொருள்.]
மரவேலி. [ஆறுபொருள்.]
சொற்பொருள். [ஏழுபொருள்]

415 UNELLIPTICAL EXPRESSIONS.

சசரு. முற்றீ ரெச்சம், எழுவாய், விளிப்பொருள்,
ஆறுரு பிடை, உரி, அடுக்கிவை தொகாநிலை.

[முற்றும், பெயர்எச்சமும், வினைஎச்சமும், எழுவாயும், விளியும் ஆகிய ஐவகைப்பொருளின்கண் பெயர்வினைகள் புணரும் புணர்ச்சியும்; வேற்றுமைப்பொருளின்கண், அவற்றின் உருபாகிய இரண்டாவது முதலிய ஆறும் இடையே விரிந்துநிற்ப பெயர்வினைகள் புணரும் புணர்ச்சியும், ஏனை இடைச்சொற் புணர்ச்சியும், உரிச்சொற் புணர்ச்சியும், ஒரு சொல் அடுக்கிவரும் புணர்ச்சியும் ஆகிய ஒன்பதும் தொகாநிலைத்தொடர் ஆம்.]

(உ-ம்.) உண்டான் சாத்தன். [தெரிநிலை வினைமுற்று.]
குழையன் கொற்றன். [குறிப்புவினை முற்று.]
உண்ட சாத்தன். [பெயர் எச்சம்.]
கரிய குதிரை. [குறிப்புப் பெயர் எச்சம்.]
உண்டு வந்தான். [வினைஎச்சம்.]
இன்றி வந்தான். [குறிப்பு வினைஎச்சம்.]
சாத்தன் வந்தான். [எழுவாய்.]
சாத்தவா. [விளி.]

குடத்தை வனைந்தான். [வேற்றுமை உருபு.]

அதுகொல்தோழி. [இடைச்சொல்.]

நனிபேதையே. [உரிச்சொல்.]
பாம்பு பாம்பு. [அடுக்குச்சொல்.]

416. GRAMMATICAL ERRORS.

சசசு. திணையே, பால், இடம், பொழுது, வினா, இறை,
மரபாம் ஏழு மயங்கின் ஆம் வழுவே.

[திணைமுதலாக மரபு ஈறாக வரும் ஏழும் தத்தம்நெறி மயங்கின் வழுவாம்.]

(உ-ம்.) அவன் வந்தது. [திணைவழு.]
அவன் வந்தார். [பால்வழு.]
நேற்று வருவான். [காலவழு.]
கறக்கின்ற எருமைபாலோ, சினையோ. [வினாவழு.]
கடம்பூர்க்கு வழியாது? என்றால் இடம்பூணி என்னுவின் கன்றன்று. [விடைவழு.]
ஆடு மேய்ப்பானைப் பாகன் என்பது. [மரபுவழு.]

417. IN QUESTIONS, WORDS OF COMMON GENDER, &C. TO BE USED.

சசஎ. ஐயந், திணை, பால் அவ்வப் பொதுவினும்
மெய்தெரி பொருள்மேல் அன்மையும் விளம்புப.

[திணைஐயத்தினை அவற்றின் பொதுச்சொல்லானும், பாலையத்தினை அவற்றின் பொதுச்சொல்லானும், துணிந்தப்பொருண்மேல் எலாத தன்மையினை வைத்துங் கூறுவர்புலவர்.]

(உ-ம்.) (1.)
குற்றியோ, மகனோ அங்ஙனக் தோன்றுகிறது? தோன்றுகிறவன்? என்பது வழு. குற்றியோ, மகனோ அங்ஙனக் தோன்றுகிற உரு? எனப்பொதுச் சொல்லாற் கூறுக. [திணை ஐயம்.]

ஆண்மகனோ, பெண்மகளோ, அங்ஙனக் தோன்றுகிறவர் ஆர்? [பால்ஐயம்.]

ஒன்றோ, பலவோ, இச்செய்புக்க பெற்றம்? [அஃறிணைப்பால் ஐயம்.]

(2.) ஆண்மகன் எனிற் பெண்மகள் அல்லன்.

குற்றிஎனின் மகன் அன்று.

பல எனின் ஒன்றல்ல.

418. A NEUTER FOLLOWED BY MASCULINE OR FEMININE: ANOMALY I.

சகஅ. உயர்திணை தொடர்ந்த பொருள்முதல் ஆறும்
அதனொடு சார்த்தின் அத்திணை முடிபின.
[விஞ 137.]

[உயர்திணையைத்தொடர்ந்த அஃறிணைப்பொருள் ஆகிய ஆறும் உயர்திணையோடு சார்த்தி முடிப்பின் அவ்வெழுவாய்க்குரிய உயர்திணை முடிபினவாம்.]

(உ-ம்.) நம்பி. { பொன் / நாடு / வாணாள் / மூக்கு / குடிமை / நடை } { பெரியன். / கூரியன். / நல்லன். / கடியன. }

[நம்பிக்குப் பொன் பெரிது என்பது சிறப்பு.]

419. HIGH AND LOW CLASS NOUNS SOMETIMES TAKE A COMMON VERB: ANOMALY II.

சகக. திணைபால் பொருள்பல விரவின சிறப்பினும்,
மிகவினும், இழிபினும், ஒருமுடி பினவே.

[திணையும்பாலும் வேறுவினைப் பலபொருள்களும் விரவிநின்ற வழி யவை பலவும் சிறப்பினாலும், மிகுதியினாலும், இழிபினாலும் ஒருமுடிபினவாம்.]

(உ-ம்.) திங்களும் சான்றோரும் ஒப்பர். ஆனையும் பெரியரும் ஐந்தடக்கி நிற்பார். [சிறப்பு.]
பார்ப்பார், தவரே, சுமந்தார், பிணிப்பட்டார், மூத்தோர், குழவி எனும் இவர்கட்கு. [மிகுதி.]
மூர்க்கனும் முதலையும் கொண்டதுவிடார். [இழிபு.]

420. GENDER AND NUMBER CONFOUNDED, FROM JOY AND OTHER CAUSES: ANOMALY III.

வழுவமைதி.

சஉ0. உவப்பினும், உயர்வினும், சிறப்பினும், செறலினும்,
இழிப்பினும், பால்திணை இழுக்கினும் இயல்பே.

[வினா 137.]

[உவப்பு முதலிய ஐந்தினும் பாலுந் திணையும் வழுவி வரினும் இயல்பாம்.]

(உ-ம்.) தன் புதல்வனை, "என் அம்மை வந்தாள்" என்பது உவப்பின் ஆண்பால் பெண்பால் ஆயிற்று.

ஓர்ஆவினை "என் அம்மை வந்தாள்" என்பது மகிழ்ச்சியினால் அஃறிணை உயர்திணை ஆயிற்று.

ஒருவனை, "அவர் வந்தார்." [உயர்வு.]

"தாதாய்! மூவேழுலகுக்குந் தாயே." [சிறப்பு.]

எனைத்துணையர் ஆயினும் என்னும்?
தினைத்துணையுந் தேரான், பிறன்இல் புகல். [கோபம்.]

பெண்வழிச் செல்வானை நோக்கி, "இவன்பெண்." [இழிவு.]

421. NUMBERS AND PERSONS INTERCHANGED: ANOMALY IV.

வழுவமைதி.

சஉக. ஒருமையிற் பன்மையும், பன்மையின் ஒருமையும்
ஓர்இடம் பிறஇடம், தழுவலும் உளவே.

[வினா 137.]

[ஒருமைப்பாலின்கண் பன்மைச்சொல்லைத் தழுவிக் கூறுதலும், பன்மைப்பாலின்கண் ஒருமைச்சொல்லைத் தழுவிக் கூறுதலும், ஓரிடத்தின்கண் பிறவிடச்சொல்லைத் தழுவிக் கூறுதலும் உளவாம்.]

(உ-ம்.) (1.) இக்குளத்து நீர் எல்லாங் கொண்டெய்த்தான் இவன். [ஒருமையில் பன்மை.]
(2.) இரண்டு கண்ணுஞ் சிவந்தது. [பன்மையில் ஒருமை.]
(3.) அல்லைத் தந்தை அடும்போரிற் செறியர். [ஒருமையில் பன்மை.]
(4.) சாத்தன்தாய் இவை செய்வனோ? [படர்க்கையில் தன்மை.]
(5.) நீயோ, அவனோ யார் இதுசெய்தார்? [விரவி ஒரிடத்திற்குரிய முடிபேற்றது.]

422. CERTAIN UNVARYING USES OF THE PERSONS.

சஉஉ. தரல், வரல், கொடை, செலல் சாரும் படர்க்கை;
எழுவாய் இரண்டும் எஞ்சிய ஏற்கும்.

[இந்நால்வகைச் சொற்களையும் படர்க்கை சாரும்; இவற்றுள் முதற் கண் நின்ற தரல், வரல் என்னும் இருவகைச்சொற்களையும் தன்மை முன்னிலைகள் ஏற்கும்.]

(உ-ம்.) அவனுக்குத் தந்தான்.
அவன்பால் வந்தான்.

எனக்குத் தந்தான்.
என்பால் வந்தான்.

நினக்குத் தந்தான்.
நின்பால் வந்தான்.

423. THE THREE TENSES.

௪௨௩. இறப்பெதிர்வு நிகழ்வெனக் கால மூன்றே.

[விஞ 78.]

[முன்னர்க் கூறிய காலம் இறந்தகாலமும், எதிர்காலமும், நிகழ்காலமும் என மூன்றும்.]

424. THE PRESENT EXPRESSES ANYTHING SUBSISTING IN THE THREE TIMES: ANOMALY V.

௪௨௪. முக்கா லத்தினும் ஒத்தியல் பொருளைச்
செப்புவர் நிகழுங் காலத் தானே.

[விஞ 146.]

[தந்தொழில் இடை அறாது, முக்காலத்தினும் ஒருதன்மையவாய் இயலும் பொருள்களை நிகழ்காலத்தாற் கூறுவர் புலவர்.]

(உ-ம்.) அவனியைத் தாங்கி அரசர் இருக்கின்றார்.
மலை நிற்கிறது, தெய்வம் இருக்கின்றது.

425. INTERCHANGE OF TENSES: ANOMALY VI.

௪௨௫. விரைவினு மிகவினும், தெளிவினும், இயல்பினும்,
பிறழவும் பெறூஉ முக் காலமும் ஏற்புழி.

[விஞ 146—149.]

[விரைவு, மிகுதி, தெளிவு என்னும் மூன்றுகாரணங்களினாலும், காரணமின்றியும், முக்காலங்களையும் ஒன்றை ஒன்றாகக் கூறப்படும் ஏற்கும் இடத்து.]

(உ-ம்.) "உண்டேன், உண்டேன்." [என்பான் விரைவினால்.]

களவு செயிற்கை அறப்புண்டான். [மிகுதி.]

எறும்பு முட்டை கொண்டு திட்டை ஏறின் மழை பெய்தது. [தெளிவு.]
நாம் பண்டு விளையாடுவதிக்காய். [இயல்பு.]

---

426. SEVEN DIFFERENT KINDS OF QUESTIONS.

விஞ.

சஉசு. அறிவறி யாமை, ஐயுறல், கொளல், கொடை,

ஏவல், தரும்விஞ ஆறும் இழுக்கார்.

[அறிவு முதலியன தருதலான் வரும் விஞ ஆறனையும் கடியாது கொள்வர் புலவர்.]

(உ-ம்.) "இச்சூத்திரத்துக்குப் பொருள்யாது."
(1.) ஆசிரியன் மாணாக்கனைநோக்கிக் கேட்பது. [அறிவிஞ.]
(2.) மாணாக்கன் ஆசிரியனைநோக்கி அவ்வாறு கூறுவது. [அறியாவிஞ.]
(3.) குற்றியோ மகனோ. [ஐயவிஞ.]
(4.) பொன்னுளதோ, மணியுளதோ. [கொளல்விஞ.]
(5) சாத்தனுக்கு ஆடையில்லையே. [கொடைவிஞ.]
(6.) சாத்தா உண்டாயோ. [ஏவல்விஞ.]

---

427. DIFFERENT MODES OF ANSWERING.

விடை.

சஉஎ. சுட்டு, மறை, நேர்; ஏவல், விஞதல்,

உற்ற துரைத்தல், உறுவது கூறல்,

இனமொழி எனும்எண் இறையுள், இறுதி

நிலவிய ஐந்தும் பொருண்மையி னேர்ப.

[இவ்விறை எட்டனுள் முன்னைய மூன்றும் செவ்வனிறைஆம். பின்னைய ஐந்தும் இறைப்பொருள் பயத்தலின் இறையாகத் தழீஇக் கொள்வர் புலவர்.]

(உ-ம்.) (1.) "கருவூருக்கு வழியாது"? இது. [சுட்டு.]
(2.) செய்வாயோ? செய்யேன். [மறைவிடை.]
செய்வேன். [உடன்படல்.]
} செவ்வனிறை.

குறிப்பினாலே இறைபயப்பது.
- நீ செய். [ஏவல்.]
- செய்வேனோ. [விஞதல் விடை.]
- உடம்புநொந்தது. [உற்றதுரைத்தல்.]
- உடம்புநோம். [உறுவது கூறல்.]
- மற்றையதைச் செய்வேன். [இனமொழி.]

428. THE PERSON AND THE MEMBERS NOT TO BE CONFOUNDED.

சஉ௮. வினாவினும் செப்பினும் விரவா சினைமுதல்.

[வினாவுதற் கண்ணும், செப்புதற் கண்ணும் சினைமுதல்கள் ஒற்றுமை கருதி மயங்கக் கூறப்படா.]

(உ-ம்.) சாத்திகண் பெரியவோ, கொற்றிகண் பெரியவோ?
சாத்தன் நல்லனோ, கொற்றன் நல்லனோ?
சாத்திகண் பெரிய, கொற்றிகண் பெரிய.
சாத்தன் நல்லன், கொற்றன் நல்லன்.
[வினாவுதலும் விடைகொடுத்தலும் வழாநிலை.]

கண்ணல்லவோ, அவன் நல்லனோ?
கணநல்ல, அவன் நல்லன். [வழு.]

429. CLASSICAL USAGE.

மரபு.

சஉ௯. எப்பொருள் எச்சொலின் எவ்வா றுயர்ந்தோர்
செப்பினர் அப்படிச் செப்புதல் மரபே.
[வினா 163.]

[தொன்று தொட்டு, உலகவழக்கிலுஞ் செய்யுள்வழக்கிலும் யாதொரு பொருளை யாதொரு சொல்லால் யாதொரு நெறியால் அறிவுடையோர் சொன்னார்களோ அப்பொருளை அச்சொல்லால் அந்நெறியாற் சொல்லுதல் மரபு ஆம்.]

(உ-ம்.) யானைமேய்ப்பன் பாகன். [வழாநிலை.]
குதிரைக்கன்று. [வழு.]

430. A NOUN OF MANY SHADES OF MEANING SHOULD HAVE A VERB THAT MAY AGREE WITH ALL.

சங0. வேறுவினைப் பல்பொருள் தழுவிய பொதுச்சொலும்,
வேறவற்றெண்ணும், ஓர் பொதுவினை வேண்டும்.

[வெவ்வேறு வினைகட்குரிய பலபொருள்களையும் ஒருங்கு தழுவி நிற்கும் ஓர் பொதுச்சொல்லும், அவற்றின் சிறப்புச் சொற்களாய் எண்ணிநிற்கும் பலசொல்லும், ஒன்றற்குரிய சிறப்புவினைவேண்டாது எல்லாவற்றிற்கும் உரியதோர் பொதுவினை வேண்டுவனஆம்.]

(உ-ம்.) அடிசில் [எ-ந] உண்பன, தின்பன, நக்குவன, குடிப்பனவற்றிற்குப் பொது,
ஆதலால், அடிசில் அயின்றார், மிசைந்தாரென்க,
அணி அணிந்தார், படை வழங்கினர்.

431. AN EQUIVOCAL WORD DETERMINED BY A WORD IN THE CONTEXT.

௪௩௧. வினைசார் பினம்இட ' மேவி விளங்காப்
பலபொருள் ஒருசொல் பணிப்பர் சிறப்பெடுத்தே.

[குறித்த பொருளை விளக்கும் வினையினையும், சார்பும் இனமும் இடமும் முதலியபெயரினையும், பலபொருள் ஒரு சொற்பொருந்தி விளங்கிக் கிடந்ததேல் அதனை வாளாகூறி அவ்வினை பெயர்களைப் பொருந்தாமை யால் விளங்காது கிடந்ததனைச் சிறப்பொடு கூட்டிக் கூறுவர்புலவர்.]

(உ–ம்.) மா, [பலபொருள் ஒருசொல்.]
மாப்பூத்தது. [மரம்.]
மாவீழ்மலர். [வண்டு.]
காலகன், கரி, மா, இரதம், ஈாலங்கம். [குதிரை.]
மாமறுத்த மலர்மார்பன். [திருமகள்.]

432. COMPOUND WORDS CAPABLE SOMETIMES OF A TWO-FOLD DIVISION AND INTERPRETATION.

௪௩௨. எழுத்தியல் திரியாப் பொருடிரி புணர்மொழி
இசைத்திரி பாற்றெளி வெய்தும் என்ப.
[வி௵ 150.]

[எழுத்தினதியல்பு வேறுபடாது பொருள் வேறுபட்டுச் சொல்லும் பொருளும் ஐயுற நிற்குந் தொடர்மொழிகள் அங்ஙனங் குறித்துக் கூறுஞ் சொற்களின் இறுதியும் முதலுந் தோன்ற இசை அறுத்துக் கூறும் வேறுபாட்டால் துணியப்படும் என்று சொல்லுவர் புலவர்.]

(உ–ம்.) செம்பொன் பதின்றொடி.
செம்பொன் பதின்றொடி = செம்பொன் பத்துப்பலம்.
செம்பொன் பதின்றொடி = செம்பு ஒன்பது பலம்.

433. WORDS IN APPOSITION MAY HAVE A COMMON VERB, OR EACH ITS OWN.

௪௩௩. ஒருபொருள் மேற்பல பெயர்வரின், இறுதி
ஒருவினை கொடுப்ப; தனியும் ஓரோவழி.
[வி௵ 135.]

[ஒரு பொருள் மேல் பலபெயர் வருமாயின் பொருள் ஒன்றே என்பது தோன்ற இறுதிக்கண் ஒருவினைகொடுத்துக் கூறுவர், ஒருபொருளாதல் தவறாத வழிப்பெயர்தோறும் கொடுத்துங்கூறுவர் புலவர்.]

(உ–ம்.) ஆசிரியன், பேரூர்கிழான், இளங்கண்ணன், சாத்தன் வந்தான்.
ஆசிரியன்வருக, பேரூர்கிழான்வருக, இளங்கண்ணன்வருக, சாத்தன் வருக.

சாஙச. EPITHETS SHOULD PRECEDE THE NAME.

சாஙச. திணை, நிலம், சாதி, குடியே, உடைமை,

குணம், தொழில், கல்வி, சிறப்பாம் பெயரோ

டியற்பெயர் ஏற்றிடில் பின்வரல் சிறப்பே.

[திணைமுதலாகக் கல்வி ஈறாக விதந்தன முதலிய பற்றிவருஞ் சிறப்புப் பெயருடனே இயற்பெயரை ஒருபொருள் ஒருங்கேற்குமாயின் அவ்வியற் பெயர் பின்வருதல் சிறந்த மரபாம்.]

(உ-ம்.) (1.) குன்றவன் கொற்றவன். [திணை.]
(2.) அறிவாளன் அழகன். [நிலம்.]
(3.) பார்ப்பான் பாராயணன். [சாதி.]
(4.) ஊர்கிழான் ஓணன். [குடி.]
(5.) பொன்னன் பொறையன். [உடைமை.]
(6.) கரியன் கம்பன். [குணம்.]
(7.) ஏடவி நம்பி. [தொழில்.]
(8.) தெய்வப்புலவன் திருவள்ளுவன். [கல்வி.]

சாஙரு. A DEMONSTRATIVE PRONOUN AFTER THE NOUN; THE VERB BEFORE OR AFTER.

சாஙரு. படர்க்கை முப்பெயரோ டணையிற் சுட்டுப்

பெயர்பின் வரும்;வினை எனிற்பெயர்க் கெங்கும்

மருவும் வழக்கிடை; செய்யுட் கேற்புழி.

[படர்க்கை இடத்தவாகிய உயர்திணைப்பெயர், அஃறிணைப் பெயர், விரவுப்பெயர் என்னும் மூவகைப் பெயரோடு சுட்டுப்பெயர் சாரின் அச் சுட்டுப்பெயர் அம்மூவகைப்பெயர்க்கும் பின்வரும். அவ்விடத்தே வினை யாகிய முடிக்குஞ் சொல்வரும் ஆயின், அம்முடிக்குஞ் சொல்லில்லை ஆ யின் அப்பெயர்க்குப் பின்னும் முன்னும்வரும்; இம்மரபு வழக்கின்கண் ணவாம் செய்யுட்கண்ணே எனின் நியதி இன்றி வேண்டியஆறே வரப் பெறும்.]

(உ-ம்.) நம்பி வந்தான், அவனுக்குச் சோறு இடுக, [உயர்திணை.]
எருது வந்தது அதற்குப் புல்லிடுக. [அஃறிணை.]
சாத்தன் வந்தான் அவனுக்கு பலியிடுக. [விரவுப்பெயர்.]
வந்தான் நம்பி சோறு இடுக.

நம்பி அவன், அவன் நம்பி.

அவன் அணங்கு நோய் செய்தான், ஆயிழாய், வேலன். [செய்யுள்.]

436. WORDS REPEATED.

அடுக்குத் தொடர்.

சாஙஙு. அசைநிலை, பொருணிலை, இசைநிறைக் கொருசொல்
இரண்டு, மூன்று, நான் கெல்லைமுறை அடுக்கும்.

[அசைநிலைக்கும், விரைவு, வெகுளி, உவகை, அச்சம், அவலம் முதலிய பொருள் நிலைக்கும் இசை நிறைக்கும் ஒருசொல் இரண்டு மூன்று நான்களவும் முறையே அடுக்கும்.]

(உ-ம்.) (1.) அன்றே, அன்றே. [அசைநிலை.]
(2.) வந்தேன், வந்தேன். [விரைவு பொருணிலை.]
(3.) நல்குமே, நல்குமே, நல்குமே நாமகள்! [இசைநிறை.]
(4.) உய்யேன், உய்யேன். [அவலம்.]
(5.) தீத்தீத்தீ. [அச்சம் மும்முறை]

437. REDUPLICATED WORDS MUST NOT BE DIVIDED.

சாஙஎ. இரட்டைக் கிளவி இரட்டிற் பிரிந்திசையா.

[இரட்டைச் சொற்கள் அவ் இரட்டிப்பிற் பிரிந்து தனித்து ஒலியா.]

(உ-ம்.) சரு சருத்தது. [இது இரட்டித்துப் பிரியாது நின்றது.]

438. ESSENTIAL ADJUNCTS NOT TO BE SEPARATED FROM A NOUN.

சாஙஅ. ஒருபொருட் பல்பெயர் பிரிவில வரையார்.

[ஒருபொருள் மேல் பலபெயர் கூறுங்கால் அப்பொருளினின்றும் பிரிதல் இல்லாதனவற்றை நீக்காது கூறுவர் புலவர்.]

(உ-ம்.) ஆசிரியன் பேரூர்கிழான் இளங்கண்ணன் சாத்தன் வந்தான்.
[மாணாக்கருக்கு நூற்பொருள் உணர்த்தலால் ஆசிரியத்தன்மையும், ஊருரிமையுங் கண்ணின்வேறுபாடும் உடையவன் சாத்தன் ஆதலால் பிரிவில்லன்.]

439. REDUNDANT WORDS SANCTIONED BY CUSTOM: ANOMALY VII.

சாஙகூ. ஒருபொருட் பன்மொழி சிறப்பி னின்வழா.

[ஒருபொருளையே குறித்துவரும் பலசொற்கள் அவ்வாறு வருதற்கு ஓர்காரணம் இன்றேனும் சொல்லின்பந் தோன்றச் சிறந்து நிற்றலின் அவை வழுவென்று நீக்கப்படாவாம்.]

(உ-ம்.) மீமிசை. [மீஎன்பதும், மிசை என்பதும், மேல்.]
உயர்ந்தோங்கும் மலை. [உயர்ந்து, ஓங்கும் இரண்டும் ஒன்று.]
சாலேஞ்கமுகு. [சால இளமை இரண்டும் ஒன்று.]

440. உம் TO BE USED IN CERTAIN CASES.

சச0. இனைத்தென் றறிபொருள், உலகின் இலாப்பொருள்,
வினைப்படுத் துரைப்பின் உம்மை வேண்டும்.
[வினா 113.]

[இத்தனையென்று வரையறை உணரப்படும் பொருளும், எக்காலத்தும் எவ்விடத்தும் இல்லாத பொருளும், அவற்றை வினைப்படுத்துக் கூறுங் கால் முற்றும்மை வேண்டி நிற்கும்.]

(உ-ம்.) (1.) தமிழ்நாட்டுமூவேந்தரும் வந்தார். [இனைத்தென்றறிபொருள்.]
(2.) பவளக்கோட்டு நீலயானையென்றும் இல்லை. [உலகின் இலாப்பொருள்.]
ஒளிமுன்னிருள் எங்கும் இல்லை.

441. THE OBJECT SOMETIMES MADE THE SUBJECT: ANOMALY VIII.

சசக. செயப்படு பொருளைச் செய்தது போலத்
தொழிற்படக் கிளத்தலும் வழக்கினுள் உரித்தே.
[வினா 129.]

[செயப்படுபொருளையுங் கருவியையும் இடத்தையும் செயலையுங் காலத்தையுங் கருத்தாவைப் போல வைத்து, அதன்மேல் வினைமுதல் வினையேற்றிக் கூறுதலும் வழக்கின்கண் உரித்தாம்.]

(உ-ம்.) இம்மாடு நான் கொண்டது.
இச்சோறு நான் கொடுத்தது. } [செயப்படு பொருள்.]
இவ்வெழுத்து நான் எழுதினது.

இவ்வெழுத்தாணி நான் எழுதியது. [கருவி.]
இவ்வீடுயான் இருந்தது. [இடம்.]
இத்தொழில் நான்செய்தது. [செயல்.]
இந்நாள் நான் பிறந்தது. [காலம்.]

442. THE FIRST MEMBER OF A COMPOUND NOUN MAY BE EITHER COMMON, OR PECULIAR TO THOSE WORDS.

சசஉ. பொருள்முதல் ஆறும் அடைசேர் மொழிஇனம்
உள்ளவும், இல்லவும், ஆம்இரு வழக்கினும்.
[வினா 150.]

[பொருள் ஆதி ஆறாகிய அடைகள் அடுத்து வருமொழிகள் இனம் உள்ளனவே ஆம், அன்றி இனம் இல்லனவும் ஆம் உலகவழக்கினுள்ளும் செய்யுள் வழக்கினுள்ளும்.]

(உ.-ம்.) செந்தாமரை. } [இனம் உள்ளது.]
செய்க்குடம்.
உப்பளம். } [இனம் இல்லது உப்பில்லா அளம் இல்லாததினாலே.]
சிறைவண்டு.

443. SUCH EPITHETS MAY SUGGEST THE OPPOSITE.

சசா. அடைமொழி இனமல் லதுந்தரும் ஆண்டுறின்.

[மேற்கூறிய அடைசேர்மொழி இனத்தைத் தருதலே அன்றி, அதனோடு இனம் அல்லதனையுந்தரும், அவ்விடத்திற்குப் பொருந்துமாயின்.]

(உ.-ம்) அறஞ்செய்தான் மோட்சம் புகுவான் எனின்.
மறஞ் செய்தான் நரகம் புகுவான் எனவரும்.

444. SUCH MEMBERS OF COMPOUND WORDS MAY BE ACCUMULATED.

சசச. அடைசினை முதல்முறை அடைதலும், ஈரடை
முதலோ டாதலும், வழக்கியல்; ஈரடை
சினையொடு செறிதலு மயங்கலும் செய்யுட்கே.

[மேற்கூறிய அடை, முதல் சினைகளை அடுத்து வருங்கால், ஓரடையும் ஒருசினையும் ஒருமுதலும் ஒன்றை ஒன்று விசேடித்து வருதலும்; இரண்டடை முதலை விசேடித்து வருதலும், வழக்கு நடையாம்; இரண்டடை சினையை விசேடித்து வருதலும் இவ்வரம்பிறந்து வருதலும் செய்யுள் நடை ஆம்.]

(உ.-ம்.) செங்கானாரை. } [ஓர்அடை, ஒருசினை, ஒருமுதல்.]
பழக்குலை வாழை.
முழக்குதிரை கடல்.
மனைச்சிறு கிணறு. [இரண்டு அடை.]
சிறுகருங்காக்கை. [இரண்டடை முதல்.]

சிறுபைந்துவி. [ஈரடை, சினை.]

பெருந்தோட் சிறுமருங்குற் பேரமர்க்கட்பேதை. [மயங்கிவந்தது.]

445. LET NATURAL QUALITIES BE SO EXPRESSED.

சசரு. இயற்கைப் பொருளை இற்றெனக் கிளத்தல்.

[இயற்கைப் பொருள் செயற்கைப் பொருள் என இருவகைப்படும் பொருள்களுள் இயற்கைப் பொருளை இத்தன்மைத்து என்று கூறுக.]

(உ.-ம்.) நிலம் வலிது.

446. WHEN ARTIFICIAL QUALITIES ARE SPOKEN OF THE CAUSE MAY BE EXPRESSED OR UNDERSTOOD; SO MAY THE WORD IMPLYING THE ACQUISITION OF THE QUALITY.

சசசு. காரண முதலா ஆக்கம் பெற்றும்,
காரணம் இன்றி ஆக்கம் பெற்றும்,
ஆக்கம்இன்றிக் காரணம் அடுத்தும்,
இருமையும் இன்றியும் இயலுஞ் செயும்பொருள்.

[முதல் துணை நிமித்தங்களால் செய்யும் பொருளாகிய செயற்கைப் பொருளைக் கூறுங்கால் காரணச் சொல் முன்வர ஆக்கச் சொல் பின்வரப் பெற்றும் காரணச் சொல் தொக்குநிற்ப ஆக்கச் சொல் வரப்பெற்றும் ஆக்கச் சொல் தொக்கு நிற்பக் காரணச் சொல்வரப் பெற்றும் இவ்விருவகைச் சொல்லும் தொக்கு நிற்கவும் நடக்கும்.]

(உ-ம்.) கடுவுக்கைபிழி எண்ணெயும் பெற்றமையான் மயிர் நல்லவாயின. [காரணமுதலா ஆக்கம் பெற்றது.]

மயிர் நல்லவாயின. [காரணச்சொல் தொக்கு ஆக்கம் பெற்றது.]

கடுவுங் கைபிழி எண்ணெயும் பெற்றமையான் மயிர்நல்ல. [ஆக்கச்சொல் தொக்கு வந்தது.]

மயிர்நல்ல. [இரண்டும் தொக்கு வந்தது.]

447. METHODS OF NEGATION AND AFFIRMATION.

சசஎ. தம்பால் இல்ல தில்லெனின், இன்னுய்
உள்ளது கூறியு மாற்றியும், உள்ளது
சுட்டியும், உரைப்பர் சொற்சுருங் குதற்கே.

[ஒருவன் வினவியது தம்பக்கல் இல்லையாயின் அதனை இல்லை என்னல் உறின் அவன் வினவியதற்கு இனமாய்த் தம்பக்கல் உள்ளதனைக்கூறி அக்கூற்றானே அதனை இல்லை என்றும், உள்ளதாயின் இத்துணை உண்டென்றும் கூறுவர் புலவர் வினவுதலும் செப்புதலும் ஆகிய சொற்கள் சுருங்குதற் பொருட்டு.]

(உ-ம்.) பயறுளதோ, வணிகீரே?
உழுந்துண்டு.
உண்டு. }
இவ்வளவுண்டு. }

448. THE THREE SYNONYMES ஈ, தா AND கொடு.

௪௪௮. ஈ, தா, கொடுஎனு மூன்று முறையே
இழிந்தோன் ஒப்போன் மிக்கோன் இரப்புரை.

[“ஈ” என்பது இழிந்தோன் உயர்ந்தோன் மாட்டு இரக்குஞ் சொல் ஆம். “தா” என்பது ஒப்போன் ஒப்போன்மாட்டு இரக்குஞ் சொல் ஆம் “கொடு” என்பது உயர்ந்தோன் இழிந்தோன் மாட்டு இரக்குஞ் சொல் ஆம்.]

(உ-ம்.) தந்தை ஈ!
தோழா தா!
மைந்தா கொடு!

449. WORDS THAT SUGGEST AN IDEA.

௪௪௯. முன்னத்தின் உணருங் கிளவியும் உளவே.

[வெளிப்படையான் அன்றிக் குறிப்பால் பொருள் உணரப்படுஞ் சொற்களும் சில உள ஆம்.]

(உ-ம்.) செஞ்செவியர் = செவிஎல்லாஞ் செம்பொன் அணிந்த செல்வத்தினர்.

450. WHEN IMPOSSIBLE ATTRIBUTES ARE POETICALLY ASCRIBED USE THE WORDS OF THE LOWER CLASS (NEUTER).

௪௫0. கேட்குந போலவுங், கிளக்குந போலவும்,
இயங்குந போலவும், இயற்றுந போலவும்,
அஃறிணை மருங்கினும், அறையப் படுமே.

[கேளாதனவற்றைக் கேட்குவன போலவும், சொல்லாதனவற்றைச் சொல்லுவன போலவும், நடவாதனவற்றை நடப்பன போலவும், இத் தொழில்கள் அல்லன பிறசெய்யாதனவற்றைச் செய்வன போலவும், அஃறிணைஇடத்தும் சொல்லப்படும்.]

(உ-ம்.) இரவெல்லாம் நின்றுய் ஆல் ஈர்ங்கதிர்த்திங்கள்.
பகைமையுங் கேண்மையுங் கண்ணுரைக்கும்.
இவ்வழி அவ்வூருக்குப் போம்.
தேன் தேவர்க்கியும் மலே.

451. IN POETICAL AND RHETORICAL FIGURES GENDERS AND CLASSES ARE CONFOUNDED [PERSONIFICATION].

சருக. உருவகஉவமையில், திணை,சினை முதல்கள்,
பிறழ்தலும், பிறவும் பேணினர் கொளலே.

[உருவகத்தின் கண்ணும் உவமைக் கண்ணும் இருதிணை தம்முள் மயங்குதலும் சினைமுதல் தம்முள் மயங்குதலும் இவ்வியலுள் சொல்லாது ஒழிந்தனவும் போற்றிக்கொள்க.]

(உ-ம்.) மன்னர் மடங்கன், மறையவர் சொன்மாலை,
அன்ன நடையினர்க் காரமுதந், துன்னும்.
பரிசிலர்க்குவானம், பனிமலர்ப்பூம்பைந்தார்.
எரிசினவேற்றானெங்கோ?

452. THE EIGHT METHODS OF CONSTRUCTION.

சருஉ. யாற்று நீர்,மொழி மாற்று, நிரனிறை, விற்பூண்,
தாப்பிசை, அளைமறி பாப்புக், கொண்டுகூட்
'டடிமறி மாற்றெனப் பொருள்கோள் எட்டே.

[யாற்றுநீர்ப் பொருள்கோளும், மொழிமாற்றுப் பொருள்கோளும், நிரனிறைப் பொருள்கோளும், விற்பூட்டுப் பொருள்கோளும், தாப்பிசைப் பொருள்கோளும், அளைமறி பாப்புப் பொருள்கோளும், கொண்டுகூட்டுப் பொருள்கோளும், அடிமறிமாற்றுப் பொருள்கோளும் எனப் பொருள் கோள் எட்டாம்.]

(I.) NATURAL CONSTRUCTION.

453. WHEN THE CONSTRUCTION FLOWS LIKE A RIVER.

சருங. மற்றைய நோக்கா தடிதொறும் வான்பொருள்
அற்றற் றொழுகும்அஃ தியாற்றுப் புனலே.

[மொழிமாற்று முதலிய போல் பிறழ்ந்து செலவேண்டாது யாற்றுப் புனல் ஒழுக்குப்போல் நெறிபட்டு அடிதோறும் வான்பொருள் அற்றற்றொழுகும் அப்பொருள்கோள் யாற்றுநீர்ப் பொருள்கோளாம்.]

(உ-ம்.) சொல்லரும் சூற், பசும் பாம்பின் தோற்றம் போல்
மெல்லவே கரு விருந் தீன்று, மேல் அலர்
செல்வமே போல் தலை நிறுவித், தேர்ந்த நூற்
கல்விசேர் மாந்தரின் இறைஞ்சிக் காய்த்தவே.

(II.) TRANSPOSED CONSTRUCTION.

454. WHEN A DISTINCT CLAUSE IS INTERPOSED BETWEEN TWO WORDS CLOSELY CONNECTED IN SENSE.

௪௫௪. ஏற்ற பொருளுக் கியையு மொழிகளை
மாற்றி, ஓர்அடியுள் வழங்கல் மொழிமாற்றே.

[இரண்டு மொழியும் அவை கொள்ளும் இரண்டு பயனிலையுமாய் வரக் கூறுவார் அந்நான்கனுள் ஏற்ற பயனிலைகட் கியையும் மொழிகளைத் தனித்தனிக் கூட்டி ஓரடியுள்ளே கூறும் பொருள்கோள் மொழிமாற்றுப் பொருள்கோள் ஆம்.]

(உ-ம்.) சுரைஆடக் (கெண்டை கயத்தாட) மஞ்ஞை, சுரை (ஆழஅம்மி)
மிதப்ப, வரை அனைய யானைக்கு (நீத்தமுயற்கு) நிலை, என்ப
கானக நாடன் சுனை.

(III.) ARTIFICIALLY ARRANGED CORRESPONDING CONSTRUCTION.

455. WHEN SEVERAL SUBJECTS ARE STRUNG TOGETHER, AND THEN THEIR SEVERAL PREDICATES FOLLOW IN CORRESPONDING ORDER.

௪௫௫. பெயரும் வினையும்ஆம் சொல்லையும் பொருளையும்
வேறு நிரனிறீஇ முறையினும் எதிரினும்
நேரும் பொருள்கோ ணிரனிறை மொழியே.

(௪௧-ம். சூத்திரம் இதற்கு உதாரணம்.)

[பெயரும் வினையும் ஆகியசொற்களையும் அவைகொள்ளும் பெயரும் வினையும் ஆகிய பயன் நிலைகளையும் வேறு வேறு நிறையாக நிறுத்தி முறையாய் எனும் எதிராய் எனும் இதற்கிது பயன் நிலை என்பது படக் கூறும்பொருள்கோள் நெறிப்பட்ட நிரனிறைப் பொருள்கோள் ஆம்.]

(உ-ம்.) கொடி ... ... நுசுப்பு | மதி ... ... முகம் | பிடி ... ... நடை
குவளை ... ... கண் | பவளம் ... ... வாய் | பிணை ... நோக்கு
கொட்டை ... மேனி | முத்தம் ... ... முறுவல் | மஞ்ஞை ... சாயல்

(IV.) THE STRUNG-BOW CONSTRUCTION.

456. WHEN THE FIRST AND LAST WORDS CORRESPOND.

சருசு. எழுவாய் இறுதி, நிலைமொழி தம்முள்
பொருணோக் குடையது பூட்டுவில் ஆகும்.

[செய்யுட்கண் முதலினும் ஈற்றினும் நிற்கு மொழிகள் தம்முள் பொருள் நோக்கமுடைய பொருள்கோள் பூட்டுவிற் பொருள்கோள் ஆம்.]

(உ-ம்.) திறந்திடுமின், தீயவை பிற்காண்டு மாதர்
இறந்து படிற் பெரிதாம் ஏதம் உறந்தையர்கோன்
தண்ணுறை மார்பிற் றமிழர் பெருமானைக்
கண்ணுறாக் காணக் கதவு.

(V.) THE DOUBLE-FACED CONSTRUCTION.

457. WHEN THE SUBJECT IS IN THE MIDDLE.

சருஎ. இடைநிலை மொழியே ஏனைஈர் இடத்து
நடந்து பொருளை நண்ணுதல் தாப்பிசை.

[இடை நிற்கு மொழி ஒழிந்த முதலினும் ஈற்றினுஞ் சென்று பொருளைக் கூடும் பொருள்கோள் தாப்பிசைப் பொருள்கோளாம்.]

(உ-ம்.) உண்ணுமை உள்ள துயிர்நிலே, ஊன், உண்ண
அண்ணுத்தல் செய்யா தளறு.

458. (VI.) THE INVOLVED CONSTRUCTION.

சருஅ. செய்யுள் இறுதி மொழிஇடை முதலினும்
எய்திய பொருள்கோள் அளைமறி பாப்பே.

[செய்யுட்கண் ஈற்றின் நின்ற சொல் இடையினும் முதலினுஞ் சென்ற பொருள்கோள் அளைமறி பாப்புப் பொருள்கோள் ஆம்.]

(உ-ம்.) தாழ்ந்த உணர்வினராய்த் தாம் உடைத்து தன்னேறித் தளர்வார் தாமுஞ்
சூழ்ந்த வினையாக்கை சுடவிளிந்து காற்கதியிற் சுழல்வார்தாமும்
மூழ்ந்தபிணி நலிய முன்செய்த வினையென்றே முனிவார்தாமும்
வாழ்ந்த பொழுதினே வானெய்து நெறிமுன்னி முயலாதாரே.

459. (VII.) THE ENTIRELY DISARRANGED CONSTRUCTION.

௪௫௯. யாப்படி பலவினும் கோப்புடை மொழிகளை
ஏற்புழி இசைப்பது கொண்டு கூட்டே.

[செய்யுள் அடிபலவினும் இயல்பாகிய யாற்றுநீர்ப்பொருளுக் கேலாது கோத்துக் கிடந்த மொழிகளை எடுத்து அப்பொருளுக்கேற்ற இடத்துக் கூட்டும் பொருள்கோள் கொண்டு கூட்டுப் பொருள்கோள் ஆம்.]

(உ-ம்.)
5. (தெங்கங்காய் போலத் திரண்டுருண்ட) 3. (பைங்கூந்தல்)
6. (வெண்கோழி முட்டை உடைத்தன்ன) 4. (மாமேனி)
2. (அஞ்சனத் தன்ன) 7. (பசலை தணிவா மே,)
1. (வங்கத்துச் சென்றார் வரின்.)

460. (VIII.) THE CONSTRUCTION IN WHICH THE ORDER OF THE LINES MAY BE CHANGED.

௪௬௦. ஏற்புழிஎடுத்துடன் கூட்டுறும் அடியவும்
யாப்பீ றிடைமுதல் ஆக்கினும் பொருள்இசை
மாட்சியு மாறா அடியவும் அடிமறி.

[பொருளுக் கேற்கும் இடத்தெடுத்து நீங்காது கூட்டும் அடியினை உடையவும் யாதானும் ஓரடியை எடுத்து அச்செய்யுட்கண் முதல் இடை ஈறுகளின் யாதானும் ஓரிடத்துக் கூட்டினும் பொருளோடு ஓசை மாட்சியும் ஓசை ஒழியப் பொருள் மாட்சியும் வேறுபடாத அடியினை உடையவும் ஆகிய பொருள்கோள் அடிமறி மாற்றுப் பொருள்கோள் ஆம்.]

(உ-ம்.) நடுக்குற்றத் தற்சேர்ந்தார் துன்பந் துடையார்,
கொடுத்துத்தான்றுய்ப்பினும் ஈண்டுங்கால் ஈண்டும்,
இடுக்குற்றப் பற்றினும் நில்லாது செல்வம்,
விடுக்கும் வினை உலந்தக்கால்.

பொதுவியல் முற்றிற்று.

461. ALL THINGS OMITTED ARE TO BE INFERRED FROM WHAT HAS BEEN LAID DOWN.

சகூக. சொற்றேறும் இற்றிதன் பெற்றிஎன் றனைத்தும்
முற்ற மொழிகுறில் முடிவில; ஆதலில்
சொற்றவற் றியலான் மற்றைய பிறவும்,
தெற்றென உணர்தல் தெளிவோர்திறனே.

[சொற்றேறும் இத்தன்மைத்து இதன் இலக்கணம் என்று முற்ற மொழியப்புகின் வரம்பில ஆம் ஆதலின் எடுத்துக் கூறிய சொற்களின் இலக்கணத்தைக்கொண்டு சொல்லாதனவற்றின் இலக்கணங்களேயும் ஒப்புமை கருதி இதுவும் அதுஎன முற்ற விளங்க உணர்தல் நூல் ஓதித் தெளிதற்குரிய மாணுக்கர்திறன் ஆம்.]

462. OBSOLETE FORMS TO BE REJECTED AND NEW ONES RECEIVED.

சகூஉ. பழையன கழிதலும், புதியன புகுதலும்,
வழுவல; கால வகையி ஞனே.

[முற்காலத்துள்ள இலக்கணங்களுள் சில பிற்காலத் திறத்தலும் முற்காலத்தில்லன சில பிற்காலத்திலக்கணமாய் வருதலும் குற்றம் அல்லவாம் காலவேற்றுமையது ஆகலான்.]

SUMMARY OF சொல்லதிகாரம்.

இருதிணை, மூவிட'நான்மொழி, ஐம்பால், அறுதொகை,ஏழ்
அருவழு வெட்டுரு பொன்பான் தொகாநிலே, ஆய்ந்தஎச்சம்
ஒருபது, கோள்எட்டு, முப்பொழு தீர்இடம், ஓர் இயல்பாய்
வருமொழி மூன்றும், உணரச்சொல் வன்மை வருந்திருவே.

சொல்லதிகாரம் முற்றுப்பெற்றது.

நன்னூல், முடிந்தது முற்றும்.

PART II. NATIVE AUTHORITIES.

II. THE ELEMENTS OF PROSODY.

[II.] யாப்பருங்கலம்.

(1.) THE COMPONENT PARTS OF VERSE.

(1.) உறுப்பியல்.

1. VERSE: ITS ESSENTIALS.

க. எழுத்தசை, சீர், தளை, அடி தொடை, தூக்கோ
டிழுக்கா நடைய தியாப் பெனப் படுமே.
[வினு 167.]

க. § எழுத்து.

2. LETTERS.

உ. உயிரே, மெய்யே, உயிர்மெய் என்று;
குறிலே, நெடிலே, அளபெடை என்று;
வன்மை, மென்மை, இடைமை என்று;
சார்பிற் றோன்றுந் தன்மைய என்று;
ஐ, ஔ, மகரக் குறுக்கம் என்றுங்
கைம் மூ எழுத்தும் ஆம்அசைக் குறுப்பே.

3. ÂYTHAM AND CONSONANTS HAVE NO DEFINITE QUANTITY.

ங. தனிநிலை ஒற்றிவை, தாம்அலகிலவே,
அளபெடை அல்லாக் காலையான.

4. THE QUANTITY OF SHORTENED இ AND உ, AND OF PROLONGED VOWELS.

ச. தளைசீர் வண்ணந் தாங் கெடவரினே
குறுகிய இகாமுங், குற்றியலுகரமும்,
அளபெடை ஆவியும், அலகியல்பிலவே.

உ. § அசை.

5. METRICAL SYLLABLES.

ரு. நேரசை என்று, நிரையசை என்று,
ஆயிரண்டாகி அடங்கு’மன் அசையே.
[வினா 168.]

6. நேரசை: LONG METRICAL SYLLABLES.

சூ. நெடில் குறிற்னியே நின்றும்ஒற்றடுத்தும்,
நடை பெறு நேரசை நால்வகையானே.
[வினா 169.]

7. A SHORT LETTER FORMING A SYLLABLE.

எ. குறிப்பேஏவ றற்சுட்டல்வழி
தனிக்குறின் மொழிமுத றனியசையிலவே.

8. நிரையசை: TWO SHORT, OR A SHORT AND LONG SYLLABLE.

அ. குறிலிணை குறிநெ்டி றனித்தும், ஒற்றடுத்தும்,
நெறிமையினுன்காய் வரு நிரை யசையே.
[வினா 170.]

9. ஐ IN THE MIDDLE AND END.

கூ. ஈறும்இடையும் இணைந்தும் இணையசை
ஆகும்ஐஎன்ப அறிந்திசினோரே.

ல. § சீர்.

10. METRICAL FEET.

கo. இயற்சீர், உரிச்சீர், பொதுச்சீர்என்றும்
மயக்கற வகுத்த சீர்மூன்றாகும்.
[வினா 172.]

11. FEET OF TWO METRICAL SYLLABLES.

கக. ஈரசைகூடிய சீர் இயற் சீர், அவை
ஈரிரண்டென்ப இயல்புணர்ந்தோரே.
[வினா 174.]

12. FEET OF THREE METRICAL SYLLABLES.

கஉ. மூவசைச் சீருரிச் சீர்இரு நான்கனுள்
நேரிறு நான்கும் வெள்ளை, அல்லன
பாவினுள் வஞ்சியின் பாற்பட்டனவே.
[வினா 175.]

13. FEET OF FOUR METRICAL SYLLABLES.

கங. நாலசைச் சீர் பொதுச் சீர்பதினாறே.
[வினா 176.]

14. FEET OF ONE METRICAL SYLLABLE.

கச. ஓரசைச் சீருமஃ தோரிரு வகைத்தே.

[விரு 173. காரிகை II. 5.]

15. ANOMALOUS USAGE.

கரு. விரவியும் அருகியும் வேறும் ஓரோவழி
மருவியும் பெறுது வழங்கு'மன் அவையே.

16. FEET OF THREE METRICAL SYLLABLES IN WHICH THE SECOND IS A நேர்.

கசு. நிரை நடுவியலா வஞ்சிஉரிச்சீர்
கவியி'னேட்கவலிற் கடிவரையிலவே.

ச. § தளை.

17. THE MODE OF COMBINING METRICAL FEET.

கஎ. சீரொடு சீர்தலைப் பெய்வது தளை,அவை
ஏழென மொழிப இயல்புணர்ந்தோரே.

18. COMBINATION PECULIAR TO வெண்பா.

கஅ. வெண்சீர் ஒன்றலும், இயற்சீர் விகற்பமும்,
என்'றிரண்டென்ப வெண்டளைக்கியல்பே.

[விரு 179.]

19. COMBINATION PECULIAR TO அகவல்.

கக. ஈரசைச் சீர்நின் 'றினிவருஞ் சீரொடு
நேரசை ஒன்ற 'னிரையசை ஒன்றல்என்
'றுயிருவகைத்தே ஆசிரியத்தளை.

[விரு 178.]

20. COMBINATION PECULIAR OF **கலிப்பா.**

உ0. நிரைஈற்றில்லா உரிச்சீர் முன்னர்
நிரைவருகாலைக் கலித்தளை ஆகும்.

21. COMBINATION PECULIAR TO **வஞ்சி.**

உக. தன்சீர்இறுதி நிரையொடு நேர்வரின்
வஞ்சித்தளையின் வகைஇரண்டாகும்.

22. THE LAWS OF COMBINATION STRICTLY OBSERVED ONLY IN **வெண்பா.**

உஉ. வெள்ளையுட்பிறதளை விரவா; அல்லன
எல்லாத்தளையு' மயங்கியும் வழங்கும்.

ரு. § அடி.

23. METRICAL LINES.

உ௩. குறளடி, சிந்தடி, அளவடி, நெடிலடி,
கழிநெடிலடிஎனக் கட்டுரைத்தனரே.
[வினா 180.]

24. THE NUMBER OF FEET IN EACH.

உச. குறளடி, சிந்தடி,—இருசீர், முச்சீர்;
அளவடி, நெடிலடி,—நாற்சீர், ஐஞ்சீர்;
நிரனிறைவகையா னிறுத்தனர் கொளலே.
[வினா 180.]

25. LINES OF FROM SIX TO TWELVE FEET.

உரு. கழிநெடிலடியே கசடறக்கிளப்பின்,
அறுசீர்முதலா ஐயிரண்டீறு
வருவனபிறவும் வகுத்தனர்கொளலே.
[விரு 180.]

26. LINES USED IN வஞ்சிப்பா.

உசு. சிந்தடி, குறளடி, என்றிரண்டடியான்
வஞ்சிநடக்கும் என்மனுர் புலவர்.

[காரிகை 21. வஞ்சி என்னும் ஒண்பா அடி குறள் சிந்தென்றுரைப்ப.]

27. FEET USED IN கலிப்பா, வெண்பா AND அகவல்.

உஎ. கலியொடுவெண்பா அகவல்கூறின்
அளவடி தன்னுல் நடக்கும்என்ப.

[காரிகை 21. வெண்பா அகவல் கலிப்பா அளவடி.]

28. ALL LINES USED IN THE (INFERIOR) SPECIES OF METRE.

உஅ. பாவினம் எல்லா அடியினும் நடக்கும்.

29. IN அகவல் LINES ARE FOUND BELONGING TO OTHER METRES.

உகூ. இயற்சீர்வெள்ளடி வஞ்சியடி; அவை
அகப்பட வரூஉம் அகவலும் உளவே.

30. IN கலிப்பா AND வஞ்சிப்பா ALSO OTHER LINES ARE FOUND.

௩0. வெள்ளடி கலியினுள் விரவவும் பெறுமே.
வஞ்சியுள் அகவன் மயங்கினும் வரையார்.

31. HOW MANY LINES IN EACH KIND OF VERSE.

௩௧. ஈரடிவெண்பாச் சிறுமை; மூவடி
ஆசிரியத்தொடு வஞ்சி; எஞ்சிய
நீரிரண்டடியே இழிபெனமொழிப.

௩. § தொடை.

32. DIFFERENT KINDS OF CONNECTION BETWEEN LINES.

௩௨. தொடையே அடியிரண் டியையத் தோன்றும்;
மோனை, எதுகை, முரண் இயைப்அளபெடை,
பாதமிணையே, பொழிப்போ டொரூஉத்தொடை
சீரியன் முற்றொடு, சிவணும்ஆர் அவையே.
[வினா 181.]

33. RECURRENCE OF THE FIRST LETTER IN EACH LINE.

அடிமோனை.

௩௩. ஆதிஎழுத்தே அடிதொறும் வரின்அடி
மோனைத் தொடை என மொழிமனார் புலவர்.
[வினா 183.]

(உ-ம்.) "மாவும் புள்ளும் வதிவயிற் படர,
மாநீர் விரிந்த பூவுங் கூம்ப,
மாலை தொடுத்த கோதையுங் கமழ,
மாலை வந்த வாடை
மாயோள் இன்னுயிர்ப் புறத்திறத் தற்றே."

[அடி தோறும் முதல் எழுத்து ஒன்றி வரத் தொடுத்தது.]

34. INITIAL RHYME.

எதுகை.

௩௪. இரண்டாம் எழுத்தொன் றியைவதேஎதுகை.
[வினா 182.]

(உ-ம்.) "வடிஏர்கண் ணீர்மல்க வான்பொருட்கட் சென்றார்,
கடிஆர் கனங்குழாய், காணார்கொல் காட்டின்
இடியின் முழக்கஞ்சி ஈர்ங்கவுள் வேழம்
பிடியின் புறத்தசைத்த கை."

[அடி தோறும் இரண்டாம் எழுத்து ஒன்று வரத் தொடுத்தது.]

35. DIFFERENT KINDS OF CONSONANTS ADMISSIBLE.

௩௫. வருக்க'நெடில்இனம் வரையார்ஆண்டே.

(உ-ம்.) "சாடாது சட்டவிற் கேடில்லை; சட்டபின்
வீடில்லை சட்பான் பலர்க்கு." [வருக்கம்.]

"ஆய்ந்தாய்ந்து கொள்வாதான் கேண்மை கடைமுறை
தான் சாந்துயர் தரும்." [நெடில்.]

"தீயினுற் சட்டபுண் உள்ளாறும்; ஆறுதே
நாவினுற் சட்டவடு." [இனம்.]

36. ANTITHESIS.

௩௬. மொழியினும் பொருளினு' முரணுதன்முரணே

(உ-ம்.) "இருள்பரந் தன்ன மாநீர் மருங்கில்
நிலவு குவித்தன்ன வெண்மணல் ஒருசிறை
இரும்பின் அன்ன கருங்கோட்டுப் புன்னை
பொன்னின் அன்ன நுண்டா திறைக்கும்
சிறுகுடிப் பரதவர் மடமகள்
பெருமதர் மழைக்கணும் உடையவால் அணங்கே."
[அடி தோறும் முதற்கண்ணே மறுதலைப்படத் தொடுத்தது.]

37. DIFFERENT KINDS OF ANTITHETICAL COMBINATION.

௩௭. கடைஇணை, பின்முரண், இடைப்புணர் முரண்என
இவையுங் கூறுப ஒருசாரோரே.

38. CONSONANTS IN THE LAST FOOT.

௩௮. இறு வாய் ஒப்பின்அஃ' தியைபெனப்படுமே.

(உ-ம்.) "இன்னகைத் துவர்வாய்க்கிளவியும் அணங்கே,
நன்மா மேனிச் சுணங்கும் ஆர் அணங்கே,
ஆடமைத் தோளி கூடலும் அணங்கே,
அரிமதர் மழைக்கணும் அணங்கே,
திருநுதற் பொறித்த திலதமும் அணங்கே."
[அடி தோறும் இறுதிச்சீர் ஒன்றி வரத்தொடுத்த.]

39. CORRESPONDENCE OF PROLONGED LETTERS.

௩௯. அளபெடை ஒன்றுவ' தளபெடைத் தொடையே.

(உ-ம்.) "ஆஅ! அளிய அலவன்றன் பார்ப்பினோ'
டூஉஇர் இரையுங் கொண் டீர்அலைப்பள்ளியுட்
டேஎர் திரைஅலைப்பத் துஞ்சா திறைவன்றேன்
மேஎ வலைப்பட்ட நம்போ' னறுநுதால்!
ஓஒ உழக்குந் துயர்."

40. COINCIDENCE IN FIRST AND SECOND FEET.

௪௦. இரு சீர்மிசை வரத் தொடுப்பதிணையே.

(உ-ம்.) "வேண்டுதல் வேண்டாமை இலான்அடி சேர்ந்தார்க்
கியாண்டும் இடும்பைஇல."

41. COINCIDENCE OF THE FIRST AND THIRD FEET.

௪௧. முதலொடு மூன்றுஞ் சீர்த்தொடை பொழிப்பே.

(உ-ம்.) "வானின் றுலகம் வழங்கி வருதலால்
தான்அமிழ்தம் என்றுணரற் பாற்று."

42. COINCIDENCE IN FIRST AND FOURTH.

௪௨. சீரிரண்டிடைவிடத் தொடுப்ப தொரூஉத்தொடை.

(உ-ம்.) "அகர முதல எழுத்தெல்லாம் ஆதி
பகவன் முதற்றே உலகு."

43. COINCIDENCE IN THE THREE FIRST FEET.

௪௩. மூவொருசீரு முதல்வரத் தொடுப்பது
கூழைஎன்மனார் குறிப்புணர்ந்தோரே.

(உ-ம்.) "தானம் தவம்இரண்டும் தங்கா வியனுலகம்
வானம் வழங்கா தெனின்."

44. WHEN ALL BUT THE SECOND HAVE THE COINCIDENCE.

௪௪. முதல்அயற் சீர்ஒழித் தல்லன மூன்றின்
மிசை வரத்தொடுப்பது மேற்கதுவாயே.

(உ-ம்.) "விண்ணின்று பொய்ப்பின் விரிநீர் வியனுலகத்
துண்ணின் றுடற்றும் பசி."

45. WHEN ALL BUT THE PENULTIMATE FOOT HAVE THE COINCIDENCE.

௪௫. ஈற்றயற்சீர்ஒழித் தெல்லாந்தொடுப்பது
கீழ்க்கதுவாயின் கிழமையதாகும்.

(உ-ம்.) "சொல்லுக சொல்லிற் பயனுடைய; சொல்லற்க
சொல்லிற் பயனிலாச் சொல்."

46. WHEN EVERY FOOT HAS THE CONSONANCE.

௪௬. சீர்தொறுந்தொடுப்பது முற்றெனப்படுமே.

(உ-ம்.) "தப்பார்க்குத் துப்பாய துப்பாக்கித் துப்பார்க்குத்
துப்பா யதூஉ மழை."

47. THREE OTHER KINDS OF COMBINATION.

௪௭. செந்தொடை இரட்டையோ டந்தாதி எனவும்
வந்தவகையான் வழங்குமன் பெயரே.

48. SIMPLE COMBINATION.

௪௮. செந்தொடை ஒவ்வாத் திறத்தன ஆகும்.

(உ-ம்.) "பூத்த வேங்கை வியன்சினை ஏறி
மயிலினம் அகவு' நாடன்,
நன்னுதற் கொடிச்சி மனத்தகத்தோனே!"

49. DOUBLE COMBINATION.

௪௯. இரட்டை அடிமுழு தொருசீர் இயற்றே.

(உ-ம்.) "ஒக்குமே, ஒக்குமே, ஒக்குமே ஒக்கும்
விளக்கினிற் சீறெரி ஒக்குமே ஒக்கும்
குளக் கொட்டிப் பூவினிறம்."

50. THE END OF ONE LINE BECOMES THE BEGINNING OF ANOTHER.

௫௰. ஈறு முதலாத் தொடுப்பதந்தாதிஎன்
றோதினர் மாதோ உணர்ந்திசினோரே.

(உ-ம்.) "உலகுடன் விளக்கும் ஒளிதிகழ் அவிர்மதி,
மதிநலன் அழிக்கும் வளங்கெழு முக்குடை,
முக்குடை நீழற் பொற்புடை ஆசனம்,
ஆசனத் திருந்த திருந்தொளி அறிவனை
அறிவுசேர் உள்ளமோ டருந்தவம் புரிந்து
துன்னிய மாந்தர் ஈதெனப்
பன்னருஞ் சிறப்பின் விண்மிசை உலகே."

51. IN MINGLED COMBINATIONS THE NAME OF THE FIRST IS GIVEN.

௫௧. தொடை பல தொடுப்பினுந் தளைபல விரவினு'
முதல்வந் ததனான் மொழிந்திசிற்பெயரே.

(2.) KINDS OF METRE.

(2.) செய்யுளியல்.

52. KINDS OF VERSE.

௫௨. செய்யுட்டாமே மெய்பெறவிரிப்பிற்
பாவே, பாவினம், எனஇரண்டாகும்.

53. METRES

௫௩. வெண்பா, ஆசிரியங், கலியே,வஞ்சி,
பண்பாய்ந்துரைத்த பா நான்கும்மே.

[வினா 184.]

[வெண்பா செப்பலோசையான் வரும், ஆசிரியப்பா அகவலோசையால் வரும், கலிப்பாதுள்ளலோசையான்வரும். வஞ்சிப்பா தூங்கலோசையான் வரும்.]

[காரிகை II. 1.]

54. SUBORDINATE METRICAL COMPOSITIONS.

௫௪. தாழிசை,துறையே, விருத்தம்என்றிவை
பாவினம்; பாவொடு பாற்பட்டியலும்.

க. § வெண்பாஇலக்கணம்.

55. THE METRE CALLED வெண்பா.

௫௫. செப்பல்இசையன வெண்பா; மற்றவை
அந்தடி சிந்தடி ஆகலும், அவ்வடி
அந்தம்அசைச்சீர் ஆகவும் பெறுமே.

[வினா 185.]

[செப்பலோசையானது ஏந்திசைச்செப்பல், தூங்கிசைச்செப்பல், ஒழுகிசைச்செப்பல் எனமூன்றுவகையாம் இவற்றுள்:

[I.] வெண்சீர் வெண்டளை யான்வரும் யாப்பை
ஏந்திசைச் செப்பல் என்மனார் புலவர்.
"யாதானு" நாடாம்ஆல், ஊர்ஆம் ஆல், என்னொருவன்
சாந்துணையுங் கல்லாத ஆறு."

[II.] இயற்சீர் வெண்டளை யான்வரும் யாப்பை
தூங்கிசைச் செப்பல் என்மனார் புலவர்.

(உ-ம்.) "இருமை வகைதெரிந் தீண்டறம் பூண்டார்
பெருமை பிறங்கிற் றுலகு."

[III.] வெண்சீர் ஒன்றலும் இயற்சீர் விகற்பமும்.
ஒன்றிய பாட்டே ஒழுகிசைச் செப்பல்.

(உ-ம்.) "கடன் என்ப நல்லவை எல்லாங் கடன் அறிந்து
சான்றாண்மை மேற்கொள்பவர்க்கு."

☞ வெண்பா, வெள்ளொத்தாழிசை, வெண்டுறை, வெளிவிருத்தம் என நான்கும்,
ஆசிரியப்பா, ஆசிரியத்தாழிசை, ஆசிரியத்துறை, ஆசிரியவிருத்தம் என நான்கும்,
கலிப்பா, கலித்தாழிசை, கலித்துறை, கலிவிருத்தம், என நான்கும்,
வஞ்சிப்பா, வஞ்சித்தாழிசை, வஞ்சித்துறை, வஞ்சிவிருத்தம் என நான்கும்,

மருட்பா என ஒன்றும், ஆக பதினேழுவகையான செய்யுள் உண்டென்பர்.

---

56. FIVE KINDS OF வெண்பா.

௫௬. குறள், சிந்தின்னிசை, நேரிசை, பஃறொடை,
எனஐந்தாகும் வெண்பாத் தானே.

[வினா 186.]

---

57. THE குறள் AND சிந்து.

௫௭. ஈர்அடிகுறள்;சிந் திரு தொடை இயற்றே.

[வினா 137. காரிகை II. 35.]

---

58. THE நேரிசை.

௫௮. நால்ஓர்அடியாய்த் தனிச்சொற்பெற்றுடன்
ஈரொரு வாய்முற் றிருவிகற் பொன்றினு
நேரிசை வெண்பா எனப்பெயர் ஆகும்.

[வினா 189. காரிகை II. 3.]

59. THE இன்னிசை.

௫௯. விகற்பொன்றாகியு மிக்குந், தனிச்சொல்
இயற்றப்படாதன இன்னிசை வெண்பா.

[வினா 190. காரிகை II. 4.]

60. THE பஃறொடை.

௬0. பாதம்பல வரிற் பஃறொடைவெண்பா.

[காரிகை II. 4.]

61. வெண்செந்துறை.

௬௧. ஒழுகிய ஓசையின் ஒத்தடிஇரண்டாய்
விழுமிய பொருளது வெண் செந்துறையே.

[காரிகை II. 6.]

[(க.) இது வெண்பாவிற் கினம் ஆம்.
(உ.) தளை தட்டும். ஒழுகிய ஓசை.
(ங.) வெள்ளைச் செந்துறை எனவும், வெண்செந்துறை எனவும் படும்.
(ச.) எனைத்துச் சீரானும் ஒத்தஅடியாய் வரப்பெறும்.

(உ-ம்.) "ஆர்கலி உலகத்து மக்கட் கெல்லாம்
ஓதலிற் சிறந்தன் றொழுக்கம் உடைமை."

அடிஇரண்டாய் அளவொத்து விழுமிய பொருளின்றியும் ஒழுகிய ஓசையின்றியும் வருவன எல்லாம் செந்துறைச் சிதைவுத் தாழிசைக் குறள் எனப்படும்.]

62. THE தாழிசைக்குறள்.

௬௨. அந்தடிகுறைநவுஞ், செந்துறைச் சிதைவுஞ்,
சந்தழிகுறளுந் தாழிசைக்குறளே:
உரைத்தஇரண்டுங் குறட்பாவினமே.

[காரிகை II. 6.]

குறி. [(க.) இதுகாறு சீரின் மிக்க பலசீரால் வரும்.
(உ.) இரண்டடியில் ஈற்றடி குறைந்துவரும்.
(ங.) குறட்டாழிசை எனினும் தாழிசைக்குறள் எனினும் ஒக்கும்.

(உ-ம்.) "கண்ணறுவார் விழைவைய காடொற ஈற்' றவர்க்காசாம் ஞானற் கண்ணிறைன் அடியே அடைவார்கள் கற்றவரே."]

---

63. THE வெள்ளொத்தாழிசை.

சுா௩. அடி ஒருமூன்றுவந் தந்தடி சிந்தாய்
விடின், அது வெள்ளொத் தாழிசை ஆகும்.

[காரிகை II. 7.]

குறி. வெள்ளொத்தாழிசை, வெண்டாழிசை, வெள்ளொத்தாழிசை எனினும் ஒக்கும்.

(உ-ம்.) "நண்பி தென்று தீய சொல்லார்,
முன்பு நின்று முனிவு செய்யார்,
அன்பு வேண்டுபவர்."

---

64. THE வெண்டுறை.

சுாச. மூன்றடிமுதலா ஏழடி காறும் வந்
தீற்றடி சிலசில சீர்தப நிறபினும்
வேற்றொலி விரவினும் வெண்டுறை ஆகும்.

[காரிகை II. 7.]

(உ-ம்.) "தாளாளர் அல்லாதார் தாம்பலர் ஆயக்கால் என்னாம்? என்னாம்?
யாளியைக் கண்டஞ்சி யானைதன் கோடிரண்டும்
பீலிபோற் சாய்த்துவிழும் பிலிற்றி ஆங்கே."

---

65. THE வெளிவிருத்தம்.

சுாரு. நான்கடி யானு நடைபெற் றடிதொறுந்
தான்றனிச் சொற்கொளின் வெளிவிருத் தம்மே.

[வினா 193. காரிகை II. 7.]

(உ-ம்.) "ஆவா என்றே அஞ்சினர் ஆழ்ந்தார் ஒருசாரார்;
கூகூ என்றே கூவிளிகொண்டார் ஒருசாரார்;
மாமா என்றே மாய்ந்தனர் நீந்தார் ஒருசாரார்;
ஏகீர் காகீர், என் செய்தும் என்றார் ஒருசாரார்."

உ. § ஆசிரியப்பா இலக்கணம்.

66. VERSE CALLED அகவல்.

௬௬. அகவலிசையன அகவன், மற்றவை
ஏ, ஓ, ஈ, ஆஎன ஐஎன்றிறுமே.

[விரு 191.]

[அகவல் ஓசையானது ஏந்திசை அகவல் தூங்கிசை அகவல் ஒழுகிசை அகவல் என மூன்றும். இவையாவன:

"நேர்நேர் இயற்றளை யான்வரும் அகவலும்;
நிரைநிரை இயற்றளை யான்வரும் அகவலும்;
ஆய்இரு தளையும் ஒத்தாகிய அகவலும்;
ஏந்த' றூங்கல் ஒழுகல் என்றிவை
ஆய்ந்த நிரனிறை ஆகும் என்ப."

67. FOUR KINDS OF அகவல்.

௬௭. நேரிசை, இணைக்குறண், மண்டில நிலைப்பெயர்
ஆகுமண் டிலம்என் றகவ னான்கே.

[காரிகை II. 8.]

68. THE VERSE CALLED நேரிசை ஆசிரியம்.

௬௮. அந்த அடியின் அயல்அடி சிந்தடி
வந்தனநேரிசை ஆசிரியம்மே.

[காரிகை II. 8.]

(உ-ம்.) "நிலத்தினும் பெரிதே, வானினும் உயர்ந்தன்று,
நீரினும் ஆர் அளவின்றே, சாரற்
கருங்கோற் குறிஞ்சிப் பூக்கொண்டு
பெருந்தேன் இழைக்கு நாடனொடு நட்பே."

69. THE VERSE CALLED இணைக்குறள்.

௬௯. இணைக்குறள் இடைபல குறைந்திறில் இயல்பே.

[காரிகை. II. 8.]

(உ-ம்.) "நீரின் றண்மையுந் தீயின் வெம்மையும்
சாரச் சார்ந்து
தீரத் தீரும்;
சார னாடன் கேண்மை
சாரச் சாரச் சார்ந்து
தீரத் தீரத் தீர்பொல்லாதே!"

70. THE VERSE CALLED மண்டிலம்.

௭௦. மனப்படும் அடிமுதல் ஆய்இறின் மண்டிலம்.
[காரிகை II. 8.]

☞ மண்டிலம் எனினும் நிலைமண்டிலம் எனினும் காரிகையில்.

71. THE VERSE CALLED நிலை மண்டிலம்.

௭௧. ஒத்த அடியின தாகியும் ஒற்றி
நிறபவும் என்னும் நிலைமண்டிலமே.

[இந்நூலின் சூத்திரங்களை இதற்குதாரணம் எனக்கொள்க.]
[காரிகை II. 8.]

☞ காரிகையில் இது அடிமறிமண்டிலம் எனப்படும்.

72. THE VERSE CALLED அகவற்றாழிசை.

௭௨. மூன்றடிஒத்த முடிபினவாய் விடின்
ஆன்றடிஅகவற் றாழிசைஆகும்.
[காரிகை II. 9.]

73. THE VERSE CALLED அகவற்றுறை.

௭௩. கடையதன்அயல்அடி கடைதபுநடையவு
நடுஅடிமடக்காய் நான்கடிஆகி
இடைஇடைகுறைநவும் அகவற்றுறையே.
[காரிகை II. 9.]

74. THE VERSE CALLED ஆசிரியவிருத்தம்.

எச. கழிநெடில்அடிநான் கொத்திறின் விருத்தம்; அஃ
தழியாமாபின தகவலதாகும்.

[விரு 193. காரிகை II. 9.]

ரு. § கலிப்பா இலக்கணம்.

75. THE METRE CALLED கலிப்பா.

எரு. துள்ளல்இசையன கலியே; மற்றவை
வெள்ளையும்அகவலும் ஆய்விளைந்திறுமே.

[ஏந்திசைத்துள்ளல் கலித்தளை இயையின்; வெண்டளை தன்றளை என்றிரண்டியையின். ஒன்றி அகவற்றுள்ளல் என்றோதுக; தன்றளை பிறதளை என்றிவை அனைத்தும் பொருந்தி வரினே பிரிந்திசைத்துள்ளல்.]

---

76. THREE KINDS OF கலிப்பா.

எசா. ஒத்தாழிசைக்கலி, வெண்கலிப்பாவே,
கொச்சகக்கலியொடு கலிமூன்றாகும்.

[காரிகை II. 10.]

---

77. THREE KINDS OF ஒத்தாழிசைக்கலி.

எஎ. நேரிசை, அம்போ தரங்கம், வண்ணகம்என்
றோதியமூன்றே ஒத்தாழிசைக்கலி.

[காரிகை II. 10.]

---

78. SUBDIVISIONS OF வெண்கலி AND கொச்சகம்.

எஅ. வெண்கலிஒன்றே, கொச்சகம் ஐந்தெனப்
பண்பறிபுலவர் பாற்படுத்தனரே.

[காரிகை II. 11.]

79. THE VERSE CALLED நேரிசை ஒத்தாழிசை.

எகூ. தரவொன்று, தாழிசை மூன்றுஞ் சமனாய்த்,
தரவிற்சுருங்கித் தனிநிலைத்தாகிச்,
சுரிதகஞ்சொன்ன இரண்டினுள்ஒன்றாய்,
நிகழ்வதுநேரிசை ஒத்தாழிசையே.

[காரிகை II. 10.]

80. THE VERSE CALLED அம்போதரங்க ஒத்தாழிசை.

அ0. முந்தியதாழிசைக் கீறாய்முறைமுறை
ஒன்றனுக்கொன்று சுருங்குமுறுப்பின
தம்போதரங்க ஒத்தாழிசைக்கலியே.

[காரிகை II. 10.]

81. THE VERSE CALLED வண்ணக ஒத்தாழிசை.

அக. அவற்றொடு முடுகியல்அடி உடைய ராகம்
அடுப்பது வண்ணக ஒத்தாழிசையே.

[காரிகை II. 11.]

[அராம், வண்ணகம், முடுகியல், அடுக்கியல் போக்கியல் எனவும்படும்.]

82. THE VERSE CALLED கலி வெண்பா.

அஉ. தன்றளைஓசை தழீஇய நின்றீற்றடி
வெண்பா இயலது கலிவெண் பாவே.

[காரிகை II. 11.]

83. THE VERSE CALLED கொச்சகம்.

௮௩. தரவே, தாவிணை, தாழிசைதாமுஞ்
சிலவும்பலவுஞ் சிறந்துமயங்கியு'
மற்றுவிகற்பம் பலவாய் வருநவுங்
கொச்சகம்என்னுங் குறியினஆகும்.
[காரிகை II. 12.]

84. THE VERSE CALLED கலித்தாழிசை.

௮௪. அடிஎனைத்தாகியும் ஒத்துவந்தளவினிற்
கடைஅடி மிகுவது கலித்தாழிசையே.
[காரிகை II. 13.]

85. THE VERSE CALLED கலித்துறை.

௮௫. நெடில்அடிநான்காய் நிகழ்வது கலித்துறை.
[விஞ 192. காரிகை II. 13.]

☞ கட்டளைக் கலித்துறைக்கு இலக்கணம்:

முதற்சீர் நான்கும் வெண்டளைபிழையா,
கடைச்சீர் ஒன்றும் விளங்காய் ஆகி,
நேர்பதினாறே நிரைபதி னேழென்
றோதினர் கலித்துறை ஓரடிக் கெழுத்தே.

86. THE VERSE CALLED கலிவிருத்தம்.

௮௬. அளவடிநான்கின கலிவிருத்தம்மே.
[விஞ 193. காரிகை II. 13.]

(உ-ம்.) "என்புதோல் உடையார்க்கும் இலார்க்குந்தம்
வன்பகைப்புலன் மாசறமாய்ப்பதென்
முன்புபின் பின்றி மூவுலகத்திலும்
அன்பின் அல்லதோர் ஆக்கம் உண்டாகுமோ?"

ச. § வஞ்சிப்பா இலக்கணம்.

87. THE METRE CALLED **வஞ்சி.**

அஎ. தூங்கல்இசையன வஞ்சி; மற்றவை
ஆய்ந்ததனிச்சொலோ டகவலின் இறுமே.

[காரிகை II. 14.]

[ஒன்றிய வஞ்சித் தளையே வரினும்;
ஒன்று வஞ்சித் தளையே வரினும்;
என்றிவை இரண்டும் பிறவு' மயங்கினும்;
ஏந்தல், அகவல், பிரிந்திசைத் தூங்கல் என்
றாய்ந்த சீரவிரை ஆகும் என்ப.]

88. THE VERSE CALLED **வஞ்சிவிருத்தம்.**

அஅ. சிந்தடி நான்காய் வருவது வஞ்சி
எஞ்சா விருத்தம் என்மனார் புலவர்.

[வினா 193. காரிகை II. 14.]

(3.) SUPPLEMENT.

(3.) ஒழிபியல்.

89. ANALOGY TO BE THE GUIDE IN CASES NOT SPECIFIED.

அகூ. மிக்குங் குறைந்தும் வரினும் ஒருபுடை
ஒப்புமை நோக்கி ஒழிந்தவுங் கொளலே.

90. THE **தனிச்சொல்.**

கூ0. அடிமுதற்பொருள்பெற வருவதுதனிச்சொல்; அஃ
திடையினும்வஞ்சி யுள் இயலும்என்ப.

[காரிகை III. 8.]

☞ தனிச்சொல் எனினும் கூன் எனினும் ஒக்கும்.

91. THINGS TO BE OBSERVED BY A POET.

கூக. நிரனிறை முதலிய பொருள்கோட் பகுதியும்;
அறுவகைப் பட்ட சொல்லின் விகாரமும்;
எழுத்தின்இசையை அசைபெறுத்தியற்றலும்;
வழுக்கா' மரபின்வகையுளி சேர்த்தலும்;
அம்மை முதலிய ஆயிருநான்மையும்;
வண்ணமும் பிறவு' மரபுளி வழாமைத்
திண்ணிதி ' ன்டத்த ' றெளிந்தோர் கடனே.
[நன்னூல் 401 &c. 155. 441. 388.]

☞ அம்மை = அழகு. [காரிகை III. 9.] வண்ணம் = சந்தம். [காரிகை III. 9.]

92. POETICAL ABILITY IS THE TEST.

வெண்பா.

கூஉ. செந்தமிழ்ச் செய்யுட் டெரிந்துணர்ந்து, செந்தமிழ்க்கண்
வந்த வடமொழியு' மாற்றாதே, சந்தம்
வழுவாமற் ' கொண்டியற்று' மாண்பினூர்க் குண்டோ
தழுவாமை நிற்குந் தமிழ்?

யாப்பருங்கலம் முடிந்ததுமுற்றும்.

இலக்கண அகராதி.

Sufficient is given here to enable the student to write out an explanation in prose (which he should always do) of the poetical portions of the Grammar. References in brackets refer to the *analysis* of the word.

வி. refers to the Catechism; சூ. to the Nannûl; and யாப்: to the Yâpparungalam.

அ

அ. விஞ 2. 3. 5. சூத். 63, 64. 66. 73. 125. ஆறன் உருபு. சூ. 300. சூ. 62.
பலவின்படர்க்கை விகுதி. சூ. 329.
சாரியை. சூ. 140, 318. 247. 244. வி. 108.
எதிரர்த்தம். வி. 166.
விகாரத்தால் இடையிற்றோன்றுவது. சூ. 225.

அஃகான்=அகரஎழுத்து. (கான், எழுத்துச்சாரியை.) சூ. 126. 212.

அஃகான் அடைவு=அகரச்சாரியைபெறுதல். சூ. 212.

அஃகுதல்=குறுகுதல். சூ. 60. 94. 97.

அஃறிணை = [அன்மையாயதிணை. வி. 38. சூ. 228.] மிருகமுதலிய உயிருள்ளனவும் உயிரில்லனவும் ஆகிய தாழ்ந்த சாதி. சூ. 261. வி. 52.

அஃறிணை இருபாற்று=தாழ்ந்தசாதி ஒன்றன்பாலும், பலவின்பாலும், என இரண்டு பிரிவுடையது. சூ. 263.

அஃறிணைப்பன்மை = அகர இற்று அஃறிணைப்பலபெயர். சூ. 280. வி. 28.

அஃறிணைப்பெயர் = தாழ்ந்தகுலப்பெயர். சூ. 281. வி. 52.

அகச்சுட்டு. வி. 5. [33. 96.] சூ. 66.

அகடு=நடு. வி. 79.

அகத்தியம். வி. 96.1.5.6.27.62.124.56.

அகத்திலக்கணம் = எழுத்தால் வேறு பொருளை உணர்த்தாது, எழுத்தின்தன்மையை உணர்த்துவது. [அகத்து. வி. 119.]

அகத்து=உள்ளே. வி. 63.

அகப்படுதல்=கிடைத்தல். யாப். 29. [வி. 124.]

அகப்பொருள். வி. 220.

அகம்=இடம், ஏழன் உருபு. வி. 63.
அகத்தால்வருபெயர். சூ. 276. வி. 162.
மனம். வி. 85. 137.

அகரம் = மெய்யெழுத்தின் சாரியை. சூ. 126.

அகரமுனை=அகர உயிரீற்றின் முன். சூ. 252.

அகலல்=அகலம் ஆதல். வி. 93. 143.
நீங்கல். வி. 81.

அகவல். வி. 178. 191. யாப். 19. 29. 66. &c. மயிலின் நடை. வி. 81.

அகவற்சீர். வி. 174.

அகவற்றாழிசை. யாப். 72.

அகவற்றுறை. யாப். 73.

அகழ்தல்=தோண்டுதல். வி 143.

அகற்றுதல்=நீக்கல். விரிவாக்கல். வி. 82. [அகலல் வி. 103.]

அகன்=அகம். சூ.290. [வி. 17. சூ. 122.]

அகில்=நல்லவாசனையுள்ளமரம். வி.63.

அக்கரம்=எழுத்து. (அக்ஷரம்.) சூ. 290. [வி. 18.]

அங்கம்=உறுப்பு. வி. 86.

அங்கனை=பெண். சூ.277. [S. Anganâ.]

அங்கா=வாயைத்திறத்தல். சூ. 87.

அங்காத்தல்=வாயைத்திறத்தல்.

அங்காப்பு=வாயைத்திறத்தல். சூ. 76. 77. [வி. 94.]

அங்ஙனம்=அப்படி. அங்கே. [அ+ஙனம். வி. 25. சூ. 106.]

அசை. வி. 168. [வி. 96.]

அசைச்சீர். வி. 173.

அசைத்தல்=அசையச்செய்தல். யாப். 34.

அசைநிலை = அசையாக அசைத்தலே பொருளாகநிற்பவை. வி. 116. சூ. 355. 364. 367. 436.

அசைமொழி=அசைச்சொல். சூ. 373. 93.
அசோகு=ஓர்மரம். சூ. 56.
அச்சம்=பயம். அஞ்சிக்கை. சூ. 384.
அச்சமாடல்=அச்சமுண்டாகப் பேசுதல். சூ. 31.
அச்சாணி=கடையாணி, தேரின் அச்சுக்குரிய ஆணி. வி. 91. [அச்சு + ஆணி. வி. 119.]
அச்சுதன்=அழிவில்லாத கடவுள். சூ. 258. [வி. 166.]
அஞ்சனம்=கண்ணுக்கிடு மை. சூ. 459.
அஞ்சுதல்=பயப்படல். வி. 92. 213.
அஞ்செஞ்சீறடி=அழகிய சிவந்த சிறிய அடி. சூ. 156. [வி. 121.]
அடங்குதல்=வணங்கல். வி. 95.
அடி=கீழ். பாதம். சூ. 80. முதல். சூ. 82. யாப். 23. &c. வி. 180.
அடிசில்=உணவு. சாதம். சூ. 430.
அடிநா=முதல்நாக்கு. சூ. 82.
அடிப்பாடு=பகுதி. வி. 76. [அடியாகப் படுவது. வி. 96.]
அடிமறிமாற்றுப்பொருள்கோள். சூ. 460.
அடிமறிமண்டலம். யாப். 71.
அடியணம்=மேல்வாய் அடி. சூ. 82.
அடியளந்தான்=விட்டுணு. வி. 95. [வி. 152.]
அடியேன் = அடியனேன் = அடியான். அடிமையாகிய நான். [வி. 93.]
அடுக்கு=ஒருசொல் பலதரம் அடுக்கி வருதல். சூ. 436. வி. 200.
அடுக்குப்புணர்ச்சி. சூ. 415. வி. 126.
அடுதல்=சமைத்தல், காய்ச்சுதல். வி. 188. கொல்லல். சூ. 421.
அடுத்தல்=சேருதல். வி. 94. சூ. 270.
அடை=விசேடணம். [வி. 96.]
அடைசேர் மொழி = அடை மொழிகள் சேர்ந்து வருஞ்சொல். சூ. 442, 443.
அடைதல்=சேருதல். சூ. 387. 444. அடையப்படுபொருள். சூ. 296.
அடைமொழி=ஒருமொழியை விசேடித்துவருவது. வி. 132. சூ. 443, 444.
அட்டு=பழ இரசம் முதலியவை அட்டபாகு. சூ. 203.
அணங்கு=பெண். யாப். 38. கொலை. சூ. 435.
அணம்=மேல்வாய்க்கட்டை. சூ. 82.
அணி=அலங்காரம். சூ. 268. வி. 194. சூ. 430.
அணிஅதிகாரம். வி. 194—213.
அணிகலம்=ஆபரணம். வி. 70. [வி. 153.]
அணிதல்=அணியாக உடுத்துக்கொள்ளுதல். சூ. 385. 430.
அணித்து=சமீபம். [வி. 93. அணிமை.]
அணிந்துரை = அலங்கரித்துச் சொல்வது. புனைந்துரை என்றதுபோல், அணிந்துரைப்பது. சூ. 1. 55.
அணிவகுத்தல்=அணி அணியாக வகுத்தல். வி. 27.
அணு=ஒலிநுட்பம். சூ. 58.
அணுகாவழி=சேராதஇடம். சூ. 270. [வி. 91.]
அணுகுதல்=கிட்டல், சேருதல். சூ. 270.
அணுத்திரள் = செவிக்கு விடயமாகிய நாதம். சூ. 58. 74. [வி. 152.]
அணைதல்=சேருதல். வி. 24. 29. 63. சூ. 279. 435.
அண்டகூடம்=உலகம். வி. 17.
அண்ணம்=மேல்வாய் அகம். சூ. 74. 83.
அண்ணல்=அரசன். வி. 157.
அண்ணாத்தல்=மேனோக்கல். அங்காத்தல். சூ. 457.
அண்பல் = முன்னம்பல், மேல்வாய்ப் பல். சூ. 77. 80.
அண்மை=சமீபம். சூ. 313. வி. 5. (D.)
அதர்=ஆட்டின் கழுத்திலிருக்கும் அதர். வி. 68. வழி. வி. 86.
அதி. வி. 123. (உ.)
அதிகார உரை=அதிகாரத்தால் வருவிக்கப்பட்டுத் தன்அதிகாரத்தோடு பொருந்தக்காட்டி எழுதுவது.
அதிகாரம் = அதிகரித்தல், முறைமை. சூ. 21.
அதிரல்=ஓசைஇடல். சூ. 391.
அது=சுட்டுப்பெயர். சூ. 180. 298. வி. 71. ஆறும்வேற்றுமை உருபு. சூ. 292. வி. 62. விகுதி. வி. 77. 93.
அதுவாதல்=முதற் காரணப் பொருள். சூ. 298.
அத்தி=ஓர்மரம். வி. 161.
அத்து=சாரியை இடைச்சொல். சூ. 244. 252. வி. 66. 108.
அத்தை=முன்னிலைஅசை. சூ. 372.

அநவரதம் = என்றென்றைக்கும். வி. 117. [வி. 166.]
அநாதிஎழுத்து = ஒலி எழுத்து.
அநு. வி. 123. (உ.)
அந். வி. 166.
அந்தடி = கடைஅடி. யாப். 55.
அந்தணர் = பெரியோர். வி. 137. 95. [அம் + தண் + அர். வி. 93.]
அந்தம் = இறு, முடிவு. யாப். 68.
அந்தாதி. வி. 199. யாப். 50. [அந்தம் + ஆதி. வி. 42.]
அந்தில் = இடைச்சொல். சூ. 369.
அந்தோ. வி. 117.
அப. வி. 123. (உ.)
அபி. வி. 123. (உ.)
அமரர் = சுரர், வானோர், (சாவில்லாதவர்.) வி. 152. [166.]
அமர் = யுத்தம். சிற. பா. 17.
அமர்தல் = அமைதல், இருத்தல், இளைப்பாறுதல். சூ. 56.
அமிழ்து = அமிழ்தம் = அமிர்தம் = சாவாமருந்து. வி. 113. [166.]
அமுதம் = அமிழ்தம். சூ. 451.
அமைபவன் = பொருந்தி இருப்பவன். சூ. 26. [வி. 95.]
அமைதல். வி. 95.
அமைத்தோள் = மூங்கில்போன்ற தோள். சூ. 55. [வி. 155.]
அமைவரல் = தன் அறிவினிடத்து நிறைதல். சூ. 44. [வி. 124. (ഉ.)]
அம் = சாரியை இடைச்சொல். சூ. 202. 244.
வினைப்பெயர்விகுதி. வி. 96. தன்மைப்பன்மை விகுதி. வி. 77. அழகு. வி. 93.
அம்போதரங்கம். (கடலலை.) யாப். 80. (அம்பல் + தரங்கம்.)
அம்ம = இடைச்சொல். வி. 117. உரையசை ஏவல். சூ. 370.
அம்மா = அதிசயக்குறிப்பு. வி. 85. 117.
அம்முதல் = அகரமுதல். சூ. 63. 73.
அம்மை = அழகு. யாப். 91. தாய். சூ. 420.
அயல் = அருகிடம். வி. 41. 64. ஏழனுருபு. வி. 63.
அயற்றிரிபு = இற்றயல் எழுத்துத் திரிதல். சூ. 303. 307.
அயிலல் = உண்ணல். சூ. 430.
அரசு = அரசன். வி. 108. [17.]
அரமகளிர் = தேவமகளிர். சூ. 389.
அரவம் = ஓசை. சூ. 391. பாம்பு (சர்ப்பம்.)
அரற்றுதல் = ஒலித்தல். வி. 81.
அரி = கண்வரி. யாப். 38. (செவ்வரி, கருவரி.)
அரிதுணர்பொருள் = அரிதாகக்கற்றோர் அறிகின்றபொருள். சூ. 272. [வி. 93. 153.]
அரிப்பரித்தல் = கொழித்தல். வி. 86.
அரிமாநோக்கம் = முன்னும் பின்னும் பார்க்கின்ற சிங்கத்தின் பார்வை. சூ. 19.
அரிவை = பெண். சூ. 277.
அரு = அரிய. வி. 93. [அருமை. சூ. 135. 6. வி. 121.]
அருகு = சமீபம். வி. 41. 93.
அருகுதல் = அருகிவருதல். யாப். 15.
அருங்கலை = அருமையான சாத்திரம். சிற. பா. 17. [வி. 121.]
அருத்தாபத்தி = அருத்தத்தின் வரிசை.
அருமந்தபிள்ளை = அருமருந்தன்ன பிள்ளை. சூ. 267.
அரும் = அருமையான. [வி. 121.] சூ. 453.
அரும்புதல் = மலர்தல். வி. 84.
அருவா, அருவாவடதலைநாடு (அதன் வடக்கு) = கொடுந்தமிழ்நாடுகள். சூ. 273.
அருவி = மலையின் வீழ்அருவி. வி. 61. 64.
அருள் = கிருபை. வி. 70. 93. சூ. 384. (அரிய உள்ளம்.)
அரூபப்பொருள் = வடிவில்லாப்பொருள்.
அறா உயிர். வி. 23.
அரோ = அசைநிலை. வி. 116. சூ. 373.
அர் = பல்லோர் படர்க்கை விகுதி. சூ. 140. 327. வி. 77.
அலகு = செய்யுள் அலகு, எண் அளவு. யாப். 3. 4.
அலங்கல் = மாலை. வி. 94.
அலங்காரம். வி. 162.
அலர் = மலர். சிற. பா. 5.
அலவன் = நண்டு. யாப். 39.
அலறுதல் = புலம்பல். வி. 79.
அலிஎழுத்து = ஆய்தம் ஆகியஎழுத்து.

அலைத்தல்=அலையச்செய்தல். யாப். 39.

அல்=மெய்யெழுத்து. வி. 7. இரவு. வி. 70.
  வினைப்பகுதி. வி. 125. தொழிற்பெயர் விகுதி. வி. 94. சாரியை. 108. சூ. 244. ஒருமைத் தன்மை விகுதி. சூ.331. வியங்கோள்விகுதி. சூ.338.

அல்லவை = தீயவை, (அறனல்லாதவை.) வி. 79. 95.

அல்லல்=துன்பம். வி. 31. 79.

அல்லால்=அல்லாமல். வி. 41. 125.

அல்வழி = [அல்லாதவழி.] வேற்றுமை அல்லாதவழி. [வி. 125. 153.]
  அல்வழிச்சந்தி. சூ. 152. 171. 176. வி. 22.

அல்வழிப்புணர்ச்சி. சூ. 152.

அவ. வி. 123. (உ.)

அவயவம்=அங்கம், உறுப்பு. சூ. 276.

அவற்றுள் = முன்சொல்லிய பலவற்றில். [வி. 71. 63.]

அவனி=பூமி. வி. 86. சூ. 424.

அவா=ஆசை. சூ. 31. வி. 27.

அவாநிலை=சில சொற்களை வேண்டிநிற்குநிலை. (அவாவியநிலை. வி. 153.)

அவாவுதல்=ஆசித்தல். வி. 87.

அவிதல்=அழிதல். வி. 137.

அவிழ்தல் = கட்டவிழ்தல். மலர்தல். வி. 93.

அவை=சபை. வி. 26. 213. அஃறிணைப்பன்மை. சூ. 250. வி. 71. 213.

அவையம்=அவை. சூ. 276. வி. 86. [வி. 108.]

அவ்வியயம்=வடமொழி இடைச்சொல். வி. 123. (உ.)

அழல்=தீ. சூ. 46.

அழித்தல்=அழிக்கப்படு பொருள். சூ. 296.

அழுகல்=அழுகியது. சூ. 229.

அழுக்காறு=பொறாமை. சூ. 31. 384. [வி. 89. (H.)]

அழுக்கு=ஓசை. சூ. 391.

அழுங்கல்=ஒலித்தல். சூ. 391.

அழைத்தல்=விளித்தல். சூ. 303.

அளபு=மாத்திரை, அளபெடுத்தல். சூ. 307, 308. 310.

அளபெழல்=ஓசைநிரம்பத்தத்தம்மாத்திரையின் மேற்பட்டொலித்தல். சூ. 91.

அளவடி. வி. 180. (அளவு + அடி.)

அளவில்=அளவுக்குத்தக்கபடி. சூ. 27.

அளவு = மாத்திரை. சூ. 72. 89. 101. பெருமைசிறுமைமுதலிய பிரமாணங்களால் வருபெயர். சூ. 276.

அளவை=எண்ணல், எடுத்தல், முகத்தல், நீட்டல், ஆகியஅளத்தல். சூ. 290.

அளபெடை. வி.14. சூ.91,92. வி.79. [அளபு + எடை. வி. 94. 96]

அளறு=நரகம், நிரயம். சூ. 457.

அளாவுதல்=கலத்தல். வி. 113.

அளி=எளிமை. வி. 72.

அளிய=எளிய. யாப். 39. [வி. 93. 121.]

அளை=ஏழன் உருபு. வி. 63. வளை. யாப். 39.

அளைமறிபாப்பு. சூ. 458. [வளையில் மறியும் பாம்பினுடைய. வி. 26.]

அள்=பெண்பாற்படர்க்கை விகுதி. சூ. 140. 326. வி. 77.

அள்ளல்=குழை சேறு. வி. 81.

அற = இல்லாமல். நீங்க. [வி. 140.] யாப். 25.

அறத்திற்றிரியாப்படர்ச்சி = தருமத்தினின்றும் வேறுபடாத நடை. சூ. 46.

அறம்=தருமம். சூ. 443. வி. 60. 216.

அறிஞன். வி. 95.

அறியாமை. சூ. 426. [வி. 94.]

அறிபொருள்=அளவறியப்படுகிற பொருள். சூ. 440.

அறிவு. சூ. 384. 426. [வி. 94.]

அறிவாளன் = (அறிவு + ஆள் + அன்.) அறிவையுடையோன். சூ. 434.

அறு. வி. 159.

அறுசுவை. சூ. 386. வி. 27.

அறுதல்=நீங்கல், ஒழிதல். வி. 79.

அறைதல்=சொல்லுதல். சூ. 450.

அற்குதல்=நிலைபெறுதல். வி. 93.

அற்பு. வி. 26.

அற்புதம்=அதிசயம். சிற. பா. 5.

அற்று=அதுபோல. சூ. 95. வி. 41. 137. 108, 109. அத்தன்மைத்து. சூ. 164. ஓர்சாரியை. சூ. 244, 245.

அற்றற்றொழுகுதல் = அறுபட்டு அறுபட்டு நடக்குதல். சூ. 453. [அறு. வி. 86.]

இ

இகரக்கு=இகர எழுத்துக்கு. சூ. 277. [வி. 66.]

இகரக்குறுக்கம்=குற்றியல்இகரம். சூ. 93. வி. 24.

இகரநீட்சி=இகரம் இகாரமாதல். சூ. 305.

இகல்=பகை. சூ. 384.

இகழ்தல்=நிந்தித்தல். வி. 189.

இகுளை=தோழி. சூ. 277.

இசின் = இறந்தகாலத்து இடைநிலை. யாப். 9. 51.

[இ சாரியையுஞ் சின் இடைச்சொல் லும் எனக்காண்க. சூ. 373.]

இசைநிறை=ஓசையை நிறைத்து நிற்பவை. வி. 115. சூ. 352. 354. 368.

இசை=பாட்டின் ஓசை. சூ. 91. இராகம். சூ. 101. சேர்வு. சூ. 432. சொல். சூ. 401.

இசை எச்சம்=பெயர் வினை இடை உரி என்னும் நால்வகைச் சொல்லுள் ஒன்றும் பலவுந் தனித்துந் தொடர்ந்தும் வரவேண்டுவது. சூ. 401.

இசைத்தல்=ஒலித்தல். சூ. 125. கூறுதல். வி. 89. சூ. 387. சேர்த்தல். சூ. 459.

இடக்கர் அடக்கல் = சொல்லத்தகாததை மறைத்துச்சொல்வது. சூ. 267.

இடத்தே=இடத்தில். வி. 63.

இடத்தொகை. சூ. 412.

இடப்பொருளுருபு = தம்மை ஏற்ற பெயர்ப்பொருளை இடப்பொருளுக்காகச் செய்கின்ற ஏழாம் வேற்றுமையின் உருபு. சூ. 302. வி. 63.

இடப்பொருள் = வினைமுதலின் தொழிற்காயினுஞ் செயப்படு பொருட்காயினும் இடமாகிய பொருளாம்.

இடம் = சொல் நிற்கின்ற மூன்று தானம். சூ. 266. 416. வி. 54. இடத்தால் வருபெயர். சூ. 132. ஏழன் உருபு. வி. 63.

எழுத்து பிறக்கும் இடம். 75—87.

இடவழு. சூ. 416.

இடவாகுபெயர். வி. 162. சூ. 290.

இடி=அசனி. யாப். 34.

இடுகுறி = இடப்பட்ட அடையாளம். சூ. 275. வி. 49. (ரூடி.)

இடுகுறிப்பெயர். சூ. 62.

இடுகுறிப் பொதுப்பெயர் = பலபொருளுக்குப் பொதுவாய் வரும் பெயர். சூ. 62.

இடுகுறிச் சிறப்புப்பெயர் = ஒரு பொருளுக்குச் சிறப்பாய் வரும்பெயர். சூ. 62.

இடுக்கண்=துன்பம். வி. 34.

இடுக்கு = நெருக்கம், துன்பம். சூ. 460.

இடும்பை=பொல்லாங்கு. வி. 89. யாப். 40.

இடை=இடைச்சொல். சூ. 239. நடு. சூ. 57. 91. 253.

இடம். சூ. 53. 302. வி. 63. 23.

இடை (நிலை)=எழுத்துகள் சொல்லின் நடுவில் நிற்கும் இலக்கணம். சூ. 57. 110—121.

இடை எழுத்து. சூ. 94. வி. 10.

இடைகள்=நடுத்தரமானவர். வி. 86.

இடைக்கணம் = இடை எழுத்துகள். வி. 10.

இடைக்குறை. வி. 41.

இடைச்சொல் = பெயர் வினைகளுக்கு அகத்துறுப்பாயும் புறத்துறுப்பாயும் ஒன்றுபடுந் தன்மையது. வி. 107. சூ. 352—373. 239.

(முன்னும் பின்னும் வரும், ஆயினும் பெரும்பாலும் இடையிலே வருதலால் இடைச்சொல்.)

இடைத்தொடர்=இடைச்சொற்கள் கூடிநிற்பது. சூ. 152. 182. 415.

இடைநிலை = முதனிலைப்பகுதிக்கும் இறுதிநிலை விகுதிக்கும் இடை நிற்பதால் இடைநிலை.

பெயர் இடைநிலை = பகுபதப்பெயர்ச்சொற்களின் இடையில்நிற்பது. சூ. 141. வி. 95.

வினை இடைநிலை. சூ. 133. 142—144. வி. 123.

இடைமை = இடை எழுத்துகள். சூ. 75. வி. 10.

இடையறுது=இடைவிடாமல். சூ. 424. வி. 164.

இடையினம் = வல்லெழுத்திற்கும் மெல்லெழுத்திற்கும் பொதுவாய் உச்சரிக்கப்படுகிற எழுத்துகள். சூ. 70. வி. 10.

இடையூறு = உபத்திரம். தடை (இடையில் உறுவது.) வி. 96.

இடைப்பிறவரல் = நடுவிலே பெயர் வினைகளுக்குரிய பிறசொற்கள் வருதல். சூ. 397. வி. 132.

இடைப்பொருள் எட்டு. சூ. 353.

இடை மாணுக்கர்=நடுமாணுக்கர். சூ. 38.

இடையன்=இடைச்சாதியான். ஐவகை நிலத்தில் நடுவாகிய முல்லை நிலத்தில் இருப்பவன். சூ. 276. (திணைகாண்க.)

இணை=இரண்டு. யாப். 40.

இணைக்குறள். யாப். 69.

இணைந்தியலல் = இரண்டெழுத்தோரெழுத்தாய்க்கூடி நடத்தல். சூ. 149.

இதழ்=உதடு. சூ. 74. 78.

இதற்கிதுமுடிபு = இவ்விலக்கியத்திற்கு இவ்விலக்கணந்தான் முடிபு. சூ. 257.

இதன்பெற்றி=இதன் இலக்கணம். சூ. 461.

இத்தை = முன்னிலை அசை இடைச்சொல். சூ. 372.

இமிழ்தல்=ஒலித்தல். சூ. 391.

இமை=நிமைக்கொட்டுதல். சூ. 100. வி. 16.

இயங்கியற்பொருள் = திரிகிறதாகிய சரப்பொருள்.

இயங்குதல்=நடத்தல். சூ. 450.

இயம்புதல்=சொல்லுதல். சூ. 36. 56.

இயலுதல்=வருதல். சூ. 121. 128. 131. நடக்கல். சூ. 360. 392. 446. யாப். 90.

இயல் = ஒரு சாதிப்பொருள்கொண்டது. அங்கம். ஓத்து. உறுப்பு.

இயல்பின்விகாரம் = விதித்தயியல்பிலே விகாரமாதல். சூ. 255.

இயல்பு=சுபாவம். சூ. 100. 136. 151 இயல்புப்புணர்ச்சி. சூ. 153.

வரலாறு. சூ. 4. 160. 178. 179. 201. 165. 172, 173. 176.

இயல்புச்சந்தி=விகாரமின்றிப் புணரும் புணர்ச்சி. சூ. 153. வி. 19.

இயற்கை=தன்மை, சுபாவம். சூ. 253. வி. 59. [96.]

இயற்கை அளபெடை = விகாரத்தால் வராத அளபெடை. சூ. 91.

இயற்கைப்பொருள்=தொன்றுதொட்டு இயல்பாய் வழங்கிவருகின்ற பொருள். சூ. 445.

இயற்சீர். வி. 174.

இயற்சொல் = யாவருக்கும் வழக்கமாய்த் தெரியுஞ்சொல். சூ. 270. வி. 43.

இயற்பெயர்=சிறப்பில்லாத இயல்பானபெயர்.

இயற்றமிழ்=சுத்ததமிழ்.

இயற்றுதல்=செய்தல். சூ. 450. வி. 164. யாப். 92.

இயற்றுதற்கருத்தா, குலாலன்குடத்தை வனைந்தான் எ-ல் குலாலன் எ-து இயற்றுதற்கருத்தா.

இயற்றும்வினைமுதல்=செய்யுங்கர்த்தா, கருவியைத் தொழிற்படுத்துவது.

இயைதல்=பொருந்தல். சூ. 274. (இசை.)

இயைபு=புணர்ச்சி. சூ. 97. (இசைவு.) யாப். 38.

இயையப்புணர்த்தல்=பொருந்தும்படி புணர்க்கை. சூ. 239.

இயைவன=வழங்குவன. சூ. 274.

இரக்கம்=உருக்கம். சூ. 384.

இரக்கு=ஓசை. சூ. 391.

இரங்கல்=ஒலித்தல். சூ. 391.

இரட்டுறமொழிதல்=ஒரு வாக்கியத்தில் இரண்டுபொருள் படச்சொல்லுதல். சூ. 14.

இரட்டைக்கிளவி = இரட்டைச் சொல். சூ. 437. ஒலிக்குறிப்பில்வரும் இரட்டைமொழி.

(உ-ம்.) மொடுமொடுத்தது, கறுகறுத்தது.

இரட்டல்=ஒலித்தல். சூ. 391. (இரட்டையாதல்.)

இரட்டு=இருமடங்கு. இரட்டுனூறு = இருநூறு. சூ. 61.

இரத்தல் = யாசகஞ்செய்தல். வி. 124. சூ. 448.

இரப்புரை=இரத்தற்கு வருகிற சொற்கள். சூ. 448.

இரவு=இராத்திரி. சூ. 450.

இரிதல்=ஓடுதல். சிற. பா. 6.

இரீஇ. வி. 70.

இரு = பெரிய. வி. 157. இரண்டு. வி. 159.

ஓர்வினைப்பகுதி. வி. 24. (உ,ங.) 89.92.

இருகால்=இரண்டுதரம். சூ. 42. [வி. 159.]

இருதிணை=உயர்திணை, அஃறிணை. சூ. 330. 337.

இருது=பருவம். சூ. 276. [S. Ritu.] பருவத்தால் வருபெயர். சூ. 276.

இருபால்=இரண்டுவகை. சூ. 128.

இருபாற்று = இருபாலையுடையது. சூ. 289. [வி. 93.] [சூ. 57. காண்க.]

இருபான்=இருபது. சூ. 137. 249.

இருபெயரொட்டுப் பண்புத்தொகை= இரண்டுபெயர்கள் கூடும் இடத்து ஆகிய என்னும் பண்புருபு தொக்கு நிற்பவை. சூ. 406.

இருபெயர்=பொதுப்பெயர், சிறப்புப் பெயர். சூ. 406.

இருமை=இம்மை மறுமைகள். யாப். 55. இருதன்மை. [வி. 159. 94.]

இருமைக்குறில் = உயிர்க்குறில், உயிர் மெய்க்குறில். சூ. 126. [வி. 154.]

இருவர்நூல்=கடவுள், பின்னவன் என் னும் இருவராற் செய்யப்பட்ட முத னூல் வழிநூல். சூ. 8. [வி. 152.]

இருவர்மாறுகோள் ஒருதலை துணிவு = இருவராலே மாறுபட்ட இரண்டனு ள் ஒன்றைநீக்கி ஒன்றைத் துணிந்து எடுத்துக்கொள்ளுதல். சூ. 11.

இருவழக்கு=உலகவழக்குஞ் செய்யுள் வழக்கும். சூ. 442.

இருவழி=வேற்றுமைவழி, அல்வழி. சூ. 214. 227. [சூ. 152.]

இருளல்=அந்தகாரமாதல். வி. 82. [இ ருள். வி. 76.]

இருள்=அந்தகாரம், இருட்டு. வி. 93. (இரவில் உள்ளது.)

இரை=ஆகாரம். யாப். 39. ஓசை. சூ. 391.

இரைத்தல்=சத்தித்தல், ஒலித்தல். சூ. 391.

இர்=பன்மை விகுதி. வி. 69. முன்னிலை விகுதி. வி. 77. சூ. 140. 337.

இலகல்=விளங்கல். சிற. பா. 2.

இலக்கணம்=இலக்கியத்தின் அமை தி. சூ. 141. வி. 1 (A.) முகவுரை. (ச.) தேவலட்சணம். (காப்பு.)

இலக்கணப்போலி = இலக்கணமுடை யதுபோல்வருவது. சூ. 267.

இலக்கியம்=அறிவுடையோராலே நிய மிக்கப்பட்ட புராணகாவியங்கள். சூ. 141. முகவுரை. (ச.)

இலங்குதல்=பிரகாசஞ்செய்தல். முக.

இலன். வி. 93. 125.

இலிகாள் = இல்லாதவரே. வி. 86. [வி. 125. 96. 64.]

இல்=ஓர் வினைப்பகுதி. வி. 125. சூ. 401. வேற்றுமையுருபு. சூ. 299. வி. 61. 63. வினை எச்சவிகுதி. வி. 86. சூ. 343. வீடு. சூ. 420.

இல்பொருள் உவமை. வி. 204.

இல்லம்=வீடு. (இல்.) வி. 26. [வி. 96.]

இல்லறம் = வீட்டிற்குரிய கடமைகள். வி. 216.

இல்லிக்குடம்=ஓட்டைப்பானை. சூ. 38. நீர் வார்க்குந்தோறும் கீழிழிந்துகிரம் பாதது. [இல்லி=சில்லி.]

இவறுதல் = உலோபமுடைமையாதல். வி. 35.

இவ்விரண்டு = இரண்டிரண்டு. சூ. 71.

இழத்தல்=வீணாகப்போக்கடித்தல். வி. 79.

இழி இருபால்=அஃறிணையில்வரும் இர ண்டுபால். சூ. 350.

இழிதல் = விழுதல். வி. 61. தாழ்தல்.

இழிதிணை=அஃறிணை. சூ. 245.

இழிந்தோன் = தாழ்ந்தோன். சூ. 448. [வி. 95.]

இழிபு=தாழ்வு. யாப். 31. [வி. 94.]

இழிப்பு=பழிப்பு. சூ. 420. [வி. 94.]

இழுக்கம்=இழிவு. வி. 86.

இழுக்கல்=வழுவுதல். சூ. 420. யாப். 1. வழுக்குநிலம். வி. 41.

இழுக்கார் = வழுவாது கூறுவார்கள். சூ. 426.

இழுக்கு=வழு, தப்பு. வி. 143.

இழை = பஞ்சின்நூல். சூ. 24. ஆபரணம். வி. 121.

இழைத்தல்=நியமித்தல். வி. 89. ஒழு கல். யாப். 68.

இள = இளைய = இளம் = இளமையான. வி. 121.

இளங்கண்ணன் = இளையகண்ணையுடை யவன். சூ. 433. [வி. 121. 93.]

இளமை=இளைமை=இளைமைப்பருவம். வி. 191. சூ. 384.

இறத்தல்=கடத்தல். சூ. 101. மரித்தல்.

இறந்தகாலம்=போனகாலம். சூ. 142.

இறந்தது விலக்கல் = முன்புள்ளதாய்ப் பின்பு வழங்காதாயின் அதனைவிலக்கு தல். சூ. 14.
இறப்பு=போனகாலம். சூ. 145. 423. [வி. 94.]
இறல்=சாவு. வி. 164.
இற்றுப்போதல். அழிதல். வி. 191.
இறுதல்=முடிதல். யாப். 87. சூ. 256.
இறுதி=கடைசி. சூ. 94. 122.
கடைநிலை. சூ. 256.
இறுதிஅழிவு=இறுகெடுதல். சூ. 311.
இறுதிநிலை=இற்றிலே நிற்பது. [வி. 96.] (செய்யும் என்பதில் இறுதிநிலை கால ங்காட்டும்.)
இறுதிப்போலி=கடைப்போலி. சூ. 122.
இறுத்தல்=செலுத்தல், ஒடித்தல், சே ரல். யாப். 33.
இறை=கடவுள். வி. 95.
விடை. சூ. 427.
இறைஞ்சுதல் = தொழுதல். (காப்பு.) சூ. 453.
இறைத்தல்=சிதறல். யாப். 36.
இறைவழு. சூ. 416. விடைவழு.
இறைவன்=கடவுள். வி. 63.
புருடன். யாப். 39. [இறை + அன். வி. 93.]
இற்று=ஓர்சாரியை. சூ. 244. இத்தன் மைத்து. சூ. 445. 461.
இற்றை. வி. 26.
இன = இவைபோல்வன பிற. [இன்ன. வி. 41.] சூ. 343.
இனக்குறில் = நெட்டெழுத்திற்கினமாகி ய குற்றெழுத்து. சூ. 91.
இனமணி=[ஒரு] சாதிமணி. சூ. 16.
இனமிகல்=வருமெழுத்திற்கு இனமான எழுத்து மிகுதல். சூ. 136.
இனமொழி. சூ. 427. (ஓர்இறை: இதை ச்செய்யேன், எ-கு வேறொன்றைச் செய்வேன்.)
இனம்=சேர்க்கை, கூட்டம். சூ. 71. வி. 11. (F.)
பந்துக்கள். வி. 596.
இனிய=இன்பமான. வி. 34. [93.]
இனைத்து=இப்படி. சூ. 197. [வி. 93.]
இனைய=இவைபோல்வன பிற. சூ. 26. 136. 384. [வி. 93.]
இன்=ஐந்தாம்வேற்றுமைஉருபு. சூ.292.
இனிமையான. வி. 30. யாப். 38.
வினைச்சவிகுதி. வி. 86. சூ. 343.
சாரியை. வி. 65. 93. 108. சூ. 244.
இன்பம்=நூற்பயன் ஒன்று. சூ. 10. சூ. 384. வி. 218.
இன்றி=இல்லாமல். வி. 93. 125.
இன்றி அமையாத=இல்லாமல் தீராத. சூ. 23.
இன்று=இன்றைக்கு. வி. 25. 93.
இல்லாதது. வி. 125.
இன்ன=இவைபோல்வன. சூ. 135. 280. வி. 5.
இன்னணம்=இவ்வகையாய். சூ. 392.
இன்னதல்லதிதுவென மொழிதல் = சந் தேகப்பட வந்தவிடத்து "இது அன்று, இதுதான்" எனத் துணிந்து சொல்லு தல். சூ. 14.
இன்னல் = துன்பம். வி. 124. 164. (இன் + அல்.)
இன்னன=இவைபோல்வன. சூ. 276. 277. 279. 282. 314. 353.
இன்னா=தீமை. வி. 38. 93.
இன்னாது=தீமையுள்ளது. வி. 34.
இன்றாய்=இல்லாததாக. சூ. 447.
இன்னான் ஃc. வி. 5.
இன்னிசை. வி. 190. யாப். 59.
இன்னிசைவெண்பா. யாப். 59.
இன்னினியே=உடனே.

ஈ

ஈ = முன்னிலை அசையாகிய இடைச் சொல். சூ. 372.
வினைப்பகுதி. சூ. 448.
நெட்டெழுத்து. சூ. 65. வி. 4.
ஈஇர்=இர்=இரமான. யாப். 39. [வி. 121.]
ஈகை=தானம். வி. 203. [94.]
ஈங்கு=இவ்விடம். வி. 72.
ஈசன்=ஆதிகடவுள். வி. 112.
ஈட்டம்=கூட்டம். திரள். தேட்டம். சூ. 300. [இட்டல். வி. 96.]
ஈண்டல்=சேர்தல். சூ. 460.
ஈண்டு=இண்டை=இவ்வுலகம். சூ. 73. யாப். 55.
ஈதல்=கொடுத்தல். சூ. 34. 387.
கற்பித்தல். சூ. 36.
ஈம்=சுடுகாடு. சூ. 223.
ஈரடை=இரண்டுஅடைமொழிகள். சூ. 444.

ஈரறிவுயிர்=இப்பி,சங்குமுதலிய.சூ.378.
ஈரெச்சம்=பெயரெச்சம், வினையெச்சம். சூ. 351. 397. 415.
ஈரேவல்=இருவனை ஏவுதல். சூ. 138.
ஈரைங்குற்றம்=பத்துக்குற்றம். சூ. 12.
ஈர்=இரமான. [வி. 121.] யாப். 39. இரண்டு. வி. 159. சூ. 457.
ஈர்ங்=இரம். சூ. 224. யாப். 34. சூ. 450.
ஈர்த்தல்=இழுத்தல். வி. 27.
ஈறழிதல்=கடைசியில்கெடுதல்.சூ. 307. 308. 313.
ஈறு=இறுதி, கடை. சூ. 67. 97. 107. 137.
ஈறு(நிலை)=எழுத்துகள் சொல்லின் கடைசியில் நிற்கும் இலக்கணம். சூ. 57. 107—109.
ஈறுபோதல் = சொல்லின் கடைசியில் கெடுதல். சூ. 307.
இறுதிவிகுதி நீங்கல். சூ. 136.
ஈற்றசை = சொல்லின்கடைசியில் நிற்கும் அசை இடைச்சொல். சூ. 354. (முதற்கண்வராது.)
ஈனல்=தருதல். வி. 112. சூ. 453. பிறப்பித்தல். வி. 82. சூ. 317.

உ

உகரக்குறுக்கம்=குற்றியல் உகரம். சூ. 60. 94. வி. 15.
உகுதல்=உதிர்தல். வி. 110.
உக்குறள்=குற்றியல் உகரம். சூ. 164. வி. 15. சூ. 94. 99.
உச்சி=தலை. சூ. 74. சிகரம். சூ. 152.
உஞற்றல்=முயற்சிசெய்தல். வி. 79.
உடம்படுமெய்=நிலைமொழி இற்றிலும் வருமொழிமுதலிலும் இருக்கிற உயிர்கள் உடம்படுதற்பொருட்டு இடையே வரும் மெய். சூ. 162. வி. 23.
உடம்பு(உடல்.)=தேகம். சூ. 268. மெய்யெழுத்து. சூ. 59.
உடலுதல்=வருத்தப்படுத்தல்.யாப். 44.
உடலுயிர் = உடல்கொள் உயிர் = உடலோடு கூடிய உயிர். சூ. 384. 385. [வி. 157.]
உடல்=மெய்யெழுத்து. சூ. 204.
உடனிகழ்ச்சி=வினைகொண்டு முடிகிற பொருளினது தொழில்போன்ற தொழிலைத் தன்னிடத்திலும் உடனிகழ்கிறதாக உடையது. சூ. 297. வி. 59. [உடன் + நிகழ் + ச்சி. வி. 96.]
உடனிலை மெய்மயக்கம் = எழுத்துகள் தன்னொடுதான் கூடுங் கூட்டம். சூ. 110. 118.
உடன்படல் = பிறர் மதத்திற்குத் தான் உடன்படல். சூ. 11.
உடைதல்=ஒடிதல். வி. 65. சூ. 458.
உடைத்தல்=ஒடித்தல். சூ. 459.
உடைமை=உடைமைப்பொருள். சூ. 296.
செல்வம். சூ. 434.
உடைய, உடை, உட. வி. 62. 93.
உணங்கல்=உலர்தல். வி. 89.
உணரல்=உணர்தல்=அறிதல். வி. 93. சூ. 272. 449.
உணர்த்துதல்=அறிவித்தல். சூ. 29.
உணர்வியல்=அறிவுமயம். சூ. 382.
உணர்வின்றேற்றல் = அறிவில்லாமற்கொள்ளல்.
உணர்வு=உணர்ச்சி. கல்வி. அறிவு. சூ. 268. 458. வி. 5.
உண்=வினைப்பகுதி. வி. 105.
உள் என்பதின் விகாரம். வி. 36. 39.
உண்டி=உணவு. வி. 27.
உண்ணல்=பொசித்தல். சூ. 467.
உதாரணம்=திருட்டாந்தம். சூ. 21.
உத்தி=யுத்தி, புத்திநுட்பம். சூ. 4. 14.
உப. வி. 123. (உ.)
உபசர்க்கம். சூ. 123. (உ.)
உம் உந்தாகல்=உம் விகுதியானது உந்து எனத்திரிதல். சூ. 341.
உம்மை=மறுமை. வி. 189. [வி. 5.]
உம்மை எச்சம். சூ. 358. 359.
உம்மை எட்டு=உம் என்னும் இடைச்சொல் எட்டுவகைப் பொருளைத்தரும். சூ. 152. 357. 360. 409. 440. வி. 113.
உம்மைத்தொகை. சூ.409. 413. வி. 156.
உயராய்தம் = தன் அளைமாத்திரையிற் குறுகாதது. சூ. 61. 97. [உயர்ந்த. வி. 153.]
உயர்தல்=மேலாதல். வி. 72.
உயர்திணை = வானவர், மனிதர், நரகர், ஆகிய மூன்றுதிறத்தாரும் உயர்ந்த சாதி. சூ. 261. 413. 418.
உயர்திணைப்பெயர்=உயர்ந்தகுலப் பெயர். சூ. 259.
உயர்முப்பால்=உயர்திணையில்வருமூன்றுபால்கள். சூ. 349.

உயர்வு=உயர்ச்சி, மேம்பாடு. வி. 93. [வி. 94.] சூ. 420.

உயல்=மிகுந்திருத்தல். வி. 35.

உயிரல்பொருட்குணம்=வட்டம், சதுரமுதலியவாம். சூ. 386.

உயிரல்பொருள்=அறிவுமயமாம் உயிர் ஒன்றுமேயன்றி உடம்புமுதலிய உலகத்துப்பொருள்களெல்லாம் ஆம். சூ. 382. 386.

உயிரளபு = உயிரளபெடை, உயிர் எழுத்துகள் அளபெழுகிறது. சூ. 60. 91. வி. 14. [எடை, எடுத்தல். வி. 96.]

உயிர்இற்றுப்புணரியல் = உயிர்எழுத்துகள் சொல்லின்கடைசியல் சேர்ந்து நிற்குந் தன்மையைச் சொல்வது. சூ. 162—203. வி. 23—28.

உயிர்=உயிரெழுத்து. சூ. 59. 204, 205. சீவன். சூ. 268.

உயிர்எழுத்து=அச்சு. ஆவி. வி. 2. சூ. 63.

உயிர்க்குணம்=அறிவுமுதலிய முப்பத்திரண்டும். சூ. 384.

உயிர்த்தல்=மணஞ்செய்தல். வி. 86. பிறப்பித்தல். வி. 81.

உயிர்த்தொடர்=உயிரெழுத்தைத் தொடர்ந்து வருவது. சூ. 182.

உயிர்நிலை=சீவன். சூ. 457. உடல். உயிர்நிற்கும் நிலை.

உயிர்மெய்=உயிரெழுத்தும் மெய்யெழுத்துங்கூடி இருக்கிற எழுத்து. சூ. 60. 89. 169. வி. 13.

உய்தல்=சுகத்தோடிருத்தல். வி. 112.

உய்த்தல்=செலவழித்தல். வி. 86. சூ. 421.
செலுத்தல். சூ. 385. வி. 156. 152.

உய்த்துணரவைப்பு = சில சூத்திரவிதிகளைக்கொண்டு உலகமலையாமல் சொல்லுதல். சூ. 13.

உரம்=மார்பு. சூ. 74. 75. வலி. 25.

உரவோர்=பெரியோர். 253. வல்லமையுள்ளவர். வி. 86.

உரன். வி. 63. வல்லமையுள்ளவன்.

உரி=உரிச்சொற் புணர்ச்சி. சூ. 415. பண்புத்தொடர். சூ. 152. 239.

உரிஇயல்=உரிச்சொல்லானது பொருளினது குணப்பண்பு தொழிற்பண்புகளை விளக்கிநிற்றலால், உரிஇயல். வி. 118—121. சூ. 374—392.

உரிச்சீர். வி. 175.

உரிச்சொல் = பொருட்குரிமை பூண்டு வருஞ்சொல். சூ. 374. வி. 47.

உரிச்சொற் பகாப்பதம். சூ. 131.

உரித்து=உரியது. சூ. 168. வி. 93.

உருபு, வேற்றுமை உருபு. சூ. 241.
உருபுப்புணர்ச்சி. 253. 254.
வேற்றுமையின் அவயவம். சூ. 293. 395. 396.

உருபுப்புணரியல் = வேற்றுமை உருபுகள் நிலை மொழியோடு வருமொழி புணருஞ் செய்கையைக் காட்டுவது. சூ. 240—257.

உருபுமயக்கம். வி. 137. சூ. 317.

"ஓர் உருபின் பொருளொடு தன் பொருள் விடுதலுத் தலைமயங்குதல்."

(உ-ம்.) மணையுள்சன்ற எ-கு மணைநின்ற.

உரும்=இடி. சூ. 223.

உருவகஉவமை=உருவகமும், உவமையும் எனஇரண்டும். சூ. 451.

உருவகவணி. வி. 205.

உருவம்=[எழுத்தின்]வடிவு. சூ. 57. 98. [உரு, உருவு.]

உருவு=உருவம். வி. 91. சூ. 407.
உருவு உவமைத் தொகை. சூ. 407.

உருளுதல்=உருண்டையாதல். சூ. 459.

உருள்=சக்கிரம். வி. 91. 191.

உரைஅசை=உரையசைப்பொருள். சூ. 370.

உரைகாரன்=தன்னூலுக்கு உரைசெய்தவன். சூ. 51.

உரைகோளாளன்=சொல்லும் உரைமுழுமையும் மனத்துட்கொள்ளவல்ல அறிவாளன். சூ. 37.

உரைத்தாமென்றல் = இது முன்சொனனோமென்றல். சூ. 14.

உரைத்துமென்றல் = இவ்விதி பின்பு சொல்வோமென்றல். சூ. 14.

உரையாசிரியர்=நூலுக்குஉரை எழுதுவோன்.

உரையிற்கோடல்=நூலிற் சொல்லாதிருந்தும் உரியபொருளை உரையிற்கொள்ளுதல்.

உலகமலையாமை=உயர்ந்தோர் வழக்கத்தோடு மாறுகொள்ளாமை; அல்லது, உலகமலைவில்லாமற் சொல்லல். சூ. 13.

உலகம். வி. 72. 93. [சூ. 148.]

உலகியல் அறிவு=உலகநடையை அறியும் அறிவு. சூ. 26.
உலகு=உலகம். [வி. 17.] வி. 72. 93.
உலத்தல்=கெடுதல். வி. 157. சூ. 460.
உவத்தல்=மகிழ்தல். வி. 114.
உவப்பு=சந்தோஷம். சூ. 384. 420. [வி. 94.]
உவம உருபு=வினை, பயன், மெய், உருவ என்பவற்றைப்பற்றி வருகிற உவம உருபுகள். சூ. 407.
உவமத்துருபு=போலமுதலிய உவமை உருபுகள். சூ. 408.
உவமத்தொகை = உவமையுருபுகள் மறைந்து நிற்பவை. சூ. 407.
உவமப்பொருவு = ஒன்றிஞென்று சமமாக உணர்த்துவது.
உவமன். வி. 112.
உவமை அணி. வி. 204.
உவமை ஆகுபெயர்=உவமையிஞல் வருகிற ஆகுபெயர். சூ. 290. வி. 162.
உவரி=கடல். [உவர். வி. 96.]
உவர்=கடல். வி. 81.
உவ்வுரு=உகரம்பெருவாம். சூ. 230.
உவ்வுறும்= உகரச்சாரியைபொருந்தும். சூ. 207.
உழத்தல்=துன்பப்படுத்தல். யாப். 39.
உழப்பித்தல்=துன்பப்படுத்தல். வி. 31.
உழப்பு=(எழுத்திற்குரிய மூவகை ஒலி) முயற்சி. சூ. 88.
உழுதல்=உழுதுகொள்ளல். வி. 82.
உழுநர். வி. 95. (உழு.)
உழை, உழி=ஏழன்உருபு. வி. 63. இடம். வி. 93.
உளி=ஏழன்உருபு. வி. 63. சூ. 302.
உள்=ஏழன் உருபு. வி. 63. வினைப்பகுதி. வி. 125. 25.
உள்வளி=உள்ளேநின்ற உதானன் என்னுங் காற்று. சூ. 74. (உள் + வளி.)
உள்ளம்=மனம், அந்தக்கரணம். வி. 93. [உள்ளே இருப்பது. வி. 96.]
உள்ளுதல்=நினைத்தல். சூ .25. வி. 81.
உறங்கல்=நித்திரைசெய்தல். வி. 23. 89.
உறந்தை=ஓர்ஊர். சூ. 456.
உறழ=வி. 109. சூ. 408.
உறழ்ச்சி=விகற்பம்.
உறழ்தரல் = பெருக்கல். சூ. 240.
உறழ்தல்=பொருந்தல். சூ. 217. ஒத்தல். சூ. 122. 124. 408. விகற்பித்தல். 224.
உறழ்தல்=ஒன்றிஞென்று மிக்குச் சமமாகாமல் மாறுபடல்.
உறழ்பொருவு = உயர்வுதாழ்வுகளை உணர்த்துவது.
உறழ்வு=விகற்பம். சூ. 203.
உறு=மிகுதி. சூ. 272. 388. மிகுந்த. சூ. 61. உண்டாகும். [வி. 153.] வி. 121.
உறுதல்=பொருந்தல். சூ. 70. 74. 77. 81. வி. 145. 121. சூ. 443.
உறுப்பு=அங்கம், அவயவம். சூ. 4. 300. சினைப்பெயர். சூ. 276.
உறைதல்=இருத்தல், நடத்தல். வி. 25.
உறைபதி=தங்குமிடம். வி. 41.
உற். வி. 123. (உ.)
உற்றதுரைத்தல்=ஓர் இறை. சூ. 427. (உண்டானதைச் சொல்லுதல்.)
உற்றறிதல்=பரிசத்தை உணர்தல். சூ. 377.

ஊ

ஊ=தசை, மாமிசம். வி. 65.
ஊக்கம்=மன உறுதி, முயற்சி. வி. 79. சூ. 384.
ஊக்குதல்=ஏறுதல். வி. 17.
ஊங்கு=மிகுதி.
ஊங்குதல்=மிகுதல். வி. 76.
ஊண்=உணவு. வி. 82. [வி. 96.]
ஊருணி=ஊரார்க்குப் பொதுவான ஊற்று. வி. 87. [ஊர் + உண் + இ. வி. 96.]
ஊர்=ஊரால் வருபெயர். சூ. 276.
ஊர்கிழான் = [ஊர்கிழவன்.] மருதநிலத்தலைவன். சூ. 434.
ஊர்தல்=ஏறுதல். சூ. 94. 196. 336.
ஊழ்வினை=விதி. தெய்வம். வி. 125.
ஊறு=தீமை, இடையூறு. வி. 153. பரிசம். சூ. 386.
ஊற்றுக்கோல்=ஊன்றுகோல். வி. 41.
ஊன்=மாமிசம். சூ. 216. 457.
ஊன்றல்=ஊன்றிநிற்றல். வி. 27. சூ. 458.

எ

எ. வி. 2. 3. 6. சூ. 64. 67. 77. 106. 108.
எஃகு=எகு, கூர்மை. சூ. 90. 94.
எகரவிஞ=எ–என்னும் விஞச்சொல். சூ. 163.

எவன்=என்ன. சூ. 350. வி. 6. 86.
எழில்=அழகு. வி. 156.
எழுதல்=எழும்புதல். சூ. 74. 100.
எழுத்ததிகாரம் = எழுத்தில் அகத்திலக்கணம் புறத்திலக்கணமாகிய இரண்டையும் உணர்த்திய அதிகாரம்.
எழுத்தியல்=எழுத்தின் அகத்திலக்கணத்தை யுணர்த்தியஇயல். சூ. 56.
எழுத்து = எழுதப்படுவது, இரேகை, வரி, பொறி, இலேகை, அக்கரம். தன்னையுணர்த்தினுல் எழுத்து; பிறபொருளை யுணர்த்தினுல் சொல். சூ. 128.
எழுத்துமுறைமை. சூ. 56.
எழுபான்=எழுபது. சூ. 61. 249.
எழுமதம்=எழுவகைமதம். சூ. 4. 11.
எழுவாய். சூ. 295. 415. வி. 128.
முதல். சூ. 422. 456.
முதல்வேற்றுமையினது வடிவம். சூ. 295.
"பெயர்முழுவதா உம் உருபாய எழுவாய்."
எழுவாயுருபு=திரிபில்லாத பெயர்ச்சொல். சூ. 291. 294.
எழுவாய்ச்சந்தி. வி. 27. [L.]
எளிதீவில்லது=எளிதாகக் கொடாதது. சூ. 34. [எளிது + இவு + இல்லது.]
எளிமை=வறுமை. சூ. 384. [வி. 94.]
எள்ளுதல்=இகழ்தல். வி. 91.
எற்றே=எவ்வளவு. வி. 85.
என. சூ. 356. வி. 86. (ஈ.) 72.
எனு=இடைச்சொல். சூ. 360.
எனினும். வி. 142.
எனைத்துணை=எவ்வளவு. சூ. 420.
என்=யானென்பது திரிந்த என். சூ. 218.
வினைப்பகுதி=சொல்லு.
ஓர் விகுதி. வி. 77.
வினச்சொல்=என்ன.
என்ப=என்றுசொல்லுவர். சூ. 36. 193. 195. 198. 414. 432. வி. 81.
என்மர்=என்றுசொல்லுவார். சூ. 124. வி. 81.
என்மனர் = என்றுசொல்லுவர் (புலவர்.) சூ. 319. வி. 81.
என்று, என்ரு. வி. 114. 86. (க.) சூ. 343. 356. 361.
எண்ணிடைச்சொல். சூ. 360.
என்னை=என்ன. சூ. 292.

ஏ

ஏ=ஓர் எழுத்து. வி. 2. 6. 23. சூ. 65. 67. 77. 98.
ஓர்சாரியை. சூ. 244. இடைச்சொல். சூ. 354. வி. 111. 65. (ங.)
எட்டன் உருபு. சூ. 305. 307. 308. 309. வி. 64.
ஏகல்=கெடுதல். சூ. 341. போகுதல், செல்லல். வி. 72.
ஏகதேச உருவகவணி. வி. 205.
ஏகாங்கஉருவகவணி. வி. 205. [ஏக + அங்கம். வி. 42.]
ஏங்கல்=மனமடிதல். வி. 79.
ஏதம்=குற்றம். வி. 86. சூ. 456.
ஏதிலார்=அயலோர். வி. 86.
ஏது = காரியப்படுபொருள். சூ. 299. வி. 59—61.
ஏதுப்பொருள்=காரணப்பொருள். சூ. 299.
ஏதுவின்முடித்தல்=முடிவுபெருதகைக் காரணத்தால் முடியவைத்தல். சூ. 14.
ஏதுவுருவகவணி. வி. 205.
ஏந்தல்=ஏந்திசை. யாப். 55. 87.
ஏமம்=களிப்பு. வி. 96.
ஏமார்த்தல்=மோசம்போகுதல். வி. 70.
ஏயது=ஏற்றது. வி. 95.
ஏயும்=ஏகாரமிகுதல். சூ. 305.
ஏயுறல்=ஏகாரம் ஏற்றல். சூ. 309.
ஏய்த்தல்=இணைத்தல். சூ. 384.
ஏர்=அழகு. யாப். 34.
ஏலல்=பொருந்தல். சூ. 108. (இயலல்.)
ஏல்=ஏற்றுக்கொள். வி. 89. ஆனுல். இருந்தால். வி. 60. 86. (உ.)
ஏவல்=ஏவுதல்=எழுப்பல், தூண்டல்,
ஏவல்வினு. சூ. 426.
ஏவல்வினை = கட்டளைப்பொருளுள்ள தொழில். சூ. 161. 207.
ஏவற்கருத்தா. அரசன் ஆலயஞ் செய்தான் எ-ல் அரசன் எ-து ஏவற்கர்த்தா.
ஏவும்வினைமுதல் = இயற்றும் வினைமுதலினது தொழிலையுண்டாக்குந் தொழிலையுடையது. ஏவுங்கர்த்தா. வி. 103. சூ. 138.
ஏழனுருபு = ஏழாம் வேற்றுமையினது உருபு. சூ. 301. [வி. 159. 65.]

ஒப்போன்=சமானமுடையோன். சூ. 448.
ஒராஅல=ஒருவுதல். வி. 81.
ஒரீஇ=ஒருவி, விட்டுநீங்கி. வி. 81. 79. [86.]
ஒருகுறி=ஒருதரம். சூ. 42.
ஒருங்கு=முழுவதும். சூ. 7.
ஒருசார்=ஒருபுடை. சில. சூ. 307.
ஒருதலைதுணிதல்=இருவராலே மாறுபட்ட இரண்டனுள் ஒன்றைத் துணிந்தெடுத்துக்கொள்ளல். சூ. 14.
ஒருதலை=ஒருபட்சம். சூ. 11.
ஒருபஃது = ஒருபத்து. சூ. 196. 249.
ஒருபான். சூ. 249.
ஒருபுணர்=ஒருபுணர்ச்சி. சூ. 157.
ஒருமை=ஆண்பால், பெண்பால், ஒன்றன்பால். வி. 53.
ஒருமையிற்பன்மை = ஒருமைப்பாலிற் பன்மைப்பாற் சொல். சூ. 421.
ஒருமொழி = ஒருபொருளைத் தருகின்ற ஒருசொல். சூ. 259. 399. பகாப்பதமாயினும் பகுபதமாயினும் ஒன்றுநின்று தத்தம் ஒருபொருளைத் தருவன. சூ. 260.
ஒருவந்தம்=சம்பந்தம். வி.79. (ஒரு+பந்தம்.)
ஒருவர்=உயர்திணை ஆண் பெண் இவ்விருபாற்கும் பொதுப்பெயர். சூ. 289.
ஒருவன், ஒருத்தி, ஒருவர், சூ. 288. 289.
ஒருவன்=ஆண்பாற்பெயர். சூ. 240. ஒன்றென்னும் எண்ணுல்வரும் உயர்திணை ஆண்மைப்பெயர். சூ. 288. 324.
ஒருவுதல்=விட்டுநீங்கல். சூ. 374. வி. 145. 87.
ஒரூஉத்தொடை. யாப். 42. (ஒருவுந்தொடை.)
ஒரோவழி=ஒரோர் இடங்கள். சூ. 358. 361. வி. 112.
ஒலி=அணுத்திரளின் காரிய ஒலி. சூ. 58. 391. சப்தம்.
ஒலித்தல்=சத்தித்தல். சூ. 391.
ஒலிவடிவெழுத்து = செவிப்புலனால் அறியப்படுகிற நாதமாத்திரையாற் பிறக்கும் எழுத்து. வி. 1. (B.)
ஒல்குதல்=தளர்தல். வி. 86.
ஒல்லுதல்=கூடுதல். [ஒல்வது. வி. 95.]
ஒழிதல்=தொக்குநிற்றல். மறைதல். சூ. 342. 399. 402.
ஒழித்தல்=நீக்கல். சூ. 393.
ஒழிந்த=ஒழிந்திருப்பன. [வி. 95.] யாப். 89.
ஒழிபு=எச்சம். குறைவு. சூ. 401.
ஒழிய. வி. 140.
ஒழியிசை=ஒழிந்த இசை. ஒழிந்த சொல். 355. 353. 363. வி. 112.
ஒழுகல்=நடத்தல். வி. 59.
ஒழுகிசை. யாப். 55.
ஒழுகிய ஓசை = தளைதட்டுவதால்வரும் ஓசை. யாப். 61.
ஒழுக்கம்=நடை. நல்லொழுக்கம். வி. 41. 216. [ஒழுகு. வி. 96.]
ஒழுங்கு=வரிசை. வி. 95.
ஒற்றளபு=ஒற்றளபெடை=மெய்யெழுத்து அளபெடுப்பது. சூ. 60. 92.
ஒற்று=மெய்யெழுத்து. சூ. 89. 101. 198.
ஒற்றுதல்=நெருங்கல். தொடுதல். சூ. 84.
ஒற்றுமைநயம் = ஒருமைப்பாடு, ஒன்றுபட்டுநிற்குந்தன்மை. சூ. 383. 406.
ஒன்பதிற்றிரண்டு=பதினெட்டு. சூ. 273. 249. [ஒன்பது விசை இரண்டு. ஒன்பது + இன் + து. வி. 93.]
ஒன்பான்=ஒன்பது. சூ. 194. 196. 249.
ஒன்றஉணர்த்தல் = தெரியஅறிவித்தல். சூ. 253.
ஒன்றன் கூட்டம் = ஒருபொருட்கூட்டம். சூ. 300. [வி. 159. 65.]
ஒன்றினமுடித்தல் = ஒன்றைச்சொல்லுமிடத்து அதற்கினமான மற்றொன்றையும் அதனோடு முடித்தல். சூ. 14.
ஒன்று=ஒன்றன்பாற்பெயர். சூ. 240. 279.
ஒன்றுதல்=கூடுதல். சூ. 117.
ஒன்றொழி=ஒன்று ஒழிந்த, ஒன்றுகுறைய. சூ. 61. [வி. 153.]

ஓ

ஓசையுடைமை=சந்தஇன்பம் உடைத்தாயிருத்தல். சூ. 13.
ஓடல்=கெடல். சூ. 249.
ஓணம்=ஓர்நட்சத்திர இராசி. சூ. 276.
ஓதல் = வாசித்தல், புகழ்தல். பயிற்சிசெய்தல். வி. 70. 93.
ஓதி=ஓந்தி. சூ. 156.
ஓத்து=இயல். உறுப்பு. அங்கம். சூ. 4. 16. நூல். வி. 124. [ஓது. வி. 96.]

ஒத்துமுறை வைப்பு=இயல்களைக் காரணகாரியமுறைப்படிவைத்தல். சூ.14.
ஓம்புதல்=பாதுகாத்தல். வி. 86.
ஓரறிவுயிர்=புல் மரமுதலியவை. சூ.377.
ஓரன்ன=ஒருதன்மையன. சூ. 125.
ஓரிருகிழமை=தற்கிழமை. பிறிதின் கிழமை. சூ. 301. வி. 62.
ஓரும், அசைநிலை. வி. 93.
ஓரெழுத்தியல்பதம் = ஒரு எழுத்தாய்ப் பொருளைக்காட்டுகிற சொல். சூ. 129.
ஓர்=எண். வி. 159. விகுதி. சூ. 394.
ஓர்தல்=உய்த்துணர்தல். சூ. 254.
ஓர்ப்பு=ஆராய்தல். சூ. 381.
ஓலைத்தூக்கு=சீட்டுக்கவி. சூ. 53.
ஓவல்=ஒழிதல். நீங்கல்.

ஔ

ஔகாரக்குறுக்கம் = தன்மாத்திரையிற் குறைந்த ஔகாரம். சூ. 60. 95.
ஔகான்=ஔ, ஔகார [க்குறுக்க]ம். சூ. 61. 126.

க

க=வியங்கோள் விகுதி. வி. 85. [86. சூ.] சூ. 338.
கஃசு=காற்பலம். சூ. 90. 94.
கங்கம்=ஓர்தேசம். சூ. 273.
கசடு=குற்றம். ஐயம். வி. 82. யாப். 25.
கஜம். வி. 18.
கஞலுதல்=ஒளிர்தல். வி. 162.
கட. வி. 125.
கடம்பூர்=ஓர் ஊர். [கடம்பு (=ஓர்மரம்) + ஊர்.]
கடல்=சமுத்திரம்.
கடன்=கடமை. யாப். 91. 55. [கட. வி. 121. 96.]
கடாரம்=ஓர்தேசம். சூ. 273.
கடி=வாசனை. வி. 81. கடிது. விரைவு. வி. 72. கடியென்னும் உரிச்சொல். சூ. 389. 272. பிரகாசம். யாப். 34.
கடிதல்=கண்டித்தல். வி. 90.
கடு=கடுக்காய். சூ. 446.
கடுத்தல்=கோபங்கொள்ளல். வி. 63.
கடுப்ப=போல. சூ. 156.
கடை=கடைசி. சூ. 91. இடம். வி.35.63.
கடைக்குறை. வி. 41.
கடைசியர்=பள்ளத்தியர். வி. 133.
கடைநிலை=கடையில் நிற்பது. வி. 18. (J.) விகுதி. வி. 77.
கடைப்பிடித்தல் = தளராமுயற்சிசெய்தல். வி. 120.
கடைப்போலி=இறுதிப்போலி. சூ.122.
கடைமுறை=கடைசி. யாப். 35.
கட்டளைக்கலித்துறை = ஒருவிதப் பா. யாப். 85. வி. 192.
கட்டு=கட்டே. வி. 93.
கட்டுரைத்தல் = தீர்மானித்துச் சொல்லல். யாப். 23.
கணமொழி = பன்மையைக்காட்டுவது.
கணம்=க்ஷணம். நிமிஷம். வி.113. [18.] வர்க்கம். விதம். வி. 8. 9. 10.
கணை=அம்பு. வி. 19.
கண்=ஏழாம்வேற்றுமை உருபு. சூ. 292. வி. 63.
இரக்கம். வி. 140.
நேத்திரம். அக்கி. வி. 16.
கண்டது=செய்தது. சூ. 6.
கண்டம்=மிடறு. கழுத்து. சூ. 74.
கண்ணி=கண்ணையுடையவள். வி. 93. மாலை.
கண்ணோடல்=தயவாதல். வி. 90.
கண்ணோட்டம்=தயவு. வி. 70.
கண்படல்=நித்திரைசெய்தல். வி. 81.
கதி=பதவி. மக்கள், தேவர், நரகர், மிருகம் என்னும் நால்வகைக்கதிகள். சூ. 276. திசை. சூ. 458.
கதிர்=இருப்புக்கதிர். சூ.24. கிரணம். சூ. 450.
கந்தம்=வாசனை. வி. 32.
கபிலன்=ஓர்புலவன். சூ. 413.
கமலம்=தாமரை. வி. 81. 124.
கமழ்தல்=வாசனையாதல். யாப். 33.
கம்=கம்மியரது தொழில். சூ. 223.
கம்பலை=ஓசை. சூ. 391.
கம்புள் = வானம்பாடி. சம்பங்கோழி. சூ. 389.
கயம்=குளம். வி. 33.
கரத்தல்=தொக்குநிற்றல். மறைதல். சூ. 405.
கரம்=எழுத்துச்சாரியை. சூ. 126. கை.
கரவு=வஞ்சம். வி. 149.
கரிய=கருமையானவை. [வி. 93.]
கரியன்=கருமையுடையவன். சூ. 434. [வி. 93.]

கரு=கரும். வி. 121. சி. பா. 15. வி. 61. சூ. 152.
கருங்கோட்டு = கருமையான கொம்பையுடைய. யாப். 36.
கருதல்=நினைத்தல். வி. 112.
கருதல்அளவை = அநுமானப்பிரமாணம். சூ. 257.
கருத்தா=வினைமுதற்பொருள். வி. 128. செய்பவன். சூ. 320.
இயற்றுதற்கருத்தா, ஏவற்கருத்தா என இரண்டாம்.
கருத்தாவாகுபெயர். வி. 162. சூ. 290.
கருத்து=தாற்பரியம். சூ. 21. கருத்தை. [கருது. வி. 96.]
கருத்துப்பொருள்=நினைக்கப்படும்பொருள்.
கருப்பம். சூ. 453.
கருப்பு. வி. 26.
கருப்பொருள்=உரிமைப்பொருள். வி. 220.
கருமம்=காரியம். வி. 112.
கருவி=காரணம். 320.
கருனை=பொரிக்கறி. வி. 26.
களை=சொல். 390.
கலத்தல்=கூடல். வி. 82.
கலப்புறுமொழி=இருதிணையிலுங் கலந்துவருவது.
கலம்=ஆபரணம். வி. 27. கலன். பாத்திரம். வி. 30. [17.]
கலி=ஓசை. சூ. 391.
கலிங்கம்=ஓர்தேசம். சூ. 273.
கலித்தளை. யாப். 20.
கலித்தாழிசை. யாப். 84.
கலித்துறை=ஓர்பாவினம். யாப். 85. வி. 192.
கலிப்பா. யாப். 75. 76.
கலிப்பு=மிகுதி. வி. 85.
கலிவிருத்தம். யாப். 86.
கலிவெண்பா. யாப். 82.
கலை பயில் தெளிவு=நூல்களிலே பழகிய தெளிவு. சூ. 26.
கல்=மலை. கன்மலை. சிலை. வி. 83. ஓர் வினைப்பகுதி. வி. 82.
கவி=பாட்டு. யாப். 16.
கவிகை=குடை. வி. 30.
கவுடம்=ஓர்தேசம். சூ. 273.
கவுள்=யானைக்கதுப்பு. யாப். 34.
கவ்வை=ஓசை. சூ. 391.
கழங்கல்=ஒலித்தல். சூ. 391.
கழல்=பாதத்தின் அணி. சிற. பா. 15.
கழற்குடம் = கழற்காய் பெய்தகுடம். சூ. 32.
கழனி=நிலம். வி. 85.
கழி=மிகுந்த. வி. 140. 120.
கழிதல்=நீங்கல். சூ. 462.
கழித்தல்=நீக்கல். வி. 86.
கழிநெடில்அடி. யாப். 25.
கழிவு=இறந்தகாலம். சூ. 145. கழிதற்பொருள். சூ. 364.
கழிவு=இரக்கம். வி. 112.
கழுத்து=கண்டம். மிடறு. வி. 18. (J.)
களன்=சபை. சூ. 48.
களி=மயக்கம். வி. 27.
களித்தல்=களிப்படைதல். வி. 81.
களிறு=ஆனை. வி. 93.
களைதல் = பிடுங்குதல். வி. 34. [களைபவோ=பிடுங்குவார்களா. வி. 81. 112.]
களைவு=தள்ளிவிடல். சூ. 11. வி. 94.
கள்=மது. வி. 81.
கள்ளம்=வஞ்சனை. வி. 81.
கள்ளல். (கட்கல்.) திருடல். வி. 81. 82.
கறவை=பசு. வி. 137. [96.]
கற்கா=தமிழ்நாடொன்று. சூ. 273.
கற்பு=சுத்தம். மகளீர்கற்பு. வி. 62.
கற்றல்=கற்றுக்கொள்ளல். வி. 82. 140.
கற்று. வி. 26.
கனகம்=பொன். வி. 153.
கனக்கோட்டம்=அதிககோணல். சூ. 25.
கனங்குழாய்=கனமுள்ள குழையுடையவளே! யாப். 34. [வி. 154. 157. 64. குழை.]
கனவு=சொப்பனம். வி. 94.
கனல்=அக்கினி. வி. 153.
கனி. வி. 124.
கனைதல்=ஒலித்தல். சூ. 391.
கன்=சிறுதராசுத்தட்டு. சூ. 217.
கன்று. சூ. 429. வி. 26. 137.
கன்னடம்=ஒருதேசம். சூ. 273.
கன்னல்=கரும்பு. வி. 26.
கன்னி=கன்னிகை. இலக்குமி. சூ. 391.

கா

கா=தோட்டம். வி. 63.
காசு=ஓர்வாய்பாடு. வி. 173.
காட்சி=தோற்றம். காண்டல். வி. 95. 125.

கி

கீ

கு

குடி=குலத்தால் வருபெயர். சூ. 276. குலம். குடும்பம். வி. 34.
குணகடல்=கிழக்கடல். பங்காளத்துக் கடல். நன். சிற. பா. 8.
குணசந்தி=வடமொழிச்சந்தி. வி. 42.
குணத்தொகை. சூ. 406. வி. 154.
குணம் = கருமைமுதலிய குணம். சூ. 434.
குணவாகுபெயர். வி. 162. சூ. 290.
குணி=குணத்தையுடையது. சூ. 406.
குணுங்கர்=நாய். வி. 143.
குமரி=இந்தியாவின் தென்முனை. நன். சிற. பா. 8.
குமிழி=நீர்மேற்குமிழி. புற்புதம். வி.23.
கும்பி=சேறு. வி. 121.
குயின்=மேகம். சூ. 216. [குயில். வி.17.]
குரக்கு. வி. 26.
குரம்பு=செய்கரை. வி. 137.
குரிசில்=அரசன். சூ. 276.
குரைதல்=ஒலித்தல். வி. 63. சூ. 391.
குலைதல்=நடுங்கல். வி. 86.
குவலயானந்தம், ஓர் நூல்.
குவளை=நெய்தல். உற்பலம். சூ. 455.
குவிதல்=குவியலாகச்சேரல். யாப். 36.
குவிவு = குவிதல். உருண்டையாதல். சூ. 78.
குழல் = மாதர்தலையின்மயிர். வி. 81. கூந்தலால் வருபெயர். சூ. 276. 410.
குழவி=சிறுபிராயம். வி.63. [குழ + வி= வி. 96.]
குழாம்=கூட்டம். வி. 66. 86.
குழுவுப்பெயர் = திரள்பற்றிவரும் பெயர். சூ. 276.
குழூஉ = கூட்டம். கூட்டத்தால் வரு பெயர். சூ. 276.
குழூஉக்குறி=ஒரு கூட்டத்திலுள்ளோர் யாதாயினும் ஒரு காரணத்தால் ஒரு பொருளினது சொற்குறியை யொழித்து, வேறொருசொற்குறியாற் கூறுவது. சூ. 267.
குழை=காதணி. சூ. 276. 152. குழாய்=காதணியுடையவனே! [வி. 157. 64.]
குளிறல்=ஒலித்தல். சூ. 391.
குறடு=மரக்கட்டை. வி. 32.
குறவர்=ஓர்சாதி. குறிஞ்சி நிலத்தார். வி. 113.
குறள். யாப். 57. 69. வி. 137.
குறள்மஃகான்=மகரக்குறுக்கம். சூ. 99.
குறி=குற்றெழுத்து. சூ. 172. குறித்தல். சூ. 20. தரம். சூ. 42. குறிப்பு. சூ. 91.
குறிஞ்சி=ஐந்திணையில் ஒன்று. சூ. 276. மலையும், மலைசார்ந்த இடமும். ஓர் மரம். யாப். 68.
குறிப்பின = குறிப்பின்படியே உண்டாகிய. சூ. 316. [வி. 93.]
குறிப்பு=மனத்தால் உணரப்படுவது. குறிப்பு வினைமுற்று. சூ. 328. குறிப்பினால் வருபவை. சூ. 352. குறிப்புச்சொல். சூ. 269. குறித்தல். சூ. 265. எண்ணம். சூ. 272. நூல். யாப். 43. (சிறிது பொழுது நிகழ்வதோர் மெய்ப்பாடு.)
குறிப்புப்பொருள் = அரிதாயுணரும் பொருள்.
குறிப்புமுற்று = வினைக்குறிப்பு முற்றுச் சொல். சூ. 351.
குறிப்பெச்சம் = ஒன்றொழிபொதுச் சொல் முதலிய குறிப்புச்சொற்கள். சூ. 401. 269.
குறியதன்=குற்றெழுத்தின். சூ. 90. (குறுமை. குறியது. [வி. 93.] + அன். [வி. 65.])
குறிலிணை=இருகுறில் கூடினது. சூ. 72.
குறில்=குற்றெழுத்து. சூ. 64. குறுமை. வி. 3.
குறில்வழிலள = தனிக்குறலின் பின்னின்ற லகர ளகரங்கள். சூ. 228.
குறுகல்=சேருதல். வி. 41.
குறுகுதல் = தன்மாத்திரையிற் குறைதல். 96.=சுருங்குதல். 177.
குறுக்கல் = நெட்டெழுத்தைக் குற்றெழுத்தாக்கல். சூ. 155. வி. 41.
குறை=இனம். [குறையப்படுவது. வி. 94.] சூ. 119.
குறைவினை. வி. 125.
குறைதல்=எஞ்சல். சிறுகல். யாப். 89.
குற்றி=தறி. சூ. 426.
குற்றுகரம்=தன்மாத்திரையிற் குறைந்த உகரம். சூ. 183. வி. 15.
குற்றுயிர்=உயிர்க்குறில். சூ. 108.
குற்றுயிர்மெய். வி. 13.
குற்றியல்உகரம்=குற்றுகரம். வி.15. [குறு+இயல். வி. 119.]

குற்றியலிகரம்=தன்மாத்திரையிற் குறுகிய இகரம். சூ. 93. வி. 15.
குற்றேவல். வி. 121.
குன்றக்கூறல் = பொருள்குறை படச் சொல்லல்.
குன்றவன் = குன்றின்மேல் வசிப்பவன். சூ. 434. [வி. 93.]
குன்றி=குன்றிமணி. வி. 61.
குன்று=குன்றம் = கிரி, மலை. வி. 113. [வி. 96.]

கூ

கூடு. வி. 125.
கூந்தல்=பெண்டிர் தலைமயிர். வி. 114. சூ. 459.
கூம்புதல்=குவிதல். வி. 33. யாப். 33.
கூர்=நிறைந்த. சூ. 388. வி. 89. [வி. 153.] கூர்மையான. [வி. 121.]
கூர்ம். வி. 121.
கூழை. யாப். 43.
கூழ்=குழம்பு. வி. 113.
கூறியதுகூறல்=சொல்லியதை மறுபடியுஞ் சொல்லல். சூ. 12.
கூறு=பங்கு. பகுதி. சூ. 287. வி. 125.
கூற்றம்=சாவு. யமன். வி. 38. 72. 82.
கூற்று=இடைச்சொல். சூ. 367=வரலாறு. சூ. 3. வி. 96. (ப.)
கூனி. வி .123.
கூன் = தனிச்சொல். சூத்திரத்தின் முதலில்நிறகும் அவற்றுள், அவ்வழி முதலிய மொழிகள். சூ. 121. யாப். 90. பொருள் ஒட்டி முதனிற்பது கூன்.

கெ

கெடுதல்=இருக்கிற எழுத்து ஒழிதல். சூ. 154. வி. 20. அழிதல். வி. 132.
கெண்டை=ஓர்மீன். சூ. 454.

கே

கேடு. வி. 96.124.
கேண்மின்=கேளுங்கள். ஏவற்பொருள். சூ. 370. வி. 84.
கேண்மை = சிநேகம். வி. 27. (т.) யாப். 35.
கேள்வி=கல்வி. வி. 79. 93. [96.]

கை

கை=பொருள். கரம். வி. 79. 93. 140. தொழிற் பெயர்விகுதி. 94. யானையின் துதிக்கை. யாப். 34.
கைத்தல்=கசத்தல். வி. 30.
கைத்து = பொருள். ஆஸ்தி. வி. 35. 79. [வி. 93.]
கைந்நொடி = கையினுல் நொடித்தல். வி. 16.
கைம்மாறு = பிரத்தியுபகாரம். வி. 31.
கையல்லதன்கண் [கை + அல்லது + அன் + கண். வி. 125. 108. 63.]=உறுதியில்லாதவைகளிடத்தில்.
கைவாயாக =நூல்நூற்குங்கை புலவன்வாயாக. சூ. 24.

கொ

கொக்கு. சூ. 273.
கொங்கணம்=ஓர் தேசம். சூ. 273.
கொங்கு=ஓர்மரம். வி. 86.
கொச்சகம். யாப். 83. 78.
கொடி = படர்கொடி. வி. 109. 121.
கொடிய=கொடுமையானவை. வி. 93.
கொடியை. வி. 93.
கொடு. சூ. 448.
கொடுந்தமிழ்=வழக்கமானதமிழ். (முகவுரை.)
கொடு=கொடும். வி. 121.
கொடை. வி. 96. சூ. 426. 422.
கொடைப்பொருள்=இகைப்பொருள். சூ. 298.
கொட்டி=ஓர்பூ.
கொட்டை = பஞ்சுக்கொட்டை. சூ. 455.
கொணர்தல்=கொண்டுவரல். வி. 109.
கொண்டான்=புருடன். வி. 74. [95.]
கொண்டியல் புறனடை = இவற்றை எல்லாம் ஏற்றுக்கொண்டு இவற்றின் புறத்து அடையாக வருவது. சூ. 20.
கொண்டு கூட்டுப்பொருள்கோள். சூ. 459.
கொம்பு=மரக்கொம்பு. வி. 93. கொம்பர். வி. 17.
கொல்=அசைநிலை. வி. 95. 116. சூ. 272. 367. கொல்லன். சூ. 232.
கொல்லம்=ஓர்தேசம். சூ. 273.
கொல்லல் = கொலைசெய்தல். வி. 82.
கொல்வி. வி. 96.

கொழுநன்=புருடன். வி. 109.

கொள்கை=கருத்து. எண்ணம். சூ. 26. [வி. 94.]

கொள்வோன்=மாணாக்கன். சூ. 3. [வி. 95.]

கொள்ளல்=பிடித்துக்கொளல். வாங்குதல். சூ. 419. 426. வி. 124.

கொள்ளை=மிகுதி. வி. 137.

கோ

கோ=அரசன், தேவன். வி. 65. சூ. 276.

கோடல்=கொள்ளல். வி. 94. கற்றுக்கொள்ளல். சூ. 3.

கோடற்பொருள் = கொடுத்ததொழிலின் செயப்படு பொருளைத் தனக்கு உரியதாக்கிக்கொள்ளுதலையுடைத்து.

கோடாய் = செவிலித்தாய். வி. 63. [கோள் + தாய். வி. 37.]

கோடு = மரக்கொம்பு. [கோட்டுப்பூ. வி. 26.] வஞ்சனை. வி. 38. விலங்கின்கொம்பு. வி. 121.

கோதை=சேரன். பெண். பூமாலை. சூ. 283, 4. யாப். 33.

கோப்புடைமொழிகள் = கோக்கப்படுதலையுடைய சொற்கள். சூ. 459.

கோமகன்=அரசர் குமாரன். வி. 84. [வி. 152.]

கோலுதல்=சூழ்ந்திடல். சிற. பா. 13.

கோல்=தடி. துலாக்கோல். மரக்கொம்பு. யாப். 68.

கோவலர்=கோபாலர். இடையர். சூ. 390.

கோள் = கொள்ளல். கோட்பாடு. வி. 140. உதாரணம். சூ. 9. [வி.96.]

கோறல்=கொல்லல். வி. 94.

கௌ=கவ்வல். பற்றல். வி. 23.

ச

சடப்பொருள் = சரீரப்பொருள். உயிரல்லாதபொருள். சூ. 382.

சண்பகம்=ஓர்மரம். வி. 11.

சநகை=ஓர்ஊர். சிற. பா. 20.

சந்தி = நிலைமொழி வருமொழி சந்தித்தலால் உண்டாகிய தோன்றல் திரிதல் கெடுதல் சந்தி. சூ. 133. வி. 21. 22.

சம். வி. 123. (உ.)

சர்ச்சனை=எட்டுறுகளில் ஒன்று. சூ. 386.

சலம்=நீர். தீநடக்கை. வி. 70.

சழக்கென=ஒலிக்குறிப்பு. வி. 124.

சனகன்=ஓர்அரசன். வி. 123.

சன்மதி=ஓர்முனி. சிற. பா. 20.

சா

சா. வி. 82.

சாகாடு=வண்டில். வி. 208.

சாதல்=இறத்தல். வி. 143. 82.

சாதி = அந்தணர்முதலிய நால்வகைச் சாதிகளால் வருபெயர். குலம். சூ. 436. 276.

சாத்தன்=வைரவன். எருதின்பெயர். சூ. 283. 284.

சாயும்உகரம்=குற்றியலுகரம். சூ. 107.

சாரியை = பகுதி விகுதிகளைச் சார்ந்து இசைந்து நிற்பது சாரியை. சூ. 133. வி. 108. (விகுதிமுதலிய புணர்ப்பைச் சார்ந்து ஆண்டைக்கியைந்து நிற்றலிற் சாரியை.)

சாரியையுருபுகள்=அன் ஆன் முதலிய சாரியையுருபுகள். சூ. 243. 244. வி. 108.

சார்=ஏழன் உருபு. வி. 63.

சார்தல்=சேர்தல். சூ. 246. வி. 93.

சார்பு=புடைநூல். சூ. 58. ஆதரவு. வி. 60.

சார்பெழுத்து=உயிரையு மெய்யையுஞ் சார்ந்துவருவது. சூ. 61. 58. 150. வி. 11.

சால=மிக. வி. 33. [120.] சூ. 272. 388.

சாலுதல்=நிறைதல். வி. 74.

சால்பு = அறிவு. மேம்பாடு. வி. 113.

சாவகம்=ஓர்தேசம். சூ. 273.

சானகி=சீதை. வி. 123.

சான்று = சாட்சி. உதாரணம். (முகவுரை.)

சான்றோர் = அறிவால்நிறைந்தோர். வி. 111. 142. [சால். வி. 95.]

சி

சிங்களம் = ஓர்தேசம், இலங்கையின் தென்பங்கு. சூ. 273.

சிதல்=கறையான். சூ. 379. சூ. 379.

சித்திரவணி. வி. 197.

சித்திரித்தல். வி. 76. சித்திரஞ்செய்தல்.

சித்துப்பொருள் = ஆத்துமப்பொருள். உயிராகியபொருள். சூ. 376.

சிந்தை = கருத்து. நினைப்பு. வி. 79. [சூ. 147.]

சிலம்பி = சிலந்திப்பூச்சி. வி. 34.

சிலம்புதல் = சத்தித்தல். சூ. 391.

சிலிர்த்தல் = புளகிதமாதல். மயிர்பொடித்தல். வி. 79.

சிலை = வில். வி. 26. கல். வி. 123. ஓசை. சூ. 391. [சூ. 147.]

சிலைத்தல் = சத்தித்தல். வி. 391.

சில்வழி = சிலவிடம். சூ. 207.

சிவணல் = பொருந்தல். வி. 28.

சிறத்தல் = விசேஷித்தல். கீர்த்திபெறுதல். சூ. 18. 338.

சிறப்பு = உயர்வு. மேன்மை. சூ. 73. 129. 276. 355. 357. 434. வி. 59. 82.
இடைப்பொருள் ஒன்று. சூ. 353.

சிறப்புப்பாயிரம் = ஆக்கியோன் முதலிய பதினொருவகையும் உடையது. சூ. 2. 47. 48.

சிறப்புப்பெயர் = ஒரு பொருளை விசேஷித்துக் காட்டுவது. வி. 48.

சிறப்பெழுத்து = ஆரியத்திற்கே உரிய சிறப்பெழுத்துத் திரிந்த எழுத்து. சூ. 274.

சிறப்புவிதி = விசேஷிக்கும் விதி.

சிறு. வி. 121. 124.

சிறுபான்மை = அருகல்விதி. ஓரோவிடத்து அரிதாய். வி. 112. [சிறு + பால் (வி. 121.) + மை. வி. 94.]

சிறை = புடை. பக்கம். சூ. 8. இறகு. சூ. 391. காவல். வி. 81.

சிற்றின்பம். வி. 121.

சினத்தல் = கோபித்தல். வி. 90. [76.]

சினம் = கோபம். வி. 35. 96.

சினை = உறுப்பு. அவயவம். சூ. 282. 315. 316. 388.

சினைப்பெயர் = சினையைப் பற்றிவரும் பெயர். சூ. 132. 282.

சினைப்பொருள் = உறுப்புப் பொருள். சூ. 277.

சினைமுதற்பெயர் = சினையையும் முதலையும் பற்றிவரும் பெயர். சூ. 282.

சினையாகுபெயர். வி. 162. சூ. 290.

சினைவினை = அவயவத்தின் றொழிலாகிய வினை. சூ. 345.

சின்னீர = சிறியதன்மையுடையன. வி. 35. [சிறு + நீர் + அ. வி. 93. 121.]

சீ

சீதம் = தமிழ்நாடுகளில் ஒன்று. சூ. 273.

சீர். வி. 171.

சீர்மை = நல்லசீர். வி. 59. கனமாயிருப்பது. [எட்டேறில் ஒன்று. சூ. 386.]

சீயகங்கன் = ஓர் அரசன். சிற. பா. 16.

சீறடி. வி. 121.

சீறுதல் = கோபித்தல். வி. 82. 89.

சீற்றம் = கோபம். வி. 93.

சீனம் = ஓர்தேசம். சூ. 273.

சு

சு = நல். சுய. வி. 123. (உ.)

சுடர் = ஒளி. சூரியசந்திரர் = இருசுடர். வி. 82.

சுடுதல். வி. 96.

சுட்டு = சுட்டெழுத்துக்களால் வருபெயர். சூ. 276. 279. 314. 427. 251.
புறச்சுட்டு = மொழிப்புறத்துச் சுட்டுதல். வி. 5.
அண்மைச்சுட்டு = சமீபச்சுட்டு.
சேய்மைச்சுட்டு = தூரச்சுட்டு.
பொதுச்சுட்டு = தூரஞ் சமீபம் இரண்டிற்கும் நடுவான சுட்டு.

சுட்டுதல் = குறித்தல். குறித்துக்காட்டல். சூ. 366.

சுட்டெழுத்து = சுட்டிக்காட்டுமெழுத்து. சூ. 66. 179. வி. 5. [வி. 153.]

சும்மை = ஓசை. சூ. 391.

சுரன் = சுரம், பாலைநிலம். வி. 63. [வி. 17.]

சுருங்கச்சொல்லல் = சொற்சுருங்கச் சொல்லுதல். சூ. 13.

சுருங்கல். சூ. 387.

சுவேதநீர் = சுக்கிலம். சூ. 268.

சுவை = உருசி. அறுசுவை. சூ. 175. 386. வி. 82. 137.*
(ஆறு: இனிப்பு, புளிப்பு, துவர்ப்பு, உவர்ப்பு, கார்ப்பு, கைப்பு.)

சுழலல் = சுற்றுதல். வி. 82.

சூ

சூடி = சூடினவன். சூ. 389.

சூத்திரம் = சூத்திரயாப்பு. சூ. 4. 18.

சூது. வி. 82.

சூத்திரநிலை. சூ. 19.

செ

செங்கோல்=அரசர்செலுத்துஞ் செம்மையான கோல். சிற. பா. 16. [வி. 121. சூ. 135. 136.] சூ. 24.

செஞ்சொல் = செவ்வியசொல். [வி. 121.

செந்தமிழ்=செந்தமிழ் நிலத்து மொழி. சூ. 271.

செந்தமிழ்நிலம்=பாண்டி நாடு.

"சந்தனப் பொதியச் செந்தமிழ் முனியும்
சவுந்தர பாண்டியன் எனுந்தமிழ் நாடனும்
சங்கப் புலவருந் தழைத்தினி திருந்த
மங்கலப் பாண்டி வளநா டென்ப."

(கருவூரின் கிழக்கு மருவூரின்மேற்கே, வைகையாற்றின் தெற்கு மருதயாற்றின் வடக்கே உள்ளசீமை.) சூ. 271. [வி. 121.]

செப்புதல்=சொல்லல். வி. 89.

செயப்படுபொருள் = வினைமுதற்றொழிற் பயனுறுவதாகிய இரண்டாம் வேற்றுமைப்பொருள். வி. 58. சூ. 320.

செயப்பாட்டுவினை=மூன்றும் வேற்றுமைக் கர்த்தாவைக்கொண்டு முடிவது. வி. 105. 124.

செயற்கை=செயல். விகாரம். விதி.

செயற்கைப்பொருள் = ஒரு பொருளை மற்றொருபொருளாகச் செய்யப்படுபொருள்.

செயற்கையளபெடை = பாட்டின் இசை நிறைப்பது. சூ. 94.

செயிர்=குற்றம். வி. 142.

செயும்பொருள்=செயப்படுபொருள். சூ. 446.

செய்கைஅளபெடை=விகாரத்தால் வந்த அளபெடை. சூ. 91.

செய்தது=வினையாலணையும் பெயர். சூ. 441.

செய்து=செய்து என்பது முதலியவைகள் வினையெச்சவாய்பாடு. சூ. 343.

செய்பவன்=கர்த்தா. சூ. 320.
இயற்றுதற்கருத்தா.
ஏவற்கருத்தா.

செய்பொருள் = செய்யப்படுபொருள். சூ. 320.

செய்யவள்=செய்யாள். இலக்குமி. சூ. 317.

செய்யாள்=இலக்குமி. வி. 24. [வி. 93.]

செய்யிய=அகரவீற்று வினையெச்ச வாய்பாடு. சூ. 167.

செய்யுமெனெச்சம்=வருங்காலப் பெயரெச்ச வாய்பாடு. சூ. 341.

செய்யுளிடம்=கவிகளின் வழக்கம். சூ. 259.

செய்யுள்=பாட்டு. சூ. 120. 288. 374. 155.

செய்யுள்வழக்கம்=கவிகளில் வழங்கும் வழக்கம்.

செய்யுள்விகாரம்=கவிகளில் உள்ள விகாரம். வி. 41. சூ. 155. 156.

செய்யென்னேவல் = செய்யென்னும் ஏவலின் மேலோரேவல். வி. 103. சூ. 138.

செரு=போர். வி. 132.

செருக்கு=அகங்காரம். வி. 72.

செருக்குதல்=களித்தல். வி. 82.

செலவு=போனகாலம். சூ. 145. [செல். வி. 91.]

செல்=மேகம். சூ. 232.

செவியறிவு=செவியாற் சத்தத்தை யறிதல். சூ. 381.

செவிலி=தாதி. சூ. 227.

செவ்வணிறை = நேரான பிரதியுத்தரம். சூ. 427.

செவ்வன்=செவ்வையாக. சூ. 18.

செவ்வாய்=சிவந்தவாய். வி. 121. சூ. 290.

செவ்வி=செம்மை. தகுதி. வி. 89. 95.

செவ்வியான்=செம்மையானவன். வி. 124.
[செவ்வி + ஆன். வி. 93.]

செவ்வெண் = செவ்விதாகிய எண். சூ. 359.

செழு=செழுமையான. செழித்த. வி. 32. [121.]

செறல்=கோபம். சூ. 420.

செறிதல்=பொருந்தல். சூ. 71. 73. முடிதல். சூ. 345.

செறித்தல்=அடக்கல். சேர்த்தல். சூ. 18.

செறுதல்=நெருக்குதல். வி. 82.

சென்றுதேய்ந்திறுதல் = செல்லச் செல்லச் சொல்வலி பொருள்வலி இரண்டுந்தேய்ந்து முடியச்சொல்லுதல். சூ. 12.

தா

துகிலிகை. சூ. 156.
துஞ்சுதல்=துஞ்சல். நித்திரைசெய்தல். உறங்கல். சாதல். சூ. 167. 385. 335.
துணிதல்=தீர்மானித்தல். வி. 143.
துணிநர் = அரிதிற்கொள்ளுவார். சூ. 206. [வி. 95.]
துணிபுவினை. வி. 125. (டு.)
துணிவு=துணிதல். சூ. 11. 21. தீர்மானம், தெளிவு. சூ. 384.
துணிவுப்பொருள் = நிச்சயப்பொருள்.
துணிவுரை=சந்தேகப்பட நின்ற விடத்து இதற்கு இதுவே பொருளெனத் துணிந்தெழுதும் உரை. சூ. 21.
துணை=உதவி. அளவு. வி. 23. 77.
துணைமொழி=தொடர்ந்துவருவது.
துணைவினை. வி. 124.
துப்பு. வி. 87.
துப்புதல் = உண்ணல், அநுபவித்தல். வி. 87.
தும்=தன்மைப் பன்மைவிகுதி. சூ. 332.
தும்பி=வண்டின்பேதம். சூ. 360.
துயர்=துன்பம். வி. 155.
துயிலல்=நித்திரைசெய்தல். வி. 155.
துய்த்தல், அநுபவித்தல். வி. 79. உண்டல். சூ. 385.
துரத்தல்=எழுப்புதல். சூ. 74. 388.
துர் (துற். துன்) கெட்ட. வி. 123. (உ.)
துவைத்தல் = வாத்தியம் வாசித்தல், ஒலித்தல். சூ. 391.
துவ்வுதல்=அநுபவித்தல். வி. 86.
துழாய்=துளசி. வி. 93.
துளக்கலாகா நிலை = அசைக்கப்படாத நிலை. சூ. 28.
துளங்கல்=அசைதல். வி. 90.
துறவறம்=நீத்தோர் தர்மம். [துறத்தல்= விட்டு நீங்கல். வி. 94.]
துறை=வழி. சூ. 52. நீர்த்துறை, ஆறு. வி. 43.
துன்னார்=பகைவர். சிற. பா. 11. வி. 95.
துன்னுதல்=சேர்தல். வி. 95.

தூ

தூக்கு=செய்யுள். சூ. 163. 172. 53.
தூண்டில்=துறட்டி. வி. 82.
தூய்மை=பரிசுத்தம். சூ. 26. [வி. 96.]
தூர்=தூர்வை, வேர். வி. 23.
தூர்த்தல்=நிறைத்தல். வி. 79.

தெ

தெக்கங்காய்=தேங்காய். சூ. 187.
தெய்ய=இடைச்சொல். சூ. 368. இசைநிறை. வி. 115.
தெய்வங்கொள்கை=கடவுள் வழிபாடு. சூ. 26.
தெரிநிலை=இடைப்பொருளுள் ஒன்று. சூ. 353. 355. 357. (தெரிந்தவழி நிற்றலால் தெரிநிலை.)
தெரிநிலைவினை = காலந்தெரிய நின்ற வினை. வி. 98. சூ. 320.
தெரிநிலை வினைமுற்றாலணையும் பெயர்ப் பகுபதம்=காலங்காட்டுதலுடனேவேற்றுமையேற்றுவருவது. வி. 95.
தெரியல்=மாலை. வி. 93.
தெரிவரும்=காண்கிறதற் கரிதாகிய. சூ. 27. [வி. 153. 121.]
தெருளல்=தெளிதல். வி. 95.
தெலுங்கம்=தெலுங்குதேசம். அந்திரம். சூ. 273.
தெவ்=பகை. சூ. 236.
தெவ்விர்=பகைவர். வி. 211. [77.]
தெளிதல்=மெய்யுணர்தல். வி. 40.
தெளிவெய்தல்=துணிவுண்டாதல். சூ. 433.
தெள்ளல்=தெளிவாதல். வி. 89.
தெள்ளிவோர் =நூலோதித்தெளிதற்குரிய மாணக்கர். சூ. 461.
தென்பாண்டி=கொடுந்தமிழ் நாடுகளில் ஒன்று. சூ. 273.

தே

தேசிகம்=திசைச்சொல்.
தேம்=தேசம். சூ. 276. ஏழன் உருபு. வி. 63. இடம். சூ. 303. இனிமை. [தேன். சூ. 214.] வி. 152.
தேருதல்=தெளிதல். வி. 70. 95.
தேற்றப்பொருள் = நிச்சயப்பொருள். வி. 111.
தேற்றம்=தெளிவு. நிச்சயம். சூ. 353. 354.

தை

தையல்=பெண். சூ. 277.

தொ

தொகாநிலை. சூ. 415. வி. 151. [வி. 91.]

தொகுத்தல்=எழுத்தாயினுஞ் சாரியையாயினுங் குறைத்துச் சுருக்குதல். சூ. 155. வி. 41.
விரிந்துகிடந்ததைத் தொகுத்து முடித்தல். சூ. 50.

தொகுத்துச்சுட்டல் = பலவற்றையுந் தொகையாக்கிச் சொல்லுதல். சூ. 14.

தொகுத்துரை=வேற்றுமை சாரியை முதலிய உறுப்புக்களைத் தொகுத்தெழுதுமுரை, இதைப் பொழிப்புரையென்றும் வழங்குவர். சூ. 21.

தொகை=உருபு மறைதல், தொகைக்குறிப்புச்சொல். சூ. 269.
பலவற்றையுந் தொகுத்துக் கூறுந்தொகைச் சூத்திரம். சூ. 20.
மறைந்துநிற்பவை. சூ. 403.

தொகைக்குறிப்பு = தொகுத்துக் குறிக்குங் குறிப்பு. சூ. 269.

தொகைச்சூத்திரம்=காரியங்களைத் தொகுத்துக்கூறுவது.

தொகைஆறு. சூ. 403. வி. 151.

தொகைநிலை. சூ. 402. வி. 151.

தொகைப்பொருள்=தொகைநிலைத் தொடர்பொருள். சூ. 411.

தொகைவிரி = தொகுத்தும் விரித்தும் முடித்தல். சூ. 50.

தொடக்கம் = ஆதி. (தொடு.) என்றற்றொடக்கத்து=என்றுசொல்வது போலவரும்.

தொடர். வி. 126.

தொடர்கை = தொடர்பு, நேசம். வி. 94. 11.

தொடர்ச்சொற்புணர்த்தல் = ஒன்றற்கொன்று சம்பந்தமுடைய சொல்லுகளைச் சேர்த்துவைத்தல். சூ. 14.

தொடர்தல்=இற்றெழுத்திற்கு அயலெழுத்தாகத் தொடர்தல். சூ. 94.

தொடர்பு=செய்யுள். சூ. 173.

தொடர்மொழி. சூ. 259. 260. வி. 150.

தொடி=வளை. வி. 96. [பைந்தொடி. வி. 121. 157.]

தொடை = மோனைமுதலிய தொடை. யாப். 32. வி. 181.

தொல்லை=பழமை. சூ. 98.
துன்பம். வி. 96.

தொல்லோர்=முன்னோர். வி. 145.[93.]

தொழில்உவமை. வி. 204.

தொழில்=வினை. செயல். வி. 342.

தொழிற்பெயர்=வினைப்பெயர். சூ.217. 286. வி. 155.

தொழின்மொழி = வினைச்சொல். சூ. 256.

தொழுதல்=பணிதல். சூ. 385. ஊழியஞ்செய்தல். வி. 82.

தொன்முறை = தொல் + முறை = பழமையானமுறை. சூ. 290.

தொன்றுதொட்டு=பூர்வம் முதற்கொண்டு. சூ. 290.

தொன்னூல்=பழமையானநூல். சூ. 39.

தோ

தோகை. வி. 162. 23.

தோட்ட=[பகுதி. தோடு. வி. 82. (எ.) தோண்டின.]

தோய்தல்=கலத்தல். வி. 37.

தோரை=சரமணிக்கோர்வை. சூ.91.

தோழி = தோழமையுடையவள். சூ. 277. [வி. 96.] வி. 96. (o.)

தோள்=புயத்தால் வருபெயர். சூ. 276.

தோற்றம்=உருவம், பார்வை. வி. 86.
நெடுந்தூரம் தோன்றுகின்ற உயரம். சூ. 28.

தோன்றல்=விளங்கல். சூ. 342. 387. பிறத்தல். வி. 61. ஓர் விகாரம்: மெய்யாயினும் உயிராயினும் சாரியையாயினும் உயிர்மெய்யாயினும் உண்டாதல். சூ. 154. வி. 20. இராசா. சூ. 276.

தோன்ரு எழுவாய்=முதலாம் வேற்றுமைத்தொகை. [வி. 91.]

தௌ

தௌவை=தவ்வை. மூதேவி. வி. 317.

ந

நகுதல்=சிரித்தல், நகைத்தல். வி. 76.

நகுநிர்=நகைத்நீர். வி. 76. [79.]

நகை=சிரிப்பு, நகைத்தல். வி. 78. [வி.96].

நகைத்தல்=சிரித்தல்.
நக்கு. [நகு. வி. 82. (சூ.)] சூ. 317.
நங்கை=பெண்ணிற்சிறந்தாள். [வி. 47.] சூ. 277.
நஞ்சு=விஷம். வி. 32.
நடித்தல்=கூத்தாடல். வி. 120.
நடுங்கல். சூ. 387.
நடுதல்=பயிர் ஆக்கல். வி. 82.
நடுநிலை=தராசுமுள்ளு ஒருபுறத்துஞ் சாயாமல் நடுவாக நிற்பது, அதுபோல, மாணுக்கன் அறிவுசிறிதாகில் பெரிதாகவும் பெரிதாகில் சிறிதாகவும் உணர்த்தப்புகாமையும், ஒருவனிடத்தில் விருப்பாகவும், ஒருவனிடத்தில் வெறுப்பாகவும், உணர்த்தப்புகாமையுமாம். சூ. 29.
நடுவன்மை = நடுவு + அன்மை=நீதியல்லாதது. வி. 96.
நட்டல்=சிநேகஞ்செய்தல். வி. 33. 188. [நள். 76.]
நட்பு=சிநேகம். [நள் + பு. வி. 96.] வி. 33.
நணியது=சமீபமுள்ளது. வி. 40.
நண்ணல்=கிட்டல்,உண்டாதல். வி. 89. சூ. 210.
நந்து=சங்கு. 378.
நம்பி=ஆணிற் சிறந்தவன். சூ. 276. [வி. 74.]
நயத்தல்=விரும்புதல். வி. 33.
நயம்=நியாயம். தகுதி. சூ. 383.
நரகர்=நரகவாசிகள். சூ. 261. 381.
நலம். வி. 96.
நலிதலோசை=கலந்தவோசை. சூ. 88.
நலிதல் = வருந்திக்கூறுதல். சூ. 88.
நல்குதல்=அளித்தல். வி. 152. 72.
நல்லினம்=நல்லோர் உறவு. வி. 76.
நவின்றோர்க்கினிமை = படித்தவருக்கு இன்பந்தருதல். சூ. 13.
நவை=குற்றம். வி. 95.
நளன்=ஓரரசன்பெயர். வி. 93.
நறவம்=நறவு=நல்லவாசனை. வி. 63. வி. 79.
நனி=மிக. சூ. 86. 272. 388. பெரும்பால். சூ. 207. வி. 35.
நனை=அரும்பு. வி. 114.
நன் = நன்றாக. சூ. 26. 96.
நன்காடு. சூ. 267. (நல்ல.)
நன்கு. வி. 96.
நன்மை. வி. 96.
நன்மொழிபுணர்த்தல்=நல்ல சொற்களைச் சேர்த்துவைத்தல். சூ. 13.
நன்றி=உபகாரம். வி. 95. 96.
நன்று=நன்மையானது. வி. 93. 33.

நா

நா=நாக்கு. வி. 82. சூ. 74. 376.
நாகு=இளமை, இள மரம். சூ. 93. 94. 317.
நாடுதல்=தேடுதல். வி. 72.
நாட்டம்=கண். சூ. 376.
நாட்டல்=தாபித்தல். சூ. 11.
நாணுதல்=வெட்குதல். வி. 95.
நாதன்=ஆண்டவன். வி. 95.
நாமம்=படர்க்கைப்பெயர்ச்சொல். சூ. 125. பயம். வி. 157.
நாமுடி=நாக்குநுனி. 80.
நாயகம்=சிரேட்டம். வி. 152.
நாயகன்=ஆண்டவன். வி. 95.
நாலறிவுயிர்=தும்பிவண்டு முதலியவை. சூ. 360.
நாழி=ஓர் அளவு. 89.
நாள் = நட்சத்திரஇராசி. சூ. 276. ஓர் வாய்பாடு. வி. 174.
நாற்கணம் = வன்கணம் மென்கணம் இடைக்கணம் உயிர்க்கணம், என்னும் நால்வகைக் கூட்டம்.
நாற்றம்=கந்தம். சூ. 386.
நான்=தன்மையொருமைப்பெயர். சூ. 204.
நான்முகன்=நான்கு முகங்களையுடைய அருகன். சூ. 56.
நான்மை=நான்கு.
நான்மொழி = பெயர் வினை இடை உரி என்னும் நான்குசொற்கள். வி. 43.

நி

நி. வி. 123. (உ.)
நிகர்=நிகர்க்கின்ற; ஒத்த. சூ. 26. வி.
நிகர் (நிகர)=ஒப்பு. வி. 109. 76. 95.
நிகர்த்தல். வி. 76.
நிகழ்பல்ல = நிகழ்காலமல்லாத இரண்டுகாலம். சூ. 245.
நிகழ்வு=நிகழ்காலம். சூ. 423.
நிதி=திரவியம். வி. 79.
நித்தியப்பொருள் = அழிவில்லாப்பொருள்.

நிமித்து=நிமித்தம், காரணம். சூ. 49.
நிமிர்தல்=நெருங்குதல். வி. 64.
நியதி=நியமம், நிச்சயம்.
நியதிப்பெயர்=நியமமுடையபெயர்.
நிரல்=முறை, வரிசை. வி. 194. சூ. 246.
நிரல்பட=வரிசைப்பட. சூ. 16.
நிரணிறை. சூ. 455.
நிரை=வரிசை. வி. 64.
நிரையசை. வி. 170.
நிர். வி. 166. 123. *(உ.)*
நிலம்=நாடு. சூ. 273.
நிலவுதல்=விளங்குதல். சூ. 427.
நிலன்=இடப்பெயர். சூ. 276. [நிலம். வி. 17.]
நிலை=இருத்தல். சூ. 456. வி. 61. நிலைமை. உறுதி. வாசல்நிலை. வி. 120.
நிலையியற்பொருள் =நிற்பனவாகிய அசரப்பொருள்.
நிழற்றல்=நிழலைத்தருதல். சூ. 258.
நிறம் = வெண்மை கருமை முதலிய வண்ணங்களால்வரும்பெயர். சூ. 276. வருணம். வி. 60.
நிறீஇ=நிறுத்தி. சூ. 194. [வி. 79. 86.]
நிறுதக்குறிப்பு = முற்றுச் சொல்லின் அடையாளம். வி. 165.
நிறுப்பு=நிலைநிறுத்தல். சூ. 11.
நிறுவுதல், நிறுத்தல்=ஸ்தாபித்தல். சிற. பா. 14. வி. 74.
நிறை=சால்பு. வி. 120.
மனஅடக்கம். சூ. 384.
நிறைகோல்=துலாக்கோல். தராசு. சூ. 26.
நிற்ப=நிற்க. வி. 32. [86.]
நினைத்தல்=எண்ணல். கருதல். யோசித்தல். வி. 124.
நினைவு=எண்ணம்.
நின்=நீ எனபது திரிந்த நின். சூ. 218. வி. 73.
நின்றுபயனின்மை=சொல்நின்று, அதற்குப் பயனிலாதொழியச் சொல்லல். சூ. 12.

நீ

நீ. வி. 73.
நீங்கல் = விட்டுநீங்குதல், பிரிவையுண்டாக்குந்தொழிலின்றிப் பிரிவைமட்டுந் தன்னிடத்திலுடைய பொருள். சூ. 299. 387.
நீடு=நெடுங்காலம், என்றைக்கும். 63. [வி. 120.]
நீட்டல்=நீட்டலளவை. சூ. 409. குற்றெழுத்தை நெட்டெழுத்தாக்கல். சூ. 155. வி. 41.
நீதி=நியாயம். வி. 95.
நீத்தம்=வெள்ளம். வி. 82.
நீத்தல்=துறக்கப்படுபொருள். சூ. 296.
நீத்து=நீக்கி. வி. 37. நீந்துவரும்நிலை. சூ. 454.
நீத்து=விட்டு. *(நீ.)* வி. 124.
நீயிர்=முன்னிலைப்பன்மைப்பெயர். சூ. 294.
நீர்=சலம். குணம். வி. 35. [நீர=குணத்தையுடையன. வி. 93.]
முன்னிலைப்பன்மை. வி. 73.
நீலி=அரக்கி. சூ. 389.
நீல்=நீலம். சூ. 156. [வி. 41.]
நீவிர்=முன்னிலைப்பன்மைப்பெயர். சூ. 294.

நு

நுகர்தல்=உண்ணல். வி. 81.
நுகர்வு=அநுபவித்தல். இன்பம். வி. 111.
நுட்பம்=பொருள்நுணுக்கம். சூ. 18.
நுணங்குதல்=நுட்பமாதல். வி. 87.
நுண்=நுட்பமான. [நுண்மை. வி. 121.]
நுதலிப்புகுதல்=இதனைச்சொல்லுவேன் என்றுசொல்லிப் புகுதல். சூ. 14.
நுதல்=நெற்றி. வி. 154.
நும். வி. 74.
நுவலல் = பாடஞ்சொல்லலின் வரலாறு. சூ. 3. சொல்லல். சூ. 390.
நுவல்வோன் = ஆசிரியனது வரலாறு. சூ. 3.
நுவற்சி=சொல். சூ. 390.

நூ

நூலாசிரியன்=நூல்செய்தகர்த்தா.
நூலுரையாசிரியன்=நூலைக்கற்பிக்குமாசிரியன். சூ. 26.
நூல் = நூல்வரலாறு. சூ. 3.
சாஸ்திரம். சூ. 24. எற்றுநூல். சூ. 25.
நூறுதல்=பொடியாக்குதல். சிற. பா. 12.
நூன்முகம் = முகவுரை. நூலுக்குமுகம் போற் சிறந்திருத்தல். சூ. 1.

நெ

நெஞ்சம்=நெஞ்சு.மார்பு.மனம். அந்தக்கரணச்சாட்சி. வி. 40. 124.
நெடிய=நெடுமையான். வி. 121.
நெடிலளபெடை=நெட்டெழுத்தளபெடுத்தல்.
நெடில்=நெட்டெழுத்து. சூ. 65. 129. நெடுமை, தீர்க்கம். வி. 4.
நெடும். வி. 121.
நெட்டுயிர் = உயிர்நெடில். சூ. 126. [வி. 121.]
நெய்தல்=ஐந்திணையில் ஒன்று. சூ. 276. கடல்சார்ந்தஇடம். வி. 220.
நெய்யரி=பன்றடை. சூ. 38.
(செய்யை உருக்கி வடிகட்டும்பொருட்டு இதன் மேல் விடும்போது சாரமான செய்யை ஒழுகவிட்டுக் கசட்டைப்பற்றிக்கொள்ளும்.)
நெருநல்=நேற்று. வி. 25.
நெறி=வழி. வி. 95. முறை. சூ. 194. 199. கடன். சூ. 253.

நே

நேரசை. வி. 169.
நேர்=நேர. வி. 109. உடன்படல். சூ. 427. சமமான. சூ. 16.
நேர்ச்சி=நட்புப்பொருள். சூ. 298.
நேர்தல்=பொருந்தல். சூ. 361.
நேர்ப=தழுவிக்கொள்வர் புலவர். சூ. 427.

நை

நைதல்=பலவீனம். தளர்ச்சி. வி. 112. தன்மாத்திரையிற் குறுகுதல். சூ. 95. 120.

நொ

நொடி=ஒருமாத்திரையினளவு.சூ. 100. வி. 16. சொல். சூ. 390.
நொடிதல்=சொல்லல். சூ. 390.
நொய்மை = கனமில்லாதது. இலேசு. [எட்டேில் ஒன்று. சூ. 386.]
நொய்ய=நொய்மையானவை. வி. 125. [93.]

நோ

நோகுதல் = வருத்தமடைதல். வி. 82.
நோக்கு=கண். வி. 37.
நோக்குதல்=பார்க்குதல். வி. 37.
நோற்றல்=பொறுத்தல். வி. 27.

ப

ப=பல்லோர்படர்க்கை விகுதி. சூ. 327.
பகருதல்=கற்பித்தல். சூ. 39. சொல்லல். சூ. 390.
பஃறொடை. யாப். 60.
பகர்ச்சி=சொல். சூ. 390.
பகழி=கணை. அம்பு. சூ. 389.
பகாப்பதம் = பிரிக்கப்படாத பதம். சூ. 128. வி. 122.
பகுதி=முதனிலை. சூ. 133. பிரகிருதி என்னும் ஆரியமொழித்திரிவு, அது தன்னியல்பினால் நிற்கையால் பகுதியாம். சூ. 133. 134.
பகுத்தல்=பிரித்தல். சூ. 281.
பகுத்துணர்தல்=ஆராய்ந்தறிதல்.
பகுபத உறுப்பு = பகுக்கப்படும் பதத்தின் அவயவம். வி. 123.
பகுபதம் = பிரிக்கப்படும் பதம். சூ. 128. 132. வி. 123.
பகை=பகைதொடர்பொருள். சூ. 298.
பக்கம்=விதம். வகை. பட்சம். வி. 32.
பசு=பசும். பசுமையான. 70. 121. (பச்சு, பாசு, பைம்.)
பசை=ஆசை. வி. 95. 11.
பச்சரிசி. வி. 121.
பஞ்சி=பஞ்சானது. சூ. 24.
படர்க்கை=படர்க்கையிடம். சூ. 266. 324. பேசுவோனையும் அவன்முன்னிற்போனையும் அல்லாத மற்றப்பொருளைக்குறிக்குஞ் சொல். சூ. 285.
படர்க்கைமுப்பெயர்=படர்க்கையிடத்தையுடைய உயர்திணைப்பெயர், அஃறிணைப்பெயர், விரவுப்பெயர் என்கிற மூவகைப்பெயர்கள். சூ. 435.
படர்க்கையோர் = படர்க்கையிடத்தோனா. சூ. 303.
படர்க்கைவினைமுற்று = படர்க்கைவினைமுற்றுச்சொல். சூ. 295.
படர்ச்சி=நடை. சூ. 46.
படர்தல்=ஏகுதல. சூ. 272. பரவிப்போகுதல். வி. 88.
படலம்=அதிகாரம். சூ. 4. பலபொருள் கொண்டது. சூ. 17.
படாகை=விருது. சூ. 91.
படாஅன் = உடன்படான், கலவான். சூ. 11.
படி,படிக்கு, படியாக,படியால். வி.164.

படு. வி. 105. 124.
படுதொகை. வி. 157. (w.)
படுத்தல் = தாழ்த்திக்கூறுதல். சூ. 88.
  ஆக்குதல். வி. 124.
படுத்துதல். வி. 124.
படைக்கலம்=ஆயுதங்கள். வி. 84.
பணி=தொழில். வி. 96.
பணிதல்=வணக்கம். வி. 94.
பணித்தல் = சொல்லுதல், உரைத்தல். சூ. 431. வி. 95. 133.
பணிலம்=சங்கு. வி. 81. 137.
பணை=பெருமை. வி. 27.
  வயல். வி. 81.
பணைத்தல்=பெருத்தல். வி. 32.
பண்டமாற்று=விலைகூறுதல். சூ. 101.
பண்டம்=பதார்த்தம். வி. 208.
பண்டு, பண்டை=பழமை. வி. 26.
பண்பிற்பகாநிலைப்பதம். சூ. 135.
  (செம்மை முதலியவை சொல்நிலையாற் பகுபதம்; ஆயினும் பொருள்நிலையாற் பகாப்பதம். இவை மை விகுதி இன்றி நடக்காததினால் இவ்விகுதியையும் பகுதியாக வைக்கும்.)
பண்பு = குணத்தோடு குணிக்குண்டாகும் ஒற்றுமைநயம், வண்ணம், வடிவு, அளவு, சுவை முதலியவைப்பற்றி வருவது. சூ. 406. குணம். வி. 76. 143.
  (ஐம்பொறிகளால் உணரப்படுவது.)
பண்புத்தற்கிழமை = குண சம்பந்தப் பொருள்.
பண்புத்தொகை = "ஆகிய" முதலிய பண்புருபு தொக்கிநிற்பவை. சூ. 152. 406. வி. 154.
பண்புருபு, "ஆகிய." சூ. 406.
பண்புவமை. வி. 204.
பதடி=பதர். வி. 92. சூ. 338.
பதப்புணர்ச்சி=சொல்லொடுசொல் கூடுதல்.
பதம். சூ. 253. 254. 253. எழுத்தாலாகிய பதத்திலக்கணம். சூ. 57.
  எழுத்துகள் பிறபொருளைக்காட்டுஞ் சொல். சூ. 218 பாதம். வி. 79. 41.
பதவுரை = சொற்பொருள். பதப்பொருள். சூ. 21. 22.
பதி=இடம். வி. 41.
பதிகம் = தொகுத்துச் சொல்லுதல். சூ. 1.
  "பதிகம் இயல்பு பல்வகைப் பொருளைத் தொகுதியாகச் சொல்லுதல் ஆகும்."

பத்தினீற்றுயிர்மெய்=பத்தென்னும்எண்ணின் நிலைமொழியினது இற்றிலுள்ள தகர உயிர்மெய்யெழுத்து. சூ. 198.
பந்தனம்=கட்டுதல். வி. 197. 201.
பந்தி=ஒழுங்கு. வி. 61.
பயத்தல்=விளைதல். வி. 145. பயன். வி. 76.
  உண்டாக்கல். வி. 95.
பயம், பயன்=பலன். சூ. 10. வி. 76. 112.
பயனிலை=பொருள்நிலை. சூ. 295. வி. 129.
பயனுரை = இப்படிச் சொன்னதினாலே வந்தபயன் இதுவெனக்காட்டி எழுதுமுரை. சூ. 21.
பயனுவமை. வி. 204.
பயிறல்=சொல்லுதல். சூ. 41.
பரண்=பரணென்னும் பெயர். சூ. 211. (காவற்பரண்.)
பரதன்=பரதராசன். வி. 89.
பரத்தல்=விரித்தல். சூ. 372.
பரத்தை=வேசி. வி. 63.
பரவை=கடல். வி. 37. [பரவுதல். வி. 96.]
பரா. வி. 123. (உ.)
பரிசம்=ஊறு. சூ. 386.
  (வெம்மை, தண்மை, மென்மை, வன்மை, நொய்மை, சீர்மை, சருச்சரை, பருபருக்கை ஆக: எட்டு.)
பரிதல்=விரும்பல். வி. 86.
பரிதி=சூரியன். சிற. பா. 3.
பரியது=பெரிது. [பரி. வி. 93.] வி. 121.
பருகுதல்=உண்ணுதல். சூ. 40.
பருத்திக்குண்டிகை = பருத்தியடைத்த கிரகம். சூ. 34.
பருந்தின் வீழ்வு=தலைகீழாக விழுகின்ற பருந்தின் வீழ்ச்சி. சூ. 17.
பருபருக்கை=திண்மை. பருத்துக்கொள்ளல். [எட்டூறில் ஒன்று. சூ. 586.]
பருவமுயற்சி = காலத்தோடு பொருந்தச் செய்யுமுயற்சி. சூ. 27.
பருவரல்=வருந்தல். சூ. 388.
பல=பலவின்பாற்பெயர். சூ. 240.
பலபொருளொருசொல் = பலபொருளைத் தருகிற ஒருசொல். சூ. 431.
பலர்=பலர்பாற்பெயர். சூ. 240.
பலர்பாற்சொல் = பலரைக்குறிக்குஞ் சொல்.
பலவகைத்தாது=தோல், இரத்தம், இறைச்சி, மேதை, எலும்பு, மச்சை, சுவேதநீர் என்கிற ஏழுவகைத் தாதுக்கள். சூ. 268.

பலவினீட்டம் = பலபொருளின கூட்டம். சூ. 300.
பல்லவம். ஓர்தேசம்.
பல்லியம் = கீதவாத்தியம். சூ. 391.
விரிந்துங் தொக்குந்தம்முள் விரவிப்பலவடுக்கிவருதல்.
பல்லோர்பெயர் = பலர்பாலின் பெயர். சூ. 278.
பவணந்தி = ஓர்முனி. நன்னூலைச் செய்தவன். சிற. பா. 21.
பவம் = பாவம். வி. 87. [41.]
பழஞ்சூத்திரக்கோள் = மேற்கோள். ஆசிரியவசனம். சூ. 81.
பழி = நிந்தை. வி. 210. குற்றம். கொலை. வி. 82.
பழித்தல் = நிந்தித்தல். தூஷித்தல். வி. 210.
பறவை. வி. 96. (௦.)
பறை = சாற்றும் பறை. வி. 109.
பனுவல் = செய்யுள். சூ. 24. 54.
பன் = பன்னல். சூ. 217.
பன்மைப்பொதுப்பெயர் = உயர்திணைப் பன்மை, அஃறிணைபன்மைப் பொதுப்பெயர்.
பன்மையிருதிணை = இருபாற் பன்மை. சூ. 287.
பன்மொழித்தொடர் = பலசொற்கள் தொடர்ந்து நிற்பவை. பன்மை பன்மைப்பால். சூ. 265. 300.
பன்றி = தமிழ்நாடுகளில் ஒன்று. சூ. 273.
பன்னரும் = சொல்லுதற்கரிய. சிற. பா. 21. [வி. 153. 121.]
பன்னுதல் = சொல்லுதல்.

பா

பா, பாவினம். வி. 184.
பாகதம் = எல்லாநாட்டிலும் வழங்குவது. (பிராக்கிரதம்.)
பாக்கு = முக்காலங்களுக்கும் பொதுவான வினையெச்சவிகுதி. சூ. 343.
பாங்கிற்று = பாங்கினையுடையது. சூ. 289. [பாங்கு. வி. 93.]
பாசம் = கயிறு. வி. 137.
பாசிழை. வி. 121.
பாடம் = உரைசெய்தற்பொருட்டு எடுத்தெழுதிய மூலம். "மன்றுபறித்துண்ணேல்," என்பதை "மண்பறித்துண்ணேல்," எனப்பாடமோதுவாருளர் என்றாற்போல்வன பாடவுரை. சூ. 21.
பாடல் = சொல்லல். ஓதல். சூ. 390.
பாடு = ஏழன்உருபு. வி. 63. மேன்பாடு. வி. 79.
வாய்பாடு. சூ. 340. வி. 96.
பாணன் = புகழ்ந்துபாடுவோன். சூ. 390.
பாணி = கை. வி. 79.
பாண் = பாட்டு. வி. 81.
பாண்டிநாடு = பாண்டியனாடு. சூ. 273. 239.
பாண்டில். சூ. 273.
பாதம் = அடி. வி. 95.
பாயிரம் = வரலாறு. சூ. 1.
பாராட்டல் = காட்டுதல். வி. 92. [பார் + ஆட்டல்.]
பார் = பூமி. வி. 121.
பாலகன் = குழந்தை. வி. 120.
பாலது [பால (பன்)] = பாற்று, பாலையுடையது, தன்மையுள்ளது. வி. 93. [35.]
பாலை = ஐந்திணையில் ஒன்று. சூ. 276. நீரும் நிழலுமல்லாத இடம். வி. 220.]
பால் = பகுப்பு. சூ. 281. ஆண், பெண், பலர், ஒன்று, பல, என்னும் ஐம்பால்கள். சூ. 360. 416. 342. வி. 53. ஏழன் உருபு. வி. 63.
பாவித்தல் = எண்ணல். வி. 124.
பாவைமார் = பெண்கள். வி. 120. [69.]
பாழ் = பாழ்ங். வெறுமையான. வி. 121.
பாறு = பருந்து. சூ. 183.
பாற்று = பாண்மையுடையது. சூ. 57. வி. 93.
பான் = முக்காலங்களுக்கும் பொதுவான வினை எச்சவிகுதி. சூ. 343.
சிலவிடத்து பத்து என்றும் (உ-ம்.) ஒன்பான் = ஒன்பது, முப்பான் = முப்பது. சூ. 61. 194.

பி

பி. வி. 96.
பிங்கலம் = பிங்கலந்தை என்னும் நூல. சூ. 392.
பிணக்கம் = வேறுபாடு. வி. 89.
பிணங்கல் = வேறுபடல். வி. 89.
பிணி = வியாதி. வி. 26.
பிண்டம் = பலதொகைகளையும் உள்ளடக்கிக்கொண்டு பொதுப்பட நிற்கும். பிண்டச் சூத்திரம். சூ. 20. பிண்டப் பொருள். சூ. 316.

பிண்டி=அசோகுமரம். வி. 63.

பித்தி=பித்தத்தையுடையவன். வி. 152. [96. 64.]

பிர. வி. 123. (உ.)

பிரதி. வி. 123. (உ.)

பிரிநிலை=இடைப்பொருளுள் ஒன்று, பிரிக்கும்படி நிற்பது. சூ. 354.
(உ-ம்.) சாத்தனே கொண்டான் எ-ல். கொள்ளுதல் வினையாற் சாத்தனில் மிறரும் பிறர் எல்லாரும் பிரிக்கப்பட்டார்.

பிரிப்பு=பிரிநிலை. சூ. 353. 351. 355.

பிழைபாடு=தப்பு. சூ. 42.

பிளிறல்=ஒலித்தல். சூ. 391.

பிற=சொல்லாதொழிந்தவை. சூ. 451.

பிறநூல்=ஆசிரியவசனம். சூ. 23.

பிறப்பு=எழுத்துகளின் பிறப்பிலக்கணம். சூ. 57. 74. வி. 18. (J.) ஓர் வாய்பாடு. வி. 173.

பிறழுதல்=ஒன்றை மற்றொன்றாகச்சொல்லப்படுதல். 425.

பிறர்தம் மதம் மேற்கொண்டு களைவு = பிறர்மதத்தை அங்கிகரித்துத் தள்ளிவிடுதல். சூ. 11.

பிறர்நூற்குற்றங்காட்டல் = பிறருடைய நூலிலுள்ள குற்றங்களை எடுத்துக்காட்டுதல். சூ. 11.

பிறர்நூன்முடிந்ததுதானுடன்படுதல் = பிறநூலிலே சொல்லப்பட்ட விகுதிகளுக்குத் தான் சம்மதப்படுதல்.சூ.14.

பிறவி=பிறப்பு. வி. 95. 96.

பிறவிடைநிலை=வேறு இடைநிலை, அதாவது விகாரப்படல்.

பிறவினை=பிற கர்த்தாவின்றொழில். வி. 103.

பிறழ்தல்=மயங்குதல். சூ. 451. 32.

பிறன்கோட்கூறல்=தன்னூலின் பிறனது கோட்பாட்டைச் சொல்லுதல். சூ.14.

பிறிதின்கிழமை=தன்னில்வேறாயது. சூ. 306. வி. 62.

பிறிது=மற்றையது. பிறர்மதம். சூ. 11. [பிற. வி. 93.]

பிறிதுவிதி=எய்தியது விலக்கும்விதி.

பிறிதொடுபடா அன்றன்மதங்கொளல்= பிறர் மதத்தோடு கலவாதவனுகித்தன் மதத்தைத் தான் ஆண்டுகொள்வது. சூ. 11.

பின்=ஏழனுருபு. வி. 63.

பின்வருநிலைஅணி. வி. 207.

பின்னது நிறுத்தல்=முறை பிறழாமல்முன்வைக்கவேண்டியதைப் பின்வைத்தல். சூ. 14.

பின்னவன்=மகன். வி. 93.

பின்னோன்=வழிநூல்செய்வோன். சூ.7.

பீ

பீ. சூ. 177.

பீலி = மயிற்றோகை. வி. 208.

பீழை=துன்பம்.

பு

புகறல்=புகலல். சூ. 390. [புகல்+தல். வி. 38.]

புகுதல்=உட்பிரவேசித்தல். வி. 72.

புடை=சார்பு, எல்லை.சூ. 8. ஏழன் உருபு. வி. 63.

புடைநூல்=சார்புநூல். சூ. 8.

புடைபெயர்ச்சி=அசைவு.

புணரி=கடல். வி. 27. 86. [வி. 96.]

புணரியல்=பதங்கள் ஒன்றோடொன்று புணரும் ஆறு உணர்த்துவது. [வி. 153.]

புணர்ச்சி=புணர்ப்பு. சந்தி. சூ. 151. [வி. 96.] விகாரம் இயல்பு என இருவகை. வி. 19. விகுதி பதம் உருபு என மூன்று வகையும் ஆம்.

புணர்தல்=கூடுதல். சூ. 90.

புணை=மரக்கலம். வி. 96.

புண்டரீகம்=தாமரை. வி. 79.

புதியனபுகுதல் = முற்காலத்தில் இல்லன சிலபிற்காலத்திலக்கணமாதல். சூ. 462.

புதுமை. சூ. 389.

புரத்தல்=பாதுகாத்தல். வி. 79.

புரத்தின்=உடம்பினுள்ளிருக்கின்ற. சூ. 25. (புரம்=சரீரம்.)

புரவி=குதிரை. வி. 153.

புரிதல்=செய்தல். வி. 157.

புரை=புரைய. வி. 109.

புரைதல்=போலுதல். சூ. 156.

புலப்படுத்தல் = உணரச்செய்தல். வி. 210.

புலமை=கல்வி. சூ. 28.

புலம்பல்=அழுதல். சூ. 313.

புலவன்=அறிவுடையோன். சூ. 276. [வி. 93].

புலன்,புலம்=அறிவு. வி. 156. திசை. இடம். வயல். ஐம்புலன். வி. 34. 218. 376.
புளுதம். வி. 14.
புல்லல் = பொருந்தல். கொண்டுமுடிதல். சூ. 246. 319.
புல்விதம்=புறவிதழ். வி. 60.
புல்வியன் = புன்மையுடையோன். வி. 117. 93.
புவி=பூமி. வி. 70.
புழுங்கல்=புழுங்கற்கறி, சோறு, பயறு. சூ. 229.
புள்=பறவை. வி. 17. சூ. 381.
புள்ளி = மெய்யெழுத்திற்குரிய புள்ளி. சூ. 89. ஒற்றெழுத்து.
புறச்சட்டு. வி. 5.
புறத்திலக்கணம்=எழுத்தாலாகியபதம், பிறபொருளைத் தருகின்றமையால் புறத்திலக்கணம். சூ. 57.
புறப்பாட்டெல்லை = வேறுமொழியினிடம்.
புறப்பொருள். சூ. 220.
புறமொழி = புறத்துவருகிறசொல். சூ. 411. புறப்பொருள். சூ. 220.
புறம், புறன்=இடம். பக்கம். புறத்தால் வருபெயர். சூ. 276. எழன் உருபு. வி. 63.
புறவுரை=நூல்சொல்லியபொருள் அல்லாதவைகளைச் சொல்லுதல். சூ. 1.
புறனடை, புறநடை=[புறன்+நடை. சூ. 210. அல்லது புறன் + அடை. சூ. 204. அல்லது, புறம் + நடை. சூ. 219.] வேறு விதமான நடக்கை, அல்லது புறத்து அடையாய் வந்தது. சூ. 20.
புறன்அழிதல்=மற்றவரை நிந்தித்துப்பேசுதல். வி. 78.
புற்கம்=சிறுமை. வி. 140.
புனல்=கடல். வி. 64.
புனனாடு=புனல்நாடு. தண்ணீருள்ளதே
புனிதம்=பரிசுத்தம்.
புனை=அலங்கரிக்கப்பட்ட. சூ. 56. [வி. 153.]
புனைந்துரை=அலங்கரித்துச்சொல்லல். சூ. 1.
புன்மை=கீழ்மை. வி. 157. [புல்+மை. வி. 96.]
சம். தஞ்சாவூர்சீமை. தமிழ்நாடுகளில் ஒன்று. சூ. 273.

பூ

பூ. சூ. 30.
பூகம்=கமுகமரம். வி. 110.
பூங்குழல். வி. 157.
பூசல். வி. 96. (o.)
பூட்டுவில். சூ. 456. பூட்டுவிற்பொருள்கோள்.
பூண்=ஆபரணம். வி. 125.
பூத்தல்=மலர்தல். வி. 82.
பூநனை=மொக்குள். (பூ+நனை.) வி.114.
பூந்தடம். சூ. 200.
பூப்பெயர் = பூவென்னும் பலபொருளொருசொல். சூ. 200.
பூழி=தமிழ் நாடுகளில் ஒன்று. சூ. 273.
பூழ்=காடை. வி. 30.

பெ

பெண்டீர்=மனைவி. வி. 62.
பெண்ணெழுத்து=நெடில்.
பெண்பாற்பெயர் = உயர்திணை பெண்பால்பெயர். சூ. 277. வி. 52. (s.)
பெண்மை = பெண்தன்மை. சூ. 264. பெண்மைமுதற்பெயர். பெண்மைச்சினைப்பெயர். சூ. 283.
பெண்மைச்சினைமுதற்பெயர். சூ. 283.
பெண்மைமுறைப்பெயர். சூ. 283.
பெயரியல் = பெயர்ச் சொற்பொருளை விளக்குதலால் பெயரியல். [சூ. 258–319.]
பெயரினெச்சம்=அகரவீற்றுப் பெயர்க்குறைவு. சூ. 167.
பெயரெச்சம் = பெயரெச்ச வினைச்சொல். சூ. 322.
பெயரைக்கொண்டு முடிபவை. சூ. 340. வி. 143. 87.
பெயர்எஞ்சு கிளவி.
"காலமும் வினையுந் தோன்றிப் பாலொடுபெயர்கொள் ளும்மது பெயர் எச் சம்மே." (அகத்.)
பெயர்ச்செவ்வெண் = பெயர்களிடத்தேவரும் செவ்விய எண்ணிடைச்சொல். சூ. 360.
பெயர்=எழுத்துகளின் பெயரிலக்கணம். சூ. 57.
பெயர்ப்பகாப்பதம். சூ. 131.
பெயர்த்தொகை = இரண்டு பெயர்கள் சேர்ந்து நிற்பவை. சூ. 152. பெயரின் கண்ணே தொக்கதொகை.

பெயர்ப்பகுபதம் = எட்டுவேற்றுமைக ளிலொன்றையேற்றுவருவது.
பெய்தல்=ஏற்றுதல். வி. 208. தினித்தல், போடுதல், பொழிதல். வி. 95.
பெரும்=பெரிய. பேர். வி. 121.
பெற்றம்=பசு. சூ. 273.
பெற்றி=குணம். தன்மை. சூ. 280.

பே

பேகன்=தவளை ஆண். சூ. 91.
பேடு=அலி. சூ. 264.
பேணுதல்=காப்பாற்றுதல். வி. 30.
பேதை = பேதைமையுடையவள். பெண். சூ. 388.
பேதைப்படுக்கல்=பேதைமை ஆக்கல். வி. 124.
பேதைமை. வி. 94. 96.
பேர்=பெரிய, பெரும். வி. 121. 219.
பேர்தல் = போகல். வி. 82. பேர்ந்து= போய்.
பேறு=பெறுதல். வி. 89. 96.

பை

பைம்=பசுமையான. வி. 93. 121.

பொ

பொங்கு=பொங்குதல். வி. 82.
பொச்சாப்பு=மறப்பு. சூ. 384.
பொதிதல்=மூடுதல். சூ. 290.
பொதியில்=பொதுவில். சூ. 239.
பொது=பலவற்றினையேற்பது. சூ. 275.
பொதுச்சாரியை=விகுதி, பதம், உருபு என்கிறமூன்று புணர்ச்சிகளினுந் தனி மொழிகளினும் வருதல். சூ. 244.
பொதுச்சீர். வி. 176.
பொதுப்படக்கூறல் = பொதுவாகச் சொல்லல்.
பொதுப்பெயர்=இருதிணைக்கும் உரிய பொதுப்பெயர். சூ. 282. 159. விரவுபெயர்.
ஓர்இனத்துக்கெல்லாம்உரியது.வி.48.
பொதுமை=பொதுத்தன்மை. சூ. 400.
பொதுமொழி=ஒருகால் ஒருபொருளையும் ஒருகால் பலபொருளையுந் தருகிற பொதுச்சொல். சூ. 259.
பலபொருள்களை யுணர்த்தும் பொதுச்சொல். சூ. 17.
பொதும்பர்=சோலை. வி. 63.
பொதுவியல்=பெயர், வினை, இடை, உரி என்னும் நால்வகைச் சொற்களின் ஒழிபையும் பொதுமையையும் உணர்த்தி நிற்றல். [சூ. 393—460.]
பொதுவெழுத்து = ஆரியத்திற்குந் தமிழுக்கும் பொதுவெழுத்து. சூ. 274.
பொதுளல் = நெருங்கல். தழைத்தல். சூ. 368.
பொம்மென = ஒலிக்குறிப்பு. வி. 114.
பொய்கை=குளம். வி. 110.
பொய்த்தல்=பொய்சொல்லல். வி. 40.
பொரிதல்=பொரிந்திடுதல். வி. 41.
பொருட்டு=நிமித்தகாரணப் பொருள். சூ. 298. வி. 60.
பொருட்டுப்பொருள். வி. 60. 140. 164.
பொருட்புணர்ச்சி = பதத்தோடுபதஞ் சேருஞ்சேர்க்கை.
பொருணிலை = வியப்பு, வெகுளி, உவகை, அச்சம், அவலம் முதலாகிய பொருணிலைகள். சூ. 436.
பொருண்மை = பொருள்கொள்ளுந் தன்மை. சூ. 427. [வி. 94.]
பொருதல்=சண்டைசெய்தல். வி. 27.
பொருநர்=கூத்தாடிகள். [வி. 95.]
பொருநுதல்=ஒத்தல். ஒருவர் மற்றொருவர் போல வேடங்கொள்ளும் பொருநர் தொழில். சூ. 208.
பொருந்தல்=ஒன்றுதல். அமைதல்.
பொருவு=உவமை. ஒப்பு. வி. 153.
பொருள=பொருளன=பொருளையுடையன. வி. 34. 93. சூ. 272.
பொருளணி. வி. 202.
பொருளாகுபெயர். வி. 162.
பொருளாசிரியர் = நூலுக்கு அர்த்தஞ் செய்பவன்.
பொருள்=பெயர்ப்பொருள். சூ. 291. பொருட்பெயர். 276. அர்த்தம். சூ. 10. வி. 214. 217.
பொருள்ஐந்து=எழுத்து, சொல், பொருள், அணி, யாப்பு. [சிற. பா. 10.]
பொருள்கோள் = அந்வயம், சொற்கள் பொருளைக்கொள்ளுங்குணம். சூ. 452. 460. [வி. 96.]
பொருள்மயக்கம்=பிறிதொன்றன் பொருளொடு தன்பொருள் விடாது தலைமயங்குதல். சூ. 317.

(உ-ம்.) கோட்டின்கண் குறைத்தான்= கோட்டைக் குறைத்தான்.

பொலி=தூற்றுநெல்லின் குப்பை. சூ. 316.

பொழிப்பு. யாப். 41.

பொழிப்புரை=தொகுத்துரை. சூ. 21.

பொழில்=சோலை. வி. 64.

பொழுது=காலம். சூ. 416.

பொறி=ஐம்பொறிகள். வி. 120. சூ. 376.

பொறை=பாரம். வி. 96. பொறுமை. சூ. 27. 388.

பொற்பு=அழகு. வி. 93.

பொன்றல்=சாதல். வி. 82.

போ

போ. வி. 81.

போக்கல்=போகவிடுதல். வி. 103.

போது=பூ. அலர். வி. 110. சூ. 368. பொழுது, வினைப்பகுதி. வி. 125.

போர் = நெற்போர். யுத்தம். வி. 23. [பொரு. வி. 96.]

போர்த்தல்=மூடுதல். வி. 29.

போலி. வி.17. சூ.57.122.123.239.267.
முதற்போலி = முதலிலே ஓரெழுத்துக்கு மற்றோரெழுத்து வந்துமாறி ஒத்துநடப்பது. சூ. 123.
இடைப்போலி = நடுவிலேமற்றோரெழுத்துவந்துஒத்துநடப்பது. சூ.123. 124.
கடைப்போலி=கடையிலேமற்றோரெழுத்துவந்துஒத்துநடப்பது. சூ.122.

போலுதல்=ஒத்தல். வி. 76.

போல், போல. வி. 109.

போற்றுதல்=காத்துக்கொள்ளுதல், எண்ணுதல். சூ. 9. வி. 35.

ம

மஃகான்=மகரக்குறுக்கம். சூ. 60. 61. 99. வி. 15. (L.)

மக=குழந்தை. வி. 23.

மகடூஉ=பெண். சூ. 277.

மகரக்குறுக்கம்=தன்மாத்திரையிற்குறைந்த மகரம். சூ. 96. வி. 15. (L.)

மகிதலம்=பூமி. வி. 64.

மகிழ்=ஓர்மரம். வி. 152.

மகிழ்தல்=சந்தோஷித்தல். வி. 85.

மங்கலம்=சுபமாகிய சொற்களைச் சொல்லுதல். சூ. 267.

மச்சை=மூளை. சூ. 268.

மஞ்ஞை=மயில். சூ. 454.

மடக்கு=மடக்கணி. வி. 197.

மடந்தை=பெண். சூ. 277.

மடல்=இலை. வி. 152.

மடற்பனை=மடற்கொண்டபனை. சூ. 33.

மடி=சோம்பல். வி. 95.

மண்ணுங்கட்டி. வி. 124. (s.)

மதம்=மனத்தின்கொள்கை. சூ. 11.

மதி=புத்தி. வி. 125. மாதம். சூ. 276.= திங்கள். வி. 157.
இடைச்சொல். சூ. 372. 444.

மதியம்=சந்திரன். வி. 63.

மது=தேன். வி. 79.

மந்தி=குரங்கு. வி. 389.

மயக்கம்=இணக்கம். கூடுங்கூட்டம். சூ. 110. 113.

மயங்கல்=கூடல். சூ. 115.
வரம்புகடந்து வருதல். சூ. 444.
இணங்குதல்.

மயங்கவைத்தல் = இதுவோ அதுவோ எனத் துணியப்படாமற் சொல்லல். சூ. 12.

மரபு=தன்மை. சூ. 7. பழமை. சூ. 275. (ஆக்கப்பாடின்றி பழைமையாக இருப்பது.) வழி. சூ. 416.429. வி.163.

மரப்பெயர்கள். வி. 161.

மரியாதைப்பன்மை. வி. 138. சூ. 420.

மருங்கு=இடம். சூ. 450.

மருதம்=ஐந்திணையில் ஒன்று. சூ. 276.
வயலும்வயல்சார்ந்தஇடமும். வி.220.

மருத்து. வி. 26.

மருவுதல்=வருதல். சூ. 174. தழுவுதல். வி. 133.

மருளல்=மயங்குதல். வி. 113.

மருள்=மயக்கம். வி. 39.

மரூஉ = மரூஉமொழி. இலக்கணமில்லாமற் சொல்லைக்குறைத்துப் பெரியோரால் வழங்குஞ்சொல். சூ. 239. (மருவுதல்.)

ஒருவர் செய்யவேண்டாத தானே திரிந்துஞ் சிதைந்தும் நிற்பதொரு செய்கை.

மரை=தாமரை. சூ. 156. வி. 42.

மலங்கு=விலாங்கு. வி. 152.

மலர்=அலர். பூ. ஒருவாய்பாடு. வி. 173.

மலாடு = மலைநாடு [மலையமாநாடு. சூ. 239.] மலையாளம். தமிழ்நாடுகளில் ஒன்று. சூ. வி. 3.

மலி = நிறைந்த. சூ. 56. [வி. 153.]
மல்குதல் = நிறைதல். சிற. பா. 1.
மல்லல் = செழிப்பு. வி. 119.
மறம் = வலிமை. வி. 60. வீரம். சூ. 384.
மறவன் = பாலைநிலத்தான். படைவீரன். சூ. 276.
மறவி = மறந்து செய்யுங்குற்றம். சூ. 384.
மறித்தல் = தடுத்தல். வி. 79.
மறிநிலை. வி. 198. [மறிதல். வி. 153.]
மறுகுதல் = மயங்கல். வி. 133.
மறுதலை = எதிரி. சூ. 53.
மறுத்தல் = நீக்கல். இல்லையெனல். வி. 81. 209.
மறை = எதிர்மறுத்தல். சூ. 427. இரகசியம். வி. 109.
மறைதல். சூ. 387.
மற்று = இடைச்சொல். சூ. 365.
மற்றையது. சூ. 366.
மற்றொன்றுவிரித்தல் = சொல்லத் தொடங்கியது சிறுக மற்றொன்றை இடையிலே விரித்துச்சொல்லுதல். சூ. 12.
மனக்கோட்டம் = மனக்கோணல். சூ. 25.
மனை = வீடு. வி. 125.
மனையாட்டி = மனைவி. சூ. 298. [மனை + ஆள + தி. வி. 93.]
மன் = பெரும்பான்மை. சூ. 165. மிகுதி. சூ. 252. 184. 304.
(சிறுபான்மை ஒவ்வாத.)
இடைச்சொல். சூ. 364.
மன்மகன் = அரசனுடைய குமாரன். சூ. 37.
மன்றல் = கலியாணம். சூ. 389.
மன்னுடைமன்றம் = இராசசபை. சூ. 53.
மன்னுதல் = நிலைபெறுதல். சூ. 53. வி. 86.
மன்னோ = அசைநிலை. வி. 94.

மா

மா = குதிரை. வி. 65. இடைச்சொல். சூ. 371. பெரிய.
மாக்கள். வி. 69.
மாசு = குற்றம். வி. 39.
மாடம் = மாளிகை. சூ. 55. வி. 63.
மாடா = மாடனே. சூ. 158.
மாடு = மாட்டு. வி. 63.
மாட்சி = அழகு. பெருமை. சூ. 4. 13. 26. [வி. 96.]
மாட்டு. வி. 125.
மாட்டெறிந்தொழுகல் = இது இதற்கும் ஆம் என மாட்டுதல். இதுவும் அதுவென எடுத்தெறிந்து போதல். சூ. 14.
மாண் = மாட்சிமை. வி. 156.
மாண்பு. வி. 96.
மாதர் = பெண்டிர். வி. 114.
மாதவி = வசந்தகாலமல்லிகை. வி. 110.
மாது = பெண். வி. 277.
மாதோ = அசைநிலை. வி. 81. 116.
மாத்திரை = அளவு. மிதம். மட்டு. வரை. எழுத்தின் அளவிலக்கணம். சூ. 57. 99. 100. வி. 16.
மாந்தர் = மனிதர். வி. 5.
மாயம் = மாய்கை. வி. 120.
மாய்தல் = கெடுதல். சூ. 229.
மாய்த்தல் = கெடுத்தல்.
மாரி = மழை, மேகம். வி. 70. 95.
மார், உயர்திணைப் பன்மைப் படர்க்கை விகுதி. சூ. 327.
மார்பு = நெஞ்சத்தால் வருபெயர். சூ. 276.
மாலை = பலவற்றால் தொடுத்ததொடை. வி. 212.
மாள = இடைச்சொல். சூ. 375.
மாளுதல் = இறத்தல். வி. 81.
மாறுகொளக்கூறல் = முன் சொன்னதற்குப் பின்சொல்லுவது விரோதப்படச் சொல்லல். சூ. 12.
மாறுகோள் = விரோதமாகக் கொள்ளல். சூ. 11.
மாறுதல் = மயங்குதல். சூ. 121.
மாறுபடு புகழணி. வி. 210.
மாற்றம் = சொல். சூ. 390.
மாற்றான் = சத்துரு. வி. 23.
மான. வி. 109.
மானல் = ஒத்தல். சூ. 223.
மான் = மிருகத்தின் பொதுப்பெயர். வி. 157.

மி

மிகல் = அதிகரித்தல். சூ. 170. 178. 388.
மிகுதி = மிகுதிப்பொருள். சூ. 364. வீண் பெருமை. வி. 23. பெருமை. வி. 109. சூ. 389.
மிகைபடக்கூறல் = அதிகப்படச்சொல்லல். சூ. 12.
மிகையொற்றுமைஉருவகவணி. வி. 205.
மிக்குமுடிதல். சூ. 158. 92.

மிக்கோன்=உயர்ந்தவன். சூ.448.
மிசை=மேல். சூ. 90. 96. 149. வி. 63. 162.
[மிசைத்தே=மிசை+த்து+ஏ. வி.93. 111.]
மிடறு=கண்டம். சூ. 75.
மிதிலை=ஓர்தேசம். வி.81.
மியா = முன்னிலை இடைச்சொல். சூ. 171.
அசைச்சொல். சூ. 93. 372.
மிழற்றல்=பாடுதல். வி. 81.
மிளிர்தல்=கதிர்வீசுதல். வி. 31.
மின்=மின்னல். சூ. 217.
பன்மை முன்னிலை ஏவல் வினைமுற்று விகுதி. சூ. 337.

மீ

மீ=மேல். சூ. 81. 178.
மீகண்=கண்ணினது மேலிடம். சூ. 178. (இலக்கணப்போலி.)
மீக்கூற்று = புகழ்மேலாகியசொல். சூ. 178.
மீந்தோல்=மேற்றோல். சூ. 178. [வி. 154.]
மீளுதல்=திரும்பிப்போதல். வி. 82.

மு

முகத்தல் = முகத்தலளவை. வி. 409. மொண்டுகொள்ளல். வி. 89.
முகத்தால்=உறுப்புகளால். சூ. 54.
முகவுரை=நூலுக்கு முகம்போலச் சிறந்திருப்பது. முன்னுரைக்கப்படுவது. சூ. 1.
முகில்=மேகம். வி. 63.
முக்காலம்=இறந்தகாலம், எதிர்காலம், நிகழ்காலம் என மூன்றுநேரம். வி. 78. சூ. 423.
முக்குடை=பொன் மணிமுத்து இவைகளாலாகிய குடை. சூ. 258. 343.
முக்கூற்று=ஒருவன், ஒருத்தி, ஒன்று என்கிற மூன்று பால்கள். சூ. 331.
முச்சகம்=மூன்று உலகம். சூ. 258.
முச்சுட்டு=அ, இ, உ என்னும் மூன்று சுட்டிடைச்சொல். சூ. 163.
முடத்தெங்கு = முடங்கியதெங்கு. 35. சூ.
முடிதல்=சாதல். வி. 103.
முடித்துக்காட்டல் = தான் சொல்லிய இலக்கணவிதிகள் இருக்கும்படி இலக்கியங்களை முடித்துக்காட்டல். சூ.14.
முடிந்ததுமுடித்தல்=சொல்லி முடிந்ததைத் தொகுத்துமுடித்தல். சூ. 14.
முடிபு=சொல் பொருள் முடிவு. சூ. 7.
முடிவிடங்கூறல்=தான் சொல்லும் இலக்கணத்திற்கு இலக்கியந் தோன்றும் இடத்தைச்சொல்லுதல். சூ. 14.
முடை=கந்தம். வாசனை. வி. 93.
முதலெழுத்து = சார்பெழுத்துக்குக் காரணமான தலைமையானவெழுத்து. சூ. 71.
முதல, முதற்று. வி. 93.
முதல்=ஆதி. சூ. 91. 95. 58. எழன் உருபு. வி. 63.
அடைமொழிகளைக்கொள்ளும்பெயர். வி. 444. 282. 283.
முதல்வினை=கர்த்தாவின்றொழில். சூ. 345.
முதற்கருவி = செயப்படு பொருளோடொற்றுமையுடையது.
முதற்காரணம்=ஆதிகாரணம். சூ. 58.
முதற்குறிப்பு=ஒருபாட்டிலே முதல் நிற்குஞ் சொல்லைமாத்திரங் குறித்ததும், ஒருசொல்லில் முதல்நிற்கும் எழுத்தைமாத்திரங் குறித்ததும். சூ. 269.
முதற்குறை. வி. 41.
முதற்பெயர் = முதலைப்பற்றிவரும் பெயர். சூ. 282.
முதற்பொருள்=ஆதிகாரணப்பொருள்.
முதனுவிளிம்பு=அடிநாவின் ஓரம். சூ. 77.
முதனிலை=எழுத்துகள் மொழிக்கு முன்னிற்கும் இலக்கணம். சூ. 57. பகுதி. வி. 71.
முதனூல்=ஆதிநூல். சூ. 56.
முத்தகுதி=மூன்றுதகுதிவழக்கு. சூ.267.
முந்நீர்=கடல். சூ. 391.
முப்பான்ஏழ்=முப்பத்தேழு. சூ. 61.
மும்மை=மூன்று. சூ. 4.
முயற்சி=நால்வகைத்தொழில். சூ. 72.
முயால்=முசல். வி. 63.
முயிறு=மந்தி.
முரசம்=முரசு=பறை. சூ. 391.
முரண=மாற. சூ. 324.
முரணுதல்=திரிக்குதல். சூ. 194. மாறுதல். சூ. 324.

முரண், முரனுதல் = விகாரப்படுதல். யாப். 36.
முரண்கொள் சிந்தை = மாறுதலுள்ள மனம். சூ. 31.
முரள்=இப்பி. சூ. 378.
முருக்குதல்=கெடுத்தல். சூ. 25.
முருந்து=இறகின் அடியிற்குருத்து. வி. 109.
முல்லை=ஓர் பூ. வி. 76. ஐந்திணையில் ஒன்று. சூ. 27. காடுங் காடுசார்ந்த இடமும். இதுஇடைநிலம். வி. 220.
முழக்கு=ஓசை. சூ. 391.
முழங்கல்=ஒலித்தல். சூ. 391.
முழுமதி=பூரணசந்திரன். சூ. 258.
முழை=குகை, மலையினுட்குகை. சூ. 152.
முறுவல்=நகை. சிரிப்பு. முறுவலித்தல். வி. 76.
முறை=வரிசை, ஒழுங்கு. சூ. 71. முறை நிரனிறை. சூ. 79.
முறைப்பெயர்=முறைமையைப்பற்றிவரும்பெயர். சூ. 282.
முறைமைப் பொருள் சூ. 298 = எழுத்துக்கள் முன்பின்னிற்குமுறையிலக்கணம். சூ. 57.
முறையடைதல் = ஒன்றையொன்று விசேடித்து வருதல். 444.
முறையின்வைப்பு = அதிகாரமுதலான வைகளைக் காரணகாரிய முறையாக வைத்தல். சூ. 13.
முற்றல்=பழுத்தல். வி. 124.
 முடித்தல். வி. 81.
 முடிதல்.
முற்றிழாய்=பூரணமான ஆபரணங்களையுடையவளே. [முற்று. 153. இழை. வி. 64. 157.]
முற்று=முடிவு. முற்றுகரம். சூ. 164. முற்றுவினை. சூ. 167. 171. 397. 415. இடைச்சொல்லின் பொருளில் ஒன்று. சூ. 353.
("தமிழ்நாட்டு மூவேந்தரும் வந்தார்; எல்லாரும்வந்தார்." என-து முற்றுப் பொருளில்வந்த உம்.)
முற்றுத்தொடர்=தெரிநிலை தெரியாநிலையாகிய முற்றுத்தொடர். சூ. 322. 323. 152.
முற்றும்மை=முழுவும்மை. சூ. 358.
முற்றுவிகுதி=முடிந்தசொல்லின் கடைநிலை.

முற்றேல்=முற்று ஆகின். [முற்று+ஏல்.] சூ. 341.
முனிவு=வெறுப்பு. சிற. பா. 37.
முனைவன்=கடவுள். சூ. 6.
முன்=ஏழன்உருபு. வி. 63.
முன்மொழிந்து கோடல்=முன் ஓரிடத்தொன்றைச் சொல்லிப் பின்வேண்டுமிடத்து அதனை எடுத்துக்கொள்ளுதல். சூ. 14.
முன்னதினுணர்தல் = குறிப்பினாற் பொருளறிதல். சூ. 449.
முன்னம்=எண்ணம். குறிப்பு. சூ. 449. வி. 209.
முன்னிலை=முன்னிலையிடம். 324. 266. 282. 285. 330.
முன்னிலைச்சொல் = முன்னிற் பவனைக் குறிக்குஞ்சொல்.
முன்னிலைப்பொருள் = முன்னிலையிடப் பொருள்.
முன்னிலையசை=முன்னிலையிடத்து வருகிற அசைச்சொல். சூ. 372.
முன்னிலை யேவலொருமை = முன்னிற்கின்ற ஒருவனைப்பார்த்து ஏவுதல். வி. 84.
முன்னிலை யேவல்வினை = முன்னிற்பவனுக்குக் கட்டளையிடுந்தொழில். வி. 84.
முன்னின்றமெய்திரிதல் = முன்னிருந்த மெய்மற்றொரு மெய்யாகவிகாரப்படுதல். சூ. 136.
முன்னுருவு = பழையவடிவம். சூ. 89.

மூ

மூக்கறிவு = கீழ்ப்போன இரண்டறிவுகளையன்றி மூக்காற் கந்தத்தையறிதல். சூ. 379.
மூக்கு=நாசி. சூ. 74. 75. 376. 379.
மூங்கையான்=ஊமையன். வி. 145.
மூட்டுதல்=எழுப்புதல். வி. 81.
மூதூர் = பழமையானஊர். சூ. 391. [வி. 121.]
மூரல்=பல். வி. 109.
மூர்த்தி=உருவம். கடவுள். சிற. பா. 5.
மூவழி=முதல் இடை கடை. சூ. 95. 156.
மூவறிவுயிர்=கறையான் எறும்பு முதலியவை. சூ. 379.

மூவறுமொழி = பதினெட்டுப் பாஷைக ள். சிற. பா. 7. சூ. 273.

மூவிடத்தன = மூன்றிடங்களுக்கும் பொதுவாகின, மூன்றிடங்களிலும் வரும். சூ. 339.

மூவிடம் = தன்மை, முன்னிலை. படர்க்கை. சூ. 142. 266.

மூவினம் = வல்லினம், மெல்லினம், இடையினம். சூ. 239.

மூவொன்பான் = இருபத்தேழு. சூ. 324.

மூழ்குதல் = முழுகுதல். வி. 41.

மூளுதல் = எழும்பல். வி. 12.

மூன்றும் வேற்றுமைக் கர்த்தா செயப்பாட்டுவினையையாளும் வினைமுதல்.

மெ

மெய் = உண்மை, நிச்சயம். வி. 95. ஒற்றெழுத்து. சூ. 199. 214. மெய்யெழுத்து. சூ. 63. சரீரம். வி. 79. சூ. 376.

மெய்யீற்றுப்புணரியல் = மெய்யீற்றுப் பதம் புணருகிறஇயல்பு. வி. 29. 40. சூ. 204. 237.

மெலி = மெல்லெழுத்து. சூ. 178. 94. 158. வி. 9.

மெலித்தல் = வல்லொற்றை மெல்லொற்றாக்கல். சூ. 155. வி. 41.

மெல்கி = கனஞ்செய்யாதிருந்து. சூ. 30.

மெல்லியர் = சிறியோர். வி. 85.

மெல்லெழுத்து = மெலி. மென்மை. மென்கணம். மெல்லினம். வி. 9.

மெல்லினம் = மென்கணம். மெலிவாயுச் சரிக்கப்பட்ட எழுத்துக்கள். சூ. 69. வி. 9.

மென்மை = மெல்லினம். சூ. 124. மெல்லெழுத்து. சூ. 75. வி. 9. மிருது. மெதுத்தன்மை, எட்டீறில் ஒன்று. சூ. 386.

மென்றொடர் = மெல்லெழுத்தைத்தொடருந்தொடர்ச்சி. வி. 15. சூ. 94.

மே

மேதினி = பூலோகம். வி. 79.

மேதை = நரம்பு. சூ. 268.

மேதி = எருமை. வி. 137.

மேல் = மிசை, மீ. ஏழனுருபு. வி. 63.

மேவலது = பொருந்தாதது. சூ. 153. [மேவு + அலது.]

மேவல் = பொருந்தல். சூ. 75. பிறத்தல். சூ. 85. 101.
விரும்புதல். வி. 210.

மேவிடல் = உண்டாதல். சூ. 85. [வி. 124. (இ.)]

மேளம் = ஓர்வாத்தியம். வி. 120.

மேற்கோள் = ஆசிரியவசனம். சூ. 9. உதாரணம். சூ. 21.

மை

மை = மசி. கறுப்பு. நிலமை. ஓர்விகுதி. வி. 94.

மைந்தன் = மகன்.

மையல் = காமமயக்கம். சூ. 384.

மொ

மொய்த்தல் = கூடுதல். வி. 91. 114.

மொழி = சொல். சூ. 91. 94. 299.

மொழிபெயர்ப்பு = ஒரு பாஷைமொழியை மற்றொரு பாஷைமொழியாகத் திருப்பி முடித்தல். சூ. 50.

மொழிமாற்று = எட்டுப் பொருள்கோளில் ஒன்று. சூ. 454.

மொழிமுதற்போலி = மொழிக்கு முதலில் வரும்போலியெழுத்துகள். சூ. 123.

மொழியிடைப்போலி = மொழிக்கு நடுவில் வரும் போலியெழுத்துகள். சூ. 123.

மொழியீற்று = மொழியின் கடையில் நின்ற. [வி. 152. 26.]

மோ

மோ = இடைச்சொல். சூ. 372.

மோனை. வி. 188. (முகனை.)

மௌ

மௌவல் = வனமல்லிகை. சூ. 95.

மௌலி = முடி. வி. 140.

ய

யகரவுடம்படுமெய் = வருமுயிர்க்கு யகரம் உடம்படுவது. வி. 23.

யா

யா. வி. 6. (E.)

யாக்கை = சரீரம். வி. 154. [யாத்தல். வி. 96.]

யாங்கணும் = எவ்விடமும். [யாங்கு + அன் + உம், வி. 108. 113.]

யாண்டு=வருடம். சூ. 276.
எந்தவிடம். சூ. 286.
யாண்டும்=எங்கும். மூவிடத்திலும். சூ. 286.
யாதானும்=யாது ஆனாலும். வி. 116.
யாப்படி=செய்யுளடிகள்.சூ.459.யாப். 23.
யாப்பருங்கலம் = ஓர்நூல. [யாப்பு + அருமை + கலம். வி. 152. 121. 162.]
யாப்பு = கட்டு. வி. 95. [யாத்தல். வி. 94.] (இன்னது முற்றியபின் இது கேட்கத்தகுமென்னும்) இயைபு. சூ. 47. செய்யுள் யாப். 1. வி. 167.
யாம்=நாம். வி. 71. 81.
யார். வி. 6. சூ. 349. வி. 6.
யாழ=யாழவென்னும் இடைச்சொல். சூ. 372.
யாற்றுப்புனல் = யாற்று நீர்ப்பொருள்கோள். சூ. 453.
[ஆறு. வி. 119.]

வ

வஃகான்=வகரவெழுத்து. சூ. 236. 96.
வகரவுடம்படுமெய்=வருமுயிர்க்கு வகரவொற்றுச் சம்பந்தப்படுவது. வி. 23.
வகுத்தல் =நூற்செய்தல். சி. பா. 19. வகுத்துக்காட்டல்.
வகுத்துக்காட்டல்=தொகுத்ததை ஒவ்வொன்றாய்ப் பிரித்துச் சொல்லுதல். சூ. 14.
வகை=வகைச்சூத்திரம் = தொகையினை வேறுவேறுவகைப்படக்கூறும் வகைச்சூத்திரம். சூ. 20.
வஞ்சம்=வஞ்சனை. சூ. 31.
வஞ்சனம். வி. 93.
வஞ்சிச்சீர். வி. 175.
வடசொல்=வடமொழி. சூ. 239. 290.
வடநூல்=கிரந்தம்.
வடமரபுப்பெயர்கள். வி. 123.
வடமொழிஆக்கம். சூ. 146–150.
வடமொழிஎதிர்மறை=எதிர்மறைப் பகுபதம். வி. 166.
வடமொழிச்சந்தி. வி. 42. அது தீர்க்க குண விருத்தி என மூவகையாம்.வி.27.
வடவெழுத்து=கிரந்தவெழுத்து. வி. 18. சூ. 146. 147.

வடிவு=வட்டஞ் சதுர முதலிய உருவங்களால் வருபெயர். சூ. 276. உருவம். சூ. 72. 386.
வட்டில்=கூடை. சூ. 368.
வணிகம்=வியாபாரம். வி. 25.
வண்=இகை. சிற.பா. 15.[சூ.135. 136. வி. 121.]
வண்டு. வி. 79. சூ. 380.
வண்ணம்=வகை. வி. 94. வர்ணம். சூ. 386.
வண்மை=கொடை.வள்ளன்மை.சூ.28.
வயின். வி. 63. சூ. 89.
வரலாறு. வி. 145.
வரவு=வருங்காலம். 145.
வரிசிலை=வரிந்தசிலை. வி. 109.
வரிவடவெழுத்து=வட்டஞ் சதுரமுதலியனவாகவெழுதிக்கொள்ளப்பட்டது. கட்புலனாலறியப்படுவது.
வரிவடிவு=எழுதியவடிவு. வி. 1. (B.)
வருக்கம்=கூட்டம். உயிர்வருக்கம். மெய்வருக்கம். உயிர்மெய்வருக்கம். சூ. 147.
வருடல்=தடவல். சூ. 83. 84.
வருதல்=பிறத்தல். சூ. 86.
வருந்துதல்=பிரயாசப்படல். வி. 86.
வரை=மலை. வி. 64.
வரையாதுகூறல் = குறியாதுசொல்லல்.
வரைவு=நீக்கல். பிரிவு. சூ. 389.
வலம்=ஏழன்உருபு. வி. 63.
வலாய்=வலனே,வலிமையுடையவனே. வி. 72. 64.
வலி=வல்லெழுத்து. சூ. 15. 178. 203. 214. 94. வி. 8.
வலித்தல் = மெல்லொற்றை வல்லொற்றாக்கல். சூ. 155. வி. 41.
வலிமையினை. வி. 125.
வலியுறுத்தல் = வல்லமைப்படுத்துதல்.
வல்=சூதாடுகருவிப்பெயர். சூ. 231.
வல்லமை. வி. 23.
வல்லாறு=வல்லெழுத்தாறு. சூ.90.வி.8.
வல்லினம்=வன்கணம், வல்லமையாயுச்சரிக்கப்படுகிற வெழுத்துகள். சூ. 68. 209. வி. 8.
வல்லூற்று=வலிமையானஊற்று. வி. 81.
வல்லெழுத்து=வலி. வன்மை. வன்கணம். பரிசம். வல்லினம். வி. 8.
வல்லோர் = செய்யுள் செய்யவல்லவர். சூ. 268.

விகுர்தி என்னும் ஆரியமொழித் திரிவு: பகுதிப் பொருளைத் தன்னகப்படப் பின்னின்று விகாரப் படுத்தலால் விகுதி ஆம்.

விக்குள்=விக்கல். வி. 82.
விசும்பு=மேகம். வி. 61.
விசேடம் = சூத்திரத்துட்பொருளன்றி அங்கே வேண்டியிருந்தால் பெய்துரைப்பது விசேடவுரை. 21.
விசேடித்துநிற்றல்=ஒரு பொருளுக்குரிமையாய் நிற்குதல்.
விசையன் = செயத்தையுடையவன் ஓர் பெயர். வி. 93.
விடலை=ஆண்மகன். சூ. 276.
விடாத ஆகுபெயர் = தத்தம் பொருளை விட்டு நீங்காது நின்று தம்பொருளின் வேறல்லாத பொருளையுணர்த்தல்.
விடுதி. வி. 96.
விடுத்தல்=உத்தரஞ்சொல்லுதல். சூ.41
விடை=உத்தரம். சூ. 21. எதிர்மொழி.
விட்டஆகுபெயர் = பொருத்தமில்லாத மொழியாய் நின்று பிறிது பொருளுணர்த்தல்.
விட்டிசைத்தல்=வெவ்வேறாக வொலித்தல்.
விண்=ஆகாசம். வானம். வி. 86.
விண்ணவர்=வானோர். வி. 82. 93.
விதத்தல்=சிறப்புவிதி கூறுதல். சூ.165.
விதப்பு=பின்பு கூறப்படுஞ் சிறப்புவிதி. சூ. 165. [விதம். விதித்தல். விதப்பு. வி. 76. 94.]
விதவாதன = எடுத்துச் சொல்லாதன. சூ. 165.
விதி=செயற்கை. சூ. 165. முறை. சூ. 139. 169.
விதித்தல்=வகுத்தல். சூ. 257.
வித்துனர்=விதைத்தார்கள். வி. 85.
விநோதன்=பொழுதுகழித்து விளையாடுபவன். சிற. பா. 17. [வி. 93.]
விபத்தி=வேற்றுமை. வி. 27. (L.) 55. (T.)
விமானம்=தேர். வி. 86.
விம்முதல்=விம்மிஅழுதல். வி. 79. 81.
வியங்கோள் = மரியாதையேவல். சூ. 338. 371. வி. 85. சூ. 168. வி. 140.
வியன்=விஸ்தாரமான. வி. 157.
விரவாசினைமுதல்=சினையுமுதலும் ஒற்றுமை கருதிமயங்கச் சொல்லப்படாவாம். 428.
விரவியபொருள்=கலந்தபொருள். சூ. 17.

விரவுதல்=கலத்தல். சூ. 419.
விரவுத்திணை=பொதுத்திணை.
விரி=விரிவு, தொகையின் விரிவு. சூ. 91. [வி. 96.]
விரித்தல்=தொகுத்துக்கிடந்ததை விரித்துமுடித்தல். சூ. 50.
ஓசைகுறைந்தால் எழுத்தாயினுஞ் சாரியையாயினும் பெய்து விரிப்பது. சூ. 155. வி. 41.
விரிவு = வேற்றுமையுருபு முதலியன தொக்குநிற்பின் அவற்றை விரித்தெழுதுவது விரியுரை. சூ. 21.
விருத்தம். வி. 193.
விருத்தன்=கிழவன். வி. 120.
விருத்திசந்தி=வடமொழிச்சந்தி. வி. 42.
விருத்தியுரை=விரிவான உரை. பதினொன்கு உறுப்புகளைக் கொண்டுவருவது. சூ. 23.
விரை=வாசனை. மணம். வி. 64. சூ. 272.
விலகல். வி. 14.
விலக்கணி. வி. 209.
விலங்கலோசை=நரமடங்கல், என்பர். ஈகாரம் அவ்வோசையுள்ளது.
விலங்கு=மிருகம். வி. 59. சூ. 381.
விழுமியதுபயத்தல் = சிறந்தபயனைத் தருதல். சூ. 13.
விழுமியார்=நல்லோர் [விழுமை + ஆர். வி. 121. 93.]
விழைவு=ஆசை. வி. 111. விருப்பம். சூ. 353. 363.
விள=விளாமரம். வி. 70. (IV.)
விளக்கு=தீபிகை. வி. 111.
விளக்குதல் = விளங்கச்செய்தல். சூ. 271.
விளங்கவைத்தல் = யாவருக்கும் பொருள் விளங்கித் தோன்றவைத்தல். சூ. 13.
விளங்கல்=பிரகாசம். சூ. 6.
விளங்குதாரணத்தாகுதல்=தெரியத்தக்கவுதாரணங்களையுடையதாதல். சூ. 13.
விளம்புதல்=சொல்லுதல். வி. 93.
விளி=விளித்தொடர், அது எட்டாம்வேற்றுமைத்தொடர். சூ. 152.
விளித்தல்=அழைத்தல். சூ. 304. 314.

முடிந்தது முற்றும்.